या पूर्वी अशा प्रकारचं वास्तववादी पुस्तक वाचनात कधी आलं होतं असं वाटत नाही... कल्पनाशक्तीची उत्तुंग भरारी.

– हिलरी मॅन्टल

लोक जेव्हा खोटं बोलतात तेव्हा ते नेमकं ओळखण्याची शक्ती जॉन इगनला प्राप्त झालेली असते. सदर शक्ती आपल्याला प्रसिद्धी मिळवून देऊ शकेल या आशेने तो गिनीज बुक ऑफ रेकॉर्ड्सला पत्र लिहितो. त्यांच्याकडून उत्तर येण्याची तो वाट पाहत असतो पण तोवर त्याच्या त्या असत्यशोधनाच्या प्रयत्नांमुळे त्याच्या आधीच कमकुवत असलेल्या कौटुंबिक वातावरणाला अधिक धोका उत्पन्न होतो.
मोहून टाकणारं मनोवेधक पुस्तक

– ऑब्झर्वर

कल्पनेच्या विश्वातील उंच उडी... वयाच्या बाराव्या वर्षात पदार्पण करणाऱ्या जॉन इगनची कथा अस्वस्थ करते आणि सहानुभूतीची भावना जागृत करते. सौम्य विनोदाचीही त्यात जागोजाग पखरण आहे.

– जे. एम. कोएटझी

अवश्य वाचावं असं पुस्तक

– स्कॉटस्मन

अज्ञात सत्याची उकल करणारी, एका वेगळ्याप्रकारे सहानुभूती उत्पन्न करणारी, भावणारी आणि विचार प्रवृत्त करणारी असामान्य कादंबरी.

– आयरिश टाईम्स

अगदी थेट आणि वाचनीय... प्रतिभेचा सुंदर अविष्कार. लेखिकेच्या लेखनगुणांबद्दल शंकाच नाही.

– अलि स्मिथ

आपल्या स्नेहीजनांना पुस्तके भेट द्या

बुकर पारितोषिक सन २००६ मध्ये नामांकन झालेली कादंबरी

कॅरी मी डाऊन

पौगंडावस्था बनवते; राक्षस किंवा देवही!

लेखक

एम. जे. हायलंड

अनुवाद

पुलिंद सामंत

मेहता पब्लिशिंग हाऊस

✆ +91 020-24476924 / 24460313
Email : info@mehtapublishinghouse.com
production@mehtapublishinghouse.com
sales@mehtapublishinghouse.com
Website : www.mehtapublishinghouse.com

CARRY ME DOWN by M. J. Hyland
© M. J. Hyland, 2006
Published by arrangement with Canongate Books Ltd,
Translated in Marathi Language by Pulind Samant

कॅरी मी डाऊन / अनुवादित कादंबरी

अनुवाद : पुलिंद सामंत
६०५, सुंदरम, वसंत कॉम्प्लेक्स, कांदीवली (प.), मुंबई - ६७

मराठी अनुवादाचे व प्रकाशनाचे हक्क मेहता पब्लिशिंग हाऊस, पुणे ३०

प्रकाशक : सुनील अनिल मेहता, मेहता पब्लिशिंग हाऊस,
१९४१, सदाशिव पेठ, माडीवाले कॉलनी, पुणे - ४११ ०३०

अक्षरजुळणी : इफेक्ट्स, २१/६ब, आयडिअल कॉलनी, कोथरूड, पुणे - ३८

मुखपृष्ठ : चंद्रमोहन कुलकर्णी

प्रथमावृत्ती : फेब्रुवारी, २०११

P Book ISBN 9788184982114

स्टिवर्ट ॲन्ड्र्यू मुइर यांस,
(आणि तुझ्यासारखे असल्यास)

१

जानेवारीतील थंडीचे दिवस होते. रविवारची संध्याकाळ होती. मी आईवडिलांबरोबर स्वयंपाकघरात बसलो होतो. वडील टेबलाकडे पाठ करून, भिंतीला पाय टेकून मांडीवर पुस्तक घेऊन वाचत बसले होते. आई माझ्या उजवीकडे, तिचं पुस्तक टेबलावर ठेवून बसली होती. मी तिच्याजवळच खिडकीकडे तोंड करून बसलो होतो. माझ्या खुर्चीपासून शेकोटीही जवळ होती.

टेबलावर मधोमध गरमागरम चहाची किटली होती. आम्ही आपापले कप आणि हॅम आणि टर्की सँडविचनी भरलेल्या बशा घेऊन खात-पीत बसलो होतो. गरज भासलीच, तर असावेत म्हणून भरपूर खाद्यपदार्थ भरून ठेवलेले होते.

वाचन करताकरता अधूनमधून आमच्या गप्पाही चालू होत्या. एकूणच आमचा मस्त मूड लागला होता; जणू काही आम्ही तीन वेगवेगळी माणसं नसून एकच होतो आणि एकाच पुस्तकाचं एकत्रित वाचन करत होतो.

असेच दिवस मला हवेहवेसे वाटतात.

समोरच्या चौकोनी खिडकीतून मला गॉरी शहराकडे जाणारा अरुंद रस्ता आणि त्याच्यापलीकडे पसरलेली, बर्फाने झाकलेली जमीन दिसत होती. आता इथून दिसत नसले तरी मला माहीत आहे की, त्यापलीकडे एक झाड आहे. माझ्या शाळेच्या जाण्यायेण्याच्या वाटेवर ते आहे. मी रोज सकाळी त्याच रस्त्याने जातो. माझी शाळा म्हणजे इकडून दोन मैलांवर असलेले गॉरी नॅशनल स्कूल. ख्रिसमसची सुटी संपल्यावर मी पुन्हा शाळेत जाणार होतो.

आमच्या घराच्या डावीकडे रस्त्याच्या कोपऱ्यावर डब्लिनकडे जाणारा रस्ता दाखवणारा फलक होता. त्याखालीच स्मशानाकडे जाणारा रस्ता दाखवणारा छोटासा फलक चिकटवलेला खांब आहे. अजून फक्त दोनच दिवस आम्हाला अशी एकत्र बसून मजा करता येणार होती, अगदी माझ्या मनासारखी.

आईचे वाचन जवळजवळ संपत आल्याचे पाहून मी पत्त्यांचा कॅट उचलला आणि हळूच तिच्या कोपराकडे सरकवला. पुस्तक संपवून तिने खाली ठेवले, की तो तिच्या हाताला लागेल आणि मग तिच्याबरोबर एखादा डाव टाकता येईल या अपेक्षेने मी तिच्याकडे बघत बसून राहिलो.

ती अचानक पुस्तक मिटून उभी राहिली आणि तिने मला फर्मावले, ''जॉन, जरा माझ्याबरोबर ये.'' ती मला स्वयंपाकघराबाहेर लॉनकडे नेत होती. मी एखादी टाकाऊ वस्तू असल्याप्रमाणे मला वडिलांच्या नजरेआड ती हाकलून देत होती. ''पुस्तक खाली ठेव आणि चल लवकर.'' तिने पुन्हा म्हटले.

आम्ही बाहेर येऊन, पोटमाळ्यावरच्या त्यांच्या बेडरूमकडे जाणाऱ्या चिंचोळ्या जिन्याखाली उभे राहिलो. आई जिन्याच्या कठड्याला रेलून, दोन्ही हातांची घडी घालून उभी राहिली. तिचे हात पांढरेफटक दिसत होते.

''माझ्यात आज तुला काही वेगळं दिसतंय का?'' तिने विचारले.

''नाही, का गं?''

''तू अगदी टक लावून पाहत बसला होतास माझ्याकडे.''

''मी फक्त पाहत होतो.''

कठडा सोडून ती पुढे आली आणि तिने तिचे दोन्ही हात माझ्या खांद्यांवर ठेवले. तिची उंची चांगलीच म्हणजे पाच फूट, दहा इंच आहे. माझी उंची तिच्यापेक्षा फक्त दीड इंचानेच कमी आहे. पण ती मला आज अधिक उंच भासत होती. ती खाली वाकून माझ्याशी बोलू लागली. मला दडपण जाणवू लागले.

''तू माझ्याकडे टक लावून पाहत होतास; असं पाहणं बरं दिसत नाही.'' तिने परत म्हटलं.

''पण मी का म्हणून तुझ्याकडे पाहू शकत नाही?''

''कारण तू आता अकरा वर्षांचा घोडा झाला आहेस, लहान बाळ राहिलेला नाहीस.''

अचानक जिन्याखालच्या कपाटातून आमच्या मांजरीचा – 'क्रिटो'चा ओरडण्याचा आवाज आला. तिला त्या कपाटात, तिच्या पिल्लांसकट बंद करून ठेवले होते. माझे लक्ष तिकडे गेले आणि क्रिटोला तिथून बाहेर काढावे, असे माझ्या मनात आले. पण खांद्यावरचा आईच्या हातांचा भार मला हलू देत नव्हता.

''खरंच, मी फक्त पाहत होतो.'' मी परत म्हटलं.

खरं तर या 'पाहण्या'मध्ये लहान बाळाचे किंवा आणखी कोणाचे पाहणे यात काय फरक असतो, हे मला विचारायचे होते. पण आता आईच्या हातांचं वजन जरा जास्तच जाणवू लागलं होतं आणि त्यामुळे काही बोलण्याऐवजी मी काहीसा थरथरत जागीच उभा राहिलो.

"का, तू माझ्याकडे असा पाहत राहतोस?" तिने विचारलं.

आता मात्र खांद्यांवरचं ओझं त्रासदायक वाटण्याइतपत वाढलं. मला राहूनराहून आश्चर्य वाटत होतं की माझी आई, एरवी इतकी छान, लहानशी आणि हलकीफुलकी भासते. माझ्याशी एकतर जेवणाच्या टेबलावर किंवा माझ्या पलंगावर बसून ती छान गप्पा मारते, हसवते; पण ती आज एवढी मोठी, भारदस्त का वाटतेय? मला ती आज माझ्या वयाहून मोठ्या मुलाला वागवावे तसे वागवत होती. मला तिचा राग येऊ लागला.

"मला माहीत नाही, पण मला ते आवडतं." मी सांगितलं.

"तुला ही सवय सोडून द्यावी लागेल."

"का?"

"कारण कोणी आपल्याकडे असं सतत टक लावून पाहत राहिलं, तर इतर कोणालाही अवघडल्यासारखं होतं."

"सॉरी!" मी म्हणालो.

तिने आता कुठे माझ्या खांद्यांवरचे हात काढले आणि ती सरळ उभी राहिली. मी पुढे होऊन तिची पापी घेतली.

"ठीक आहे, चल." ती म्हणाली. मी पुन्हा एकदा तिची पापी घेतली. तिच्याभोवती हात टाकून मिठी मारण्यासाठी म्हणून तिला जवळ ओढण्याचा प्रयत्न केला, पण ती दूर सरकली. "आता नको. खूपच थंडी वाजतेय इकडे." म्हणून ती वळली. मीही तिच्या मागोमाग स्वयंपाकघरात शिरलो.

"दरवाजा बंद करा." आम्ही आत शिरल्याशिरल्या, पुस्तकातून डोके वर न काढता वडील उद्गारले. त्यांचे गडद काळे, कुरळे केस विस्कटलेले दिसत होते आणि काही बटा डोळ्यांवर झेपावत होत्या.

"बंदच आहे तो." मी सांगितलं.

"बरं बरं, राहू दे तसाच." ते म्हणाले. *'गुन्हेगारांच्या मस्तकांचे आकार आणि त्यांचं बुद्धिमापन'* या शीर्षकाचे पुस्तक ते वाचत होते. वाचतावाचता एक हलकीशी स्मितरेषा त्यांच्या चेहेऱ्यावर उमटून गेली.

माझे वडील गेली तीन वर्षे काहीही काम न करता घरीच बसून होते. पूर्वी ते वेक्सफर्डला इलेक्ट्रिशियन म्हणून काम करायचे. पण रोज रात्री घरी परतल्यानंतर ते काम अजिबात आवडत नसण्याची कुरकूर करायचे. सतत नोकरीला नावं ठेवत बसायचे. शेवटी त्यांनी ती नोकरी सोडली आणि आम्हा सर्वांची वरात त्यांच्याबरोबर त्यांच्या आईच्या म्हणजे माझ्या आजीच्या घरी येऊन पोहोचली. आता ते असेच वाचत बसलेले असतात. ट्रिनिटी कॉलेजची प्रवेशपरीक्षा उत्तीर्ण होण्यासाठी पूर्वतयारी करत होते. गेल्या वर्षी ते एक चाचणी परीक्षा उत्तम गुणांनी पास झाले आणि

म्हणूनच त्यांना ही प्रवेश परीक्षा फारशी अवघड जाणार नाही, असे त्यांचे म्हणणे होते.

"खिडकीबाहेर बघ, बर्फ पडतोय." मी आईला सांगितले.

"हो, हो! जणू काही चाळणीतून पीठच खाली पडतंय." तिला उपमा सुचली. तिच्या ओठांच्या कोपऱ्यातून जीभ बाहेर डोकावत होती. मी टेबलावरून पुढे वाकून तिला बोट लावले. "तुझी जीभ फार गार आहे." मी तिला म्हणालो.

वडिलांनी आम्हा दोघांकडे पाहिलं, तसं आईने ओठ घट्ट मिटून घेतले.

"मी किनई एक पाल आहे." आई म्हणाली आणि माझ्याकडे पाहून हसली.

मीही प्रतिसाद दिला.

"विचित्र जोडी आहे ही!" आम्हांला उद्देशून वडिलांनी शेरा मारला.

'क्रिटो'चा आवाज आता येईनासा झाला होता. आमच्या संभाषणाचा आवाज एव्हाना तिला ऐकू आल्यामुळे आम्ही आसपासच आहोत, असा दिलासा तिला मिळाला असावा आणि ती गप्प झाली असावी.

मी पुन्हा एकदा माझं आवडीचे पुस्तक *'गिनेस बुक ऑफ रेकॉर्ड्स'* वाचण्यात गढून गेलो. फक्त १९५९ सालची एक आवृत्ती सोडली, तर या पुस्तकाची संपूर्ण मालिका माझ्या संग्रहात होती. दरवर्षीच्या ख्रिसमसची मला मिळणारी भेट म्हणजे बहुधा हेच पुस्तक असते.

१९७२ च्या नवीन आवृत्तीची थोडीच पाने माझी वाचायची राहिली होती आणि त्यातला 'मानवी जग' हा भाग तर मी चौथ्यांदा वाचून संपवत आणला होता. हे पुस्तक म्हणजे एक अद्भुत जग आहे. त्यात एकदा मी, ज्याच्या हातांची नखं जगात सर्वाधिक लांबीची होती, अशा एका चिनी पुरोहिताबद्दल वाचलं होतं! त्याची नखं तब्बल बावीस इंच लांब होती आणि नखं एवढी वाढवायला त्याला सत्तावीस वर्षे लागली होती. त्या नखांचे छायाचित्रदेखील त्यात छापले होते. त्यात ती एखाद्या एडक्याच्या शिंगांसारखी वाकडी आणि काळीभोर दिसत होती.

पण सर्वांत जबरदस्त पराक्रम मात्र ब्लॉन्डिन आणि योहान हर्लिंगर यांचाच होता. ब्लॉन्डिनने एका दोरीवरून चालत जाऊन नायगारा धबधबा ओलांडण्याची कमाल केली होती. हर्लिंगरने तर त्याच्याही पुढे जाऊन, पन्नास दिवस सतत हातांवर चालत एकूण ८७१ मैल कापण्याचा विक्रम नोंदवला होता.

सामान्य, उपेक्षित आयुष्य जगणं ज्यांना पसंत नसतं, अशा सर्व बहाद्दरांसोबत मलाही या 'गिनेस बुक'मध्ये झळकायचंय. मी एकतर कोणाचातरी महत्त्वाचा विक्रम मोडेन किंवा वेगळंच लक्षणीय काम करून दाखवेन. इतर कोणाहीपेक्षा चमकदार कामगिरी करणे किंवा इतर कोणालाच न जमणारी एखादी गोष्ट करून दाखवणे यापैकी काहीच करता येत नसेल, तर जगण्यात काही अर्थच नाही, असे मला वाटते.

वाचतावाचता, जगातली सर्वांत बुटकी स्त्री आणि सर्वांत उंच पुरुष यांची चित्रे मला पुस्तकात दिसली. एका विशिष्ट कोनात घडी घातल्यानंतर ते समोरासमोर आले. त्या लंबूचं नाव – रॉबर्ट पर्शिंग वॅडलो होतं आणि त्याची उंची होती ८ फूट, ११.१ इंच. त्याच्या वयाच्या अकराव्या वर्षी म्हणे त्याची उंची ६ फूट, ७ इंच होती.

त्या वयात त्याचा आवाज माझ्या आवाजासारखाच फुटू लागला असेल का, असा विचार माझ्या मनात डोकावून गेला. माझीही उंची अशी ताडमाड झाली तर... असाही विचार कधीकधी मनाला शिवून जायचा. पण आताशा मी खूणगाठ बांधली होती की, जर या विक्रमादित्यांच्या यादीत स्थान मिळवायचं असेल, तर थातुरमातुर न करता, काहीतरी भव्यदिव्य करूनच ते मिळवायचं.

त्या बुटकीचे नाव – पॉलिन मस्टर्स आणि तिची उंची होती अवघी ११.२ इंच. रॉबर्ट वॅडलोसमोर ती एक माणूस न वाटता, जणू काही खिशातून पडलेली बाहुलीच वाटत होती!

"इकडे बघ, ही बाई अंगावरच्या एखाद्या आभूषणासारखी दिसतेय." मी आईला म्हणालो.

"आभूषणांसारखी म्हण." ती म्हणाली. ती असे म्हणणार, हे मला माहीतच होतं.

"पुस्तकाच्या अशा घड्या घालू नकोस रे." वडिलांनी दटावलं.

"ठीक आहे." मी मान डोलावली.

"तुझं सँडविचसुद्धा तसंच राहलंय!" त्यांनी सांगितलं.

"मला नकोय ते." मी म्हणालो.

"अर्धवट खाऊन झाल्यावर तुला ते नकोसं झालं का?" आईने हातावर चापटी मारून विचारलं.

"नाही."

"मग संपवून टाक ते."

पण सँडविचचा ब्रेड आता शिळा लागत होता. सहा वाजले, चहाची वेळ झाली. आईने उठून खिडकीबाहेर नजर टाकली. बर्फ पडायचा थांबला होता. तिने पटकन आपल्या कपड्यांना हात पुसून चहाचे आधण ठेवले, फ्रिजमधून खाण्याचा एक जिन्नस काढला आणि वडिलांना विचारलं,

"मायकल, तू हे चहाबरोबर खाशील का?"

वडील हनुवटी चोळत बसले होते. त्यांनी सुरुवातीला उत्तर दिलं नाही. कालच सफाचट दाढी केल्यामुळे त्यांच्या गालावरची खळी उठून दिसत होती. ती जणू काही चोळूनचोळून नाहीशी करण्याचे त्यांचे प्रयत्न चालू होते. आईने दुसऱ्यांदा विचारल्यानंतर त्यांनी वर बघून नाही म्हणून सांगितलं.

“किपर्स असतील तर दे खायला.” ते म्हणाले.

आईला स्वयंपाकाची फारशी आवड नव्हती. तिने संधी साधली आणि किपर्स नाहीत, म्हणून सांगून टाकलं.

“मग मला ती पोटलीतली मासळी चालेल.” वडिलांनी सांगितलं.

“ठीक आहे. नंतर देते.” आई म्हणाली.

दोघांनी एकमेकांकडे पाहून काहीतरी वेगळंच स्मितहास्य केलं. दोघं जेव्हा माझ्याशी हसतात, तेव्हा ते वेगळं असे. ही ‘पोटलीतली मासळी’ म्हणजे प्लॅस्टिकच्या पिशवीत व्हॉईटसॉसमध्ये मुरवून ठेवलेला माशाचा चौकोनी तुकडा असतो. तो नंतर उकळत्या पाण्यात ती पिशवी बुडवून पूर्ण शिजल्यानंतर खातात.

“मी ती पिशवी हातात धरू?” मी विचारलं.

“बरं, पकड.” म्हणत आईने पिशवी हातात दिली. मी ती मऊशार पिशवी हाताने हळूच दाबली आणि म्हणालो, “बटलिन्सला मी जो गोल्डफिश जिंकला होता, तसंच काहीसं वाटतंय.”

“इकडे, जरा माझ्याकडे ये.” वडील म्हणाले आणि त्यांनी मला कवेत घेतलं. माझ्या मानेभोवतीची त्यांची पकड मजबूत होती आणि मला अंमळ त्रासदायकच वाटत होती.

“मान सोडा, दुखतेय.” मी म्हणालो.

“ती माशाची पोटली दे इकडे.” त्यांनी सांगितलं. माझ्याकडून घेऊन ती गोंजारत ते मला म्हणाले, “माझ्या डोक्यात काय आलं सांगू? ही पिशवी मला शेंबूड भरलेली वाटतेय.”

खाण्याच्या पदार्थांची तुलना शेंबडाशी करणं मला आवडलं नाही, पण ते हसले म्हणून मीसुद्धा हसलो. तेवढ्यात आईने ती पिशवी आमच्याकडून काढून घेतली आणि उकळत्या पाण्याच्या भांड्यात ठेवली.

आता मी वडिलांकडे मोहरा वळवला आणि त्यांना गोष्ट सांगण्याचा आग्रह केला.

“कोणती सांगू?”

“कोणतीही सांगा.”

घसा खाकरून, ताठ बसत वडिलांनी गोष्ट सांगायला सुरुवात केली.

“एक होता टॅन्टलस. देवांनी त्याला एकदा कंबरभर पाण्यात उभं राहण्याची शिक्षा दिली होती. ते पाणी हिवाळ्यात थंडगार आणि उन्हाळ्यात वाफा निघणारं असायचं. तहान लागून घशाला कोरड पडली म्हणून तो पाणी प्यायला खाली वाकला तर काय... ते पाणी आपोआप नाहीसं व्हायचं. तसंच भूक भागवण्यासाठी म्हणून झाडांवरची फळं तोडण्यासाठी जर त्याने हात वर केला तर फळांनी

लगडलेल्या फांद्या आपोआप वर व्हायच्या. असं होत होत तो तहानलेला आणि भुकेलेला राहिला. असं जवळजवळ...''

''काही दिवस चाललं. कारण खाण्याआधी त्याने हात न धुतल्यामुळे त्याला ही शिक्षा झाली होती. नंतर मात्र त्याला रोस्टेड चिकन आणि चॉकलेट आईस्क्रीमची मेजवानी मिळाली आणि परत तसं तहानलेलं, भुकेलं राहण्याची वेळ त्याच्यावर आली नाही.'' आईने वाक्य पूर्ण केलं.

''चल, पटकन हात धुवून ये,'' हसतहसत वडिलांनी सांगितलं.

हात धुताधुता मला, कोरड्या ओठांवरून जीभ फिरवत पाणी पिण्यासाठी खाली वाकणारा टॅन्टलसच दिसत होता. हात धुवून स्वयंपाक खोलीत परतण्यापूर्वी मी जिथे वडील त्यांची पुस्तकं ठेवत त्या दिवाणखान्यातल्या कपाटाकडे गेलो. तिथेच उभा राहून विश्वकोश चाळू लागलो. गेल्या वर्षी तो चाळताना सिसिफसच्या नावाशेजारी मी वडिलांचं नाव लिहून तिथे लाल रंगाची खूण करून ठेवली होती. तो संदर्भ वाचून मी स्वयंपाकघरात गेलो.

''टॅन्टलस आणि सिसिफस या दोघांमध्ये बरंच साम्य होतं, नाही का? दोघांनाही आयुष्यात सारख्याच प्रमाणात भोग नशिबी आले असं म्हणायला हरकत नाही.'' मी म्हटलं.

''तुला हे संडासात बसल्यानंतर आठवलं की काय?'' वडिलांनी हसून विचारलं.

''मी संडासात बसलो नव्हतो. मगाशी हात धुताना मला आठवलं,'' हे बोलताना मी शोधक नजरेनं त्यांच्या चेहेऱ्याकडे पाहत होतो. ते मला हसत नव्हते. मग मी पुढे बोलत राहिलो.

''सिसिफसच्या गोष्टीत दाखवल्याप्रमाणे बिचारा सिसिफस दर खेपेला एक अवजड ओंडका ढकलत टेकडीवर चढवतो आणि तसाच दर खेपेला तो ओंडका वरून खाली घरंगळत येतो. ते पाहून सिसिफस बिचारा दर खेपेला दु:खी कष्टी होतो आणि ही आवर्तनं होतच राहतात, जसा काही दुसरा टॅन्टलसच,'' मी म्हणालो.

''हो, अगदी अगदी! इतकं रेटल्यामुळे कदाचित त्याला संडासला पण झाली असेल,'' खो, खो हसत वडील म्हणाले. ते इतके हसले की हसताहसता त्यांच्या डोळ्यात पाणी आलं.

''देवा रे! या गडबडा लोळणाऱ्याला कोणी पाणी द्या रे,'' आईसुद्धा हसत, त्यांना उद्देशून म्हणाली. मी टुणकन उठलो आणि पाण्याचा पेला आणून वडिलांच्या हातात दिला. मी खाली बसल्यावर आईने मला जवळ घेऊन माझ्या नाकाचं चुंबन घेतलं आणि म्हणाली, ''किती चांगला मुलगा आहेस तू! आणि आपण असं एकत्र राहण्यात किती सुख आहे ना!''

"हो, खूपच!" मी रुकार दिला.

वडिलांचं पाणी पिऊन झाल्यावर, त्यांच्या अंगावरच्या कोटाची बटणं खालीवर लागलेली मला दिसली. कधीकधी ते मस्करीच्या मूडमध्ये असताना मुद्दामहून तसं करायचे. मी पुढे होऊन बटणं लावून देऊ का असं विचारलं. त्यावर ते "नको, नको, माझं ध्यान तू अजून बिघडवू नकोस," असं म्हणाले.

त्यांचं लक्ष एका बटणाकडे आहे, असं पाहून मी टेबलाच्या दुसऱ्या बाजूने पुढे होत त्यांच्या दुसऱ्या बटणाला हात घातला. "ए, दूर हो गाढवा!" ते हसतहसत ओरडले.

"फार नाहीत, फक्त चारच बटणं उरली आहेत," मीही उत्साहाने ओरडून उत्तर दिलं. बोलताबोलता मी अजून एक बटण उघडलं. पण तेवढ्यात ते अचानक उठले आणि खिडकीजवळ जाऊन उभे राहिले; काहीशा गंभीर मुद्रेने बाहेर बघू लागले.

"मला वाटतं तुझी आजी परत आली," ते बाहेर बघत म्हणाले.

"हो का!" मी म्हणालो.

माझी आजी म्हणजे वडिलांची आई, लेपर्डस् टाऊनमध्ये अश्वशर्यती पाहायला गेली होती आणि मंगळवारी परत यायची होती. त्या हिशोबाने निव्वळ आई-वडिलांच्यासोबत घालवण्याचे असे अवघे दोन दिवस उरले होते.

"नाही, नाही, मला आपलं असंच वाटलं." ते उद्गारले. मग आम्ही तिघेही तिथेच बसून आपापल्या वाचनात दंग झालो.

१९६० साली आई-वडिलांचं लग्न झालं होतं. त्या दिवशी काढलेला त्यांचा ब्लॅक अँड व्हाईट फोटो मी निरखून पाहत होतो. वडील तेव्हा सत्तावीस वर्षांचे होते आणि त्या वेळच्या लांब केसांमुळे आजच्यापेक्षा अधिक देखणे दिसत होते. आई सव्वीसची होती आणि आजच्याइतकीच तेव्हाही सुंदर दिसत होती. अगदी आनंदी जोडप्याचं ते चित्र होतं. वडील आईपेक्षा चार इंचांनी उंच होते. फोटोत ते तिच्या मागे उभे होते. आईचा हात वडिलांच्या हातावर विसावला होता आणि ते दोघे एका सफेद मुठीच्या सुरीने एक छानसा केक कापत होते. माझे आईवडील चित्रपटातील नटनट्यांसारखे देखणे होते. ते रस्त्याने चालले, की लोक त्यांना बघण्यासाठी थांबत असंही मी ऐकलं होतं. मी स्वत: एक लंबूटांग, प्रमाणापेक्षा मोठं नाक मिरवणारा आणि देखणेपणाशी अजिबात जवळीक नसलेला मुलगा होतो. माझ्या देखण्या आईवडिलांना माझ्याकडे पाहून हा नक्की आपलाच मुलगा आहे का? असा कदाचित प्रश्न पडत असावा, असं मला कधीकधी वाटून जायचं. हा कधीतरी आपल्याएवढा देखणा बनेल का, अशी काळजी त्यांना वाटत नसेल ना, असंही मला वाटायचं.

मी परत एकदा 'गिनेस बुक'मध्ये डोकं खुपसून वाचायला सुरुवात केली.

३९८व्या पानावर कोणा 'टीम हायस' नावाच्या आयरिश माणसाचा उल्लेख होता. एका शवपेटिकेत पुरलं जाऊन २४० तास, १८ मिनिटं आणि ५० सेकंदांनंतर २ सप्टेंबर १९७० रोजी जिवंत बाहेर येण्याचा विक्रम त्याच्या नावावर नोंदला गेला होता. हे आधी माझ्या वाचनात आल्याचं स्मरत नव्हतं. या व्यक्तीला एकदा भेटलंच पाहिजे, असं मी ठरवलं.

आता सात वाजले होते आणि मला कंटाळा आला होता. मी पाय उचलून आईच्या पावलावर ठेवला. तिने आपले पाय काढून घेतले आणि माझ्या पावलावर ठेवले. आमचा हा खेळ थोडा वेळ चालू राहिला. वडिलांनी ते टिपलं आणि मानेला झटका दिला. माझ्या ते लक्षात आलंच नाही असं मी भासवलं. पण आई मात्र ताबडतोब उठून उभी राहिली आणि तिने घड्याळाकडे नजर टाकली.

"तू ते काम लवकर आटोपून टाक," ती वडिलांना म्हणाली. मला माहीत होतं की आजी येण्यापूर्वी क्रिटोच्या पिल्लांना मारून टाकण्याचा कार्यक्रम उरकून टाकावा, असं ती सुचवत होती.

"एका मिनिटात," वडील म्हणाले.

"त्या पिल्लांचे कोणी बारसे करण्याच्या आत ते करून टाक आणि जॉन, तू इथेच थांब." आईने सांगितलं.

"माझी काळजी करू नकोस, या खेपेला मदत करण्याची माझी तयारी आहे," मी म्हणालो.

"मी काही काळजी-बिळजी करत नाही," ती मला म्हणाली. वडिलांना उद्देशून ती म्हणाली, "तू ते फक्त तुझी आई येण्यापूर्वी आटोपून टाक, नाहीतर तिची कटकट चालूच राहील."

क्रिटो हे नाव प्रख्यात तत्त्ववेत्या सॉक्रेटिसच्या एका घनिष्ट मित्राचं होतं, जो सॉक्रेटिसच्या मृत्यूनंतर त्याच्या मृत्युशय्येशेजारी खूप वेळ रडत बसला होता. वडिलांनी ते नाव खास शोधून आमच्या मांजरीला बहाल केलं होतं. मला आपले क्रिटोचे रुपडे आवडायचे. काळ्या-पांढऱ्या केसांनी आच्छादलेलं तिचं तोंड आणि तिचे पांढरेशुभ्र पाय मला फार आवडायचे.

वडिलांकडे पाहून आईने परत एकदा डोळे मोठे केले, तसे ते उठून उभे राहिले आणि माझ्याकडे बघून बोलले, "बरं, आज बघू या, या मुलात किती हिंमत आहे ती!"

मी वडिलांच्या मागोमाग जिन्याखाली गेलो. मला दिवा लावायला सांगून ते खाली वाकून खुरपे, फावडे ठेवलेल्या कोंदट जागेत अंग चोरून शिरले. क्रिटोची सहाही पिल्लं तिला लुचत पडली होती. त्यांच्या शेपट्या धरून वडिलांनी त्यांना खेचून बाहेर काढलं आणि आपल्या कोटाच्या खिशात टाकलं.

"आम्ही जरा त्यांना बाहेर फिरवून आणतो," मी क्रिटोची समजूत घातली.

"तू नक्की पळ काढणार नाहीस ना?" वडिलांनी मला विचारलं.

"नाही," मी ठामपणे सांगितलं.

"मग असाच जा आणि कोळशांच्या ढिगामध्ये पडलेलं एक पोतं बाथरूममध्ये घेऊन ये," त्यांनी आज्ञा सोडली. आमचं लहानसं घर एखादी हवेली असल्यासारखं, त्यांच्या स्वरावरून एखाद्याला वाटलं असतं. वास्तविक आमचं घर छोटंसंच होतं. मुख्य दरवाज्यातून आत शिरून उजवीकडे वळलं तर स्वयंपाकखोली, तिथून पुढे दोन दरवाजे असलेली बैठकीची खोली, पुढे बाथरूम आणि काही पावलांवर माझी झोपण्याची खोली. पाठीमागच्या भागात आजीची खोली आणि तिच्या मागे छोटीशी बाग होती. तिथे घराच्या मागचा दरवाजा उघडत असे. घरातली एकमेव वैशिष्ट्यपूर्ण जागा म्हणजे, जिथे चिंचोळा लाकडी जिना चढून जावं लागतं ती माझ्या आई-वडिलांची खोली.

मी ते पोतं वडिलांच्या पायाशी आणून टाकलं.

"बरोब्बर, आता एकेक करून यांना घाल त्याच्यात." वडिलांनी सांगितलं आणि स्वतः गरम पाण्याचा नळ बाथटबमध्ये सोडला. मी त्यांच्या कोटाच्या खिशातून क्रिटोची काळी-पांढरी पिल्लं काढली आणि पोत्यात भरली. गरम पाण्यातच वाफेने माझ्या चेहऱ्यावर घाम जमा होऊ लागला.

"फारशी हालचाल करत नाहीत ती. त्यांना पोत्यात बहुधा आराम वाटत असावा." मी अर्धवट विनोदानं म्हटलं.

"असले बावळट विचार मनात येऊ द्यायचे नसतात अशा वेळेला." वडिलांनी झापलं.

"ती खुर्ची उचलून मला दे आणि तू ते स्टूल ओढून बस त्याच्यावर." त्यांनी फर्मावलं.

त्यांनी खुर्ची टबाच्याजवळ ओढून घेतली आणि अजून पाणी सोडावं लागलं तर, असा विचार करून मी नळाजवळ स्टुलावर बसलो. वडिलांनी पोतं टबात बुडवलं. ते क्षणभर तरंगले आणि नंतर तळाला गेले. आतल्या पिल्लांच्या हालचालीमुळे ते जरा इकडेतिकडे हलत होते.

"साधारण किती वेळात आटपतं हे?" मी विचारलं.

"निश्चित सांगता येत नाही," खांदे उडवत त्यांनी उत्तर दिलं. आम्ही दोघं काही न बोलता, थोडा वेळ बसून राहिलो. वडिलांचे पाय खाली-वर हलत होते. मधूनच मी खाली पडेन की काय असं वाटत होतं. आधारासाठी पकडावं असं काहीच दिसत नव्हतं. खरंतर मला बाहेर निघून जावंसं वाटत होतं; पण बोलून दाखवण्याची चोरी होती.

"बाबा, पिल्लं फारच हलताहेत. आपण त्यांना आधी कसलं तरी इंजेक्शन वगैरे द्यायला हवं होतं का?" मी न राहवून म्हटलं. वडिलांनी उत्तर दिलं नाही. ते फक्त आपले ओठ चावत पाण्यावर नजर लावून बसले होते. ती पिल्लं पोत्याच्या गडद कापडाच्या आत माना ताणून बाहेर पडण्याची शिकस्त करत असावीत असं चित्र माझ्या डोळ्यांसमोर उभं राहिलं. पाण्याच्या पृष्ठभागावरचे बुडबुडे आता कमी कमी होत चालले होते.

"फारच वेळ लागतोय बुवा," मी म्हणालो. आता मात्र वडिलांनी माझ्याकडे रोखून पाहिलं आणि म्हणाले, "तुला जर हे जमत नसेल ना, तर चालता हो आणि जाऊन आईला स्वयंपाकात मदत कर."

आई स्वयंपाकघरात नसून बहुधा शेजारी माझ्या खोलीत असावी. तिचा गाणं गुणगुणण्याचा आवाज मला तिथून ऐकू येत होता.

"नाही हो, जमतंय मला," मी सावरून म्हणालो. काही काही वेळेला मी वडिलांसोबत एकटा असताना ज्या गोष्टी त्यांच्या तोंडून माझ्या कानावर पडत, त्यामुळे अनेकदा माझ्या मनात संताप आणि घृणा दाटून येत असे.

"च्यायला, हे पाणी सालं पुरेसं गरमच झालं नसावं." ते त्राग्याने ओरडले.

त्यांनी उठून पोतं पाण्यातून बाहेर खेचलं. ते पोत्याची गाठ सोडवू लागले. तसा मीही स्टुलावरून उठून उभा राहिलो. आतमध्ये वळवळणारी पिल्लं दिसू लागली.

"त्यांना बाहेर काढा पटकन." मी म्हणालो.

थोडी झटापट केल्यावर गाठ एकदाची सुटली. वडिलांचा चेहरा लालेलाल झाला होता. त्यांनी पोतं उपडं केलं, तशी चार पिल्लं बाहेर पडली.

त्यांच्या अंगावरचे आधीचेच पातळ केस ओले झाल्यामुळे अंगाला चिकटले होते आणि त्यामुळे त्यांच्या बरगड्या श्वासाबरोबर वर-खाली होताना स्पष्ट दिसत होत्या. त्याही स्थितीत ती एकमेकांवर चढत, उतरत होती. त्यांची एकूण अवस्था पाहून, त्यांचं 'म्याव म्याव' सोडलं, तर कोणीही त्यांना मांजरीची पिल्लं म्हणून ओळखलं नसतं.

"मला वाटलंच होतं की, तुम्ही त्यांना मारू शकणार नाही आणि उलट सोडून द्याल," मी म्हणालो. वडील माझ्या दिशेला वळले. त्यांनी एक पिल्लू उचललं, हात खांद्यामागे नेऊन फिरवले आणि वेगाने हात खाली आणत त्याचं डोकं दाणकन टबाच्या कडेवर आपटलं. एखादी पट्टी मधोमध तुटताना कसा आवाज येईल तसा त्या पिल्लाची कवटी फुटण्याचा आवाज आला.

"बेअक्कल, फद्या, भोसडीचा साला!" त्यांनी रागारागानं मला शिव्या हासडल्या. त्यांनी त्या पिल्लाची शेपटी धरून त्याला टबावर धरले. मला अजूनही ते पिल्लू जगेल अशी आशा आणि जगावं अशी इच्छाही वाटत होती. पण जेव्हा त्याच्या

कवटीतून आणि कानातून रक्त ठिबकायला लागलं आणि शरीराची हालचाल मंदावली तेव्हा ते मेलं हे मी समजून चुकलो.

रक्त फार जरी वाहिलं नाही तरी टबाच्या पृष्ठभागावर पाण्याचा रंग गुलाबी झाला. वडिलांकडे पाहणं मी टाळलं. त्यांनी काहीच न बोलता दुसरं पिल्लू उचललं आणि तसंच आपटून मारलं. त्यांचा चेहरा एवढा लालबुंद झालेला यापूर्वी मी पाहिला नव्हता. तिसरं पिल्लू उचलण्यासाठी त्यांनी हात पुढे केला तेव्हा मला थोडा कंप जाणवला.

"थांबा, प्लीज थांबा." मी विनवणी केली. त्यांनी खाली नजर टाकली. पोत्यातली हालचाल पूर्ण थंडावली होती. त्यांची छाती वर-खाली होत होती.

"हे सर्व पूर्णपणे निसर्गनियमानुसार आहे आणि तुला ते कळलं पाहिजे." ते मला म्हणाले.

"तुम्हाला वाईट नाही वाटलं?" मी त्यांच्याकडे पाहत विचारलं.

"यात वाईट वाटण्यासारखं काय आहे? आपल्याला अन्नाचा पुरवठा करण्यासाठी शेतकरी दर दिवशी त्याच्या शेतावर हेच तर करत असतात." त्यांनी सांगितलं.

ते बोलत असताना मी त्यांना लक्षपूर्वक न्याहाळत होतो. त्यांच्या तोंडावर पडलेली क्षणिक मुरड, ती आठी हे सर्व इतकं बोलकं होतं, की माझी खात्रीच पटली की ते चक्क खोटं बोलत होते.

"तुम्हाला खरंच वाईट वाटत नाही का?" मी परत विचारलं.

"मुळीच नाही. तू सुद्धा असा शामळू राहिलास तर तुझंही काही भलं होणार नाही, लक्षात ठेव."

"पण तुम्ही त्यांची डोकी फोडलीत. तुम्हाला त्यांची दया नाही आली का?"

"तुला सांगितलं ना, तसं काही वाटण्याची गरजच नाही म्हणून! ती पिल्लं म्हणजे काय फार मोठी गोष्ट होती? छोटी, केसाळ गाठोडी होती नुसती."

त्यांनी दिलेलं ते शेतकऱ्याचं उदाहरण पण फालतू होतं. अशा प्रकारचं त्यांच्या तोंडून यापूर्वी कधी ऐकण्यात आलं नव्हतं. त्यांना वाईट वाटलं नव्हतं ही तर त्यांची चक्क थाप होती.

"तुम्ही खरोखरच शूर आहात बुवा," मी म्हणालो आणि हे जसं माझ्या तोंडून बाहेर पडलं, तसं मला मळमळून आलं. क्षणातच मी वडिलांच्या पायांजवळ, त्या मृत पिल्लांच्या डोक्याजवळ ओकलो. माझ्या तोंडातून जणू पिवळं जर्द विषच बाहेर पडलं होतं.

वडील मागे सरकले, "हेलन, लवकर ये आणि ही घाण साफ करायला जरा मदत कर," त्यांनी आईला हाक मारली.

मी त्या थारोळ्यातून पाय मागे घेतोय तोवर मला दुसरी ओकारी झाली. मी

खाली पाहत तोंड लपवलं.

"देवा रे, खरंच किती नेभळ्या आहेस तू!" वडील उद्गारले.

आई भांडी पुसण्याचं फडकं घेऊन आली आणि फरशीवरची ओकारी बघून वडिलांना तिनं विचारलं, "मायकल, काय झालं?"

"हा ओकला." वडील उत्तरले.

मी आईच्या पायांकडे पाहिलं. तिने वडिलांचे बूट घातले होते. तिने हे करायला नको होतं असं मला वाटलं. ती काहीतरी बोलेल या अपेक्षेने मी तिच्याकडे पाहत होतो. पण ओकारीकडे बघत ती तशीच उभी राहिली.

"सगळी पिल्लं मेली." मी बोललो आणि दोघांमधून वाट काढत बाहेर पडलो.

आई साडेनऊच्या सुमारास माझ्या खोलीत आली आणि पलंगावर बसली.

"जॉन, चल बाहेर येऊन वडिलांना गुडनाईट कर." तिने सांगितलं.

"बाहुल्यांचा खेळ करू या का?" मी विचारलं. कधीकधी रात्रीच्या वेळी झोपण्यापूर्वी आई मला तिच्या हातांच्या बोटांच्या सावल्यांनी असा खेळ करून दाखवायची. सफरचंदांच्या पुठ्ठ्याच्या खोक्याला बाजूने भोकं पाडून तिच्या हातांच्या हालचालींसाठी सोय केली होती आणि समोरच्या बाजूला पुठ्ठ्यावर पडदे वगैरे रंगवले होते. हा खोका सदैव माझ्या पलंगाखाली पडलेला असायचा आणि बाहुल्या माझ्या कपाटात.

"आज ते जमणं शक्य दिसत नाही. चल लवकर आणि गुडनाईट कर," ती उत्तरली आणि उठून उभी राहिली.

वडील शेकोटीशेजारी खुर्ची टाकून बसले होते. एरवी ते असे बसलेले असताना मी गुडनाईट करायला यायचो तेव्हा ते पाय मोकळे करायचे. मग मी त्यांच्या मांडीवर बसायचो आणि ते "बाळा, दात विंचरलेस का?" हा नेहमीचा ठरलेला विनोद करायचे आणि मग आम्ही हसायचो.

आज मात्र त्यांनी तसेच पायांवर पाय ठेवले आणि जणू मी पहिल्यांदा त्यांना असा भेटायला आलो असावा, तसं माझ्याकडे पाहत राहिले. डोळ्यांवरची झुलपं त्यांनी मागे सारली होती आणि त्यामुळे त्यांच्या कानशिलावरची नस जणू आजोबांच्या घड्याळाच्या काट्यासारखी थडथडत होती. जणू काही गरम पाराच आतमध्ये थडथड करत होता.

"गुडनाईट बाबा." मी म्हणालो.

"बरं. गुडनाईट." ते म्हणाले.

"गुडनाईट." मी परत एकदा बोललो. पण त्यांनी न ऐकल्यासारखं दाखवलं. मी माझ्या खोलीत परतलो आणि थोडा वेळ वाचत पडलो.

थोड्या वेळाने आई आली, "काय रे, ठीक आहेस ना?" तिने विचारलं.

"हो." मी म्हटलं.

"पाहिजे तर वाच अजून थोडा वेळ," तिने सांगितलं. तिने वडिलांचा पायजमा घातला होता, तो खाली लोळत होता.

"आज सगळं वेगळंच का वाटतं गं?" मी विचारलं.

"कुठे काय वेगळं जॉन?" तिनेच उलट विचारलं.

"तुझी खात्री आहे तसं काही नव्हतं म्हणून?" मी विचारलं.

"हो बाळा, माझी पूर्ण खात्री आहे." ती पलंगाजवळ येऊन उभी राहिली. मी उठून बसलो आणि पुढे झालो. मात्र चुंबन घेण्याऐवजी तिने माझ्या कपड्यांना स्पर्श केला आणि 'शांत झोप' असं मागे, भिंतीकडे पाहत ती बोलली. ती आल्यामुळे बरं वाटत होतं, पण निघून गेल्यानंतर उगाचच घशात आवंढा आल्यासारखं वाटलं.

बाहेरून, वितळलेल्या बर्फाचे पाणी नाल्यातून वाहून जाण्याचा आवाज येत होता. मला का कोण जाणे, कसली तरी भीती वाटत होती. एखादी व्यक्ती नक्की खोटं बोलतेय हे खात्रीने सांगणं शक्य होईल का, या विचारात मी गुंग झालो. उद्या 'गिनेस बुक' उघडून त्यामध्ये यासंबंधीची माहिती शोधायची असं मी ठरवून टाकलं.

२

आई बाहेर गाडीत माझी वाट बघत बसली होती. थोड्याफार खरेदीच्या निमित्ताने शहरात फेरफटका मारण्याचं ठरलं होतं. माझ्यासाठी नवीन पँट घ्यायच्या होत्या. जुन्या पँट मला आता तोकड्या पडत होत्या.

वडील स्वयंपाकखोलीत वाचत बसले होते. बाहेर पडताना त्यांना ओलांडून पुढे गेलो. काल रात्री त्यांनी त्या पिल्लांना मागच्या बागेत पुरलं आणि पुरलेल्या जागेवर एक दगड ठेवला. तो दगड शोधून काढण्यासाठी त्यांना रात्री बरीच मेहनत घ्यावी लागली होती हे मला बाहेरून ऐकू येणाऱ्या त्यांच्या त्रस्त कुरबुरीवरून कळत होतं. मी मात्र बाहेर डोकावण्याची तसदी न घेता, जाड पांघरुणाखाली सुखाने पहुडलो होतो.

जाताजाता त्यांना 'हॅलो' केलं. त्यांच्यासमोर अर्धवट खाल्लेल्या पुडिंगची बशी पडली होती. "कोणतं पुस्तक वाचताय," मी चौकशी केली.

"गेल्या वेळी तू विचारलं होतंस तेच," वर पाहत त्यांनी म्हटलं आणि नाक चोळतचोळत नाव सांगितलं, "गुन्हेगार आणि गुन्हेशास्त्र."

"अस्सं! कोणत्या प्रकारचे गुन्हेगार?" मी औत्सुक्य दाखवलं.

"लोम्ब्रोसोने विशद केलेले जन्मजात गुन्हेगार. बिचाऱ्यांना दुसरं काही करताच येत नाही."

वडिलांनी स्वत:भोवती लपटलेला गाऊन फारच लांडा होता. त्यातून त्यांचे गुडघे आणि केसाळ पोटऱ्या डोकावत होत्या.

"म्हणजे लुटारू आणि खुन्यांसारखे का?" मी विचारलं.

"आपण नंतर या विषयावर बोलूया. तू आता निघ, आई बाहेर वाट बघतेय."

"आज मी तुला काहीतरी बक्षीस आणणार आहे."

"गेल्या वेळेला असंच बोलला होतात आणि नंतर विसरलात."

तेवढ्यात जोराचा वारा आला आणि दरवाजा धाडकन बंद झाला. वडिलांनी माझ्याकडे असा काही कटाक्ष टाकला, की जणू असं बोलून मी मोठीच चूक केली होती.

"मी विसरलो नव्हतो; पण जाऊ दे आता. या वेळची वस्तू बघ कशी छान असेल ती," ते म्हणाले आणि परत पुस्तक वाचायला लागले. आता जर मी पापी घेऊन त्यांचा निरोप घेतला तर त्यांना ते आवडेल का नाही, असा प्रश्न मनात आला. मी एरवी या गोष्टीचा अंदाज बांधू शकतो; पण आज मात्र मला ते जमत नव्हतं. मी त्यांना डोळ्यांच्या कोपऱ्यातून निरखत होतो. त्यांनी गुडघा दाबत माझ्याकडे पाहिलं आणि विचारलं, "काय रे, एवढा टक लावून काय पाहतोयस?"

"काहीच नाही."

"चल पळ आता आणि आईबरोबर छान फिरून ये."

मी बाहेर पडलो.

आई गाडीच्या पुढची काच आतून कोटाच्या बाहीने पुसत होती. मी आत शिरलो. तिने विचारलं, "अरे, कशामुळे वेळ लागला?"

"बाबांशी बोलत होतो."

हवा फारच थंड होती. मी एका हाताची बोटं दुसऱ्या हाताच्या तळव्यात धरून दाबली. बोटं एवढी थंड पडली असताना तळवे कसे काय उबदार राहतात याचं नवल वाटलं. मग मी हातांची घडी घालून आक्रसून बसलो.

वडिलांना युनिव्हर्सिटीत प्रवेश मिळेल का आणि तसं झालं तर आपल्याला आपलं चंबूगवाळं डब्लिनला हलवावं लागेल का, हे मला आईला विचारायचं होतं. खरं तर मला इथंच राहायला आवडत होतं. पण तसं पाहिले तर डब्लिनही मला चाललं असतं. कारण तिकडे राहिल्यामुळे कदाचित 'गिनेस बुक'मध्ये उल्लेखलेल्या काही व्यक्तींना भेटण्याची संधी मिळाली असती.

"तुला पुढच्या आठवड्यात शाळेत जायचे वेध लागले असतील," ती म्हणाली.

"तसं काही नाही," कोटाच्या ज्या बाहीने आईने गाडीची काच पुसली होती, त्याच बाहीने ती आता स्वत:चं वाहणारं नाक पुसत होती.

"माझ्याकडे रुमाल आहे; तुला हवाय का?"

तिने गाडी सुरू केली आणि मी तिचं नाक माझ्या रुमालाने पुसलं. पूर्वी एका नाताळची भेट म्हणून मी तिला गुलाबी रुमाल दिले होते. ते ती वापरत असेल का नाही? तिच्या नाकाचा शेंडा लाल झाला होता आणि नाकपुडीच्या टोकाशी एक निळसर रंगाची बारीकशी नस दिसत होती. मी यापूर्वी ती कधीच बघितलेली मला आठवत नव्हती. तसंच तिच्या बोटांच्या पेरांजवळचा तीळ आणि त्यातून उगवलेले तीन केसही पाहिल्याचं स्मरत नव्हतं.

"शाळेमध्ये तुझ्या उंचीचं मोजमाप शेवटचं कधी झालं होतं रे? तू एकदा डॉक्टरांना भेटावं असं मला वाटतं."

"माझी उंची बरोब्बर ५ फूट आणि ८.५ इंच आहे, म्हणजे तुझ्याहून दीड इंच कमी."

"ठीक आहे. आपण या गोष्टींवर लक्ष ठेवायचं असतं, दुसरं काही नाही. तुला याबाबतीत डॉक्टरांशी चर्चा करायला आवडेल का?"

"काय बोलायचं त्याबद्दल? मी उंच आहे, तर आहे. आणखी काय?"

"बरं, उंचीव्यतिरिक्त काही गोष्टींबद्दल बोलायचं आहे का?"

"नाही गं, इतर काहीही बोलायचं नाहीये."

तिने गाडीचा वेग कमी केला आणि घसा खाकरून म्हणाली, "कदाचित तू आता तारुण्याच्या उंबरठ्यावर असशील; त्याबद्दल तुला कदाचित काही बोलावंसं वाटत असेल."

"छे, तसं काही नाही."

"पण तुझे हात-पाय बघ आता कसे थोराड दिसायला लागले आहेत. गाडीत तर तू हल्ली कसाबसा मावतोस."

"पण माझा हा आकार तसं पाहिलं, तर कमीतकमी गेल्या तीन आठवड्यांपासून एवढाच आहे."

"तुझी वाढ आता जोरात होत चालली आहे. मला वाटतं आपण डॉक्टरांना भेटलं पाहिजे. काय म्हणतोस?"

माझ्या दहाव्या वाढदिवसानंतर माझा आवाज सहावीतल्या मुलांसारखा फुटू लागला होता. पण तसं पाहिलं तर सहावी म्हणजे एकच इयत्ता वर होती. म्हणूनच मी उंची, आवाज असल्या गोष्टींची फिकीर करणं सोडून दिलं होतं. या गोष्टींमुळे मी आधीच इतरांहून वेगळा उठून दिसायचो आणि रुचत नसलं तरी त्याची आता सवय पडून गेली होती.

शाळेतला माझा एकमेव मित्र म्हणजे ब्रेन्डन. शाळेतल्या पहिल्याच दिवशी त्याची आणि माझी जोडी जमली होती. "कागदी हेलिकॉप्टर बनवता येतं का?" असं त्यानं मला विचारलं होतं आणि मधल्या सुट्टीत आम्ही दोघं वर्गात जमिनीवर

बसून ते बनवायला लागलो होतो. मी फारसा बोलत नसल्यामुळे आणि खेळांमध्ये भाग घेत नसल्यामुळे बाकीच्या मुलांना मी आवडत नव्हतो.

आयरिश भाषा विषयामध्ये मला विशेष गती नव्हती. मी मनावर घेतलं तर त्यातही चांगले गुण मिळवू शकेन असं आमच्या वर्गशिक्षिकेला, मिस कॉलिन्सना वाटायचं पण मी ते करत नसल्यामुळे त्याही माझ्यावर नाराजच होत्या. मी काही फार हुशार मुलगा नव्हतो, पण मंदही नव्हतो. चाचण्यांमध्ये साधारण तिसरा, चौथा, नाहीच जमलं तर गेला बाजार पाचवा क्रमांक तरी पटकवायचो. अर्थात मला कमीतकमी श्रमात जास्तीतजास्त गुण कमवायला आवडलं असतं. पण त्याच्याही पुढे जाऊन निव्वळ हुशार विद्यार्थी होण्यापेक्षा काहीतरी जगावेगळे करून जगावर छाप मारावी आणि नशीब काढावं असं वाटत होतं.

या विषयावरचं बोलणं सोडायला आई तयार नव्हती. ''जॉन मी तुला विचारतेय ते नीट ऐक. तुला शाळेतली मुलं तुझ्या उंचीवरून चिडवतात का?''

''नाही, ती त्याकडे फारसं लक्ष देत नाहीत,'' मी सांगितलं. पण ते खरं नव्हतं. खरं तर एका परीकथेतल्या 'ट्रॉल' नावाच्या राक्षसाच्या नावाने हाका मारून ती मला चिडवत असत.

मला असाच एक प्रसंग आठवला. प्रत्येक ख्रिसमसच्या आधी जॅककाका आणि टोनीकाका वडिलांबरोबर पत्ते खेळायला यायचे आणि काही दिवस आमच्याबरोबर राहायचे. जॅककाका तसे लाजाळू स्वभावाचे होते आणि सतत घशात आवंढे आल्यासारखे बोलायचे. एकदा ते असेच घरी आले असताना स्वारी बहुधा मद्यपान केल्यामुळे, जरा जास्तच तरतरीत भासत होती. माझी आणि त्यांची गाठ न्हाणीघरात पडली. बक्षीस म्हणून त्यांनी माझ्या हातावर एक पौंड ठेवला. पण कारण नसताना, माझ्या बोलण्याच्या शैलीवरून उगाचच मला लागट बोलले. सुरुवातीला त्यांनी शाळेबद्दल चौकशी केली आणि इकडचं तिकडचं बोलणं झाल्यावर ते म्हणाले, ''तुझ्याशी बोलणं म्हणजे एखाद्या शब्द-भ्रमकाराशी बोलल्यासारखं वाटतं.'' त्यांनी दिलेला पौंड जेव्हा मी माझ्या पैशांच्या पेटीत ठेवत होतो तेव्हा मला तो प्रसंग आठवला आणि उगाच त्यांच्याशी बोललो असं वाटून गेलं. नाहीतरी प्यायलेल्या माणसात आणि जनावरात काय फरक असतो म्हणा!

समोरून काही मुलं रस्ता ओलांडत होती म्हणून आम्ही कोपऱ्यावर गाडी थांबवून वाट पाहत थांबलो. आईने गाडीची काच पुसत माझ्याकडे वळून परत सांगितलं,

''मिस कॉलिन्स किंवा डॉ. रायनशी जर तुला बोलावंसं वाटलं तर नक्की सांग. मला आणि तुझ्या बाबांना तुझी खूप काळजी वाटते रे....''

''बरं,'' मी म्हटलं. रस्ता ओलांडणाऱ्यांपैकी कोणाला दुरून ओठांची हालचाल ओळखता येत असेल का, अशी शंका माझ्या मनात आली.

"बाळा, गरज वाटली तर तू मिस कॉलिन्सशी बोलशील ना?"

"हो गं, मी बोललोय; सगळं ठीक आहे." खरं तर माझं कोणाशीच या विषयावर काहीच बोलणं झालं नव्हतं. मला फक्त तिथून लवकर हलायचं होतं. आम्ही पुढे गेलो आणि शहरात जाऊन माझ्यासाठी पँट घेतल्या. ते झाल्यानंतर मी कोपऱ्यावरच्या लायब्ररीत गेलो आणि आई औषधांच्या दुकानात गेली. 'असत्यकथनाचा शोध' या विषयावरचं एक पुस्तक मी निवडलं. ग्रंथपालाने मला वेक्सफर्डच्या लायब्ररीतून याच विषयावरचं एक मोठं पुस्तक मागवून देण्याचं कबूल केलं. 'मी ते पुढच्या आठवड्यात न्यायला येईन,' असं तिला सांगितलं.

३

मंगळवारी दुपारी मी पलंगावर बसून वाचत होतो आणि वाचतावाचता केळं खात होतो. तेवढ्यात आजीची गाडी दारात उभी राहिली. आजी डब्लिनहून आली होती. बाहेर जोसेफ बहुधा आधीपासूनच तिची वाट पाहत उभा होता. दोघांच्या बोलण्याचा आवाज ऐकू येत होता. मी उभा राहून ऐकू लागलो. जोसेफ आमच्यापासून दोन मैलांवर राहायचा. आज त्याने सोबत एक काळे-पांढरे ठिपके असलेला, नेडी नावाचा घोडा आणला होता. आजीने त्याला काही पैसे दिले. त्याने तिचे आभार मानले आणि म्हणाला, "नेडीसाठी एखादं सफरचंद असेल का तुमच्याकडे?" आजीने आत जाऊन एक सफरचंद त्याला आणून दिले आणि नेडीला कौतुकाने थोपटले. हा नेडी, मी समोर दिसलो की नेहमी टवकारून बघायचा आणि फुरफुरायचा.

आजी दरवाजा बंद करून आत आली. ती पहिल्यांदा तिच्या खोलीत गेली, नंतर स्वयंपाकखोलीत गेली आणि नंतर माझ्या खोलीच्या दिशेने येऊ लागली. तिला भेटू नये, असं मला वाटत होतं. पांघरूण डोक्यावर ओढून पडून राहावं आणि ती येऊन गेल्यानंतर पांघरुणातून बाहेर यावं, असंच वाटत होतं. तेवढ्यात ती आत आली आणि एखाद्या मोठ्या सागरी माशाने आपले मोठाले डोळे वटारून पाहावं तसं तिने मला आपादमस्तक न्याहाळलं.

"काय आजी, काय म्हणतेस?" मी विचारलं.

"तुला माझी आठवण येत होती का रे?"

"हो ना. शर्यती बघायला मजा आली का?"

"हो, हो. मी तुझ्या इव्हलिनमावशीला पण भेटले तिकडे."

"अरे वा!"

"गॉरीमधल्या एका उंदराची गोष्ट सांगू का तुला?" मला तिच्या या ठरावीक कोडी घालण्याच्या प्रकारांचा कंटाळा यायचा. 'तू इथून जा,' असं बोलणं अगदी

ओठांवर आलं होतं, पण हे घर तिचं आहे आणि मला इथं राहायचं आहे, हे लक्षात येऊन मी गप्प राहिलो. तिने माझा हात तिच्या हातात घेतला.

आम्ही या आधी दोन खोल्यांच्या एका फ्लॅटमध्ये राहायचो. मला तिथल्या त्या पोपटी रंगाच्या भिंती आणि उंदरांच्या लघवीचा भरून राहिलेला वास, या गोष्टी अजून आठवत होत्या. वडिलांची नोकरी सुटल्यावर आईच्या मिळकतीतून त्या फ्लॅटचं भाडं परवडेनासं झालं. काही महिन्यांनंतर आजीने आम्हाला तिच्याकडे बोलावून घेतलं आणि तेव्हापासून आम्ही या घरात राहू लागलो.

माझ्या आजोबांचे सोन्या-चांदीचे दुकान होते. ते त्यांनी त्यांच्या मृत्युपत्रामध्ये आजीच्या नावे केले होते. ते वारले तेव्हा मी सात वर्षांचा होतो. आजीने ते दुकान पुढे विकून टाकले. मिळालेल्या पैशांमध्ये माझ्या वडिलांचा वारसाहक्काप्रमाणे काहीतरी वाटा असावा.

आजीने माझ्या काखेत बोटे घालून मला गुदगुल्या करायला सुरुवात केली. मी हात झटकून मागे झालो. मी जसा बाजूला सरकायचो, तशी तीही मागे येऊन गुदगुल्या करायची. आम्ही काहीच बोलत नव्हतो. मला खरं तर त्या गुदगुल्याही नको होत्या, पण तिच्या समाधानासाठी मी हसून साजरे करत होतो. काही वेळाने तिच्याही ते लक्षात आलं असावं. मग ती थांबली.

"माझ्यासाठी काही गोड खाऊ-बिऊ आणलायस की नाही?" मी विचारलं.

"होही आणि नाहीही," तिने सांगितलं.

"म्हणजे काय? अशी काय करतेस, दे ना!" आजीने काही उत्तर देण्याआधी बाहेरून आईने खोलीचा दरवाजा जोराने ढकलला. धाडकन उघडून तो भिंतीवर आपटला. हे अर्थात सहजच घडले असणार. आई आत आली. ती आज छान दिसत होती. ती नेहेमीच तिचे बाहुल्यांचे खेळ करून आली की, अशी छान दिसते. तिच्या चेहऱ्याची, विशेषतः ओठांची ठेवण छान आहे. मला साधारणतः असेच चेहरे आवडतात. काहीजणांचे ओठ म्हणजे चेहरारूपी कणकेच्या गोळ्यामध्ये, तोंडाची जागा दर्शवण्यासाठी पाडलेले एक भोकच जणू. आई म्हातारी झाल्यावरसुद्धा छानच दिसेल आणि आजीसारखी तर अजिबात दिसणार नाही असं मला वाटून गेलं.

"जॉन, चल. चहाची वेळ झाली," आईने सांगितलं. मगाशी अर्धवट खाल्लेलं केळं मी उशीखाली सरकवलं. मला दुसऱ्यांसमोर केळं खायला आवडत नाही. आईने ते पाहिलं आणि म्हणाली, "पाहिजे तर ते घेऊन ये सोबत."

"नको नको, मी ते नंतर खाईन."

"बरं, तुला वाटेल तसं कर." आईने सांगितलं.

आम्ही स्वयंपाकखोलीत बसून चिकन सूप पीत होतो. आजीने हातातली पिशवी जमिनीवर ठेवून कोट खुर्चीवर टांगला होता. एरवी ती डब्लिनवरून आली की,

तिच्या या वस्तू मी तिच्या खोलीत नेऊन ठेवायचो आणि तिच्या सपाता घेऊन यायचो. मग ती मला खाऊ द्यायची. आज मात्र प्रकरण जरा वेगळं दिसत होतं.

तिने बूट काढले, तसा त्या बुटांमधल्या घामाचा दर्प वातावरणात पसरला. आजीची खाण्याची पद्धतसुद्धा विचित्रच होती. वडिलांची पण जवळजवळ तशीच होती म्हणाना. त्या दोघांची तुलना जर आईशी केली, तर ते दोघेही मला जंगली प्राणीच भासायचे. असे वचावचा खायचे की, त्या आवाजाने संपूर्ण स्वयंपाकखोली भरून जायची. जसे लघवी करताना टॉयलेटचे भांडे भरून जावे तसे! कान पूर्ण बंद करून घ्यावेत असं मला वाटायचं. कधी त्यांच्या हातातले काटे-चमचे भांड्यांवर आदळायचे, तर कधी जीभ दातात अडकायची. काही विचारू नका. आसमंतात असे एकेक आवाज भरून राहिले की दुसरं काही सुचायचंही नाही.

आमचे सूप पिऊन झाल्यावर आजी आत गेली आणि सहा मावाकेक आणि लग्नातल्या केकचा एक तुकडा घेऊन आली. त्या तुकड्याला काही वेगळाच वास येत होता. रंगाचा नवीन डबा उघडल्यानंतर येतो तसा. मी दोन मावाकेक ताटलीत घेतले आणि खोलीत जायला निघालो. पण बाबांनी मध्येच पाय घालून वाट अडवली.

''कुठे चाललास तू?'' त्यांनी रागाने विचारलं. तो राग गेल्या दोन दिवसांचा साठलेला असावा असे मला वाटलं.

''कुठेच नाही.'' म्हणून मी खाली बसलो. पोटातून एक कळ उसळून घशापर्यंत यावी तसं झालं.

''बरं मग, डब्लिनमध्ये काय मजा आली की नाही?'' वडिलांनी आजीला विचारलं. आजीच्या ओठांवरच्या लालीने ती खात असलेला मावाकेक रंगला होता आणि त्याचे काही कण तिच्या नाकावर विराजमान झाले होते. तोंडातला तोबरा गिळण्याआधीच तिने बोलणं सुरू केले. ''खूप मजा आली. शर्यती संपल्यानंतर मी इव्हलिनला तिच्या दुकानात जाऊन भेटले आणि थोडा वेळ शेकोटीला बसले.'' इव्हलिन म्हणजे माझी मोठी मावशी. आजीचं आणि वडिलांचं संभाषण थोडा वेळ चालत असे. साधारणत: अशावेळी त्यांच्यात वादांच्या फैरीही झडत. आताही तसंच काहीसं घडेल या आशंकेने मी आणि आई बसून राहिलो.

खाणं आटोपल्यानंतर आजी शेरीचा पेला घेऊन घुटके घेत बसली. हळूहळू तिचे खांदे सैलावले, डोळे मिटले आणि होता होता तिचे डोके छातीवर लोंबू लागले. वडिलांनी त्यांची खुर्ची सरकवल्यामुळे झालेल्या आवाजाने ती दचकून जागी झाली आणि त्यांच्याकडे जणू पहिल्यांदाच पाहत असल्यासारखी पाहून म्हणाली, ''अरे, तुझी दाढी कुठे गेली?'' मला आणि आईला जोरात हसू आलं. ''अरे, माझ्या मुलाच्या तोंडाला काय झालं? तो असा अगदी गुळगुळीत चंपू का दिसतोय?'' ती परत बोलली आणि डोळे मिटून झोपी गेली. परत तिचं मस्तक

खाली लोंबू लागलं.

"अगं ऊठ, जाऊन पलंगावर झोप." वडील ओरडून बोलले.

तिने डोळे उघडले आणि म्हणाली, "हे घर माझं आहे; मी मला वाटेल तिथे झोपेन."

मला अचानक क्रिटोची आठवण आली आणि मी तिला हाका मारू लागलो. वडिलांनी माझ्याकडे आठी घालून पाहिलं आणि नंतर ते काही न बोलता उठून बाहेर गेले.

आजवरच्या शिरस्त्याप्रमाणे, आजीची जेव्हा शर्यतींमध्ये पन्नास पौंडांहून जास्त कमाई व्हायची तेव्हा ती मला एकतर बटलिन्स हॉलिडे कँपला किंवा जवळपास सर्कस आली असेल तर तिकडे घेऊन जायची. गेल्या वर्षी तर बटलिन्सला 'जगातील अद्भुत आश्चर्य' या विषयावर प्रदर्शन भरलं होतं. त्या प्रदर्शनात राक्षसी देहाची माणसे, चिमुकली माणसे, हात नसल्यामुळे पायांनी पियानो वाजवणारा माणूस, सयामी जुळे अशा प्रकारची कित्येक चित्रे होती. मी आणि आजीने पुढच्या रांगेत बसून एक सिनेमाही पाहिला. त्यात एका माणसाला हॅरी हौडिनीसारखं साखळदंडांनी जखडून, एका पिंपात टाकून नायगारा धबधब्यात सोडतात आणि तो तशा परिस्थितीतून सुखरूप बाहेर येण्याची किमया करतो. हौडिनीचं खरं नाव होतं – एहरिक वेझ. तो जन्मला १८७४ मध्ये आणि वारला १९२६ मध्ये.

इव्हलिनमावशी नायगारा धबधबा बघून आली आहे. ती जेव्हा नुकतीच तिथून आली होती तेव्हा 'पाहा, माझी कांती कशी छान तांबूस झाली आहे,' म्हणत मिरवत होती. खरं तर ती आधीपेक्षा जाड होऊन आलेली दिसत होती आणि कोणीही तिच्या 'त्या कांती'कडे ढुंकूनही पाहत नव्हतं. तिला भेटण्याचं आकर्षण म्हणजे, ती भेटल्यावर त्या सहलीबद्दल बऱ्याच गप्पा मारत बसते. ते शहर, क्लिफ्टन हिल नावाची उंच टेकडी, आसपासची वेगवेगळी संग्रहालयं, इतर गमतीजमतीची दुकानं आणि नाना गोष्टींबद्दल ती सांगत असते. तिच्यामते, नायगाराचा परिसर म्हणजे निसर्गाशी माणसाची जी विविध स्तरांवर स्पर्धा चाललेली असते, त्याचे जणू प्रतीकच आहे. जसा रुद्रभीषण धबधब्यातून निसर्गाचा आविष्कार होतो, तसाच त्याच्याशी जीवघेणे खेळ खेळणारी माणसेही तिथे आढळतात. आजीने मदत देऊ केली तर माझी नायगारा सहल 'याचि देही याचि डोळा' होऊ शकेल, ही खूणगाठ मी मनोमन बांधली होती.

"तू या वेळेला किती जिंकलीस?" मी तिला झोपेतून हलवत विचारलं.

"काही नाही, दर खेपेला जिंकता येतं असं कुठे असतं?" ती उत्तरली.

"म्हणजे, तू एकाही शर्यतीत जिंकली नाहीस?"

"नाही रे. पण मजा मात्र खूप केली." मला थोडं गरगरल्यासारखं झालं.

"तुला खरंच, अजिबात पैसे मिळाले नाहीत?" मी विचारलं.

"मग मी सांगतेय काय? एक पैसाही मिळाला नाही." मला काही सुचेना. तेवढ्यात आईने सांगितलं, "मी अजून थोडा चहा टाकतेय. तू तोपर्यंत आजीचे बूट आणि पिशवी तिच्या खोलीत ठेवून ये."

मी निमूटपणे ते घेऊन आजीच्या खोलीत गेलो. ती या घरातली सर्वांत मोठी खोली. एक छोटंसं घरच जणू! मी तिची पिशवी पलंगावर ठेवली आणि उघडली. तिचं पैशाचं पाकीट नोटांनी खच्चून भरलं होतं. पन्नास, वीस आणि पाच पौंडांच्या नोटांची चळतच होती. काही नोटा चुरगळलेल्या होत्या, काही फाटल्याही होत्या. मी धडधडत्या छातीने त्या सर्व मोजल्या.

मला कसंतरी होत होतं. पटकन न्हाणीघरात धावलो आणि थंड पाण्याचा नळ सुरू केला. अगदी गेल्या वेळेप्रमाणे या वेळीसुद्धा पिवळीजर्द ओकारी झाली. तोंडाची चव जणू संत्र्याचा कडवट रस प्यायल्यासारखी झाली.

मी स्वयंपाकखोलीच्या दाराशी जाऊन आत पाहिलं. आजी चहा पिता पिता आईशी काहीतरी बोलण्यात गुंग झाली होती. मी उलट पावली तिच्या खोलीत गेलो आणि पुन्हा नोटा मोजल्या. एकूण ७४५ पौंड होते. आजी अजून थोडा वेळ स्वयंपाकखोलीत बसून राहू दे अशी देवाकडे प्रार्थना करत, काही नोटा उचलल्या. मी चोर नव्हतो, पण आजी मगाशी खोटं बोलत होती, हे सिद्ध करता येऊ शकण्यासारखा पुरावा मला जवळ ठेवायचा होता.

मी स्वतःच्या खोलीत येऊन दार बंद करून टाकले. मगाशी उचललेल्या नोटा मोजल्या. एकूण ९० पौंड भरले. तीन वीसच्या, दोन दहाच्या आणि दोन पाचच्या अशी वर्गवारी केली. हे बंडल आता मी गादीखाली ठेवणार होतो आणि नंतर सावकाश त्याचं काय करायचं ते ठरवणार होतो. माझ्या अंगाची होणारी थरथर कोणाच्या ध्यानात येऊ नये म्हणून झोपेपर्यंत मी खोलीबाहेर पडलोच नाही.

साधारण नऊच्या सुमाराला आई मला गुडनाईट करण्यासाठी माझ्या खोलीत आली. "काय म्हणताहेत आमचे तिरशिंगराव?" तिने विचारपूस केली.

"ठीक आहे."

"काय करतोयस?"

"विचार करतोय."

"तू वाजवीपेक्षा जरा जास्तच विचार करणारा प्राणी आहेस. लवकरच तू विचारवंत वगैरे होशील अशी काळजी वाटते मला."

माझ्या विचार करण्याचं या लोकांना काय एवढं आश्चर्य वाटत असतं कोणास ठाऊक! विचार करायला प्रवृत्त करणाऱ्या हजारो गोष्टी आपल्या अवतीभवती असतात. एकदा तुम्ही विचारांमध्ये गढलात की जणू अलिबाबाच्या गुहेतच प्रवेश

करता आणि मग काय बघू आणि काय नको असं व्हायचंच. असो. मी ते तिला बोलून दाखवलं नाही. ती काय, कदाचित ऐकेल आणि फिस्सकन हसेलही. मी सध्या तरी त्या हास्ययोगात सहभागी होण्याच्या मन:स्थितीत नव्हतो.

"बरं मग, तू थोडा वेळ माझ्याबरोबर घालवायला तयार असशील तर मी विचार करणं थांबवतो,'' मी म्हणालो. ती दार लावून पलंगावर बसली.

"जरा माझे पाय चोळून देशील का?'' मी विचारलं.

"तू ते पांघरुणातून बाहेर तरी काढ,'' ती म्हणाली आणि पाय चोळतचोळत तिनं विचारलं, "तू एवढा उदास का दिसतोयस?''

"बाबा खोटारडे आहेत म्हणून; त्यांच्या त्या खोटं बोलण्यामुळेच मला ती ओकारी झाली होती.''

"काय म्हणालास?'' माझ्या पायांवरचे हात काढून घेत तिने विचारलं.

"बाबा खोटं बोलतात.'' मी म्हणालो.

"कशावरून?''

आजीच्या खोटारडेपणाबाबतही तिला सांगून टाकावंसं मला वाटलं, पण मग मी आजीचे पैशाचे पाकीट उघडून बघितलेलं तिला कळेल आणि मग ती माझ्याकडे संशयाने बघेल, असं वाटून मी गप्प बसलो.

"ते खोटं बोलले याचा पुरावा आहे माझ्याकडे. त्यांना क्रिटोच्या पिल्लांना मारताना अजिबात वाईट वाटलं नाही असं त्यांनी मला सांगितलं, पण ते खोटं होतं.''

"ती मेलेली पिल्लं बघवली नाहीत म्हणून तू ओकलास, बरोबर आहे ना!''

मी उठून बसलो. "मुळीच नाही. त्यांचं खोटं बोलणं, हेच त्या ओकारीचं खरं कारण होतं. बाबांना न सांगण्याचं वचन देत असशील तर मला ते कसं कळलं, हे मी तुला सांगेन.''

"बरं, सांग मला.''

"तू वचन देतेस का?''

"हो दिलं, सांग आता.''

"शपथ घे.''

"घेतली, आता सांग.''

"यापूर्वीसुद्धा मी अनेकवेळा बाबांना खोटं बोलताना पाहिलंय. कधीकधी ते काहीतरी करण्याचं आश्वासन देतात आणि तसं करत नाहीत. हे मी फार पूर्वीपासून पाहतोय. मी फक्त पुराव्याच्या शोधात होतो. माझी ती ओकारी हाच तो पुरावा आहे. ते पक्के खोटारडे आहेत.''

"तू मूर्खासारखा बरळतोयस. तुझी प्रकृती बिघडलीय, म्हणून तू ओकलास आणि ते काही खोटारडे वगैरे नाहीत, समजलं?''

"मी फक्त त्या ओकारीच्या आधाराने बोलत नाही हे. ते खोटं बोलत होते म्हणूनच त्यांचा आवाज बदलला होता, हातांना कंप सुटला होता आणि चेहऱ्यावरचे भावही वेगळे होते."

माझ्याकडे न पाहताच आई उठली आणि निघाली. "मला वाटतं तू खूप दमला आहेस आणि म्हणून सैरभैर झाला आहेस. तू आता झोप, आपण उद्या सकाळी भेटूया," असं बोलून ती निघून गेली.

असत्य कथन हुडकून काढण्याची कला अवगत असणारा कोणी सापडतोय का, हे शोधण्यासाठी मी *'गिनेस बुक'* चाळले. कोणाचाच उल्लेख आढळला नाही. मला ती कला अवगत आहे हे मी त्यांना लिहून कळवायला हवं. नंतर त्यांनी हवी तर परीक्षा घ्यावी आणि त्यात मी यशस्वी झालो तर मग माझ्या नावाची नोंद त्यांच्या पुस्तकात करावी. जास्तीतजास्त अंडी खाण्याचे आणि लांबचलांब मिशा राखण्याचे वगैरे फालतू विक्रम मोडण्यापेक्षा एक अद्भुत कला साध्य केल्यामुळे माझी तशी नोंद होईल.

कदाचित 'रिप्लीज बिलिव्ह इट ऑर नॉट'च्या संग्रहालयालासुद्धा कळवणं सयुक्तिक ठरेल. माझ्या पलंगाच्या वरच मी रॉबर्ट लेरॉय रिप्लीचा फोटो चिकटवून ठेवलाय. तो त्या फोटोत एल. फ्युसिलॅडोच्या खांद्यावर हात ठेवून उभा आहे. हा फ्युसिलॅडो अंगावर गोळ्यांचा वर्षाव होऊनही जिवंत राहिला होता. त्याच्या चेहऱ्यावर गोळ्यांनी झालेल्या जखमांचे व्रण उठून दिसत होते आणि तरीही तो पठ्ठ्या रिप्लीच्या शेजारी छानपैकी हसताना दिसत होता. बाकी काहीच नाही तर कमीतकमी माझ्या या कौशल्याचा वापर करून मी नायगारा सहलीला लागणारे पैसे तरी उभे करू शकेन. नायगारा सहलीची आखणीसुद्धा मी करून ठेवली होती. मी आणि आई विमानाने घिरट्या घालत वरूनच धबधबा पाहणार नंतर विमानतळावर उतरणार आणि वैमानिकांबरोबर फोटो काढून घेणार. धबधब्याचे फेसाळते तुषार अंगावर झेलून चिंब होणार आणि नंतर क्लिफ्टन हिल चढून जाणार. तिथून पुढे फनफेअर आणि शेवटी 'रिप्लीज बिलिव्ह इट ऑर नॉट' संग्रहालय बघणार.

मी घड्याळात बघितलं. साडेनऊ वाजले होते पण वडील अजून परतले नव्हते. मी बाहेर जाऊन आजीला त्यांच्याबद्दल विचारलं. त्यांचे त्यांच्या जुन्या बॉसकडे काहीतरी काम होतं आणि त्यामुळे ते रात्री वेक्सफर्डलाच राहणार आहेत, असं तिनं सांगितलं. नंतर मी रिप्ली संग्रहालयाचं माहितीपत्रक उशाशी घेऊन छान झोपून गेलो.

४

माझा दोस्त ब्रेन्डन सकाळी ठरलेल्या वेळेच्या एक तास आधीच घरी आला. त्याची ती सवयच होती. जणू काही लवकर पोहोचून त्याला संबंधित माणसांना

बेसावध गाठायचं असतं आणि ते काय करतात ते बघायचं असतं. मी कपडे चढवत असताना त्याने माझ्या खोलीच्या खिडकीवर टकटक केलं. त्याच्या खास ग्रामीण ढंगात त्याने 'हॅलो' केलं आणि म्हणाला, ''माहीत आहे का, आज मी नऊ गायी विकल्या!''

''हो का? आठपेक्षा नऊ बऱ्या म्हणायच्या,'' मी त्याच शैलीत प्रतिसाद दिला. तू एक तास अगोदर आलास हेच मला त्याला सांगायचं होतं.

''मागून येऊ की पुढून?'' त्यानं विचारलं. दोन्हीकडचे दरवाजे उघडे होते.

''धुरांड्यातून ये हवं तर, माझं काय जातंय!'' मी म्हणालो.

''बरं, ठीक आहे.'' तो बोलला पण तरीही त्याने तोंड खिडकीच्या काचेवर दाबून, ती जिभेने चाटून साफ करून, आत बघण्याचा प्रयत्न केलाच.

ब्रेन्डन माझ्यापेक्षा बुटका पण रुंद आणि मजबूत होता. पाठीवर ओझे घेतल्यासारखं वाकून चालण्याची त्याची सवय होती. तो खोलीत आला. आम्ही थोडा वेळ पण कटाक्षाने उभे राहूनच बोललो. आई सोडून इतर कोणीही माझ्या पलंगावर बसलेलं मला चालत नाही. मला मिळालेल्या पैशांबाबत त्याच्याशी बोलू का नको, याचा मी विचार करत होतो. पण समजा त्याने थोडे पैसे खर्च करूया अशी टूम काढली किंवा समजा त्याच्या बहिणीकडे त्याबद्दल बोलला तर... त्यापेक्षा नकोच, असा निर्णय घेऊन मी गप्प राहिलो.

आम्ही बाहेर पडण्याच्या तयारीने निघालो तेवढ्यात आजीने ब्रेन्डनला हाक मारली, ''अरे थांब जरा, मला तुझ्याशी बोलायचंय.''

''हो, बोला मिसेस ईगन,'' तो लगेच म्हणाला.

एका दिवशी एकाच रंगाचे कपडे परिधान करायचे अशी आजीची एक खास सवय होती. आज ती पिवळ्या रंगात न्हाली होती. पिवळा शर्ट, पिवळा स्कर्ट आणि उंच टाचांचे बूटही त्याच रंगाचे. तिचे मोठे डोळेसुद्धा आज मला पिवळेच भासले. उकडलेल्या अंड्यांची लालूच दाखवून तिने ब्रेन्डनला थांबवून ठेवले आणि त्याच्याशी गप्पा सुरू केल्या. तो घरातून निघण्यापूर्वी 'त्या दोन दांडगट जुळ्या बहिणी' त्याच्या बहिणींशी खेळायला म्हणून कशा आल्या आणि त्यांच्यापासून सुटका करून घेताना त्याची पुरेवाट कशी झाली, हे तो आजीला सांगू लागला.
''कोणत्या जुळ्या बहिणी?'' आजीने विचारलं.

''बर्निस बॉयड् आणि बर्नाडेट, त्या माझ्या बहिणीच्या वाढदिवसानिमित्त केक आणि भेटकार्ड घेऊन आल्या,'' त्याने सांगितलं.

''अशी कार्डं हाताळण्याआधी ओल्या फडक्याने पुसून घेत जा म्हणून बजाव तुझ्या बहिणीला,'' आजीने त्याला सांगितलं.

''कार्डांना हात लावून काही जंतुसंसर्ग होत नसतो,'' मी मध्येच म्हणालो.

"तुला काय माहीत आहे? रेबीज होऊ शकतो. त्या मुलींच्या पूर्ण कुटुंबाला रेबीज झालाय," आजीने आवाज चढवून सांगितलं. बोलताना तिच्या तोंडातून थुंकीचा फवारा उडाला. तिची ती बोलण्याची पद्धत पाहून तिथून तडक निघून जावंसं वाटलं. तेवढ्यात अंडी उकडून झाल्याचं तिने जाहीर केलं.

अंडी व्यवस्थित उकडली गेलीच नव्हती. कवच फोडल्यावर आतलं अंडं जवळजवळ द्रवरूपातच बाहेर आले. ते बघून माझी खाण्याची वासनाच गेली. "मला भूक नाही, तूच खा." मी म्हणालो. आजीने मात्र कवचाला चिकटलेलं अंडं, कवच तोंडाजवळ नेऊन, कडेकडेने चाटून खाल्लं. तसंच तिने ताटलीत पसरलेलं द्रावण तसेच उचलून तोंडाला लावलं आणि जिभेने चाटून साफ केलं. तिला एरवीही खाताना बघून अन्न व्यवस्थित चावून खाण्यावर तिचा विश्वास नसावा असं मला वाटत असे. एखादा मासा आपलं अन्न कसा खात असेल अशी कल्पना कोणी मला करायला सांगितली, तर मी उदाहरण म्हणून आजीकडे बोट दाखवलं असतं. कोणीही सुसंस्कृत व्यक्ती अशाप्रकारे खातपित असेल असं मला तरी वाटत नाही. असे गलिच्छ प्रकार ती करत असल्यामुळे मला आजीचा राग येतो आणि राग आला की माझ्या श्वासोच्छ्वासाची लय बिघडते आणि धाप लागल्यासारखं होतं. पण हिनेच आम्हाला तिच्या घरात औदार्याने आसरा दिला आहे, हे भान ठेवून मी शांत होत होतो. तीच माझ्याबरोबर स्क्रॅबल खेळत असे आणि तिनेच मला पोकर खेळायला शिकवलं होतं, हे सुद्धा मी विसरू शकत नाही.

मी ब्रेन्डनचं बखोटं धरून ओढलं आणि म्हणालो, "चल आता!" आम्हाला निघताना बघून, बहुधा एकटेपणाच्या जाणिवेने तिने दीर्घ सुस्कारा सोडला. पण मी तरी त्याला काय करणार?

आम्ही पुढचे काही तास बॉलला लाथांनी हाणत, उडवत होतो. असं करतकरत घर आणि शाळेच्या मध्ये साधारणत: सारख्या अंतरावरच्या शेतात येऊन ठेपलो. आता काळोख बऱ्यापैकी झाला होता आणि बॉलही अंधूक दिसू लागला होता. आम्ही थोडे विसावलो. मी चवड्यांवर बसलो आणि तो बॉलवर.

"तुला ठाऊक आहे का, आपण जेव्हा आठ महिन्यांनंतर सहावीत जाणार तेव्हा आपल्या वर्गातल्या काही मुली ब्रा वापरू लागलेल्या असतील!" ब्रेन्डन म्हणाला. हे बोलताना तो बॉलवर बसल्याबसल्या उड्या मारत खिदळत होता. मी उभा राहून बॉलला जोराची लाथ हाणली आणि म्हणालो, "तोपर्यंत तर माझं नाव 'गिनेस बुक'मध्ये झळकलेलं असेल."

"काय म्हणतोस?"

"शाळा सुरू होण्याअगोदर मी त्यांच्याशी पत्रव्यवहार करणार आहे."

"ते का म्हणून तुझं नाव पुस्तकात लिहितील?"

"मी ते तुला आत्ताच सांगू शकत नाही. एकदा का त्यांचं उत्तर आलं की लगेच सांगेन. तोपर्यंत हे गुपितच राहू दे."

"हे लाथा मारणं पहिलं बंद कर, मला नीट बसू दे बॉलवर. पण मी त्याबद्दल कोणाकडे बोलेन असं तुला वाटतं का?"

"तसं नाही रे. पण ज्या गोष्टीसाठी पुस्तकात माझं नाव नोंदलं जाण्याची शक्यता आहे, ती जरा 'हटके' आहे म्हणून!"

ब्रेन्डन उठला आणि छाती पुढे करून उभा राहिला. मी पण त्याच्यापुढे उभा ठाकलो. हा आमचा एक खेळच होता. आमचे समजा एखाद्या गोष्टीवर मतभेद झाले, तर मग आम्ही आमच्या छात्या अशा भिडवत परस्परांना मागे रेटण्याचा प्रयत्न करायचो. तसे करताना जोर यावा म्हणून तोंडाने 'मग काय?' असे दर टक्करीच्या आधी बोलून एकमेकांना आव्हान द्यायचो. आज तसे करताकरता मधूनच तो खाली पडला आणि नंतर मीही पडलो.

"पाच वाजले रे, मला निघायला हवं," ब्रेन्डन म्हणाला.

"तुला कसं कळलं रे? तुझ्या मनगटावर तर घड्याळही नाही," मी म्हटलं.

"मी तुझ्या घड्याळात थोड्या वेळापूर्वी पाहिलं होतं तेव्हा तीन वाजून गेले होते. त्यावरून मी अंदाज केला," त्याने सांगितलं.

मी घड्याळात पाहिलं. पाच वाजायला एक मिनिट शिल्लक होते. "अजून पाच वाजायचेत; चल पैज लावूया," मी म्हणालो. यावरून अजून एक 'मग काय?' ची फेरी खेळायला मजा आली असती पण मी मग घरी जाण्याचं ठरवलं आणि म्हणालो, "चल मग, आता भेटू या थेट सोमवारी, आपल्या त्या भीतिदायक शाळेत."

"चल भेटू या आणि जाताना न विसरता गायींना सांग गवत खाऊ नका, बाधेल म्हणून," ब्रेन्डन बॉल उचलून घेत निघताना म्हणाला.

आम्ही दोघंही उलट्या दिशेने आपापल्या घरांच्या वाटेला लागलो. मागे वळून एकमेकांकडे बघत आम्ही चाललो होतो. असे बघताना हसावे की नुसती मान हलवून निरोप घ्यावा हे नक्की न कळल्यामुळे आम्ही नुसतीच वेडीवाकडी तोंडे करून एकमेकांना दाखवत होतो. शेवटी मी पाठ फिरवली आणि घराच्या दिशेने झपाझप चालू लागलो.

मी नेहमीच्याच शेतातल्या पायवाटेवरून चालत होतो. शेत संपल्यावर जमिनीचा एक तुकडा लागतो. तिथे कायमची रहदारी असल्यामुळे गवतच उगवत नाही. या रस्त्यावर एकूण तीनवेळा नागमोडी वळणंही आहेत. त्याच्या कडेला आणि आमच्या घराच्या उत्तरेच्या रस्त्याला लागूनच एक झाड होतं. त्या झाडावर कोणीतरी एक बाहुली ठेवून दिली होती. येता-जाता माझी नजर अभावितपणे तिच्याकडे जायचीच.

जमिनीपासून साधारण दहा फूट उंचीवर, दोन फांद्यांच्या बेचक्यात ती घट्ट बसली होती. जेव्हापासून मी गॉरी नॅशनल स्कूलमध्ये जात होतो, तेव्हापासून मी तिला तशीच ठेवलेली बघितली. तिच्या अंगावरचे कपडे विटले होते आणि हातापायांची त्वचा हिमदंश झाल्याप्रमाणे काळी पडली होती. हिवाळ्यामध्ये तिकडून जाताना मी फक्त नजर टाकून पुढे व्हायचो, पण उन्हाळ्यामध्ये जेव्हा पुरेसा उजेड आसपास असायचा, तेव्हा तिथे थांबून तिची त्या बेचक्यातून सुटका करावी असं वाटायचं. कधीकधी मी तिला तसं आश्वासन द्यायचो आणि पुढे व्हायचो, पण घरी पोहोचून खाणेपिणं झालं की विसरून जायचो.

घरी आलो तेव्हा एकटी क्रिटो स्वयंपाकखोलीतल्या टेबलावर पहुडली होती. तिची ती घशातल्या घशात होणारी गुरगुर सोडली, तर घरात पूर्ण सामसूम होती. आजी बहुधा कुठेतरी बाहेर गेली होती आणि वडीलही वेक्सफर्डवरून परतलेले दिसत नव्हते. घरातले सर्व दिवे मालवलेले होते आणि रेडिओही बंद होता. उन्हाळ्याच्या दिवसात होणाऱ्या मूकाभिनयाच्या कार्यक्रमाच्या तालमीसाठी म्हणून कदाचित आई बाहेर गेली असावी. मी टेबलाजवळ बसलो आणि क्रिटोला उचलून मांडीवर घेतलं. तिला कुरवाळत, कोणीतरी येईल म्हणून वाट बघत, विचार करत बसलो.

माझी आई बाहुल्या बनवते पण तिच्या मते तिचे सादरीकरण तितकंसं चांगलं नसतं. ''ते काम त्यातल्या तज्ज्ञ लोकांवरच सोपवलं पाहिजे,'' असं ती नेहमी म्हणत असे. पण मला वाटतं की ती तसं विनयानं बोलत असावी. गेल्या वर्षी घडलेला एक प्रसंग मला चांगला आठवतोय. खेळ संपल्यावर दिवे बंद होऊ लागले होते. लोक बाहेर पडू लागले होते तेव्हा एक लहान मुलगी त्या बाहुल्यांच्या आठवणीने रडू लागली आणि तिच्या आईकडे त्या बाहुल्यांसाठी हट्ट धरून बसली. तिच्या आईचा संयम संपला असावा. ती त्या मुलीला तिथेच सोडून जाऊ लागली. त्यामुळे ती छोटी अधिकच जोराने रडू लागली.

तेव्हा माझ्या आईने पुढे होऊन त्या छोटीला समजावले, की बाहुल्या या बाहुल्याच असतात, त्या काही खऱ्या नसतात. आईने तिला परोपरी समजावून सांगितलं. तसं करताना तिने खेळातल्या पात्रांची अदलाबदल करून एका बाहुलीच्या तोंडून तिसराच आवाज काढून दाखवला. शेवटी तिने छोटीच्या केसांचा पापा घेऊन, 'आता शांत राहा, बाहुल्या झोपल्या आहेत,' असं सांगून तिला शांत केलं.

सुरुवातीला मी हे सर्व पाहत पुढे आलो तेव्हा आईने छोटीच्या अंगावरचे हात काढून मला सांगितलं की, 'जॉन, तू बाहेर जा आणि गाडीत बसून माझी वाट बघ.' पण मी बाहेर न जाता एका आडोशाला उभा राहून तिच्याकडे आणखी काय घडतं आहे, या उत्सुकतेपोटी पाहत होतो. म्हणूनच मला हे समजलं. त्यामुळेच मी

छातीठोकपणे सांगू शकतो की, आई बाहुल्यांचा खेळही चांगला करू शकते.

मी एक जॅम टोस्ट बनवला आणि तो घेऊन बाहेरच्या खोलीत आलो. वडील शेकोटीच्या बाजूला खुर्ची टाकून शांतपणे *'प्लेटोनंतरचे पाच महान तत्त्ववेत्ते'* हे पुस्तक वाचण्यात गढून गेलेले दिसले. त्यांच्या हनुवटीवर दाढीचे खुंट वाढले होते.

"काय बाबा?" मी म्हटलं.

"बोल राजा," त्यांनी म्हटलं.

"माझे बक्षीस कुठे आहे?" मी विचारलं.

"बक्षीस? कसलं?" ते विसरले होते.

"तुम्ही मला देणार म्हणाला होतात ते."

"अं, हो, हो. ते ना मला आज मिळालं नाही. उद्या आणतो."

"पण तुम्ही तर म्हणाला होतात की...."

"जगातलं सर्व काही मला मिळालं पाहिजे, नव्हे मिळेलच असं तुला नेहमी वाटत असतं. त्याला मी विकृती समजतो," माझं बोलणं मध्येच तोडत ते फट्दिशी बोलले.

मी टीव्ही चालू केला आणि माझा टोस्ट घेऊन त्यांच्यापासून लांब जाऊन बसलो. साधारण दहा मिनिटं झाल्यावर मला थंडी वाजू लागली. कोळसे खालीवर करण्यासाठी मी शेकोटीजवळ गेलो. तेव्हा माझ्याकडे बघून जणू ते मला आजच्या दिवसात पहिल्यांदाच भेटताहेत अशा स्वरात त्यांनी विचारलं, "कसा होता ब्रेन्डनबरोबरचा आजचा दिवस?"

"बरा गेला," मी म्हणालो आणि थोडा वेळ टोस्ट चावत बसलो. मग न राहवून मी त्यांना प्रश्न केला, "बाबा, तुम्ही गुन्हेगारशास्त्रात पदवी मिळवल्यानंतर गुन्हेगारांना पकडण्यासाठी मदत करणार का?"

त्यांनी पुस्तक मांडीवर ठेवून, दीर्घ श्वास घेतला. त्यांचा बोलण्याचा मूड असावा असं दिसलं. तसा मी त्यांच्याजवळ सरकून बसलो.

"तसं नसतं रे. मला गुन्हेगारांचं विश्व अभ्यासायचंय. गुन्हा घडल्यानंतर त्याची दखल घेण्यापेक्षा गुन्हा घडू न देणं अधिक श्रेयस्कर असतं. त्यासाठी हा अभ्यास उपयुक्त असतो." त्यांनी सांगितलं.

"पण मी तुम्हाला, जॅक आणि टोनीकाकांबरोबर बोलताना ऐकलंय की, गुन्हेगारांना कठोरात कठोर शिक्षा झाल्या पाहिजेत. एकदा तर तुम्ही म्हणत होतात की, त्यांना फासावर लटकावलं पाहिजे," मी शंका व्यक्त केली.

आपण पकडले गेलो, असं बहुधा वडिलांना वाटलं असावं. त्यांनी थोडा वेळ डोळे मिटून घेतले. नंतर पुन्हा डोळे उघडून ते म्हणाले, "कधी कधी लोकांच्या बोलण्यावरून त्यांच्या डोक्यात नक्की कसला खल चाललाय याचा अंदाज बांधणं

जवळपास अशक्य असतं. एखाद्याच्या मनात चालू असलेले विचार खूपच गुंतागुंतीचे असू शकतात. मला विचारलंस, तर मी म्हणेन की फाशी देणारी व्यक्ती ही माणूस नसून हैवानच असू शकते. ज्या लोकांनी अमेरिकेत मृत्युदंडाच्या शिक्षेला विरोध करून ती प्रथा प्रयत्नपूर्वक थांबवली, ते माझ्या मते या जगातले सर्वांत महान लोक आहेत.''

त्यांनी थांबून माझ्याकडे पाहिलं आणि मला कितपत कळलंय याचा अदमास घेतला. नंतर ते म्हणाले, ''त्याचबरोबर हे लक्षात ठेव की, आप्तेष्टांबरोबर जे सहज संभाषण होत असतं ते बहुधा निरुद्देश असतं आणि बऱ्याच वेळा ते कंटाळा घालवण्याचं किंवा मनोरंजनाचं साधन असतं. त्या वेळेला उद्गारल्या गेलेल्या शब्दांचा अर्थ शब्दश: घ्यायचा नसतो. किंबहुना तशा संभाषणावरून एखाद्याच्या मनातले विचार ताडण्याचा प्रयत्न करणं ही मोठी चूकच ठरेल.''

एवढं बोलल्यानंतर त्यांनी लगेच त्यांचं वाचन सुरू केलं. मला खरं तर अजून बोलायचं होतं. त्यांनी संभाषण असं तडकाफडकी संपवायला नको होतं. तरीही चिकाटी न सोडता मी पुढचा प्रश्न विचारला, ''तुम्हाला असं म्हणायचंय का, की कितीही भयंकर गुन्हेगार असला तरी त्याला शिक्षा होता कामा नये? समजा, कोणी आईचा खून केला तर?''

''शिक्षा ही झालीच पाहिजे. पण त्याचबरोबर गुन्हेगार मुळात गुन्हा करण्यासाठी का प्रवृत्त होतात, त्यावरही योग्य ते चिंतन आपण करायला हवं,'' तोंडावरून हात फिरवत ते म्हणाले. मी त्यांच्या अधिक जवळ सरकलो. त्यांच्या अंगाची ऊब जाणवू लागली होती. ''पण समजा गुन्हेगार खोटं बोलतोय, हे जर आधीच कोणाला कळू शकलं तर?'' मी विचारलं.

''हा अगदीच वेडगळ प्रश्न आहे बुवा!'' मला अचानक जळजळ होऊन पोटात तीव्र कळ आल्यासारखं झालं. मी टोस्टचा तुकडा बशीतल्या बशीत फिरवत, त्यांच्याकडे पाहत विचारलं, ''मला असं म्हणायचंय की समजा, एखादा गुन्हेगार खोटं बोलतोय अशी आपली खात्री पटली की मग काय करायचं?''

''तू संभाषणाचा खरेपणा किंवा खोटेपणा पडताळून बघणाऱ्या यंत्राबद्दल बोलतोयस का?'' त्यांनी विचारलं.

''हो.''

''पण काही काही जण तर अगदी सराईतपणे खोटं बोलत असतात.''

''समजा, एखाद्या माणसाकडे अशी पडताळणी करण्याचं कौशल्य असेल तर?''

''मला नाही वाटत, असा कोणी माणूस असेल म्हणून!'' कपाळावर आठी पाडत त्यांनी म्हटलं.

मला बरं वाटलं. वडिलांच्या बोलण्यावरून मला असं दिसत होतं की, मी आईला जे गुपित सांगितलं होतं ते तिने गुपितच ठेवलं होतं.

"तरीसुद्धा जर असं कोणी असलंच तर?" मी चालूच ठेवलं.

"त्याला ते सिद्ध करून दाखवावं लागेल आणि ती व्यक्ती मर्यादित चाकोरीतली आणि तुझ्या त्या पुस्तकातल्या लोकांसारखी छंदिष्ट असण्याची शक्यता आहे."

मी काही न बोलता बशीतल्या टोस्टचे लहानलहान तुकडे मोडून शेकोटीत टाकू लागलो.

"अन्न असं वाया घालवणं म्हणजे एक घाणेरडी सवय आहे," वडील म्हणाले.

"मला भूक नाही. मी माझ्या खोलीत जातो," एवढं बोलून मी उठलो आणि तिथून निघून गेलो.

पण मी खोलीत न जाता घराचा दरवाजा उघडून बाहेर पडलो. बाहेर काळोख होता आणि थंडीपण वाजत होती. तरीही अंगातला कोट गवतावर अंथरला आणि त्याच्यावर बसून मुठीने गवत उपटत राहिलो. रस्त्यावरून गाड्या जात येत होत्या. पलीकडच्या शेतातल्या गायी दिसत होत्या. त्यापैकी एखाद दोन चुकार गायी कुंपणाला अंग घासून परत वळल्या. कुंपणातून बाहेर पडण्याचा मार्ग शोधत होत्या की काय? कोणास ठाऊक! मी या गायींना कधीकधी हात हलवून बोलावतो आणि उपटलेले गवत खाऊ घालतो. गवत उपटताना तो विशिष्ट 'तट्ट' असा येणारा आवाज मला आवडतो.

आजी आणि आई घरी पोहोचल्यासारखा आवाज आला. मी खोलीत बसून वाचत होतो. आई मला गुडनाईट करण्यासाठी आली नाही, म्हणून मी खोलीबाहेर आलो. मला ती बाथरुममध्ये दात घासताना दिसली. तिने निजण्याच्या वेळचे कपडे चढवले होते आणि ती बेसिनवर वाकून चूळ भरत होती. मी दारात उभा राहून पाहत होतो. तिच्या ते लक्षात आल्यावर ती सरळ उभी झाली. "काय रे, काय हवंय?" तोंडावर थोडी पेस्ट लागलेली असतानाच तिने विचारलं.

"काही नाही," मी म्हणालो. चुळा भरून झाल्यानंतर ती निघाली. माझा ब्रश काढून द्यायला विसरली.

"तुझ्याशी थोडं बोलायचंय," मी म्हटलं.

"थोडं बोलायचंय," म्हणून ती हसली. मला बरं वाटलं.

"हो आणि तेही आत्ताच!" मी सांगितलं. दोघंही माझ्या खोलीत गेलो. आम्ही बिछान्यावर पडलो आणि पांघरुणं ओढून घेतली. तिने माझ्या हातावरून आपला हात हळूवारपणे फिरवला. तिचे केस माझ्या खांद्याला स्पर्श करत होते.

"आजीसुद्धा खोटं बोलली," मी सुरुवात केली. ती कुशीवर वळली आणि हातावर डोकं ठेवून माझ्याकडे बघू लागली.

"तू जरा जास्तच बोलायला लागला आहेस हं," तिने म्हटलं.

"आई, लोक जेव्हा खोटं बोलतात, तेव्हा मला ते ओळखू येतं," तिने थोडा वेळ माझ्याकडे रोखून पाहिलं आणि विचारलं, "काय म्हणत होती आजी?"

पापणी लवू न देता मी तिला आजीला शर्यतीतून मिळालेल्या पैशांबद्दल सांगितलं. अर्थात मी काढून घेतलेल्या पैशांचा उल्लेख त्यात केला नाही. नंतर मी, तिने बोलावं या अपेक्षेने, डोळे मिटून घेतले.

"तू त्यातले काही पैसे उचललेस का?"

"नाही, खरंच नाही." मी श्वास रोखून ठेवला. छातीच्या ठोक्यांचा आवाज आता कानात घुमायला लागला. मी घाबरलो होतो, पण तरीसुद्धा मनात काय खळबळ चालली आहे तिकडे पण लक्ष ठेवून होतो. खोटे बोलताना नक्की काय वाटतं आणि त्याची शारीरिक लक्षणं नेमकी कशी उमटतात हे मला जाणून घ्यायचं होतं. त्यासाठी ही उत्तम संधी होती.

मला स्वत:ला खोटं बोलणं आवडत नाही, म्हणून मी उचललेल्या पैशांची गोष्ट अनुल्लेखाने टाळायची असं ठरवलं होतं.

"तू खरं सांगतोयस?" आईने विचारलं.

"अगदी खरं गं!" मी म्हटलं. हे बोलताना मी कपाळावर आठ्या पाडून दुसरीकडेच पाहत होतो.

"बरं झालं तू हे सांगितलंस," आई म्हणाली. मला नक्की कळेना की मी आजीचा खोटेपणा उघड केला त्याचं तिला बरं वाटलं की दुसरंच काही!

"बरं सांग, कोणी खोटं बोललं की तुला कसं कळतं?" तिने विचारलं.

"मला ओकारीची भावना होते. कान आणि मानेचा भाग भाजल्यासारखा गरम होतो आणि माझी नजर आजूबाजूला घडणारी प्रत्येक गोष्ट टिपून घेते," मी सांगितलं.

"यापैकी एकही शब्द आजी किंवा बाबांच्या कानावर पडणार नाही याची मला तुझ्याकडून हमी हवी आहे," गालिच्यावर नजर रोखून तिने सांगितलं. मला असं सांगण्यामागे बहुधा, चुकून माझ्या तोंडून काही बाहेर पडून मी गोत्यात येऊ नये, असा तिचा उद्देश असावा. नवल म्हणजे तिने मला काही खोदून विचारलं नाही. त्यामुळे मला वाटले की तिचा माझ्या बोलण्यावर विश्वास नसावा. नाहीतर निदान औत्सुक्यापोटी तरी तिने अधिक जाणून घेण्याचा प्रयत्न केला असता. "ठीक आहे, हे गुपितच राहील," मी आश्वासन दिलं.

"गुपित-बिपित काही नको. आपण याला झाकली मूठ म्हणूया."

"म्हणजे काय?"

"म्हणजे जोपर्यंत मूठ उघडत नाही, तोपर्यंत कळत नाही की, तिच्यात काही आहे का नाही."

ती परत विसावली. तिने मला कुशीत घ्यावं असं मला वाटत होतं. मी माझा हात तिच्या खांद्यावर टाकला. तिने तिचा हात माझ्या कंबरेवर ठेवला. खूप दिवसांनंतर असा प्रसंग आला होता. 'डोळे मिट,' तिने सांगितलं. मी डोळे मिटल्यावर तिने माझे चुंबन घेतले आणि म्हणाली, ''आता असाच पडून राहा.'' तिने मग मला थोपटलं आणि काही वेळ अंगावरून हात फिरवला. पण थोड्या वेळाने ती उठली, मला 'गुडनाईट' म्हणाली आणि निघून गेली.

मी नंतर बराच वेळ जागा राहून, लायब्ररीतून आणलेले 'असत्यकथनाच्या शोधामागचं रहस्य' हे पुस्तक वाचत होतो. मी नवीन पेन आणि वही घेऊन आत्तापर्यंतची माझी निरीक्षणे आणि खोटं बोलणाऱ्या लोकांबाबतचे अनुभव लिहायला घेतले. त्या वहीला मी 'असत्याची नोंदवही' असं नावही देऊन टाकलं. मी त्यात वडिलांचे आणि आजीचे खोटं बोलणं तसेच त्याबद्दल ऐकल्यानंतर आईने दिलेली तऱ्हेवाईक प्रतिक्रिया याबद्दल तपशीलवार लिहिलं.

माझ्याकडचे हे विशिष्ट कौशल्य लक्षात आल्यानंतर लोकांची सर्वसाधारण प्रतिक्रिया काय असू शकेल? विशेषत: जेव्हा त्यांना कळेल की, ते यापुढे मला फसवू शकणार नाहीत, तेव्हा त्यांना काय वाटेल, असे विचार माझ्या डोक्यात फेर धरून नाचू लागले. एक पथ्य मात्र यापुढे सदैव पाळावं लागणार होतं आणि ते म्हणजे सदोदित अत्यंत सावध राहावं लागणार होतं.

५

मी आज लवकर उठलो आणि जिना चढून पोटमाळ्यावरच्या आईवडिलांच्या खोलीकडे गेलो. ही पोटमाळ्यावरची खोली माझ्या आजोबांनी दागिन्यांच्या दुरुस्तीची कामे करण्यासाठी एक स्वतंत्र जागा असावी, या उद्देशाने बांधली होती. छताची उंची कमी होती पण दोन मोठ्या खिडक्या होत्या. आजी वगळून इतर सर्वांना या खोलीत प्रवेश करताना वाकून जावं लागे.

नजर आत शिरेल इतपत दरवाजा किलकिला झाला होता. आई पलंगाच्या कडेला गाढ झोपलेली दिसत होती. पांघरुणाखालून तिचा एक पाय बाहेर आला होता. वडील पलंगावर नव्हते. ते खाली जमिनीवर गादी टाकून आणि अंगावर पांघरूण घेऊन पडले होते. डोळे टक्क उघडे ठेवून ते वर आढ्याकडे बघत पडले होते. मी मांजराच्या पावलाने उभा होतो. बराच वेळ मी त्यांच्याकडे पाहत होतो, तेव्हा त्यांची नजर माझ्यावर पडली. त्यांची आणि माझी नजरानजर झाली, पण त्यांच्या चेहऱ्यावरची रेषाही हलली नाही. त्यांची नजर जणू शून्यात हरवली होती. मला तर ते डोळे उघडे ठेवून झोपले नसतील ना, अशी शंका आली. तुम्ही खाली

का झोपला आहात, असं त्यांना विचारावंसं वाटलं, पण धीर झाला नाही. शाळेतही माझं असंच होतं, तोंडातून शब्दच फुटत नाही. मी तसाच मागे सरकलो आणि भिंतीच्या आधाराने उतरून त्यांच्या नजरेआड झालो.

मी स्वयंपाकखोलीत जाऊन आजीला जाग आणण्याच्या उद्देशाने जरा पाडापाड केली. ती लगेच आली आणि म्हणाली, ''जॉन, अरे आता कुठं पहाटेचे साडेसहा वाजले आहेत, काय हवंय तुला?''

''मला भूक लागली होती म्हणून खायला शोधत होतो.''

''तू ना, घरातला एक सैतानच आहेस! इथला आवाज ऐकून मला आधी वाटलं की कोण चोर घुसलेत की काय!''

''सॉरी,'' लांब उभा राहून मी दिलगिरी व्यक्त केली.

''आता मी जागी झालेच आहे, तर मग एक काम कर. माझ्यासाठी चहा आणि टोस्ट करून माझ्या खोलीत घेऊन ये,'' तिने सांगितलं.

मी आजीसाठी चहा आणि टोस्ट करून तिच्या खोलीत गेलो.

''तुला थंडी वाजत असेल, तर बस आणि पांघरूण ओढून घे,'' तिने सांगितलं.

''नको, एवढी थंडी नाही आहे,'' म्हणून मी पलंगाच्या कडेला बसलो. नेहमीप्रमाणे तोंडाचा 'आ' वासून ती खाऊ लागली. अशावेळी तिच्याकडे बघून वाटतं की, तिला फ्लू वगैरे झाला असावा आणि त्यामुळे ती नाकाने श्वास घेता न आल्यामुळे तोंडावाटे घेत असावी. मी तसं तिला बोलून दाखवलं.

ते ऐकून तिचा वासलेला 'आ' बंद झाला. ''कळलं बरं का मला! तुझ्यासारखं टापटीप राहायचं असेल, तर रोज लवकर उठलं पाहिजे, हो ना?'' ती म्हणाली आणि माझ्याकडे बघून हसली. पण लगेचच सावरून घेत तिने मला विचारलं,

''तुला इकडे, माझ्याकडे राहायला आवडतंय ना?''

''हो, अर्थातच! मला पूर्वीच्यापेक्षा हे खूपच आवडतंय. इकडे बस वगैरे पकडण्याच्या फंदात पडावं लागत नाही. मीच शोधून काढलेल्या वाटेवरून चालतचालत शाळेत जाता येतं,'' मी सांगितलं.

''मग ठीक आहे,'' ती म्हणाली. आम्ही बोलणं थांबवलं आणि टोस्ट खात बसलो. खाऊन संपल्यानंतर आजी म्हणाली, ''अजून थोडा चहा मिळाला तर काय मजा येईल,'' मी चहा घेऊन आलो आणि तिच्या पलंगावर ट्रे ठेवून उभा राहिलो. ''बसण्यासाठी जागा असताना असं उगाच उभं राहू नये,'' तिने म्हटलं. मी बसलो.

''तुझा चहा कुठे आहे?''

''मला नकोय,'' मी तसाच बसून राहिलो. ती फुरफुर करत चहा पिऊ लागली. चहाचा घुटका घेण्यापूर्वी ती सवयीने जीभ आधी कपाला लावायची, घुटका घ्यायची

आणि नंतर माझ्याकडे पाहून हसायची. तिचं चहा भुरकणं सोडलं तर इतर कसलाच आवाज त्या शांततेत येत नव्हता. मधूनच एक लॉरी रस्त्यावरून गेली, तेव्हा थोडा आवाज झाला, त्याच्यामुळं थोडं बरं वाटलं. मी खिडकीतून ती लॉरी दिसेनाशी होईपर्यंत पाहत राहिलो. आजीने चहाचा दुसरा कप संपवला आणि खोलीत पुन्हा एकदा भयाण शांतता पसरली.

"तू वर जाऊन आलास तेव्हा काय पाहिलंस तिकडे?" आजीने विचारलं.

"काही नाही."

"आईवडिलांना पलंगावर झोपलेलं पाहिलंस का?" आजीच्या या प्रश्नातून जणू कुजलेल्या शेणखताचा दर्प जाणवत होता.

"हो, मी त्यांना झोपलेलं पाहिलं."

"ते एकत्र झोपले होते का?" घशाशी कफ साठून अडकल्यासारखं मला झालं.

"बाबांना मी जमिनीवर झोपलेलं पाहिलं," मी सांगितलं.

"बरोबर आहे. त्याचं ते पाठीचं दुखणं परत सुरू झालं असणार. गेल्या वर्षी पण असंच झालं होतं. तेव्हा तो एक आठवडा बाहेरच्या खोलीत झोपला होता. पण जाऊ दे. त्याला त्याबद्दल बोललेलंही आवडत नाही. तू सुद्धा ते लक्षात ठेव आणि त्याच्याकडे हा विषय काढूच नकोस." मी 'हो' म्हणालो. आजी नक्की खोटं बोलत असणार. आई आणि वडिलांचं काहीतरी बिनसलेलं दिसतंय. मला पण ते कळलंच पाहिजे.

मी माझ्या खोलीत जाऊन वेक्सफर्ड लायब्ररीचं *'असत्यशोध'* नावाचं दुसरे पुस्तक वाचत बसलो. त्यात लिहिलं होतं की प्राचीन चीनमध्ये खोटं बोलणं शोधून काढण्यासाठी एक विशिष्ट पद्धत अवलंबिली जायची. संशयितांना थोडा वेळ तांदूळ तोंडात धरायला देऊन थुंकायला लावायचे. थुंकलेले तांदूळ कोरडे निघाले म्हणजे थुंकणाऱ्याच्या तोंडाला कोरड पडली हे दिसायचं. म्हणजेच तो खोटारडा, अशी ती संगती लावली जायची. अशाप्रकारे प्रयोग आपल्याला कधी करून पाहता येईल का, असा विचार माझ्या मनात आला. आजीच्या पैशांसोबत गादीखाली दडवून ठेवलेली नोंदवही काढून त्यात या अफलातून पद्धतीची नोंद करून ठेवली. या वहीचे आता मी तीन भाग पाडले होते. अत्यंत खोटेपणा, किरकोळ खोटेपणा आणि निरुपद्रवी खोटेपणा.

अधिक खबरदारी घेण्यासाठी मी आता कुटुंबातील व्यक्तींना सांकेतिक नावे बहाल केली होती. आईचं नाव रॅमथा, वडिलांचं हॅफ्टा, आजीचं मोग्रा, टोनीकाकांचं टोलॅक आणि जॅककाकांचे जॅटल. इव्हलिन मावशीने जरी अजून खातं उघडलेलं नसलं, तरी मी तिला आगाऊच नाव देऊन टाकलं होतं – लॉनेव्ह. बघूया, ती काय खोटं बोलते ते! मग त्याप्रमाणे तिच्या खात्यात नोंद करेन.

६

क्रिटोच्या पिल्लांच्या संदर्भात वडिलांच्या खोटं बोलण्याचं प्रकरण होऊन एक आठवडा उलटला. त्यानंतरचा हा पहिलाच रविवार होता. आज मी *'जॅक दि रिपर'ने* केलेल्या खुनाचे रहस्य उकलणाऱ्या शेरलॉक होम्सवरचं पुस्तक वाचत होतो. त्यातला काही भाग मी आईवडिलांजवळ बसून त्यांना मोठ्याने वाचून दाखवत होतो. वडील म्हणाले, ''शेरलॉक होम्स' आणि 'जॅक दि रिपर' ही वेगवेगळ्या कालखंडात होऊन गेलेली माणसं होती. त्यामुळे हे पुस्तक कालविसंगत आहे.''

''का बरं? शेरलॉक होम्स हे एक काल्पनिक पात्र आहे आणि त्यामुळे त्याचा वावर कोणत्याही कालखंडात असू शकतो. दुसरी गोष्ट म्हणजे ती दोघं जवळपास एकाच वेळची होती असा माझा अंदाज आहे,'' आईने वादाचा मुद्दा काढला.

''कालविसंगत म्हणजे काय?'' मी प्रश्न केला.

''म्हणजे अनैतिहासिक. उदाहरण द्यायचं झालं तर असं म्हणता येईल की 'दोन हजार वर्षांपूर्वीची माणसं समारंभात कोकाकोला पित होती,' हे म्हणणं जितकं चुकीचं, तितकंच हेही चुकीचं,'' वडिलांनी खुलासा केला.

''थांब, मी शब्दकोश आणते. त्यात काय म्हटलंय ते पाहू या,'' आई म्हणाली.

आई निघून गेल्यानंतर वडील उठले, शेकोटीतले कोळसे वरखाली केले आणि काही न बोलता अचानक निघून गेले. आईपण नंतर फिरकलीच नाही. शेवटी मीच एकटा वाचत बसलो.

वाचून झाल्यानंतर मी स्वयंपाकखोलीत वळलो. वडील आणि आजी टेबलापाशी बसले होते. मी आत न जाता, दाराच्या कडेला त्यांना न दिसेल अशा बेतानं उभा राहिलो. आजी एक पत्र वाचत होती. वाचून झाल्यावर वडिलांना म्हणाली, ''मी काय करू आता याच्याबद्दल? माझा जन्म काय फक्त तुझी उस्तवार करण्यासाठी झालाय का?''

वडील दबक्या आवाजात बोलत होते, ''माझं सोड. जॉनचं, तुझ्या नातवाचं काय?'' उत्तर देण्याआधी आजीने ओठ एकावर एक दाबून धरले आणि म्हणाली, ''तू तर एक जळू आहेस या कुटुंबातला. पण माझ्या पैशांची विल्हेवाट मी कशी लावायची ते तू सुचवू नकोस. कसला बाप आहेस तू? स्वतः दिडकी न कमावता स्वतःच्या मुलासमोर काय उदाहरण ठेवतोयस?''

''ठीक आहे. मी एक नोकरी धरावी हेच तुला म्हणायचंय ना? तसं करून मला झालेला त्रास बघून तुला आनंद होईल ना?''

आजीने टेबल घट्ट पकडलं, ''मी एक बुडणारं जहाज आहे, लक्षात ठेव. जहाज रोज थोडं थोडं पाण्यात कलत चाललंय. मृत्यूच्या समीप सरकणं म्हणजे

काय असतं, ह्याची तुला कल्पना नाही. मला जगण्याची इच्छा आहे, पण माझ्या जीवनाचा शेवट जवळ येत चाललाय, याचीही मला जाणीव आहे. माझ्या दिवंगत नवऱ्यानं जी संपत्ती मागं ठेवली आहे, तिचा विनियोग मला योग्य वाटेल त्या पद्धतीनं करण्याचा मला पूर्ण अधिकार आहे. मी माझ्या आयुष्याचा संधीकाल कसा व्यतित करायला हवा त्याच्यावर तू काही बोलूच नकोस.''

"तूच तर आम्हाला इकडे बोलावून घेतलंस."

"तुम्ही अगदीच रस्त्यावर पडाल, म्हणूनच मी तुम्हाला आसरा दिला. जोपर्यंत तुला कमाईचा काही मार्ग सापडत नाही, तोपर्यंत तुझ्या कुटुंबाला आधार असावा, म्हणून मी तुम्हाला थारा दिला. पण तुम्ही तर एखाद्या टोळधाडीप्रमाणं ठिय्या देऊन बसला आहात," आजी म्हणाली. बोलताबोलता तिच्या रागाचा पारा चढला होता आणि तोंडातून थुंकी उडत होती. जणू काही ती वडिलांवरच थुंकत होती. वडील मुठी आवळून खाली बघत बसले होते. आजीचे वाग्बाण सुरूच होते. "मी कधी सांगितलं होतं की तुम्ही इथं कायम वास्तव्य करू शकाल म्हणून? पूर्ण तीन वर्षं तू नुसती बसून काढलीस. वेळ जावा म्हणून फालतू कोडी सोडवत आणि कसल्यातरी परीक्षा देत बसलेला असतोस. कशासाठी? काय तुझ्या त्या वाचनाचा उपयोग? सगळा वेळ, तू किती हुशार आहेस, ते आम्हाला दाखवण्याचा खटाटोप करत फुकट घालवतोस, त्याचा काही सदुपयोग का करत नाहीस?'' वडिलांच्या उत्तराची वाट न पाहताच आजी उठली आणि दाराकडे येऊ लागली. मला पळायला वेळच मिळाला नाही.

"जॉन, मला वाटलं तू टीव्ही बघतोयस," मला पाहून ती म्हणाली.

"मला भूक लागली, म्हणून मी आलो," मी उत्तर दिलं.

"ठीक आहे. चल बाजूला हो, म्हणजे मला पण जाता येईल आणि तुझ्या वडिलांना पण दिसू दे तू इथे उभा आहेस ते," असं म्हणत तिनं माझा दंड पकडून खसकन् खेचला आणि वाटेत पडलेल्या एखाद्या टेबल-खुर्चीसारखं मला बाजूला ढकलून ती निघून गेली.

मी सहज घराबाहेर पाऊल टाकले आणि पाहिलं तर आई गाडीत बसत होती. मला पाहून तिने विचारलं, "काय, आज स्वारी कुणीकडे?"

"काही ठरवलं नाही."

"बरं मी पीठ आणि साखर आणायला किटिंगच्या दुकानात चाललीय. पण चालत जाणं जिवावर आलंय, म्हणून गाडी घेऊन जातेय."

"मग मी पण येतो बरोबर. येताना 'फिश अँड चिप्स' खाऊन येऊया.''

तिच्या कपाळाला आठ्या पडल्या. "तेवढा वेळ नाही माझ्याकडे. घरी येऊन मला दुपारभर बसून बाहुल्यांचं शिवणकाम करायचंय.''

"चल मग, दुकानात तरी जाऊन येऊ,'' म्हणून मीही गाडीत बसलो.

"तुला हल्ली माझ्याबरोबर एकत्र फिरणं किंवा काही करणं नकोसं झालंय. तुझं माझ्याबरोबरचं वागणंही बदललंय,'' मी म्हणालो.

"मला नाही असं वाटतं. तुझ्याच डोक्यात काहीतरी वेगळेपणाचं भूत शिरलंय.''

"माझ्या डोक्याला काही झालेलं नाही.'' मी प्रतिवाद केला. मी बोलताना ती माझ्याकडे पाहत होती. मला खरं तर ते हवं होतं. तरी मी म्हणालो, ''बघू नकोस माझ्याकडे.''

ती हसली आणि म्हणाली, ''का रे? काय झालं? सांग ना, लपवू नकोस.''

"मी आजीचं आणि बाबांचं पैशांवरून आणि आपल्या इथं राहण्यावरून झालेलं भांडण ऐकलं.''

"जाऊ दे. त्याची काळजी तू करू नकोस,'' ती सुस्कारत म्हणाली.

"पण मला ते चांगलंच गंभीर वाटलं. आजी आपल्याला घरातून बाहेर काढणार आहे.'' हे सांगताना माझ्या छातीत धडकीच भरली. मी खोल श्वास घेऊन शांत राहण्याचा प्रयत्न केला, पण माझ्या हृदयाची धडधड आणखीच वाढली.

"तुझी आजी तसं करणार नाही. रागाच्या भरात माणसं काहीबाही बोलून जातात, पण त्याप्रमाणं ती वागतातच असं नाही.''

"उलट माणसं मनातलंच बोलून दाखवतात,'' मी म्हणालो आणि हे बोलल्यानंतर माझ्या लक्षात आलं की ते मी आधी विचार करून बोललो नव्हतो. पूर्ण विचार न करता तोंडून एखादी गोष्ट बाहेर पडली तर त्याला खोटं बोलणं म्हणता येऊ शकेल का, असा विचार माझ्या मनात आला.

"तू फार बोलतोस रे,'' आई म्हणाली.

"पण ते खरं आहे,'' मी म्हणालो.

"कधी ते तसं असू शकतं पण कधी ते तसं नसूही शकतं आणि या संदर्भात तर ते खरं नाही. आपल्याला कोणी घराबाहेर काढणार नाही. तुझ्या आजीला तू खूप आवडतोस आणि तुझ्या बाबांबरोबर झालेलं तिचं भांडण ती दोघंही लवकरच विसरून जातील.'' आई खोटं बोलत नव्हती. मी शांत झालो. छातीतली धडधड थांबली आणि हातांच्या तळव्यांचा घामही सुटायचा थांबला. आई सावकाश गाडी चालवत होती आणि काहीतरी गुणगुणतसुद्धा होती.

"तुझ्या छातीत कधी धडधडतं का आणि तुझे तळवे घामेजतात का?'' मी तिला विचारलं.

"होतं तसं कधीतरी. जेव्हा खूप घाबरायला होतं तेव्हा असं होतं,'' ती म्हणाली.

"घाबरायला कधी होतं?''

"जेव्हा कसलीतरी भीती वाटते किंवा कोणीतरी आपल्यावर सतत पाळत ठेवून आहे, असं वाटू लागतं तेव्हा."

"एकटेपणामुळं माझा जीव घाबरा होतो. तुला कधी असं झालंय का?"

"बहुधा नाही," ती म्हणाली.

"कारण माणसाची भीती स्वनिर्मित नसते म्हणून? की कोणातरी दोन माणसांच्या एकत्र येण्यातूनच तिसऱ्याला भीती वाटू शकते म्हणून?"

"असेल कदाचित." आम्ही चौकात एका डुलत डुलत जाणाऱ्या लॉरीला आणि ट्रॅक्टरला वाट देण्यासाठी थांबलो. खिडकीतून मला एका कुंपणाच्या खांबाला घासून अंग खाजवणारा कुत्रा दिसला.

"या कुत्र्याला चांगलीच जखम होऊ शकेल अशानं," ते पाहून मी म्हणालो.

"काळजी करू नकोस. त्याच्या अंगावरचे केस बघ कसे राठ आहेत ते. त्याला काही होणार नाही." आम्ही एक मिनिटभर शांत बसलो. तोवर ह्या कुत्र्याचं खाजवणं थांबलं होतं आणि तो वळून आमच्याकडंच पाहत होता. मी खिडकीची काच खाली करून 'भू' करून ओरडलो. आईनेसुद्धा 'भू-भू' करून मला साथ दिली. कुत्रा बावरला आणि चालत लांब निघून गेला.

"यातच खूप वेळ गेला. ते बाहुल्यांचं काम मी पुढं ढकलते. तुला काय करायचंय ते सांग. पूर्ण दुपारभर तू म्हणशील तशी घालवू या. संध्याकाळी चहाला घरी पोहोचलं म्हणजे झालं," आई म्हणाली.

"आपण नायगाराला जाऊ शकतो का गं?"

"हो बाबा! तू शाळा शिकून बाहेर पडलास की आपण नक्की जाऊ!"

"माझ्या तेराव्या वाढदिवसाला आपण तिकडे जावं असं वाटतंय. त्यापेक्षा जास्त वयात तिकडे जाणं बरं दिसणार नाही," मी म्हणालो.

"तसं पाहिलं तर मग जेमतेम दोन वर्षंसुद्धा उरलेली नाहीत आणि आपण आधी तसं काही ठरवलेलंही नव्हतं. खर्चाच्या दृष्टीने आपल्याला झेपणार नाही राजा."

माझ्या मनात 'त्या' नव्वद पौंडांचा विचार आला. तेवढ्या पैशात एक तिकीट तरी येऊ शकेल का, असा विचार मी करू लागलो. तेवढे पैसे मला वाटतं एखाद्या कारखान्यातल्या कामगाराला दोन आठवड्यांचा पगार म्हणून मिळत असतील.

"एकूण किती खर्च येईल गं?"

"आपल्याजवळ जेवढे आहे ना, त्यापेक्षा जास्त!"

"जर आजीने मदत केली तर?"

"तशी अपेक्षाही ठेवणं बरोबर नाही," आमची गाडी हलण्याची वाट पाहत मागे एक गाडी येऊन थांबली होती.

"पण समजा तिनं पैसे दिले तर? पुढे त्यांचं काहीतरी होण्यापेक्षा आधीच

आपल्याला दिलेलं बरं.''

''असं विचारणं बरं नाही,'' मागच्या गाडीने हॉर्न वाजवला.

''तू तर अजून तिच्याकडे विषयच काढलेला नाही. तू तिला विचारून तर बघ.''

''बरं, मी विचारेन तिला. पण तू मात्र नंतर माझ्या किंवा तिच्या मागं भुणभुण लावायची नाहीस. ती जे म्हणेल ते आपण मुकाट्यानं ऐकायचं. तिचा निर्णय मी तुला येऊन सांगेन आणि मग आपण त्या विषयावर पडदा टाकायचा. कळलं?'' आईने हाताने खूण करून मागच्या गाडीला पुढे जायला सांगितलं. जाताजाता त्या गाडीचालकाने आमच्याकडे बघून चमत्कारिकपणे मान हलवली. ''अगं, फक्त कल्पना कर. ते धबधबे, ती मनोरंजन नगरी, ते रिप्ली संग्रहालय आणि ती ७४७-बोईंग विमानातली सफर; मज्जाच मजा!''

''उगाच जास्त खुशावून जाऊ नकोस,'' ती मला म्हणाली. पण तिच्याकडे बघून कळत होतं की तिचीही कळी खुलली होती. तिच्या चेहऱ्यावर आनंदी छटा विलसत होती आणि तिची बोटं स्टिअरिंग व्हीलवर जणू नाचत होती. तिने गाडी डावीकडे वळवून वेग वाढवला. शहराकडे वळणाऱ्या रस्त्याच्या कडेला एक प्रासादतुल्य घर होतं. आईने गाडी थांबवली.

''आपण का थांबलोय?'' मी विचारलं.

''मला इथून जाताना नेहमी वाटायचं की थांबावं आणि त्या घराला आणि परिसराला छान न्याहाळावं. आज जमलं तर बघू या का?'' आईने विचारलं.

ते गावातलं सुपरिचित घर होते. या भागातले पर्यटकसुद्धा ते घर, आजूबाजूची घनदाट झाडी, त्यामागे असलेलं तळं आणि गुलाबांची बाग बघण्यासाठी आवर्जून येत. त्या घराचे मालक डब्लिनमध्ये राहायचे आणि वर्षाकाठी एकदोन वेळा येऊन, राहून जायचे. माळी, गडी, व्यवस्थापक आणि इतर नोकरांचा ताफा मालकांनी त्या घराच्या देखभालीसाठी ठेवला होता.

''मला आत जाऊन सगळं बघून यायचंय,'' मी इच्छा प्रदर्शित केली.

तिने घड्याळात पाहिलं आणि म्हणाली, ''बघू या, चल.''

तिच्या या सहज उद्‌गारांना प्रत्युत्तर म्हणून काहीतरी असंबद्ध बोलण्याची मला सुरसुरी आली. हा खास आमचा म्हणजे मी आणि आई यांच्यात खेळला जाणारा खेळ होता.

''आणि एकदा आत गेलो ना, की मी माणूस राहणार नाही. मी एक झोपाळू पाणमांजर होणार. ते पाणमांजर डोंगरावरून उडणार आणि दिवसभर आइसस्क्रीम खात बसणार.''

''बघू या,'' ती म्हणाली आणि आम्ही दोघं हसलो.

आम्ही घराच्या फाटकाजवळच गाडी उभी केली आणि आत शिरलो. लांब हिरवा कोट आणि गमबूट घालून माळीबुवा जवळच उभे होते. आम्ही चालत त्यांच्यापासून काही फूट अंतरावर पोहोचेपर्यंत ते आमच्याकडे फक्त पाहत होते. जवळ पोहोचल्यानंतर म्हणाले, "ही खाजगी मालमत्ता आहे."

"हो माहीत आहे. पण माझ्या मुलाला हा बंगला आतून पाहायचा आहे. त्याला पटकन बघून येता येईल का?" आईने विचारलं.

माळीबुवांचा चेहरा निर्विकार होता. ते पालथ्या हाताने तोंड पुसून पुन्हा एकदा म्हणाले, "अहो, ही खाजगी मालमत्ता आहे."

आईने क्षणार्धात म्हटले, "हा मुलगा ना फार आजारी असतो हो. तो अगदी थोडक्यात बघेल आणि निघेल."

आई खोटं बोलली होती, पण त्यावर माझी नेहमीची 'ती' प्रतिक्रिया नव्हतीच. ते खोटं खरंच निरुपद्रवी होतं. पण असत्य हे शेवटी असत्यच असतं. ते एकाची फसवणूक करून दुसऱ्याचा लाभ करून देतं. कदाचित अशा प्रकारचं खोटं बोलताना, ते बोलणाऱ्याला तितकंसं जड जात नसावं. मात्र असं असलं तरीसुद्धा त्याचे दूरगामी परिणाम एखाद्या उपद्रवी असत्यकथनातून उद्भवणाऱ्या परिणामांइतकेच घातक असू शकतात.

"आमचे बूट पण स्वच्छ आहेत, बघा," मी पुस्ती जोडली.

माळीबुवांनी एकदा घराकडे नजर टाकली, पालथ्या हाताने तोंड पुसलं आणि खिशात हात घालून चाव्या काढल्या. "घरातसुद्धा थोडी हवा खेळण्याची गरज आहे नाहीतरी," ते पुटपुटले. घरात शिरण्यापूर्वी मी दोन-चार वेळा खोकल्याची ऊबळ काढली आणि आजारीपणाचा अभिनय वठवला. माझं नाटक बघून आई लाजून, चोरटे हसत होती. मी तिचा हात धरून एकामागोमाग एक अशा अंधारलेल्या खोल्यातून हिंडू लागलो. फिरताफिरता माळीबुवा जुन्या फर्निचरविषयी माहिती सांगत होते. आईही रस घेतल्यासारखं दाखवून काहीतरी जुजबी प्रश्न विचारत होती.

घर जवळपास बघून पूर्ण झालं होतं आणि आम्ही आता पाठीमागच्या भागात पोहोचलो होतो. माझ्या मनात अचानक एक विचार आला आणि मी आईचा हात सोडून मागे वळलो. रुंद आणि प्रशस्त जिना चढून वर गेलो. पहिल्या मजल्यावर पोहोचलो, तर खालून आईच्या हाका ऐकू आल्या. त्यानंतर ती माळीबुवांशी बोलल्याचा आवाज आला. आता कदाचित माळीबुवा मला शोधत वर येतील, असं वाटून मी पुढचे जिने पटापट चढून सर्वांत वरच्या मजल्यावर जाऊन पोहोचलो. मला चांगलीच धाप लागली होती. पण तरीही मी तिथल्या सर्व खोल्यांचे दरवाजे उघडून पाहत गेलो. एका खोलीत मला खूप खेळणी दिसली. मी आत जाऊन दार लावून घेतलं.

तिथे हलणारा घोडा होता. कितीतरी खेळांच्या पेट्या पडलेल्या होत्या. दोन सिंगल बेड होते त्यावर टेडी बेअर ठेवलेले होते, बाहुल्या होत्या आणि दुधाच्या अनेक रिकाम्या बाटल्यात वाळू भरून त्याही ठेवलेल्या होत्या. नानातऱ्हांची खेळणी होती तिकडे. काय काय म्हणून सांगू! विशेष उल्लेखनीय म्हणजे एका गावाची छोटी प्रतिकृती खिडकीला लागून असलेल्या टेबलावर ठेवलेली होती. त्या 'गावात' रेल्वेस्टेशन होतं, पोस्ट-ऑफिस होतं आणि वाण्याचं दुकानही होतं. त्या दुकानाच्या खिडकीतून आलेली वाऱ्याची झुळूकही माझ्या हाताला जाणवली. क्रिटोच्या श्वासोच्छ्वासाची मला त्यामुळे आठवण झाली.

उघड्या खिडकीतून कोणी मला बघेल असं वाटून, मी ती प्रतिकृती उचलली आणि पलंगाच्या मागे घेऊन गेलो. खाली ठेवताना त्यातल्या दोन झाडांची पडझड झाली. मी ती खूप काळजीपूर्वक खाली गालिच्यावर ठेवली आणि ती झाडंसुद्धा साधारण जिथे होती तिथे बसवून टाकली.

त्या गावात सर्व काही होतं. अगदी आगगाडीपासून दुकानांपर्यंत आणि प्लॅस्टिकच्या माणसांपासून कुत्र्यांपर्यंत. मी रूळांवरून आगगाडीचे डबे उचलले आणि बाहेर एका रांगेत ठेवले. ते गाव आयरिश दिसत नव्हतं, तर फ्रेंच वाटत होतं. आगगाडीवर तिच्या स्थानाचं नाव 'पिगॅल' लिहिलं होतं. प्रवाशांना मोकळ्या हवेत उभे राहून निसर्गसौंदर्याचा आस्वाद घेता यावा, म्हणून गाडीच्या मागे बाल्कनीची सोय केली होती. ते पाहून आपल्याकडच्या आगगाड्यांमध्ये ती सोय का नसते, असं वाटून गेलं.

मला ती आगगाडी उचलून न्यावीशी वाटली. पण ती लपवून कशी न्यायची, हा प्रश्न होता. शेवटी मी गाडीच्या मिशाळ, लाल टोपीवाल्या स्टेशनमास्तरलाच उचललं आणि खिशात टाकलं.

आई हाका मारत वर येत होती. मी पटकन ती प्रतिकृती उचलली, टेबलावर ठेवली आणि पायऱ्या उतरून तिच्याकडे पोहोचलो. ती एकटीच उभी होती.

"तू अचानक असा पळून कुठे नाहीसा झाला होतास?" तिने विचारलं. मी फक्त खांदे उडवले.

"चल लवकर, आपल्यामुळे त्या बिचाऱ्या माळ्याला त्रास होता कामा नये," ती म्हणाली. खाली उतरताना मी तिचा हात धरून 'थँक्यू' म्हटलं.

माळीबुवा आम्हाला सोडायला फाटकापर्यंत आले. निरोप घेताना मला उद्देशून किंचित समजावणीच्या सुरात म्हणाले, "तू जे केलंस ते बरोबर नव्हतं; मी अडचणीत आलो असतो त्यामुळे."

"माफ करा. पण मला ना, गंमत म्हणून त्या जिन्यांवर पळतपळत चढायचं आणि उतरायचं होतं," मी सांगितलं.

"ते ठीक आहे, पण दुसऱ्याच्या घरात असं धावणं आणि पळणं बरोबर नाही," ते म्हणाले.

"सॉरी," मी बोललो. गाडीमध्ये बसल्यावर आईने विचारलं, "काय, कसं वाटलं?"

"मस्तच! मी बघ एक दिवस अशाच हवेलीत राहायला जाईन आणि कोणी सांगावं, कदाचित हीच ती हवेली असेल," मी म्हणालो. मी हे मनापासून बोललो होतो. मनात जी तीव्र इच्छा असेल ती बोलून दाखवावी, तर त्या इच्छेला मोठं बळ मिळतं या समजुतीमुळे मी पुन्हा एकदा बोललो, "मला सामान्य आयुष्य नाही जगायचंय. माझ्या हातून काहीतरी भव्य-दिव्य घडणार आहे. मी खूप श्रीमंत आणि प्रसिद्ध व्यक्ती होईन आणि अशा हवेलीत राहायला जाईन."

आम्ही किटिंग्जच्या किराणा दुकानात पोहोचलो. मी आईला म्हणालो, "तू मला खूप आवडतेस." तिने माझा हात हातात घेतला आणि म्हणाली, "शब्दांनीच नेहमी भागत नसतं बाळा, आईला कधीतरी जवळही घ्यावं लागतं." मग आम्ही एकमेकांना मिठी मारली. मिठीतून दूर होताना मी पाहिलं तर ती रडत होती. अश्रू पुसून ती हळुवारपणे बोलली, "बरं वाटलं." तेवढ्यात दुकानाबाहेर दुसरी एक गाडी येऊन उभी राहिली. तिच्याकडे बोट दाखवून ती हसतहसत म्हणाली, "ती बघ कॅडिअॅक गाडी!" मला त्या गाडीचं खरं नाव माहीत आहे की नाही हे बघण्यासाठी तिने मुद्दामहून चुकीचा शब्द उच्चारलाय, हे मला कळलं. हा आमचा अजून एक वेगळा खेळ होता. "तिला कॅडिलक म्हणतात, कॅडिअॅक नाही," मी सांगितलं. "व्वा, बरोब्बर!" ती उद्गारली.

घरी येऊन पाहतो तर आजीने नुकताच एक चॉकलेट केक केला होता. एक मोठ्ठा तुकडा कापून घेऊन मी माझ्या खोली गेलो. खाऊन झाल्यानंतर वाटलं, आपण आजीसाठी एक तुकडा आणि चहा घेऊन जावे. मी ते घेऊन तिच्या खोलीच्या दारावर टकटक केलं. आतून प्रतिसाद आला नाही, मग तसाच आत गेलो. आजी पलंगावर उताणी झोपली होती. अंगावर फक्त चड्डी होती. जमिनीवर कपड्यांचा ढीग पडला होता. असा अर्धनग्न देह पहिल्यांदाच माझ्या दृष्टीस पडत होता. तिच्या भल्या मोठ्या पोटावर तिचा एक हात विसावला होता. छाती काखांच्याखाली लोंबत होती आणि तिच्यावर लाल, निळ्या रक्तवाहिन्यांचं जाळं स्पष्ट दिसत होतं. बाजूच्या टेबलावर चहा भरलेला कप आणि जाम चोपडलेल्या पावाच्या दोन स्लाईस असलेली बशी दिसत होती.

मी तिथून बाहेर पडलो आणि दार लावून घेऊन स्वयंपाकखोलीत आलो. वडील चहा करत होते.

"मी आज एक हवेली बघून आलो," मी त्यांना सांगितलं.

"अच्छा? चांगली वाटली?" त्यांनी विचारलं.

"चांगली? खूपच छान होती. एकूण शंभर एक खोल्या होत्या."

मला तो स्टेशनमास्तर खिशातून काढून त्यांना दाखवावासा वाटला. पण माझ्या उचलेगिरीवर त्यांची प्रतिक्रिया काय असेल, ही शंका येऊन मी गप्प बसलो.

"एका गावाची प्रतिकृती मी तिकडे पाहिली," मी सांगितलं.

"हो का?" माझ्या बाजूने जाऊन त्यांनी फ्रीज उघडला आणि माझ्या पाठीवर हात ठेवला. मला नक्की कळेना की त्यांनी त्यांचा हात प्रेमाने ठेवला होता की मला वाटेतून बाजूला करण्यासाठी ठेवला होता.

"माळ्याने आम्हाला आत जाऊ दिलं," मी पुढे चालू ठेवलं.

"वा छान!" फ्रीजमधून दुधाची बाटली काढताकाढता ते बोलले.

"अहो, खरंच!" त्यांच्या वळलेल्या पाठीकडे पाहत मी म्हटलं.

"अजून काही विशेष? सांगण्यासारखं?" त्यांनी विचारलं.

"मी एका फ्रेंच गावाची प्रतिकृती पाहिली. त्यामध्ये एक 'पिगॅल'ला जाणारी बाल्कनीवाली आगगाडी होती."

"वेड्या, पिगॅलला जमिनीवरून धावणारी एकही आगगाडी जात नाही. ज्या जातात त्या सर्व जमिनीखालून जातात." माझ्या मनात त्यांच्याबद्दल साचलेला तिरस्कार आता उफाळून आला. माझ्या हातांच्या मुठी वळल्या आणि पाय थरथरायला लागले.

त्यांच्या हातातली दुधाची बाटली माझ्याच हातात आहे आणि ती हळूहळू हातातून निसटतेय असं वाटलं. शेवटी ती जमिनीवर पडून फुटली आणि दूध सर्वत्र सांडलं. मी भानावर आलो, पाहतो तर त्यांच्या हातातली बाटली जशीच्या तशी होती. त्यांनी एका भांड्यात दूध ओतलं. ते माझ्याकडे पाठ करून शेगडीजवळ उभे होते. मी त्यांच्याकडे जळजळीत नजर टाकली आणि त्यांच्या मागे थांबूनच त्यांच्या डोक्यात गुद्दे लगावल्यासारखे हातवारे केले. त्यांनी वळून पाहावं असं वाटत होतं पण ते पाठमोरेच उभे राहिले. शेवटी मी गुद्दे मारण्यासारखं करणं थांबवलं.

खोलीत गेल्यानंतर रात्री बराच वेळ माझ्या प्लॅस्टिकच्या शिपायांच्या पलटणीचा ठावठिकाणा शोधत होतो. माझ्याकडे तसे जवळपास दोनशे सैनिक होते. आताशा मी त्यांच्याशी खेळणं सोडलं होतं. हल्ली ते कधी मोज्यांमध्ये तर कधी पलंगाखाली असे कुठेही पडलेले सापडायचे. मला आता ते हवे होते. त्यांच्या नाहीसे होण्यामागे माझ्या वडिलांचाच हात असावा, असा संशय मला आला. त्यांना मी कधी त्या सैनिकांना पायाखाली तुडवताना आणि कधी त्यांचे हातपाय मोडताना पाहिले होते. मी कधी वडिलांना त्यांच्याबद्दल विचारलं, तर ते म्हणायचे, "सैनिकच ते, लढाईत कुठेतरी मरून पडलेले असतील." असं काही ऐकलं की माझ्या सैनिकांना कुठल्यातरी

खंदकात जिवंत गाडलं जातंय अशासारखी चित्रं डोळ्यांसमोरून तरळून जायची. मग मी त्यांची काळजी करत रात्र रात्र जागून काढायचो. झाडाच्या बेचक्यात बसलेल्या त्या बाहुलीच्या स्वास्थ्याची जशी मला काळजी लागून राहिलेली असायची त्याप्रमाणे माझं हे सैन्य टेबलखुर्चीखाली चिरडून किंवा खिडकीतून फेकलं जाऊन नष्ट होऊ नये, असा घोर लागलेला असायचा. त्यांना आता गोळा करून, खोक्यामध्ये बंदिस्त करून चांगल्या उबदार वातावरणात सुरक्षित ठेवलं पाहिजं, असं मला वाटलं.

७

आज सकाळपासून जोरदार पाऊस पडत होता. मी गमबूट घालून आणि ओव्हरकोट डोक्यावर घेऊन धावत चाललो होतो. आजी मला गाडीने शाळेत सोडते, असं म्हणाली होती. पण मीच नको म्हटले. शाळेच्या फाटकासमोर उतरून, सर्वांसमोर पापी घेऊन तिला टाटाबिटा करण्याच्या भानगडीत मला पडायचं नव्हतं. एकूण दोन रस्ते ओलांडून आणि चार शेतं पार करून शाळेजवळच्याच रस्त्याच्या कोपऱ्यावर पोहोचलो. तिकडे ब्रेन्डन माझी वाट पाहत उभा होता. आम्ही एकमेकांना 'हाय' केलं आणि मग जोडीने रस्ता ओलांडून आमच्या पाचवीच्या वर्गाच्या पहिल्या दिवशी शाळेत पाऊल टाकलं.

"झाली एकदाची शाळा सुरू. आज कंटाळा येणार," ब्रेन्डन म्हणाला.

"मिस कॉलिन्सला ख्रिसमसची काय भेट मिळाली असेल रे?" मी विचारलं.

"रबरी छडी असेल," ब्रेन्डन म्हणाला.

"पण पूर्वीसारखी ती आता तेवढ्या प्रमाणात छडी वापरत नाही असं वाटतं."

"तुझ्यासाठी असेल ती छडी. तू तिच्याहून दुप्पटीनं उंच आहेस ना!"

शाळेची घंटा झाली. आम्ही वर्गात शिरलो. मी माझी धोपटी उचलून *'गिनेस बुक'*ची नवी आवृत्ती आणि शब्दकोश काढला आणि माझ्या बाकाच्या खणात ठेवून दिला.

आमची शाळा नन्सनी चालवलेली कॉन्व्हेंट स्कूल होती. प्रत्येकी जेमतेम बारा विद्यार्थी संख्या असलेले एकूण चार वर्ग होते. पहिली आणि दुसरीचे, तसेच तिसरी आणि चौथीचे वर्ग एकत्रच भरायचे. फक्त पाचवी आणि सहावीच्या मुलांसाठी वेगवेगळ्या वर्गांची सोय होती.

वर्गात मी सर्वांत मागे बसायचो. माझा बाक डाव्या बाजूच्या भिंतीलगत, खिडकीजवळ होता. तिथून मला खालचे खेळाचे मैदान, रस्ता आणि चर्चमध्ये चाललेल्या नन्स वगैरे दृश्ये दिसायची. या नन्स जेव्हा आमच्या वर्गावरून जायच्या

तेव्हा त्यांच्यापैकी फक्त सिस्टर उर्सुला आमच्याकडे कटाक्ष टाकायची आणि बायबल धरलेल्या हाताने 'टाटा' करायची. बाकी कोणी ढुंकूनही पाहायचं नाही.

ब्रेन्डनने जाड भिंगांचा एक चष्मा धोपटीतून काढून डोळ्यांवर चढवला. 'कमी दिसतंय' अशी तक्रारही त्याने केली. मिस कॉलिन्सने मग त्याला मधल्या रांगेतून उठवून पुढच्या बाकावर बसवलं. ब्रेन्डनने केलेली चलाखी माझ्या लक्षात आली. त्याचा तो चष्मा खोटा होता आणि खरं तर त्याला, वर्गातला जो एकमेव हीटर होता, त्याच्याजवळ जाऊन बसायचं होतं. नाहीतर तो मला आत्तापर्यंत कधीच कसा त्याच्या चष्म्याबद्दल बोलला नव्हता! मी मात्र उगाच औत्सुक्य दाखवून त्याला त्याबद्दल विचारायचं नाही असं ठरवलं. तो स्वत:हून सांगण्याची मी वाट पाहणार होतो आणि जर नाहीच सांगितलं तर... तर सत्य कसे शोधून काढायचं, ते मला चांगलंच ठाऊक आहे.

मध्यली सुट्टी झाली. पाऊस जोरात पडत होता. मी आणि ब्रेन्डन वर्गाबाहेर ठेवलेल्या एका बाकावर बसलो. बाजूच्या खुंट्यांवर आमचे रेनकोट टांगले होते. कोटातून सकाळी अंगावर पडलेल्या पावसाचे पाणी टपटप गळत होते. ब्रेन्डनने त्याच्या गुडघ्यावरची एक खपली काढली आणि खिशात ठेवली.

"ती खिशात का ठेवलीस?" मी त्याला विचारलं.

"नंतर खाण्यासाठी."

"तू खपल्या खातोस?"

"खाल्ल्याच पाहिजेत. नाहीतर आपल्या जखमांमधून जास्त रक्तस्त्राव होईल आणि आपण मरून जाऊ," ब्रेन्डन म्हणाला. मी लगेच हात पुढे केला. त्यानेही उदार मनाने ती खपली मला देऊन टाकली. माझ्या डोक्यावरसुद्धा सतत खाजवण्यामुळे झालेल्या जखमांवर खपल्या धरल्या आहेत, हे मला त्याला सांगावंसं वाटलं. पण मग वाटलं राहू दे; नाहीतर तो लगेच 'दाखव' म्हणून मागे लागला असता.

"तुला खरोखर कमी दिसतं का रे?" मी त्याला विचारलं.

"मग, तुला काय वाटलं मी चष्मा उगाच लावतोय?" बोलताबोलता त्याच्या तोंडातून, खाल्लेल्या बिस्किटांचे कण त्याच्या मांडीवर पडले. ते त्याने बोटाने उचललं. माझ्या मनात विचारांची चक्रे फिरत होती. समजा मी आता ब्रेन्डनची उलटतपासणी घेतली आणि जरी मला त्याचा चष्मा बनावट आहे हे सत्य आगाऊ माहीत असलं, तरी माझं 'ते' कौशल्य माझी साथ देईल का? त्याच्या चेहऱ्यावरचे भाव, हातवारे, आवाजातले बदल आणि माझ्या शरीरात जागृत होणाऱ्या लक्षणांमुळे मला त्याच्या खोटं बोलण्याचा पुरावा बहुधा मिळेल, असं वाटतं.

"तुझ्या डोळ्यांना नक्की झालंय तरी काय?"

"अरे, मी जवळजवळ आंधळा आहे. मी जर चष्मा वापरला नाही तर माझ्या

मेंदूत गाठ होईल,'' तो म्हणाला.

''गेल्याच आठवड्यात आपण भेटलो तेव्हा तर तू बरा होतास.''

''त्याच्या लगेच दुसऱ्या दिवशी हे झालं. आई सांगत होती की एक विषाणू का काहीतरी आहे, ज्याच्या संसर्गामुळे माझी दृष्टी गेली आहे.''

माझी कानशिले एव्हाना तापली होती. ही एकच गोष्ट ब्रेन्डनच्या खोटं बोलण्याचा पुरावा म्हणून पुरे होती. त्यातही तो माझ्याकडे पाहून न बोलता, उजव्याबाजूला भिंतीकडे पाहून बोलत होता. मी वाचलेल्या एका पुस्तकात म्हटलं होतं की विचार चालू असताना माणसं शक्यतो उजवीकडे बघत असतात, डावीकडे पाहणं विरळ असतं. अजून एक पुरावा म्हणजे, ब्रेन्डन नेहमीपेक्षा सावकाश बोलत होता.

घंटा झाली आणि आम्ही वर्गात परतलो. एरवी मी ब्रेन्डनच्या बाकाजवळ जाऊन, काहीतरी थट्टामस्करी करून मग माझ्या जागेकडे जायचो. पण आज मला तसं करावंसं वाटलं नाही. माझ्या श्वासोच्छ्वासाची गती वाढली होती आणि मला आतमध्ये कुठेतरी मळमळत होतं. हे ते ओकारीपूर्वीचं मळमळणं नव्हतं; वेगळं होतं.

८

हिमवर्षाव झाल्यामुळे शाळेला सुट्टी जाहीर झाली होती. मी बाहेरच्या खोलीत दिवाणवर अंगावर पांघरूण ओढून पडलो होतो. हाताच्या खुर्चीवर बाजूला, आई पुस्तक वाचत बसली होती. वडील घरात नव्हते; ते कुठे गेले असतील याचा मी विचार करत होतो. शेवटी न राहवून मी आईला विचारलं, ''बाबा दिसत नाहीत, आजारी आहेत का?''

''नाही. ते त्यांच्या एका मित्राबरोबर बाहेर गेले होते. रात्री बराच उशीर झाला, म्हणून ते हॉटेलात राहिले.''

''का?''

''रस्ते खराब झाले आहेत, येताना त्रास होऊ नये म्हणून!''

माझे वडील नियमित दारू पीत नव्हते. जॅक आणि टोनीकाकांना या गोष्टीचं नवल वाटायचं. त्यांच्या दृष्टीने ते विचित्र, अनैसर्गिक होते. वडिलांची मते त्याबाबतीत ठाम होती आणि एखादी गोष्ट आवडतच नाही, म्हटल्यावर प्रश्नच मिटला. वर्षाकाठी एखाद-दोन वेळा ते पबमध्ये जायचे. त्यातही जर कधी जास्त झालीच तर दुसऱ्या दिवशी ते हमखास स्वयंपाकखोलीत बसून, आदल्या रात्रीच्या प्रतापावर उतारा म्हणून दिलेल्या वर्स्टरशायर सॉस आणि कच्च्या अंड्याच्या मिश्रणाकडे बघत राहून दिवस घालवायचे. ते औषध गटकन पिऊन टाकणं त्यांना जमायचंच

नाही.

"आई," हाक मारून मी अंगावरच्या पांघरुणासकट तिच्या पायाशी जाऊन बसलो.

"काय झालं? ऊठ इकडून," ती म्हणाली. मी परत दिवाणावर जाऊन बसलो आणि तिला विचारलं, "आज आपण मार्शमॅलो भाजून खाऊ या का?"

"आपल्याकडे नाहीत ते!"

"मग टोस्ट तरी?" मी विचारलं.

"तुला हवे असतील तर देते," ती म्हणाली. थोड्या वेळाने ती उठली आणि जिना चढून तिच्या खोलीत निघून गेली. मी नंतर बराच वेळ टीव्हीकडे बघत, तिची वाट बघत बसलो होतो. पण ती आलीच नाही.

मी वर जाऊन तिच्या खोलीचं दार ठोठावलं आणि तिला हाक मारली. उत्तर आलं नाही. मी परत हाक मारली. मग 'आत ये' असा आवाज आला. कुशीत एक उशी घेऊन ती पहुडली होती.

"काय करतेस?" मी विचारलं.

"आराम," ती उत्तरली.

"का?"

"कारण मला त्याची गरज आहे. जोरदार वारा आहे, दार ओढून घे," ती डोळे मिटून बोलली.

मी तिच्या बाजूला पहुडलो. नेहमीप्रमाणे काहीतरी शब्दांचे खेळ करण्याचा प्रयत्न केला. पण तिने प्रतिसाद दिला नाही. ती आजारी असावी असं वाटलं.

"मी शिरू का गं तुझ्या पांघरुणात?" मी विचारलं.

"हो."

मी आत शिरलो, तसा तिने वळून माझ्या अंगावर हात टाकला. डोळे मिटले आणि पटकन गाढ झोपून गेली. तिचा श्वास उबदार वाटत होता. झोपण्याआधी तिने अंडे खाल्ले असावे; त्याचाही वास तिच्या श्वासात मिसळला होता. थोड्या वेळानंतर तिच्या श्वासाला गटारात तुंबून राहिलेल्या पाण्यासारखा वास येऊ लागला. चिकटून राहिल्यामुळे मला गरमही होऊ लागलं. तेव्हा मी लांब झालो आणि लोळत दुसऱ्या बाजूला गेलो. थोड्याच वेळात मीही गाढ झोपलो.

आईने मला झोपेतून उठवलं. अंधार झाला होता आणि क्षणभर मी कुठे होतो ते मला कळलंच नाही.

"किती वाजले?" मी विचारलं.

"बाबा घरी आले आहेत, चहाची वेळ झाली आहे, लवकर उठ." उशाकडचा दिवा लावत तिने सांगितलं.

"आपण थोडं खेळू या ना!" मी म्हटलं.

"मला नाही खेळायचं रे आणि सदान्कदा आपण काय खेळतच बसायचं असतं का?" तिने फटकारलं. मी तडक खोलीतून बाहेर पडलो आणि तिची हाक ऐकू आली तरी लक्षच दिलं नाही.

जिना उतरत असताना वडील चढून वर येत होते. ते काही बोलले नाहीत. जिना अरुंद असल्यामुळे एकाच वेळी दोघांना चढणं-उतरणं शक्य नव्हतं. ते मध्यापर्यंत चढून आले. मला बाजूला होत त्यांना वाट द्यावीच लागली. ते माझ्याकडे न बघता, धक्का देऊन त्रयस्थासारखे चढून गेले. मी तसाच उभा राहिलो होतो. वर गेल्यावर त्यांनी माझ्याकडे कटाक्ष टाकला आणि विचारलं, "ती आहे का वर?"

त्यांनी आईचा 'ती' असा उल्लेख करणं मला आवडलं नाही. दुसरी गोष्ट म्हणजे तिने मला मारलेली हाक त्यांनी ऐकली होतीच, मग या प्रश्नाचं प्रयोजनच नव्हतं. मी 'हो' म्हणालो; पण त्यांना ते ऐकण्यात स्वारस्य नव्हतं. काहीतरी विचारायचं म्हणून त्यांनी ते विचारलेलं होतं.

"माझ्यावर चिडला आहात का?" मी त्यांना विचारलं.

"प्रत्येक वेळी जिना चढताना मी काहीतरी बोललंच पाहिजे का रे? मी शांतपणे जिनाही चढू शकत नाही का?" माझ्याकडे न बघता त्यांनी उलट प्रश्न केला. त्यांच्या स्वरातून धुमसणारा राग जाणवला. मी खोल श्वास घेतला आणि सांगितलं, "आई झोपली आहे."

"पुढे कदाचित पस्तावण्याची पाळी येईल, असं काही तोंडातून बाहेर पडू नये म्हणून मी संयम ठेवून आहे. माझा अंत पाहू नकोस. मला जास्त बोलायला भाग पाडू नकोस."

"काय बोलायचंय काय तुम्हाला?"

"चल, चालता हो इथून, माझ्या नजरेसमोरसुद्धा उभा राहू नकोस," त्यांनी म्हटलं. एखाद्या उंच झाडावरून किंवा भिंतीवरून खाली पडताना पोटात खड्डा पडावा तसं काहीसं माझं झालं.

"मलासुद्धा तुमची गरज नाही," मी दबल्या आवाजात पुटपुटलो. ते त्यांना बहुधा ऐकू गेलं नाही.

मी थोडा वेळ टीव्ही बघितला आणि माझ्या नोंदवहीत काही नवीन नोंदी केल्या. त्यामध्ये टीव्हीवरच्या बातम्यांमध्ये कसं खोटं बोललं जातं त्यावरही लिहिले. अर्थात त्या प्रकारचं खोटं शोधणं मला जरा कठीणच जातं, कारण त्याच्यात लक्षणं सौम्यप्रकारे दृग्गोचर होतात. अजून एक गोष्ट माझ्या लक्षात आली आहे की, खोटं बोलणारी व्यक्ती प्रत्यक्षात तसं बोलताना अस्वस्थ असते, त्यामुळे

ती स्वत:च्या नकळत एखादा कप किंवा पुस्तक किंवा काहीच नाही तर स्वत:च्या शर्टाची कॉलर अशासारखी एखादी गोष्ट हातात घेते... आधारासाठी! मी या बाबीचा उल्लेख नोंदवहीत 'मानसिक दिलाश्याची ओढ' या शीर्षकांतर्गत केला होताच.

९

बर्फ पडणं थांबलं होतं. रस्तेही आता वाहतुकीसाठी सुरक्षित झाले होते. आमची शाळा पुन्हा सुरू झाली.

आज ब्रेन्डनला माझ्या असत्य शोधनाच्या कौशल्याबद्दल सांगूनच टाकावं असं वाटत होतं. घरी परतताना त्याला त्यासाठी विश्वासात घ्यावं, असं मी मनाशी आखत होतो. पण शाळा सुटण्याची घंटा होण्यापूर्वी काही क्षणच आधी, आमचे हेडमास्तर मिस्टर डोनोली वर्गात आले आणि त्यांनी माझ्या नावाचा पुकारा केला, ''जॉन ईगन, पुढे ये!'' संपूर्ण वर्गात कुजबुजीचा आणि दाबलेल्या हशाचा आवाज भरून राहिला. ते हसणं मला उद्देशून नाही तर मिस्टर डोनोलींच्या तारस्वरात, बावळटपणे बोलण्यामुळे होतं, अशी मी मनाची समजूत घातली.

''सरळ उभा राहा.''

''हो, सर!''

''माझ्याबरोबर ऑफिसमध्ये चल.''

त्यांच्या कार्यालयात पोहोचेपर्यंत मिस्टर डोनोली शांत होते, पण आत शिरल्यानंतर त्यांची तोफ सुरू झाली. ते त्यांच्या नेहमीच्या खुर्चीवर, तर मी खिडकीजवळच्या एका खुर्चीवर बसलो. त्यांच्या त्या गरगरीत, लालबुंद चेहऱ्याकडे पाहण्यापेक्षा खिडकीतून बाहेर पाहिलेलं बरं असं मला वाटलं. त्यांची बोटंसुद्धा एवढी जाडजूड होती की, मोठ्या मुश्कीलीने ते फोनचे नंबर फिरवू शकायचे.

''हवा काय घाणेरडी आहे!'' ते उद्गारले.

''हो,'' मी खिडकीबाहेर बघत रूकार दिला. मला त्यांच्याकडे पाहायचं नव्हतं. त्यांनी मला का बोलावून घेतलंय ते जाणून घ्यायचं औत्सुक्य फक्त होतं. त्यांनी त्यांची खुर्ची त्यांच्या डेस्कजवळ ओढून घेतली आणि विचारलं, ''कसं चाललंय शाळेत?''

''ठीक आहे सर; बरं चाललंय.''

''तुझं वय काय आहे, जॉन?''

''जुलैमध्ये बारा पूर्ण होतील.''

''तुला काही हवंय का?'' त्यांनी विचारलं आणि टेबलाचा खण उघडून आतल्या वस्तू विस्कटू लागले. ''तुझ्याकडे पुरेशी पेनं आणि पेन्सिली आहेत का?''

"हो, पुष्कळ आहेत."

"सरळ बस," सुस्कारा सोडत त्यांनी सांगितलं. मी त्यांच्या मनगटावरच्या घड्याळावर नजर टाकली.

"असा खुर्चीच्या टोकावर बसू नकोस. मागे सरक आणि व्यवस्थित बस. हं, आता बरोबर आहे," ते म्हणाले.

त्यांना काय बोलायचं असावं त्याचा मी अंदाज घेत होतो. त्यांना बहुधा माझ्या वाढत्या शरीराबद्दल बोलायचं असावं. गेल्या वर्षीसुद्धा त्यांनी तेच केलं होतं. मला शक्य असतं तर मी त्यांना माझ्याबरोबर बोलायला बंदीच घातली असती. लाल केसवाला आणि दाढीवाला एक कुरूप आणि नालायक माणूस होता तो. पण करणार काय! त्यांनी सांगितल्याप्रमाणे मुकाट खुर्चीवर बसून राहिलो.

"आता नीट ऐक. गेल्या वर्षी आयरिश भाषा विषयात पास होण्यासाठी तुला फार झगडावं लागलं होतं. तू तसा हुशार आहेस. मग या एका विषयात असं का व्हावं याचं मला आश्चर्य वाटतंय."

मी नुसताच त्यांच्या लाल केसांकडे पाहत बसलो. त्यांना खरं सांगण्याचं धैर्य माझ्याकडे नव्हतं. माझ्यापुरता आयरिशचा उपयोग केवळ *'गिनेस बुक'* वाचण्यासाठी मदत एवढाच होता. हे मी त्यांना कसं सांगणार होतो? दुसरं म्हणजे मला आयरिश भाषा आवडतच नव्हती. नावडत्या विषयात कोणाला कधी चांगले गुण मिळालेत का? ते मात्र मी त्यांना सांगितलं. सांगून झाल्यावर मला थोडे चक्कर आल्यासारखं झालं म्हणून मी खुर्ची घट्ट धरून बसलो.

"हा जरा वेगळाच प्रश्न आहे आणि तो वेगळ्या पद्धतीने हाताळावा लागेल. आधी कोंबडी की आधी अंडं याच्या उत्तरासारखी ही गुंतागुंत आहे. तूर्त तो बाजूला ठेवून पुढे जाऊया. आता मला, तुला आवडणारे विषय कोणते ते सांग."

"मला इतिहास आवडतो," मी सांगितलं. हे बोलताना एखाद्याच्या केसांचा रंग लाल का असतो आणि मला जो लाल केसवाल्या माणसांचा राग येतो त्याची सुरुवात मिस्टर डोनोलींना भेटल्यानंतर झाली असावी का, असे विचार माझ्या मनात घोळत होते. छातीवर हातांची घडी घालत डोनोलींनी पुढचा प्रश्न विचारला, "इतिहासात नेमकं काय आवडतं?" मला अचानक गेल्या उन्हाळ्यातला एक प्रसंग आठवला. वेक्सफर्डला मी एकदा सिनेमा बघायला गेलो होतो. माझ्या पुढच्या रांगेत एक लाल केसवाला मुलगा बसला होता. मी बूट काढून पाय त्याच्या सीटवर ठेवले. माझी पावलं त्याच्या तोंडाजवळ पोहोचत होती. त्याने मागे वळून मला पाय काढायला सांगितलं. पण मी काही काढले नाहीत. माझ्या मोज्यांचा घाण वास येतोय अशी तक्रार त्याने केली. पण मी लक्षच दिलं नाही.

"मला इतिहास आवडतो, कारण त्यामुळे आपल्याला घडून गेलेल्या गोष्टींचा

तपशील समजतो. उदाहरणार्थ, पहिल्या चार्ल्सचं डोकं कसं उडवलं गेलं ते,'' मी शब्दांची जुळवाजुळव करत उत्तर देत होतो. मिस्टर डोनोली चमत्कारिक नजरेने माझ्याकडे पाहत होते. ''असं वाटतं जसा एखाद्या विहिरीच्या तळापासून आवाज येतोय,'' त्यांनी शेरा मारला.

''अगदी बरोबर,'' मी उद्गारलो. बोलून गेल्यानंतर उमगलं की डोनोली सर इतिहासाबद्दल नाही तर माझ्याबद्दल बोलत होते.

''तुझी उंचीसुद्धा खूप जास्त आहे. तुझी सर्व विषयांमधली प्रगती जर तुझ्या उंचीसारखी वाढली असती, तर तुला मी वरच्या वर्गात बसवलं असतं. त्यामुळं तू तुझ्या उंचीच्या मुलांमध्ये वावरू शकला असतास आणि तू असा सर्व मुलांमध्ये ताडमाड दिसला नसतास. बहुतेक विषयांमध्ये तुझी चांगली प्रगती आहे, पण काहींमध्ये मात्र तितकीशी नाही. विशेषत: आयरिशमध्ये तर तू चांगलाच मार खाल्ला आहेस,'' त्यांनी म्हटलं.

माझ्या उंचीची चाललेली ही चिकित्सा मला नकोशी होती.

''माझं तसं ठीक चाललंय वर्गात. ब्रेन्डनपण आहे सोबतीला. मला वरच्या वर्गात नाही जायचंय,'' मी म्हणालो.

''तो पर्याय तुझ्यासाठी खुला नाही, कारण जोपर्यंत तुझं आणि आयरिशचं जमत नाही तोपर्यंत ते शक्य होणारच नाही.''

''ठीक आहे सर,'' मी खुर्चीवरून उठत म्हणालो.

''उठू नकोस जॉन, मला तुला काही प्रश्न विचारायचेत. शहाण्या मुलासारखा बसून उत्तर दे.'' मी बसलो. स्वत:च्या मालकीच्या आणि ताब्यातल्या एखाद्या वस्तूचं निरीक्षण करावं तसं ते मला जवळून निरखू लागले.

''आता मला सांग, तुझी तब्येत कशी आहे?'' परत एकदा खालपासून वरपर्यंत माझ्या सर्वांगावर नजर फिरवत त्यांनी विचारलं. मी बोलण्यासाठी तोंड उघडलं पण घशात आवंढा दाटून आला होता.

''लाजू नकोस, बोल.'' माझी अवस्था एकदम चेपून गेल्यासारखी झाली होती. एखादं जनावरसुद्धा यापेक्षा बऱ्या स्थितीत असतं. त्याला नको असलेल्या जागेवरून उडी मारून ते नाहीसं होऊ शकतं.

''तुझ्या कंबरेखाली कधी एखादी अनपेक्षित, नकोशी वाटणारी हालचाल होते का?''

मी 'नाही' या अर्थाने जोराने डोकं हलवलं. माझे ध्यान बावळटासारखं दिसलं असणार. पण समोर डोनोली सरच असल्यामुळे मी फारशी फिकीर केली नाही.

''तुला तुझ्या शरीराच्या अगडबंब वाढीबद्दल आणि शरीरातील हालचालींविषयी काही जाणून घ्यायचंय का?''

"ना... ही." माझ्या आवाजात आता कंप जाणवत होता.

"काही दिवसांपूर्वी कुठल्या डॉक्टरकडे गेला होतास का?"

"हो."

"मग तुझी उंची अजून किती वाढू शकते असं डॉक्टर म्हणतात?"

मला आता गरगरल्यासारखं व्हायला लागलं होतं. "मला टॉयलेटला जायचंय. मी जाऊन परत येतो," मी विनवलं.

"परत आल्यानंतर मी तुला एक नवाकोरा खोडरबर आणि काही वह्या देईन. चालेल ना?" मी उत्तर न देताच तडक बाहेर पडलो. टॉयलेटकडे जाताना मी त्यांच्याचबद्दल विचार करत होतो. मनात आले, काय हा माणूस आहे! मी त्याचा तिरस्कार करतोय हे त्याला आतून जाणवत असणार. म्हणून मला बाबापुता करून शेवट गोड करायला बघतोय. मी परत तिकडे गेलोच नाही.

घरी पोहोचल्यावर स्वयंपाकखोलीत गेलो. आई मांडीवर पुस्तक घेऊन वाचत बसली होती. क्रिटो तिच्या पायाशी घोटाळत होती.

"आई आज मला डोनोली सरांनी बोलावून घेतलं होतं आणि ते माझ्याशी माझ्या उंचीबद्दल वगैरे बोलत होते." मान हलवून ती म्हणाली, "मला तुला सांगायचंच होतं, राहून गेलं."

"काय?" मी हाताची घडी घालून तिच्यासमोर उभा राहिलो आणि विचारलं.

"अरे, त्यांनी तुझी विचारपूस करण्यासाठी फोन केला होता. मग बोलण्याच्या ओघात मीच तुझ्याशी जरा बोला असं सुचवलं."

"पण कशासाठी? त्यांचा यात काय संबंध? आणि मला त्यांच्या मदतीची बिलकुल गरज नाही." बोलताबोलता मी स्वतःच्याही नकळत आई बसली होती त्या खुर्चीवर वाकलो होतो. तिने वर पाहिलं तसं तिच्या बुबुळात मला माझं प्रतिबिंब स्पष्ट दिसलं.

"म्हणून काही तू असा माझ्या अंगावर येऊ नकोस," आईने नरमाईच्या सुरात म्हटले. मी बाजूला, माझ्या नेहमीच्या खुर्चीजवळ जाऊन तिला पकडून उभा राहिलो. माझे अंग थरथरत होते आणि दात एकमेकांवर घासत होते.

"सॉरी, पण मला कळत नाही की तू हे का केलंस! त्यांनी मला सर्कशीतल्या एखाद्या विदूषकासारखं वागवलं. खूप दुखावलो गेलो मी!"

आईने किंचित स्मित केलं आणि म्हणाली, "त्यांची एकूण पद्धतच तशी आहे. माझ्याबरोबरही ते असंच वागतात, काही वेगळं घडत नाही. पण मला वाटतं, माझंच चुकलं. मी त्यांना सांगायला नको होतं. मला माफ कर."

"पण तुला तसं करण्याची गरजच का वाटली ते सांग. माझ्यात काही दोष आहे असं तुला वाटतंय का?"

"मी जेव्हा तुझ्या उंचीविषयी विचार करत होते तेव्हा मला वाटलं नव्हतं की त्याचं पुढे असं होईल. लवकर वयात येण्यामुळे कधीतरी मानसिक कोंडमारा झाल्यासारखं वाटतं. त्यामुळे वाटलं की तुला एखाद्या पुरुषाबरोबर मनमोकळं बोलायला आवडेल."

"ते काम बाबा करू शकले नसते का?"

"ते बरोबर आहे. पण माझ्या मनात शंका होती की तू कदाचित बाबांशी या विषयावर बोलायला संकोचशील."

"मला बोलावंसं वाटलं, तर मी नक्की बोलेन."

मी माझ्या खोलीत जाऊन बसलो. अर्ध्या तासानंतर आई आली आणि बाहुल्यांचा खेळ पाहणार का म्हणून तिने विचारलं. मग चहाच्याआधी तिने थोडा वेळ खेळ करून दाखवला. नंतर ती जणू स्वत:त दंग असल्यासारखी गाणी गायली, नाचलीसुद्धा. ते पाहून मला एकदा सिनेमात पाहिलेल्या एका सुंदर बाईची आठवण झाली. ती बाई रात्रीच्या वेळी निळ्या दिव्यांच्या प्रकाशात न्हालेल्या पोहण्याच्या तलावात एकटीच पोहत असायची.

त्यानंतर एका आठवड्यानंतरची गोष्ट! शाळेतून घरी येताना मी त्या बाहुलीच्या झाडापासून साधारण दोनशे फूट अगोदर चालताचालता थांबलो. एक गाय माझ्या मार्गात आडवी पडली होती. ती एक तर झोपलेली असावी किंवा मरणासन्न अवस्थेत असावी असं वाटलं. मी गुडघ्यांवर बसून तिच्याकडे पाहिलं. तिचा श्वासोच्छ्वास चालू होता, पण डोळे बंद होते.

थोड्याच अंतरावर दुसरी एक गाय एकटीच जोरजोरात धावत होती. धावताना तिच्या खुरांचा मोठ्याने आवाज येत होता. कुंपणापर्यंत पोहोचल्यावर ती थांबली आणि परत उलट्या दिशेने जोरात धावत आली. थांबल्यानंतर माझ्याकडे पाहायला लागली.

आडवी पडलेली गाय आजारी असावी. तिचा श्वासोच्छ्वास सावकाश आणि कष्टाने चालू होता. मला काय करावं ते कळेना. तिला कुठे जखम झाली आहे का किंवा ती गर्भार आहे का हे बघण्यासाठी मी तिच्याभोवती गोल फिरलो. बुटाने तिच्या पोटाशी टोचून पाहिलं. आता ती दुसरी गाय माझ्याकडे पाहत नव्हती. त्यामुळे अधिक मोकळं वाटलं. मी परत एकदा खाली वाकलो आणि तिच्याकडे पाहत राहिलो. ती जर खरोखर मरायला टेकली असेल, तर तिला शांत मरण देण्यासाठी एका पशुवैद्यकाची गरज होती. तिला असंच सोडून जाणं मला योग्य वाटलं नाही. मी माझा कोट काढून तिच्या तोंडावर टाकला. आता तिच्या तोंडावर बसून तिचे मरण सोपं करून टाकावं असं वाटलं, पण मी तसं करू शकलो नाही.

ती धावणारी गाय आता शांत उभी राहून चरत होती. मी थोडा वेळ तिथेच बसून

राहिलो. मनाच्या समाधानासाठी तिच्याशी बोलत राहिलो, 'लवकरच तुला चांगली झोप लागेल; सगळं ठीक होईल.'

आता मला थंडी वाजू लागली होती आणि भूकही लागली होती. लवकरच ज्याची ही गाय असेल, तो येईल आणि तिला नेऊन पुरेल. असा विचार करून मी तिच्या तोंडावरचा कोट उचलला आणि तिचा निरोप घेऊन निघालो.

दुसऱ्या दिवशी सकाळी शाळेसाठी लवकरच घरातून निघालो. वाटेवर ती गाय अजून पडलेली असेल का याचा विचार करत होतो. तिकडे पोहोचल्यावर पाहतो तर कसलीच खूण शिल्लक नव्हती. मी कुंपणाकडे नजर टाकली. तिकडे गायींचा कळप चरत होता, पण त्यांचं माझ्याकडे लक्ष नव्हतं. जणू काही घडलंच नव्हतं. पोटातून एक कळ आली; नक्की कशामुळे ते कळलं नाही.

वर्गात हातावर हनुवटी टेकवून बाकावर बसलो होतो. सकाळची न्याहारी करण्याअगोदरपासून लघवीला गेलो नव्हतो. जवळजवळ अर्धा दिवस उलटून गेला होता आणि आता आवरेनासं झालं होतं. आज मी स्वत:ची परीक्षा घेण्याचं ठरवलं होतं. जास्तीतजास्त किती वेळ मी लघवी न करता राहू शकतो ते बघायचं होतं. मधल्या सुट्टीची घंटा होण्याच्या पाच मिनिटं आधी, आपण आता अधिक रोखू शकणार नाही याची जाणीव झाली. लघवी बाहेर पडू नये म्हणून मी जोरजोरात पाय वरखाली हलवू लागलो.

कॉलिन्सबाईंचं लक्ष वेधून घेण्यासाठी मी हात वर केला खरा, पण तोपर्यंत उशीर झाला होता. माझ्या मनाविरुद्ध लघवीने आपली वाट शोधली होती. काही क्षण खूप बरं वाटलं. त्यातही मी मनाला बजावत होतो की काही हरकत नाही, ही जी लघवी बाहेर पडतेय ती मी मुद्दाम सोडली आहे आणि बाकीची अजून आपल्या काबूत आहे. पण ते शक्य झालं नाही. उष्ण लघवी बाहेर पडून माझी पँट पूर्ण भिजली आणि माझ्या पायाशी एक तळंच तयार झालं. टॉयलेटला जाण्याची परवानगी मागण्यासाठी हात वर केल्यानंतर आठवलं की, वर्गात आयरिशमध्ये बोलणं अनिवार्य होतं. त्याही स्थितीत मी शब्दांची जुळवाजुळव करत उभा राहिलो. कॉलिन्सबाई फळ्यावर लिहित होत्या. मागे वळून न बघताच त्यांनी विचारलं, "थोडा वेळ थांबू शकत नाहीस का?"

"शक्य नाही, मला आता गेलंच पाहिजे," पण उत्तर देताना मी इंग्लिशमध्ये बोलण्याची चूक केली होती. त्यामुळे त्यांनी ते न ऐकल्यासारखं दाखवलं.

लघवी बाहेर आली हे खरं तर मला लपवायचं होतं, पण कसं ते कळत नव्हतं. ती आता माझ्या मोज्यात आणि बुटात भरत चालली होती.

"कृपा करून मला जाऊ द्या," मी कसाबसा बोलला. कॉलिन्सबाई आता मागे वळल्या आणि म्हणाल्या, "जॉन, मधली सुट्टी आत्ता होईल. तू तोपर्यंत थांबू शकत

नाहीस का?'' मी उभा राहिलो. पायाखाली आता तळं झालं आणि दुर्गंधी येऊ लागली होती.

''मी थांबू शकत नाही,'' मी म्हणालो.

माझ्या बाकाकडून फळ्याकडे जाण्याच्या वाटेवर फरशीला उतार होता. त्यामुळे पायाखालचं तळं आता त्या दिशेनं हळूहळू वाहू लागलं. कॉलिन्सबाईंच्या ते लक्षात आलं नाही, पण माझ्या पुढच्या बाकावरच्या लाल केसवाल्या जिमीने ते बरोबर टिपलं. तो ओरडला, ''मिस, जॉनने इथेच लघवी केली आहे.'' वर्गातली सर्वच डोकी गर्रकन माझ्या दिशेने वळली. माझ्याकडे बघायला लागली. बाजूने भरधाव निघून गेलेल्या बसला थांबवण्याचा केविलवाणा प्रयत्न करत असल्याप्रमाणे, हात वर करून मी बावळटासारखा उभा होतो.

कॉलिन्सबाई माझ्याकडे येऊ लागल्या. आश्चर्याच्या धक्क्याने त्यांचा 'आ' वासला होता. त्यांचे डाग पडलेले, कुत्र्यासारखे वाकडेतिकडे असलेले दात दिसत होते. ''तू सिस्टर बर्नाडेटना जाऊन भेट. त्या तुला स्वच्छतेसाठी मदत करतील,'' त्या म्हणाल्या. पुढचं चित्र माझ्या डोळ्यांसमोर उभं राहिलं. सिस्टर बर्नाडेट मला कॉन्व्हेंटच्या इमारतीत नर्स रूममध्ये घेऊन चालल्या आहेत असं दिसलं. मनाने बंड केलं. मला तिकडे जायचं नव्हतं. मी सरळ धूम ठोकली. वर्गाच्या बाहेर, इतर वर्गांसमोरून धावत सरळ मुख्य दरवाजातून बाहेर पडलो. शाळेपासून लांब, फर वृक्षांच्या शांत सान्निध्यात पोहोचेपर्यंत थांबलोच नाही. ओली पँट दोन्ही मांड्यांना घासल्यामुळे काचत होती आणि तरीही धावत राहिल्यामुळे दोन्ही बाजूंना झोंबत होतं.

मला आता लवकरात लवकर पायजमा घालून बिछान्यात शिरायचं होतं आणि घडलं ते सर्व विसरून जायचं होतं. भरपूर झोपून, थेट चहाच्या वेळेला वाफाळता चहा आणि गरमागरम सॉसेजिसचा दरवळ नाकपुड्यांशी पोहोचल्यावर उठायचं होतं आणि जणू काही सकाळी काही घडलंच नाही, असं भासवायचं होतं. मी यापुढे शाळेत कदाचित पायही ठेवू शकणार नाही असंच वाटत होतं.

मी मागच्या दरवाज्याने घरात शिरलो आणि चोरपावलांनी माझ्या खोलीत गेलो. गेल्या गेल्या पँट बदलली. मग बाथरुममध्ये जाऊन ओली पँट गरम पाण्याने चोळून चोळून धुतली. आई जिन्यावरून खाली येत होती. मला पाहून तिने हाक मारली. मीही ओ दिली.

''तू घरी कसा काय?'' तिने विचारलं.

''मला बरं वाटेनासं झालं म्हणून कॉलिन्सबाईंनी घरी पाठवलं,'' मी सांगितलं.

''पण शाळेतून फोन का आला नाही? मी तुला न्यायला आले असते,'' ती म्हणाली.

मी जेव्हा खोटं बोलतो, तेव्हा माझं शरीर जड झाल्यासारखं होतं. ''त्यांनी

दोनदा फोन लावला, पण कोणी उचलला नाही,'' मी सांगितलं. अशा वेळेला मी, घशातल्या घशात अडकू नयेत म्हणून शब्द मोजून मापून वापरतो. माझा आवाजही बदलतो आणि थोडा चिरकल्यासारखा होतो. आईने कपडे धुण्याचं कारण विचारलं. ओकारी झाली होती म्हणून ठोकून दिलं.

''परत ओकारी? खोटं बोलण्यामुळे की काय?'' तिने विचारलं.

''मी खोटं बोलत नाही.''

''मी तुझ्याबद्दल बोललेच नाही. तूच तसा निष्कर्ष काढलास,'' असं बोलून ती हसली आणि पकडला गेलो की काय, असं मनात येऊन मी चपापलो.

तिने माझा हात धरला आणि तळव्यावरून स्वत:चा हात फिरवला. ती कदाचित माझ्या तळव्यांना घाम आला आहे का ते तपासत असेल असं मनात आलं. खोटं बोलणाऱ्यांच्या तळव्यांना बहुधा घाम सुटतो. पण माझ्याबाबतीत तसं होत नाही.

''मधूनमधून हसत जावं माणसानं. चेहरा व्यवस्थित दिसण्यासाठी बरं असतं ते, माहीत आहे का?'' ती म्हणाली.

''हो. बाबासुद्धा एकदा बोलले होते.''

''बरोबर आहे ते. तू आता जा आणि बरं वाटत नसेल, तर सरळ जाऊन झोप जा.''

मी पलंगावर बसून आई, गप्पा मारण्यासाठी येईल, म्हणून आईची वाट बघितली, पण ती आली नाही. वाटले की ती माझ्यासाठी एखादा जॅम सँडविच टोस्ट करून, बिस्किटं आणि कोकोचा कप आणेल. पण तेही झालं नाही. थोड्या वेळाने मला जिना चढतानाचा तिचा पायरव ऐकू आला. पाठोपाठ वडिलांचा आवाज आला. दोघेही मोठ्या आवाजात काहीतरी बोलत होते. जमिनीवर काहीतरी पडल्याचा आवाज आला आणि मग सर्व शांत झाले.

मी पांघरुणात गुरफटून पडल्यापडल्या आईशी काय मजेशीर गप्पा मारायच्या याचे बेत आखत होतो. आणि त्यासाठी ती लवकर यावी अशी प्रार्थना करत होतो. पण ती आलीच नाही. मी साधारण तासभर स्वत:शीच बोलत पडलो होतो. दोन वेगवेगळ्या आवाजांमध्ये मी शाळेत घडलेल्या प्रकाराविषयी प्रश्नोत्तरे करत होतो. शिवाय उद्या मी काय करणार आहे याविषयीही बोलत होतो. एका आवाजात प्रश्न करायचा आणि दुसऱ्या आवाजात उत्तर द्यायचं. नंतर मी परत एकदा माझे पाय चोळून चोळून धुतले आणि धुतलेली पँट बाहेरच्या खोलीत शेकोटीसमोर वाळत टाकली. हे वडिलांच्या कानावर जाता कामा नये, शाळेतही पुन्हा पाऊल टाकण्याची पाळी येऊ नये, त्यापेक्षा मरण पत्करेन असं वाटलं. अडीच वाजले तरी कोणी माझ्याकडे फिरकलं नाही. मग मी तो नाद सोडून दिला.

१०

सकाळी उठल्यावर मी आजारी आहे म्हणून शाळेत जाणार नसल्याचं आईला सांगितलं. पण लवकरच माझं पितळ उघडं पडलं. नाश्ता चालू असतानाच फोन वाजला. आईने तो घेतला. बोलणं संपल्यानंतर ती कॉलिन्सबाईंचा निरोप घेऊन माझ्याकडे आली.

"त्या म्हणताहेत की तू आज शाळेत हजर राहिलंच पाहिजेस. त्या भागातल्या मुख्य परिचारिका शाळेत आल्या आहेत. कॉलिन्सबाई आणि डोनोलीसरांच्या मते तू त्यांना भेटणं आवश्यक आहे."

"का?"

"मला त्यांनी काल काय घडलं ते सर्व सांगितलंय. तू आता शाळेत जा. मी बरोबर अकरा वाजता परिचारिकाबाईंच्या ऑफिसमध्ये तुला भेटेन."

"का?"

"कारण तसं मला स्पष्ट सांगण्यात आलंय."

"मी जाणार नाही."

"तुला जावंच लागेल."

"तू प्लीज बाबांना सांगू नकोस."

"मी सांगणार नाही. पण जर त्यांना कुठून माहीत झालं तर मग मी काही करू शकणार नाही."

मी कपडे बदलले. नाश्ता करण्यासाठी म्हणून स्वयंपाकखोलीत गेलो. पण काही खावंसं वाटेना. तसाच निघून शाळेत पोहोचलो. पण वर्गात न जाता शाळेच्या इमारतीमागे जाऊन उभा राहिलो. बाहेरच्या थंड हवेत, अंगात ऊब राहावी म्हणून तिथल्या तिथे चालत फेऱ्या मारू लागलो.

अकराला पाच मिनिटं कमी असताना मी कॉन्व्हेंटच्या इमारतीत शिरलो आणि बेल वाजवली. सिस्टर उर्सुलाने दार उघडलं आणि मला आत घेतलं. आतमध्ये काळोख होता, पण उबदार वाटत होते. दोन म्हाताऱ्या तिकडे धर्मगुरूंची वाट बघत बसल्या होत्या. मी त्यांच्या रांगेत घुसून त्यांच्या आधीचा नंबर पटकावला असल्यासारखं त्या माझ्याकडे रोखून बघत होत्या. तेवढ्यात आई आत आली आणि आम्ही दोघे परिचारिकाबाईंकडे गेलो. जाताजाता आई म्हणाली, "काळजी करू नकोस, पटकन आटोपेल."

दरवाजाकडे सिस्टर बर्नाडेट उभी होती. आम्हाला पाहून तिने गळ्यातल्या मण्यांच्या माळेवरून धूळ झटकल्यासारखा हात फिरवला आणि आत डोकावून वर्दी दिली, "जॉन ईगन आणि त्याची आई भेटायला आले आहेत."

“येऊ दे त्यांना,” आतून आवाज आला.

ती एक चौकोनी, लहान खोली होती. टेबल, खुर्ची, फायली ठेवायचं कपाट आणि शुभ्र चादरीने आच्छादलेली एक उंच खाट, एवढंच सामान आत होतं.

आई परिचारिकाबाईंशी बोलू लागली. मला मात्र, जर या उंच खाटेवर झोपायला सांगितलं तर कुठून चढायचं, हा प्रश्न पडला होता. विचार करताकरता वाटलं की खरंच कोणीतरी आपल्याला तपासण्याच्या निमित्तानं या खाटेवर झोपायला सांगितलं पाहिजे. पायाशी ते मऊशार, निळे ब्लँकेट ठेवलंय, ते अंगावर घेऊन मस्त आडवा झालो असतो. तसं मिळावं म्हणून मी पोटात दुखतंय म्हणा किंवा अजूनही काही नाटक करायला तयार होतो.

“मला खूप आश्चर्य वाटलं. त्यानं पूर्वी कधीही असं केलं नव्हतं,” आई सांगत होती. मी जणू काही जाणूनबुजून पँटी ओल्या करणाऱ्यांपैकी होतो, अशा नजरेने परिचारिकाबाई माझ्याकडे पाहत होत्या. मला त्यांना माझ्या प्रयोगाबद्दल सांगावंसं वाटलं. कारण तेव्हाच त्यांना पटलं असतं की एखाद्या लहान बाळाची जशी चुकून पँट ओली होते, त्यातला हा प्रकार नव्हता.

“तुमचा मुलगा बिछाना भिजवतो का मिसेस ईगन?” त्यांच्याकडून प्रश्न आला.

“नाही.” आईने सांगितलं.

यापूर्वी मी फक्त एकदाच या खोलीत आलो होतो. त्या वेळी मी शाळेत नवीन दाखल झालो होतो. मी तेव्हा आठ वर्षांचा असेन. काही दिवस सतत माझ्या नाकातून रक्त वाहत होते. एका परिचारिकेने मला खुर्चीत बसवले. नंतर तिने डोकं मागे घ्यायला लावून माझ्या दोन्ही नाकपुड्या चिमटीत पकडून दाबल्या होत्या आणि रक्तप्रवाह थांबवला होता. थोडं रक्त पोटात गेले, असं वाटून मळमळलं होतं. हे तिला सांगितल्यावर तिने एक भांडं पुढे करून ओक म्हणून सांगितलं. ओकारी काही आली नाही. तेव्हा तिने ‘लांडगा आला रे’ सारखं करत जाऊ नकोस, असा शेरा मारला होता.

आतासुद्धा ती कसंनुसं हसली आणि माझं डोकं धरून तिने दोन्ही बाजूंना हलवलं. जणू काही अंघोळीनंतर कानात गेलेले पाणी बाहेर काढायचं होते. मला मात्र इथून कधी निघतोय असं झालं होतं. “माझे नियंत्रण राहिले नाही; पुन्हा असं होणार नाही,” मी थोडक्यात म्हणालो. परिचारिकाबाई आईला संभाव्य कारणांची जंत्री देत होत्या – घाबरटपणा, अनिश्चितता, घरचा त्रास इत्यादी... आणि आई प्रत्येक कारण नाकारत होती. शेवटी मी घरातले एकमेव मूल असल्याचा मुद्दा काढला गेला. मला घरी एकटेपणा भेडसावतोय का, असं त्यांनी आईला विचारलं. “छे, एकटेपणा अजिबात नाही. आम्ही आईवडील आणि त्याची आजी असे सर्व

त्याच्यावर प्रेम करतो आणि सतत त्याच्या सहवासात असतो,'' आई म्हणाली.

''आणि मांजरही सोबतीला असतं,'' मी पुस्ती जोडली. बाईंनी माझ्याकडे दुर्लक्ष केलं आणि आईला देण्यासाठी एक कागद पुढे केला. आईने त्याच्यावरून नजर फिरवली पण हातात घेतला नाही. ''तुम्ही हे वाचा,'' त्यांनी आईला सांगितलं आणि मला उद्देशून म्हटलं, ''जॉनला आज सुट्टी घेऊ दे आणि सोमवारपासून येऊ दे.'' मध्ये एवढा वेळ जाऊ देणं म्हणजे वर्गातल्या मुलांना माझी फिरकी ताणण्याची तयारी करण्यासाठी मुबलक वेळ देणं, असंच होणार होतं. म्हणून ते मला नको होतं. काहीच घडलं नाही किंवा मी त्या गावचाच नाही, असं दाखवत मला वर्गात जाऊन बसायचं होतं. ''मला आजच वर्गात जायचंय,'' मी म्हणालो. बाईंनी प्रश्नार्थक मुद्रेने माझ्याकडे पाहिलं. मी बाजूच्या खिडकीतून बाहेर पाहू लागलो.

तिथून मला जोसेफ त्याच्या काळ्या-पांढऱ्या ठिपकेवाल्या घोड्याला फिरवताना दिसला. मला त्याला हात दाखवायचा होता पण त्याला मी दिसण्याची शक्यता नव्हती.

''ठीक आहे मिसेस ईगन, मी ते तुमच्यावर सोपवते. शेवटी तो तुमचा मुलगा आहे,'' मधल्या सुट्टीची घंटा झाली. मी धरावा म्हणून आईने हात पुढे केला, पण मी तिचा हात धरला नाही.

''आपण घरीच जायचंय का?''

''हो, घरीच.'' आम्ही निघालो पण मागून परिचारिकाबाईंनी गाठलं. ''तुम्ही हे विसरलेल्या दिसताय,'' म्हणून त्यांनी मगाचाच कागद आईपुढे धरला. ''आम्हाला गरज नाही,'' आईने मान हलवून सांगितलं आणि ''तुमचं नाव सांगता परत एकदा... लक्षात नाही राहिलं,'' असं म्हटलं. न आवडलेल्या माणसांची, मनातल्या मनात खालच्या स्तरावर पाठवणी करण्याचं आईचं धोरण असायचं. ती मुद्दामच अशा लोकांची नावं विसरायची. या सर्व प्रकारात माझीच काहीतरी चाल असावी, अशा नजरेने माझ्याकडे बघत परिचारिकाबाई बोलल्या, ''माझं नाव सिस्टर कार्मेल.''

आम्ही दोघे वर्गाच्या दिशेने चालू लागलो. तिथे पोहोचल्यावर पाहिलं तर सर्व मुलं उभी होती. स्पेलिंगची चाचणी चालली असावी. आपण त्यात भाग घ्यावा आणि जिंकावं, अशी इच्छा झाली.

''मी तुमचं एकटंच मूल का आहे गं?'' मी आईला विचारलं.

''इतर कोणी हा विषय काढला की तूही दर वेळेला मला तेच विचारत राहतोस.''

''मला सांग ना परत एकदा.''

''तू एकटा आहेस, कारण तू मला एकटाच हवा होतास, समजलं?''

तिने अजून काहीतरी बोलावं या अपेक्षेने मी थांबलो. पण ती एवढं बोलून

वळली आणि माझा निरोपही न घेता निघून गेली.

मी आत जाऊन बाकावर टेकतोय तोच कुजबुज आणि हास्याचे फवारे सुरू झाले. माझ्या उजवीकडे बसणारी मँडी आणि शेजारचा मुलगा माझ्याकडे बघून हेल काढून गाऊ लागले. त्यांचं गाणं संपेपर्यंत मी त्यांच्याकडे एकटक बघत होतो. लाल केसांच्या जिमीने बाकावरची पट्टी उचलली. आपल्या पँटपुढे धरली आणि तोंडाने लघवी वाहण्याचा आवाज काढला. पूर्ण तासात कॉलिन्सबाईंनी माझं नावही उच्चारलं नाही. ब्रेन्डननेसुद्धा संपूर्ण वेळेत एकदाही मागे वळून नेहमीच्या खाणाखुणा केल्या नाहीत.

वर्गातली मुले जेव्हा मला चिडवायची तेव्हा त्यांच्याकडे लक्ष जाऊ नये म्हणून मी एक युक्ती शोधली होती. ती अशी की, कॉलिन्सबाई वर्गात शिकवताना जे काही बोलायच्या, ते मी मनातल्या मनात तीन वेळा घोकायचो. त्यामुळे माझं पाठांतरही चांगले होत असे.

माझा मेंदू फार तल्लख नाही हे मला माहीत होतं. अन्यथा माझी स्मरणशक्तिही चांगली असती. पण हुशारी प्रयत्नपूर्वक अंगात बाणवता येऊ शकते, यावर माझा विश्वास होता. तसं न होऊ शकण्याचे मला तरी काही कारण दिसत नव्हतं. म्हणून मी सराव सुरू केला. पुस्तक वाचतानासुद्धा मी तसाच सराव सुरू ठेवला. एक वाक्य वाचायचं आणि प्रत्येक वेळी डोळे मिटून मनात तीनदा म्हणायचं. याचा मला दुहेरी फायदा झाला. स्मरणशक्तिबरोबरच आजूबाजूला चाललेल्या कुचेष्टेकडे दुर्लक्ष करण्याची माझी शक्तीही वाढली. मनात वाईट विचार डोकावणंही बंद झाले. एवढंच नाही, तर अशी एकाग्रता वाढवण्याचे प्रयत्न यशस्वी झाले असते तर त्याचा मला पुढच्या आयुष्यात काही मोठ्या आणि महत्त्वाच्या गोष्टी साध्य करण्यासाठी फायदाच झाला असता.

*'गिनेस बुक'*मध्ये मी वाचले होतं की, १४ ऑक्टोबर १९६७ ला महंमद अली हलिसी नावाच्या एका माणसाने सहा तासात कुराणातील ६६६६ आयत पाठ म्हणून दाखवले होते. वाचलेलं सर्व काही लक्षात ठेवण्याची विलक्षण स्मरणशक्ती त्याला लाभली होती. ते वाचल्यामुळे मला एक वेगळाच हुरूप आला आणि त्यामुळे वर्गात नेहमीसारखं उदास वाटेनासं झालं. मधल्या सुट्टीची घंटा झाल्यावर मी माझा जेवणाचा डबा घेऊन ब्रेन्डनजवळ गेलो आणि म्हणालो, ''चल जाऊ या.''

''मला बाहेर नाही जायचंय,'' तो म्हणाला.

''ठीक आहे. आपण आतमध्येच बसू,'' मी म्हटलं.

''मला म्हणायचंय की मी एकटा आतमध्ये बसणार आहे,'' माझ्याकडे न पाहता तो बोलला.

''चल रे, आपण आपल्या त्या खोपटात जाऊ,'' मी म्हणालो.

शाळेच्या मालमत्तेची साफसफाई आणि देखरेख करण्यासाठी नेमलेल्या शिपायाच्या विश्रांतीसाठी आवारात एक खोपटं होतं. थंडीच्या दिवसात आम्ही नेहमी तिकडे जाऊन त्याच्या शेगडीशी बसून डबा खायचो. त्यालाही आम्ही दोघे आवडायचो. आम्ही तिकडे गेल्यानंतर त्याच्याशी गप्पा मारायचो. तोही काम करताकरता आमची खुशाली विचारायचा.

''आज जरा जास्तच थंडी आहे,'' ब्रेन्डन म्हणाला.

''मग काय झालं? नेहमीसारखं तिकडच्या शेगडीपाशी बसू,'' मी म्हणालो.

''मला हल्ली आवडत नाही तिकडे. वास मारत असतो,'' तो म्हणाला.

''काहीतरीच. वासबिस काही नसतो,'' मी म्हणालो.

''असतो.''

''मग काय?''

''मला यायचं नाही. आज मला वर्गातच बसायचंय,'' तो ठामपणानं म्हणाला. मला खरं तर त्याचा राग आला होता, पण रागाच्या भरात मी काहीतरी करून बसलो असतो म्हणून 'ठीक आहे' म्हणालो आणि त्याच्याकडे न पाहता निघून गेलो.

वर्ग सुरू झाल्यानंतर तो मध्येच मागे वळून पाहिलं असं वाटलं, पण त्याने तसं केलं नाही. मी थोडा वेळ आशाळभूतपणे त्याच्या पाठमोऱ्या आकृतीकडे पाहत होतो. नंतरचा काही वेळ राग काबूत आणण्यासाठी खिडकीबाहेर पाहत होतो. मग मात्र मी वाचनात आणि पाठांतर करण्यात गर्क झालो.

घरी येण्याच्या वाटेवरसुद्धा मी पाठांतर व्यवस्थित झालंय की नाही हे तपासायचो आणि जेव्हा एखादी गोष्ट आठवायची नाही तेव्हा त्याच जागी थांबून ती आठवेपर्यंत डोळे मिटून उभा राहत असे.

चालतचालत बाहुलीच्या झाडापाशी येऊन थबकलो. वर पाहिलं तर आज तिच्या डोक्यावरचे पिंगट केस दिसेनासे झाले होते आणि फक्त काळं डोकं दिसत होतं. ज्याने तिला इथे आणून बसवलं होतं, त्यानेच कदाचित तिचे केस काढून नेले असतील असं वाटलं किंवा ते एक एक करून गळूनही पडले असतील आणि तसं झालं असेल तर ते माझ्या नजरेतून कसं सुटलं. तिचे केस असे काढून नेणाऱ्या लोकांचा मला राग आला आणि मी तडक घरी परतलो.

घरापासून अगदी जवळ असलेल्या शेतातून चालताचालता मी घराकडे नजर टाकली. स्वयंपाकखोलीची खिडकी प्रकाशाने उजळली होती. मला त्या प्रकाशात आई, वडील आणि आजी या तिघांच्याही छबी दिसत होत्या. तिघेही टेबलाभोवती उभे होते. वडिलांनी हात उचललेला आणि परत खाली आणलेला दिसला. आईने हातांनी स्वत:चे लांब केस खांद्याच्यावर उचलले. त्याक्षणी ते आपापसात काय बोलत असतील, ते जाणून घेण्याची तीव्र इच्छा झाली. आता जरी मी जोराने पळत

मुसंडी मारून घरात शिरलो तरी काय उपयोग होणार होता? तोपर्यंत त्यांच्यात काय बोलणं झालं ते कळणारच नव्हतं. परत, मी दिसल्यानंतर त्यांनी एकतर बोलणं थांबवलं असतं किंवा विषय तरी बदलला असता. पण ठीक आहे. हे आपलं घर आहे, घरातली माणसं आपली आहेत याचंच मला समाधान वाटलं. त्या टेबलाजवळ मला नक्कीच जागा मिळणार होती.

"पाच वाजून गेले; तुला आज उशीर झाला," वडील म्हणाले.

"मी आज जरा लांबचा रस्ता पकडून आलो," मी सांगितलं. त्यांनी एक थाळी माझ्या पुढ्यात सरकवली आणि म्हणाले, "हे जंबो फिश फिंगर्स आहेत, खा." मी आणि आई टेबलापाशी बसलो. आजी शेगडीवर कस्टर्ड ढवळत होती.

"काय मग, आज शाळेत काय झालं?" आईने विचारलं. तिचे डोळे तांबारलेले दिसत होते, केसही विस्कटलेले दिसत होते.

"काही नाही. नेहेमीचंच!"

"फिश फिंगर्सबरोबर अंडं तळून हवंय का?" तिने विचारलं.

"नकोय. आज तुझे केस असे विस्कटलेले का दिसताहेत?" मी विचारलं.

त्याचवेळेला वडील एकदम खुर्चीवरून उठले. त्या झटक्यामुळे खुर्ची मागच्या मागे भेलकांडली. कोणी काही बोललं नाही, पण सर्व जण त्यांच्याकडे पाहू लागले. तसे ते बाहेर गेले आणि येताना कंगवा घेऊन आले. मग आईच्या मागे उभं राहून तिचे केस विंचरू लागले.

"केस उडतील आणि खाण्याच्या पदार्थांत जाऊन पडतील हं," आई हसून म्हणाली. त्या केस विंचरण्याकडे माझं लक्ष होतं. केसात गुंता झाला होता, त्यामुळे विंचरताना आईला दुखत असणार असं वाटलं.

मी म्हणालो, "जर केस खाण्यात गेले, तर आपण ते काढून कोणाचे केस आहेत असं विचारू." आईने मला टेबलाखालून पायानं दामटलं आणि ती म्हणाली, "तुला आणखी काही हवंय का?" उरलेल्या पदार्थांशी खेळत मी 'नाही' म्हणून सांगितलं.

चहा झाल्यानंतर आम्ही सर्व टीव्ही बघत बसलो. वडिलांनी कॅडबरी चॉकलेटसचं एक मोठं खोकं आणलं होतं आणि त्यातलं एकेक चॉकलेट काढून टीव्ही बघताबघता खात होतो. रात्री उशीरा टीव्हीवर दाखवण्यात येणारा ऑल्फ्रेड हिचकॉकचा सिनेमा बघण्याची त्यांनी मला परवानगीसुद्धा दिली होती.

'तू जर सिनेमामध्ये स्वत: हिचकॉक कुठे दिसतो ते ओळखून दाखवलंस तर माझ्यातर्फे एक पौंड बक्षीस" ते मला म्हणाले.

"ठीक आहे, तुमचा पौंड मला मिळालाच म्हणून समजा," मी ऐटीत उत्तर दिलं.

“चॉकलेटची सुरुवातीला आवड आणि नंतर सवय का जडते, याची माहिती हवी आहे का?” त्यांनी विचारलं.

“हो.”

“कारण ते रक्ताच्या सर्वसाधारण तापमानात विरघळतं.”

“आज सिनेमा सुरू होण्याअगोदर तुम्ही आणि आई मला शब्दकोडी सोडवायला शिकवाल का?”

“त्यासाठी एक शांत, निवांत दुपार हवी. तू मला शनिवारी त्याची आठवण कर.”

“माझ्यासाठी बक्षीस आणलं का? लक्षात आहे का?” मी विचारलं.

“कसलं बक्षीस?”

“मला तुम्ही बक्षीस आणण्याचं आश्वासन दिलं होतं.”

“अरे, जी चॉकलेट्स आपण आत्ता खाल्ली तेच तर होतं ते बक्षीस. पुढच्या वेळेला हवं तर मी आणखी जास्त आणेन.”

वेक्सफर्ड लायब्ररीतून आणलेलं *‘असत्य शोधनामागील सत्य’* हे पुस्तक आत्तापर्यंत सदर विषयावर वाचलेल्या पुस्तकांमध्ये सर्वोत्कृष्ट होतं. मी त्यातली एक, दोन नव्हे तर तब्बल पस्तीस पानं माझ्या नोंदवहीत नकलून काढली होती. या पुस्तकाचं जमेल तेवढं पाठांतर करण्याचं मी ठरवलं होतं. आत्तापर्यंत या पुस्तकातले उतारेच्या उतारे मला तोंडपाठ झाले होते. एक उतारा तर मी शाळेत जाताना नेहमी मोठ्याने म्हणत जात असे. तो उतारा असा होता, ‘खोटं बोलणारी व्यक्ती दर वेळी नाक खाजवतेच किंवा नजरानजर टाळते असा बऱ्याच जणांचा गैरसमज आहे. या दोहोंपैकी एकही खूण खोटं बोलणं सिद्ध करण्यासाठी पुरेशी नाही. या आणि अशाच इतर खुणांचा समुच्चय आढळणं त्यासाठी आवश्यक आहे. संशयित व्यक्तीचं वर्तन त्या विशिष्ट प्रसंगात कसं होतं आणि तिच्या एरवीच्या वर्तनाशी तुलना करता काय निष्कर्ष निघतो, तोसुद्धा याबाबतीत एक महत्त्वाचा निदर्शक असतो. खोटं बोलताना त्या व्यक्तीला स्वत:च्या बोलण्याकडे अधिक लक्ष पुरवावं लागतं. त्यामुळं तिच्या बोलण्याचा वेग मंदावतो आणि बोलताना ती अनेकदा अडखळते. अशांपैकी काहीजण चेहऱ्यावरचे भाव दडवण्याचा कसोशीने प्रयत्न करतात, पण बहुतेकांना ते जमत नाही. त्याचं कारण असं की चेहऱ्याचे काही स्नायू माणूस जाणीवपूर्वक हलवू शकत नाही. त्यांची हालचाल आपोआप होत असते, विशेषत: एखाद्या भावनेचा उद्रेक होतो त्या वेळी तर ही स्नायूंची हालचाल नकळत होऊन जाते.’

या पुस्तकाच्या लेखकाच्या मते या तीव्र भावनांना ‘आदिभावना’ म्हणतात. चेहऱ्यावर त्या कधी एखाद्या क्षणभरापुरत्याही दिसू शकतात. त्या पुस्तकात एका

ठिकाणी असाही उल्लेख आहे की अत्यंत मर्यादित संख्येने काही लोकांना असत्यशोधनाची कला अवगत असते आणि अशांना लोक जादूगार समजतात. हीच माणसं खोटं बोलणाऱ्यांच्या वागण्या-बोलण्यातील नेमक्या खुणा शोधू शकतात, ज्या इतरांना उमगू शकत नाहीत.

पुस्तकातली आणखी चार पाने नोंदवहीत उतरवून काढली आणि मग *'गिनेस बुक'*ला पत्र लिहायला बसलो.

'प्रिय गिनेस बुक ऑफ रेकॉर्ड्स,'

माझं नावं जॉन ईगन आहे. माझ्याकडे एक अफलातून कौशल्य आहे. आपल्याला त्याबद्दल जाणून घेण्यात रस घ्यावासा वाटेल अशी आशा आहे. आपण संधी दिल्यास मी ते सप्रमाण सिद्ध करून दाखवेन. एखादी व्यक्ती खोटं बोलतेय का ते मी जवळजवळ शंभर टक्के अचूक सांगू शकतो. उलट टपाली आपला होकार कळेल आणि मला माझी कला सादर करण्याची संधी मिळेल, अशी आशा करतो.

आपला कृपाभिलाषी,

जॉन ईगन.'

पत्र लिहून झाल्यावर मी दिवास्वप्नात रममाण झालो. मला प्रसिद्धी लाभली आहे. जगभर प्रवास करून मी वेगवेगळ्या लोकांना माझ्या कौशल्याबद्दल माहिती देत आहे, असं मला वाटू लागलं. माझ्या दिवास्वप्नात माझी टीव्हीवरच्या कार्यक्रमात प्रसिद्ध मुलाखतकार मुलाखत घेतोय, असं मला वाटू लागलं. रशियन गुप्तहेरांना पकडण्यासाठी मी कशी मदत केली हे मी रंगवून सांगतोय. यावर मुलाखतकार खूपच प्रभावित झालाय आणि उत्साहाच्या भरात जमलेल्या प्रेक्षकांपैकी काहींना माझ्यासमोर चाचणी करवून घेण्यासाठी तो बोलवतोय. मीही, माझी हरकत नाही, या अर्थाने खांदे उडवतोय. प्रेक्षकांपैकी चार जण माझ्यासमोर येतात. पहिल्या व्यक्तीचं नाव बर्नाडेट असून तिला तीन मुली आहेत आणि ते सर्व जण गॅलवेला राहतात, असं ती व्यक्ती सांगते. मी गाल खाजवत सांगतो की बाकी सर्व खरंय पण गॅलवेचा तपशील खोटा आहे. सर्व जण एकमेकांकडे थक्क होऊन पाहत राहतात. मी अगदी अचूक ओळखलं अशी कबुली ती बाई देते.

दिवास्वप्न संपल्यानंतर मी 'आगगाडीतला दरोडा' हे पुस्तक वाचायला घेतलं. ८ ऑगस्ट १९६३ ला पहाटे ३:१० ते ३:४५ या वेळेत ग्लॅसगोहून निघालेल्या टपाल खात्याच्या मालगाडीवर हल्ला होऊन, एकूण चार कोटी वीस लाख पौंडांच्या नोटा भरलेल्या १२० गोण्या लुटल्या गेल्या होत्या. त्या लुटारूंपैकी एक, रॉनल्ड बिग्ज हा आजतागायत फरारी आहे.

हे वाचून मला नवल वाटलं, की एवढे पैसे लुटताना या चोरांची अवस्था

नक्की कशी होत असेल. आजीच्या बटव्यातले नव्वद पौंड लांबवताना माझ्या छातीत असे घणाघाती ठोके पडत होते की, वाटलं होतं आता कान फुटून त्यातून हृदय बाहेर पडेल. त्या रॉनल्ड बिग्जच्या मनात तर आपले हात-पाय तुटून पडतील की काय असंच आलं असणार. अजूनही जेव्हा मी गादीखाली हात घालून पैसे असल्याची खात्री करतो, त्यानंतर पुढे एक तासभर माझे हात थरथरत असतात. दुसरं म्हणजे त्या नव्वद पौंडांचं काय करायचं हेच जिथे मला सुचत नाही, तिथे एवढे पैसे पाहून मला वाटतं रॉनल्ड बिग्जचे डोकंच फिरलं असणार.

तेवढ्यात वडिलांची हाक ऐकू आली. हिचकॉकच्या सिनेमाची वेळ झाली होती.

११

पुढचे दोन दिवस माझे शाळासोबती काहीतरी नवीन क्लृप्त्या शोधून सतत मला छळत होते. काल तर त्या लाल केसवाल्याने मी बसलेलो असताना माझ्या पायांवर पाणी ओतले. काहींनी वर्गाच्या वाटेवरच मला गाठून टिंगलटवाळी सुरू केली. ब्रेन्डनने मात्र त्या दिवसापासून माझ्याशी बोलणं टाकलं होतं. माझ्यापुढे बसणारी मुलगी मला चिडवत म्हणाली, ''ह्याँ, ह्याँ, ह्याँ... घरी जाईपर्यंत रडायचं.''

साडेतीन वाजले होते. सर्व जण वर्गाबाहेर पडण्याची मी वाट पाहत होतो. ब्रेन्डन त्याचा कोट शोधत इकडून तिकडे फिरत होता. त्याला तो सापडणारच नव्हता, कारण मी तो मधल्या सुट्टीत लपवून ठेवला होता. मी साळसूदपणे त्याला विचारलं, ''तू घरी का चालला नाहीस?''

''माझा कोट सापडत नाही.''

''मी मदत करतो तुला शोधायला,'' मी म्हणालो. मी हे वरकरणी शांतपणे बोललो खरं, पण तळहातांना फुटलेला घाम त्याच्या ध्यानात येऊ नये, म्हणून दोन्ही हात पँटच्या खिशात खुपसले होते. शोधाशोध करूनही त्यांचा कोट सापडला नाही, तेव्हा मी त्याला माझा कोट देऊ केला आणि घरी निघूया असं सुचवलं. मला कोटाची गरज भासणार नाही का किंवा मी आज आतले कपडे जादा घालून आलोय की काय, असे प्रश्न त्याला पडले नाहीत.

आम्ही घराची वाट चालू लागलो. आज कुठे मला त्या पँट ओली होण्याच्या प्रसंगाबद्दल ब्रेन्डनशी मोकळेपणानं बोलण्याची संधी मिळाली होती. मी त्याला माझ्या विक्रम मोडण्याच्या प्रयत्नाविषयी सांगितलं. तपशिलाविषयी सांगताना मी चक्क खोटं बोललो. पण मी त्याची फिकीर केली नाही.

''कसला विक्रम? महामूर्खपणा तो!'' ब्रेन्डन उद्गारला.

"अरे, मी तो जवळजवळ साधला होता. पूर्ण सव्वीस तास मी लघवी रोखून बसलो होतो.''

"काय सांगतोस? सव्वीस तास?''

"अगदी अचूक सांगायचं तर पंचवीस तास आणि पन्नास मिनिटं.''

"मग तू हे सर्वांना सांगायला हवं होतंस.''

"मी सुद्धा तोच विचार करत होतो. सध्याचा लघवी रोखून धरण्याचा विक्रम आहे तीस तासांचा. म्हणजे मी अगदी जवळ आलो होतो. मी हे त्यांना सांगेनही रे, पण माझ्यावर ते विश्वास ठेवतील की नाही याविषयी शंका आहे,'' मी म्हणालो. तो काही न बोलता दुसरीकडे पाहू लागला.

"मी रविवारी येऊ का तुझ्याकडे? आपण फुटबॉल वगैरे खेळू या,'' मी म्हटलं.

द्विधा मन:स्थितीत असताना वडील जसं खाकरतात, अगदी तसाच ब्रेन्डन खाकरला आणि म्हणाला, "सांगता येत नाही; कदाचित एका बारशाला जावं लागेल.''

"ठीक आहे,'' मी म्हटलं.

शुक्रवारी सकाळी, न्याहारी आटोपल्यानंतर सर्व जण बाहेर पडण्याची वाट बघत मी स्वयंपाकखोलीतच रेंगाळत होतो. नंतर मी ब्रेन्डनला फोन लावला आणि एक खास प्रयोग करायचाय असं म्हटलं.

"कसला प्रयोग? त्या मूत्रप्रयोगासारखा की काय?'' त्याने प्रश्न केला.

"नाही. त्याहून पूर्णपणे वेगळा. तू आज रात्री माझ्या घरी मुक्कामाला येशील का?''

"घरून परवानगी मिळेलसं वाटत नाही,'' तो उत्तरला.

"अरे, फार महत्त्वाचा प्रयोग आहे.''

"असेल, मी फोन ठेवतो आता; माझी लापशी थंड होतेय.''

"तू आलास तर मी तुला पाच पौंड देईन,'' मी लालूच दाखवली.

"चल, खोटारडा कुठला!''

"मी तुला आज पैसे आणून दाखवले तर काय देशील?''

"पण तू पाच पौंड आणलेस तरी कुठून?''

"मी साठवले होते.''

"काय खोटं बोलतोस! तेवढे साठवायला शंभर वर्षं लागतील!''

"अरे माझी आजी शर्यतीत जिंकली आणि तिने थोडे पैसे मला दिले. पण तू हे कोणाला सांगू नकोस; सांगितलंस तर मी ते परत घेणार. कबूल?''

"कबूल.''

"आणि येताना तुझी स्लीपिंग बॅग घेऊन ये."

"का?"

"आल्यावर कळेलच तुला."

मी घरी आईला सांगितलं, की मी आज शाळेतून थेट ब्रेन्डनच्या घरी जाणार आहे आणि रात्री तिथेच मुक्काम करणार आहे. तिला ते खरं वाटलं, त्यामुळे तिने फार खोदून विचारलं नाही.

साडेतीन वाजले. मी ब्रेन्डनला शाळेमागच्या खोपटात चल म्हणून सांगितलं.

"का रे? आपण तुझ्या घरी जाणार होतो ना?" त्याने विचारलं.

"तू माझ्या मागे ये, तुला आपोआपच कळेल," मी म्हणालो.

खोपटात झाडझूड करत असलेल्या 'मालकाने' आमचं स्वागत केलं. मी त्याच्याकडे, खोपटात एक रात्र काढण्यासाठी चावीची मागणी केली. तो क्षणभर विचारमग्न झाला आणि म्हणाला, "जर पकडला गेलात तर तुम्ही चावी चोरली असं सांगायचं, कबूल?"

"हो, नक्की," मी म्हणालो.

"खोपटाचा वापर तुम्ही कोणत्याही वाईट कामासाठी करणार नाही, अशी आशा करतो," तो थोडं थांबून म्हणाला. मी त्याचीच नक्कल करत, थांबून विचार केल्यासारखं करून म्हणालो, "हो अर्थातच! पण नक्की सांगायचं तर ती एक मोठीच कहाणी आहे," आपण आत्मविश्वासाने बोलतो आहोत, असं भासविण्यासाठी थोडा विचार केल्यासारखं दाखवून धीरगंभीरपणे बोलायचं असतं. *गिनेस बुक* 'च्या माणसांना भेटण्याच्या वेळी या सर्व गोष्टी फार महत्त्वाच्या ठरणार होत्या. त्यानुसार, मी संवाद साधताना प्रथम माझी देहबोली आणि नंतर आवाज या क्रमाने सुधारणा घडवून आणायचं ठरवलं होतं.

"पाठीमागचं टॉयलेट स्वच्छ करायचं राहिलंय, ते करून घ्या. तुम्ही परत येईपर्यंत मी इकडे झाडलोट करून ठेवतो," असं बोलून खोपट मालकाने माझ्या हातात चावी ठेवली. या पठ्ठ्याकडे माफक शब्दांत नेमकं बोलण्याचं विलक्षण कसब होते. मी कौतुकाने त्याची मनात नोंद केली.

तो डोळ्यांआड झाल्यावर ब्रेन्डनने माझा हात पकडून विचारलं, "काय चाललंय काय? तुझ्या घरी राहायच्या तयारीनं म्हणून मी आलो होतो."

"मी तुला ज्या प्रयोगाविषयी बोललो होतो, त्याच्यासाठी आपल्याला या खोपटाची गरज लागणार आहे. ती नेमकी कशी ते मी तुला नंतर सांगतो," टॉयलेटच्या दिशेने वळत मी म्हटलं.

"तू मला आताच काय ते सांग, नाहीतर मी हा चाललो."

"बरं ठीक आहे. मी एक असत्यशोधनाची चाचणी घेणार आहे. मला सिद्ध

करायचंय की मी एक मानवी असत्यशोधक यंत्र आहे.''

"काहीतरी बावळटासारखं बोलू नकोस!''

"कशावरून हा बावळटपणा आहे? मला ते करून तर दाखवू दे. मी असत्यशोधनाचा बहुआयामी आलेख आहे. फरक एवढाच की मला त्यासाठी यंत्राची गरज नाही.''

"बहुआयामी आलेख म्हणजे?''

"गुन्हेगारांची उलटतपासणी करताना त्यांच्या अंगाला एक यंत्र जोडलं जातं, त्याच्याद्वारे ते खरं बोलताहेत की नाहीत ते तपासलं जातं. मी स्वत: त्या यंत्रापेक्षा प्रभावी असा शोधक आहे, समजलं?''

"तू काय बोलतोयस ते मला काही कळत नाही आहे.''

"हा जो आलेख मी म्हणतोय, त्याच्यामध्ये एखाद्याचा श्वासोच्छ्वास कसा सुरू आहे, त्याचा रक्तदाब किती आहे, अंगाला किती घाम सुटलाय इत्यादी बाबी यंत्रावर मोजल्या जातात. काही वेळेला काही निर्ढावलेले गुन्हेगार कशालाच दाद देत नाहीत. ते बिनदिक्कत खोटं बोलले, तरी या लक्षणांमध्ये काही बदल घडून येत नाही. त्याचबरोबर, जे संशयित निरपराध असू शकतात, ते मात्र कधी कधी भेदरतात आणि त्यामुळं त्यांच्यात ही लक्षणं आढळून येऊ शकतात आणि मग ते बिचारे या आलेखाच्या तावडीत सापडतात. पण मी जेव्हा कोणताही खोटेपणा शोधून काढतो तेव्हा क्षणार्धात मला त्या दोहोंतला फरक कळून येतो, मात्र तो या यंत्राला समजत नाही. मला सर्व सूक्ष्मातिसूक्ष्म इशाऱ्यांचा ठावठिकाणा समजतो. मग माझी कानशिलं तापतात आणि पोटात मळमळतं. अर्थात, सुरुवातीला ज्या प्रमाणात हे व्हायचं त्यापेक्षा हल्ली कमीच होतं, पण माझ्याकडे ही देवदत्त देणगी आहेच!''

ब्रेन्डनचे डोळे एवढाले झाले होते आणि तोंडाचा आ वासला होता.

"काय, म्हणतोस काय?'' तो अचंब्याने उद्गारला.

"अरे, मला त्या असत्यशोधनाची शक्ती प्राप्त झाली आहे म्हण ना.''

"चल, थापा मारतोस.''

"अजिबात नाही. तू बघ तर खरं!''

"थापाच आहेत.''

"नाही म्हटलं ना!''

"बरं, मग सांग कुठं शिकलास हे? कोणी शिकवलं तुला?''

"शिकण्याची वेळच आली नाही. एके दिवशी मला आपसूक, आतून जाणवलं की मी हे करू शकतो. नंतर मी या विषयावरची सर्व पुस्तकं वाचली आणि त्यातून मला इतर माहितीही मिळाली. असत्य शोधून काढताना मेंदूचं काम नक्की कशा प्रकारे चालतं, ते मला त्या पुस्तकातून कळलं.''

“आपण हा प्रयोग तुझ्या घरी का नाही करू शकत?”

“तिथं निवांतपणा मिळणार नाही,” मी मोजक्या शब्दांत सांगितलं.

मी बादली आणि ब्रश घेऊन टॉयलेटची फरशी घासायला सुरुवात केली. ब्रेन्डन भिंतीला टेकून नुसता बघत होता; त्याने मदतीसाठी हात पुढे केला नाही.

“एखादा माणूस खोटं बोलतोय हे तुला कसं कळतं?” त्याने विचारलं.

“पूर्वी मला मळमळून ओकारी व्हायची. आता तसं होत नाही. फक्त कानशिलं तापतात. त्याचबरोबर मी त्या व्यक्तीच्या हातांचं आणि चेहऱ्याचं निरीक्षण करून निष्कर्ष काढतो.”

“मला तर हे मूर्खपणाचंच वाटतंय.”

“तसं नाही आहे ते. तू थांब आणि स्वत: बघून खात्री कर!”

“तू मला पहिल्यांदा ठरलेले पैसे दे, मग बघतो,” मी त्याच्या हातावर पाच पौंड ठेवले. ते तो उजेडात धरून बनावट तर नाहीत ना, हे जणू तपासून पाहू लागला. मग खात्री पटल्यासारखा हसला. जे काम एक मित्र म्हणून ब्रेन्डनने उत्साहाने आणि उत्सुकतेने करायला हवे, त्यासाठी त्याला पैसे मोजावे लागले, याचं मात्र मला वाईट वाटत होतं. पण करणार काय! तो हसला म्हणून मीही हसलो.

खोपटाकडे परतण्याअगोदर आम्ही आमच्या वर्गात जाऊन आमच्या स्लीपिंग बॅग्ज उचलल्या. त्याचबरोबर सकाळी घरून आणलेलं खाणंही आणलं. चॉकलेट केकचे दोन तुकडे, हॅमचा एक मोठा तुकडा आणि एक ब्रेड मी सकाळी येताना स्वयंपाकघरातून घेतला होता. मी घरून पांघरूणं आणि उशासुद्धा आणल्या होत्या.

सभोवताली धुकं होतं. त्यामुळे खोपटात परतेपर्यंत आमचे कोट ओले झाले होते. आतमध्ये शिरल्याशिरल्या आम्ही आपापल्या स्लीपिंग बॅग्ज अंथरल्या. मला थंडी वाजत होती पण आतली शेकोटी कशी पेटवायची ते ठाऊक नव्हतं. काहीतरी बोलायचं म्हणून म्हणालो,

“आपण बहुधा गोठून मरणार!”

“उगाच रडूबाईसारखं बोलू नकोस. मी जाऊन लाकडं घेऊन येतो. ती आपण पेटवू. मग सर्व ठीक होईल,” ब्रेन्डन बोलला.

“छान!” मी म्हणालो. शेकोटी पेटवल्यावर चांगलं उबदार वाटू लागलं. आम्ही स्लीपिंग बॅग्जमध्ये घुसून बसलो आणि केक खाल्ला. आताच जर आपण प्रयोगाला सुरुवात केली नाही तर असाच वेळ फुकट जात राहील, अशी भीती मला आम्ही खात असताना वाटत होती.

ब्रेन्डनने, खोपट मालकाने आमच्यासाठी लिहून ठेवलेली चिठ्ठी मोठ्यानं वाचली, “मुलांनो, तुमची रात्र इकडे बरी जावो अशी इच्छा करतो. काही नवीन

कॉमिक्स ठेवली आहेत, ती वाचू शकता!''

चिठ्ठी वाचल्यानंतर ब्रेन्डन लगेच त्या कॉमिक्सचा शोध घ्यायला लागला आणि माझ्या पोटात गोळा आला. वाटलं, हा आता याच्यात गुंतला तर मग प्रयोग कधी करायचा?

''आपल्याला काय करायची आहेत कॉमिक्स? आपलं काम अजून सुरूही झालेलं नाही!'' मी म्हटलं.

''मी नुसती ती कुठं आहेत एवढंच पाहत होतो,'' त्याने खुलासा केला.

शोधताशोधता ब्रेन्डनच्या हाताला लैंगिक विषयावरचं एक मासिक लागलं. जणू असलं काही मिळण्याची खात्री असल्याच्या थाटात ब्रेन्डन बोलला, ''मला वाटलंच होतं की इथं असलं काहीतरी ठेवलेलं असणार म्हणून,'' आणि तो स्लीपिंग बॅगमध्ये घुसून मासिकाची पानं उलटू लागला. मधूनच, ''वा! काय साईज आहे,'' वगैरे चित्कारू लागला. थोड्या वेळाने तो न राहवून म्हणाला, ''अरे, इकडे ये आणि हे बघ!'' मी माझी स्लीपिंग बॅग त्याच्याजवळ खेचली आणि बाजूने पाहू लागलो. काही काही पानांवर तर तीन-चार लोकांना एकत्रितपणे काय काय करताना दाखवलं होतं. मला त्यात काही रस वाटत नव्हता. उलट मला पोटात ढवळल्यासारखं होऊ लागलं. माझा चेहराही कसानुसा होऊ लागला. सुदैवाने, ब्रेन्डनचं लक्ष माझ्याकडं नव्हतं. त्याचं खिदळणं आणि चित्कारणं चालूच होतं. मला आतड्यात ढवळलं आणि शौचाची भावना झाली.

अचानक ब्रेन्डनने मला हाताने दूर ढकललं आणि तो ओरडला, ''अरे, असा काय चिकटून बसला आहेस? जरा लांब बस ना!''

मी काही बोलणार तेवढ्यात तो उठून स्लीपिंग बॅगमधून बाहेर आला आणि त्यानं ते मासिक जागेवर ठेवून दिलं. नंतर उभा राहून अंग झाडत म्हणाला, ''आता मी लघवी करणार आणि घरी जाणार.'' असं बोलून, माझ्याकडे न बघता तो बाहेर पडला. दहा मिनिटांनंतर आला आणि म्हणाला, ''मी निघतो.''

''अरे, मग आपल्या प्रयोगाचं काय?'' मी विचारलं.

''सांगू आपापल्या आयांना की मुक्काम करण्याचा बेत आम्ही रद्द केला,'' खांदे उडवत तो बोलला. मला खरं तर त्याच्याशी गप्पा मारायच्या होत्या. त्याने नुकत्याच पाहिलेल्या मासिकाबद्दल, काय वाटलं ते जाणून घ्यायचं होतं. पण मी त्याला ''प्रयोगाचं काय करायचं?'' एवढंच विचारू शकलो.

''काय करायचं म्हणजे?'' त्याने प्रतिप्रश्न केला.

''बरं ठीक आहे. तुला काय करायचंय ते तू कर,'' मी बोललो.

नेमकं सांगता येत नाही, पण आज रात्री अजून काहीतरी घडायला हवं होतं, असं मला राहून राहून वाटत होतं. तो असाच निघून चालला होता या गोष्टीचा मला

फार राग आला होता. आजची रात्र मला त्याच्यासोबत घालवायची होती. रात्रीच्या अंधारात त्याच्यात आणि माझ्यात काहीतरी व्हायला हवं होतं. अचानक, अशाप्रकारे आपापली वाट धरणं मला पसंत नव्हतं.

"अरे, आपण थांबून आपला प्रयोग करूया," मी विनवलं.

"छे रे, सोड आता. काय महामूर्ख कल्पना आहे ती!" तो म्हणाला.

"मग तू सुद्धा महामूर्खच आहेस, कारण तू त्यात भाग घेण्याची तयारी दर्शवली होतीस."

"मग काय झालं?" ब्रेन्डनने रागाचा आव आणलेला दिसत होता, पण मला वाटतं तो सुद्धा माझ्यासारखाच काहीशा विचित्र मन:स्थितीत सापडलेला असावा.

"आता एकच काम करू या. दिवे मालवूया आणि झोपून जाऊ या. सकाळ झाल्याझाल्या घरी निघून जाऊ," मी शांतपणे सांगितलं. ब्रेन्डनकडून काहीच प्रतिसाद आला नाही.

"चल झोपू या, प्लीज अगदी अवाक्षरही आता बोलायचं नाही समजलं?" मी परत म्हटलं. ब्रेन्डनने दिवे मालवले आणि आम्ही आपापल्या स्लीपिंग बॅग्जमध्ये शिरलो. काही वेळानंतर त्याची काहीच हालचाल दिसली नाही, तेव्हा मी माझी स्लीपिंग बॅग त्याच्या बॅगेला खेटून ठेवली.

"गुडनाईट," तो म्हणाला.

"गुडनाईट ब्रेन्डन," मीही म्हटलं.

मी माझ्या नेहमीच्या पद्धतीने हाताची उशी करून निजलो होतो पण झोप येत नव्हती. मी कूस बदलली तसा अंगाखालच्या जमिनीचा गारठा जाणवला. ब्रेन्डनला नक्की कसा स्पर्श करावा किंवा त्याच्याकडून कसा स्पर्श करून घ्यावा, या विचारात पडलो होतो. मला त्याचं सर्वांग निरखायचं होतं. असं मला यापूर्वी कधीच वाटलं नव्हतं. असे विचार मनात कधीच आले नव्हते. त्याला जागं करावंसं वाटलं. पण मग मी तो विचार झटकून टाकला आणि त्यापेक्षा नुसती कल्पना करण्याचं ठरवलं.

मी कल्पनेने त्याला उठवलं आणि माझ्याशेजारी झोपायला बोलावलं. त्याने होकार दिला, तसे आम्ही दोघेही विवस्त्र होऊन एकमेकांशेजारी पहुडलो आणि एकमेकांच्या शरीराला न्याहाळू लागलो.

अचानक मला भानावर आल्यासारखं झालं. मी उठून बसलो आणि जोरजोराने डोके हलवत डोळे उघडले. त्याचबरोबर मला दिसत असलेली चित्रे नजरेसमोरून नाहीशी झाली. त्यानंतर पुन्हा कूस बदलत राहिलो, पण झोपच आली नाही. घड्याळही संथ गतीने सरकत होतं असं वाटलं. डोकं हलकं झाल्यासारखं वाटत होतं. अस्वस्थता वाढली होती. वाटत होतं की काय हे वाईट-साईट विचार आपल्या डोक्यात येताहेत. हे पाप आहे. कदाचित माझ्या मनातले असले विचार

आईनेही ओळखले असावेत, म्हणून ती हल्ली माझ्यासोबत झोपणं टाळते.

हे सर्व थांबावं, असं मला वाटत होतं, पण त्याचबरोबर कल्पनेची ही भरारीही मला थोपवता येत नव्हती. शेवटी मी दुखेपर्यंत डोक्यावर थपडा मारल्या, छातीत बुक्के मारले आणि थोबाडीतही मारून घेतलं. असले विचार यापुढे कधीही डोक्यात येता कामा नयेत असं स्वतःला बजावलं.

मी उठून दिवा लावला आणि अंगाभोवती स्लीपिंग बॅग गुंडाळून, खुर्ची घेऊन खिडकीखाली बसलो. मी ब्रेन्डनकडे कटाक्ष टाकला. तो कुशीवर झोपला होता. त्याने तोंडाचा आ वासला होता, जीभ बाहेर लोंबत होती. त्याच्या नकळत त्याला असं बघून मला गंमत वाटत होती. मधूनच, त्यानं जागं व्हावं आणि शेजारी बसून गप्पा माराव्यात असं वाटलं पण तो जागा झाल्यावर घरी जायचं म्हणाला असता आणि मला ते नको होतं. त्यापेक्षा त्याला असं न्याहाळणं बरं वाटत होतं. थोड्या वेळानंतर, कंटाळा आला म्हणून कॉमिक्स चाळू लागलो; पण त्यांच्यातही काही दम नव्हता. मग बसल्याबसल्या स्लीपिंग बॅगलाच एक लाथ हाणली. 'ही स्लीपिंग बॅग नाही, ही तर जागं ठेवणारी बॅग आहे,' माझ्या मनात विचार आला.

असा तासभर गेल्यानंतर मी पुन्हा झोपण्याचा प्रयत्न केला. स्लीपिंग बॅगमध्ये शिरल्यावर आधीच्यापेक्षा अधिक गारठा जाणवला. खालची लादी बर्फासारखी भासली. थोडा वेळ असाच गेल्यानंतर, पहाटेपहाटे पक्षांचे कूजन सुरू झालं आणि मी पेंगुळलो. अखेर अशा प्रकारे थोडी झोप झाली आणि आम्ही उठलो. खोपटाचा मालक बाहेर उभा होता. "चला उठा," त्याने आम्ही अगदीच अनोळखी असल्यासारखा दम दिला.

१२

आज शनिवार होता. आजपासून ईस्टरची सुट्टी सुरू झाली. सकाळचा नाश्ता करत स्वयंपाकखोलीत बसलो होतो. वडील आत आले. मी त्यांना गुडमॉर्निंग म्हटलं. त्यांनीही म्हटलं.

त्यांनी पांढऱ्या शर्टावर निळा कोट घातला होता. अंगाला क्रीम चोपडलं होतं, त्याचा वास आला. त्यांचा दाढी केल्यानंतरचा गुळगुळीत चेहरा चांगला वाटला. यापुढे त्यांनी दाढी परत वाढवू नये, असं वाटून गेलं.

माझ्या ताटलीत मी ब्रेडच्या कडा काढून टाकल्या होत्या. त्या पाहून त्यांनी ताटली उचलली आणि माझ्या तोंडापुढे धरली. "तू हे खात का नाहीस?" त्यांनी विचारलं.

"त्या मला आवडत नाहीत," मी सांगितलं.

"ब्रेड वाया घालवतोयस. हे कडांचे तुकडे खाण्यासाठीच असतात,'' ते रागावून बोलले.

"ते कडक असतात; चावायला त्रास होतो. म्हणून खावंसं वाटत नाही.'' त्यांनी ताटली माझ्या हातात दिली आणि शांतपणे म्हणाले, "ब्रेड झाडांना लागत नाहीत. अन्नाची नासाडी करणं पाप आहे.''

"पण ते चावल्यामुळे माझे दात दुखतात,'' असं म्हणून मी ती ताटली टेबलावर ठेवली.

"तू आता मुकाट्यानं खातोस, की ओतू तुझ्या घशात?'' म्हणून त्यांनी ताटली पुन्हा माझ्या हातात दिली आणि हाताची घडी घालून पाहत शेजारी उभे राहिले. मी मग मुकाट्याने ते तुकडे खाऊन संपवले. त्यांनी नि:श्वास सोडून कोरडं स्मित केलं आणि समजूत घातल्यासारखं म्हणाले, "पाहिलंस, काही झालं का तुला? नाही ना? ब्रेडच्या कडा खाल्ल्याने माणूस मरत नाही.''

आई आत आली. तिने हल्लीच गॉरीधल्या एका किरणा दुकानात अर्धवेळ नोकरी धरली होती. तिला तिकडे आठवड्यातून तीन दिवस जावं लागायचं. ती निघायच्या तयारीतच होती. तिने पिवळसर रंगाच्या कपड्यांवर गुलाबी कोट चढवला होता.

"तू आज माझ्याबरोबर का येत नाहीस? दुकानात बसून राहा, येताना गोड खाऊ घेऊन येऊ या,'' ती म्हणाली.

"मला घरी बसून ते नवीन पुस्तक आणलंय ना, खोटं बोलण्यावरचं, ते वाचायचंय,'' मी सांगितलं.

"तू बरेच दिवस बाहेर पडलेला नाहीस. असं कर, तू आज जा तिच्याबरोबर,'' वडिलांनी हुकूम सोडला.

आमची गाडी रस्त्यावरच्या नेहमीच्या चौकात पोहोचली. तिथून उजवीकडे वळण्याऐवजी आईने डावं वळण घेतलं. "आपल्याला फक्त एका मिनिटासाठी डॉ. रायनना भेटायचंय,'' माझ्याकडे पाहून तिने म्हटलं.

"का गं?''

"तुझी तपासणी करून घेऊ या.''

"कशासाठी?''

"तुझी वाढ केवढीतरी होत चालली आहे.''

"त्यामुळेच तू हल्ली मला जवळ घेत नाहीस, हातही लावत नाहीस, होय ना?''

"तसं नाही रे. मी तुला जवळ घेतेच की!''

"छे, पूर्वीसारखे कुठे लाड करतेस?''

"तू काही आता लहान राहिलेला नाहीस,'' हात आडवा करून ती कपाळ चोळत म्हणाली.

"अगं तू उंच आहेस, बाबासुद्धा उंचच आहेत. मग मी उंच नाही होणार तर काय!''

"तुझं वय फक्त अकरा वर्षं आहे आणि आत्ताच जवळजवळ सहा फूट झाला आहेस. तुझा आवाज पण चांगलाच घोगरा झालाय.''

"येत्या जुलैमध्ये तर मला बारा पूर्ण होणार आहेत.''

"आपण असं करू या, डॉ. रॉयनना भेटून त्यांचं त्यावर काय म्हणणं आहे ते ऐकू या.''

"तुला माझ्यावर काही शस्त्रक्रिया वगैरे करवून माझी वाढ थांबवायचीय का? तसं असेल तर मला कुठल्याच डॉक्टरला नाही भेटायचंय.''

"शस्त्रक्रियेचा काही संबंध नाही.''

"मग काय गरज आहे डॉक्टरला भेटण्याची? मी काय आजारी आहे?''

"अरे, मी कधी म्हटलं की तू आजारी आहेस?''

मी रागारागाने डॅशबोर्डवर हात आपटला. मला राहूनराहून नवल वाटत होतं की, जेव्हा आईने आपल्याला बाहेर चालण्याबद्दल सुचवलं, तेव्हा ती खोटं बोलतेय, याचा आपल्याला सुगावा कसा लागला नाही.

"तूच सर्वांत आजारी, रोगी बाई आहेस,'' मी रागाने बोललो. "आता हा काय करेल'' अशा नजरेने ती माझ्याकडे बघत राहिली. मी माझे हात मांड्यांखाली घालून दाबून ठेवले. ती जरा बावरलेलीच वाटत होती. "म्हणजे तुला म्हणायचंय तरी काय?'' तिने शेवटी विचारलं.

"तू माझ्याशी खोटं बोललीस. फसवून डॉक्टरकडे घेऊन चालली आहेस.''

"आपण ठरल्याप्रमाणे दुकानातच चाललो आहोत, फक्त त्याआधी डॉ. रायनना भेटून पुढे जाणार आहोत.''

"यापुढे मी तुझ्यावर कधीच विश्वास ठेवणार नाही,'' मी एका वेगळ्याच, ठाम सुरात बोललो. शब्दांची चपराकच होती म्हणाना. आई रडवेली होत म्हणाली, "मला कळतच नाही, की तुला यात एवढं अपमानास्पद काय वाटतंय?'' माझा श्वास जोरात चालला होता. "तू आई आहेस. आईनं मुलाशी खोटं बोलायचं नसतं. नाहीतर त्या नात्यालाच तडा जातो,'' मी सांगितलं.

ती काहीच बोलली नाही. "इतरांनी खोटं बोललेलं एक वेळ चालेल, पण तू बोललेलं चालणार नाही आणि खोटं बोलणं हे तर पापच आहे,'' मी वाक्य पूर्ण केलं. तिने कपाळाला आठी घालून माझ्याकडे पाहिलं. तिला रडू कोसळायचं बाकी होतं. तिने ते निग्रहाने थोपवलं असावं. काहीच न घडल्याप्रमाणे तिने शांतपणे गाडी मागे वळवली आणि गाडी गॉरीच्या दिशेने धावू लागली.

"संपलं का तुझं?'' कोरडेपणाने तिने विचारलं.

"हो."

दुकानात पोहोचल्यावर आईचं काम सुरू झालं. मी शेजारच्या खुर्चीवर बसून आईचं ग्राहकांशी सुरू असलेलं संभाषण ऐकत होतो. एक बाई आली आणि आईला हाक मारून म्हणाली, "हेलन, या वर्षी तू आमच्या 'लीजन ऑफ मेरी ग्रुप'मध्ये सहभागी होशील असं आम्हाला सर्वांना वाटलं होतं. का झाली नाहीस?"

"मला व्हायचंच होतं पण काय करू, वेळच मिळत नाही," आई म्हणाली.

त्या बाईची पाठ वळल्यावर हे 'लीजन ऑफ मेरी' काय प्रकरण होतं ते आईने मला सांगितलं. तिच्या मते एकत्र जमून स्वत:च्या नवऱ्यांबद्दल तक्रारी, उखाळ्यापाखाळ्या काढणाऱ्या आणि कुचाळक्या करण्यात धन्यता मानणाऱ्या निरुद्योगी बायकांचं ते एक टोळकं होतं.

दुकानभर मी सहज नजर फिरवली. फळ्यांवरचे सर्वच डबे, बरण्या खाण्याच्या वस्तूंनी शिगोशीग भरल्या होत्या. दर्शनी भागात काचेखाली डझनावारी प्रकारचे गोड पदार्थ होते. दुकान बंद करण्याची वेळ झाली होती. तेवढ्यात एका काळ्या सुटातल्या विक्रेत्याने आत पाय ठेवला. त्याला फक्त पाहूनच आईने, एवढ्यात कुठल्याच बिस्किटांची गरज नाही असं सांगितलं. तरीही तो चिवटपणाने म्हणाला, "नक्की ना? नाहीतर मॅनेजरशी बोलून घ्या आणि सांगा." आई म्हणाली, "मीच मॅनेजर आहे इथली आणि मला आता बिस्किटं नको आहेत." तरीही त्याने इकडे तिकडे नजर टाकत कागदावर काही नोंदी केल्याच आणि शेवटचा प्रयत्न करून म्हणाला, "माझ्याकडे काही नवीन प्रकारची बिस्किटं आली आहेत आणि तुम्ही ती जरा बघितलीत तर बरं होईल." आई त्याच्याजवळ गेली आणि म्हणाली, "तुमचे आभार मानते मी, पण मला खरोखरच बिस्किटं नको आहेत."

"काही हरकत नाही," म्हणून तो विक्रेता वळला. तशी निरोप घेण्याच्या मिषाने आईने तिच्या पिठाने माखलेल्या हाताची थाप त्याच्या पाठीवर मारली. त्याच्या काळ्या सुटाच्या पाठीवर तो पिठाचा पांढरा पंजा चांगलाच खुलून दिसत होता; मला तर ते बघून उकळ्या फुटत होत्या. तो बिचारा तसाच चालतचालत रस्त्यावरच्या गर्दीत मिसळून गेला. तो गेल्यावर आईनं दुकानाचं दार पुन्हा उघडलं आणि ती म्हणाली, "गेला! टळला एकदाचा!" नंतर तिनं दुकानाचं दार लावून टाकलं.

मी टुणकन उडी मारून आईला म्हटले, "काय धमाल केलीस गं तू, त्याची पाठच रंगवलीस!"

"हो आणि त्यामुळे मजा आली की नाही!" तिने म्हटलं.

मी हसतहसत तिला मिठी मारली. तिनंही मला कुशीत घेतलं आणि माझ्या गालाचं चुंबन घेतलं. जणू काही आम्ही तो क्षण साजरा करत होतो.

गाडी परतीच्या वाटेवर असताना आई गात होती. चौकातून घराची दिशा

पकडण्याअगोदर, ''कोर्टनच्या समुद्रकिनाऱ्यावर थोडं फिरून येऊ या का?'' असं तिने मला विचारलं. तसं झालं तर गाडीचा प्रवास धरून, आपल्याला तिच्यासोबत एकूण दीडएक तास अधिक मिळणार, या आनंदात मी लगेच होकार दिला.

मी खाऊ खातखात, आईसोबत समुद्रकाठच्या वाळूवर चालत होतो. उन्हाळ्यात वाळू पिवळीजर्द आणि पाणी निळेशार दिसतं. पण आज वाळू तेवढी पिवळी दिसत नव्हती, पण ती छान चमचमत होती. पाण्याची निळाईही अंमळ कमीच होती, मात्र सुरेख लाटा येऊन किनाऱ्यावर फुटत होत्या आणि धवल फेस पसरवत होत्या. एक विशिष्ट असा खारट आणि पाणवनस्पतींचा खारा वास आसमंतात भरून राहिला होता. लांबवर वाळूचे छोटे छोटे उंचवटे तयार झाले होते. लोकरीसारख्या भासणाऱ्या हिरव्याकंच झुडपांच्या मखमलीने ते आच्छादले गेले होते.

त्यानंतर अचानक जोरदार पाऊस सुरू झाला, पण आई चालतच होती. म्हणून मग, ''आई, पाऊस!'' असं मी मोठ्याने चित्कारलो. पण त्याची दखल न घेता आई चालतच राहिली. आणि ''एवढ्याशा पावसाचं काय रे!'' म्हणून तिनं माझं म्हणणं उडवून लावलं. तोंड वर करून थोडे थेंब ती प्यायली. तिचं पाहून मीही तसंच केलं. आणि मग आम्ही दोघेही जोरात हसलो. इतर लोक धावत पटापट आपापल्या गाड्यांचा आसरा घेत होते आणि आम्ही मात्र बिनधास्त पाऊस अंगावर झेलत चालत होतो. आता आईने माझा हातही धरला होता. थंडी फारशी नव्हतीच आणि एकदा चिंब भिजल्यावर तर तो कोसळणारा पाऊस ब्लँकेट लपेटून घेतल्यासारखा उबदार वाटत होता.

नखशिखांत भिजलेल्या अवस्थेत आम्ही घरी परतलो. माझ्या बुटांमधून चुबुक चुबुक असा आवाज येत होता. स्वयंपाकखोलीत वडील सूप पित बसले होते. आई जाऊन त्यांच्या शेजारी उभी राहिली.

''बघ जरा तुझ्या बायकोकडे, कशी पूर्ण भिजून आली आहे ती,'' तिने त्यांना छेडलं.

''हो, अगदी भिजलेल्या उंदरीसारखी,'' तेही मिटल्या ओठांनी हसत म्हणाले.

''भिजल्यानंतर शंखशिंपले गोळा करून आणणाऱ्या अशा किती उंदरींना तू ओळखतोस?'' तिने प्रश्न केला आणि कोटाच्या खिशात गोळा केलेला, समुद्राकाठच्या शंखशिंपल्यांचा ऐवज टेबलावर ओतला. पुन्हा तसंच हसत वडिलांनी त्यातला एक शंख उचलला आणि कानाला लावून म्हणाले, ''हॅलो, मी मायकल ईगन बोलतोय. आमचं म्हातारं वटवाघूळ आज घरात नाही; बाहेर गेलंय.''

आई हसली. तिच्या चेहऱ्यावर एकदम आनंद पसरला. तिने त्यांना त्या सेल्समनच्या काळ्याभोर सुटावर उमटवलेल्या पिठाच्या पंजाची गोष्ट सांगितली. ते दोघेही मग खूप हसले. हसताहसता आईच्या डोळ्यातून पाणी आलं. त्यांचं ते

हसणे इतका वेळ चालू होतं की मला न उमगलेला काही छुपा अर्थ त्या किस्स्यात दडलेला नसावा ना, अशी शंका मनाला चाटून गेली. तसं नसेल तर तो मला का कळला नाही, अशी रुखरुखही लागून राहिली. पण आता जर मी त्यांना त्यांच्या त्या प्रदीर्घ हास्याचं कारण विचारलं असतं तर वडील खरं कारण माझ्यापासून दडवण्यासाठी हेतुपुरस्सर खोटं बोलतील असं वाटलं. आई कदाचित आडवळणाने बोलून थोडीफार माहिती देईलही. पण कळीचा मुद्दा काही सांगणार नाही. गोड बोलून सारवासारव करण्याचा प्रयत्न करेल. तरीही न राहवून मी म्हणालोच, "यात एवढं हसण्यासारखं काय होतं?" आईने हसू आवरत सांगितलं, "आम्ही एवढं हसतोय, कारण आम्हाला तुझ्या जन्मापूर्वीच्या एका प्रसंगाची आठवण झाली. तेव्हा एका लग्न समारंभाला जाण्यापूर्वी तुझ्या टोनीकाकांची मी अशीच गंमत केली होती."

माझ्या वडिलांच्या डोळ्यातून हसूनहसून पाणी येत होतं. त्यांनी मान हलवली आणि म्हणाले, "ते छानच झालं होतं. त्याला चांगली अद्दल घडली होती."

"का?" मी विचारलं. दोघांची क्षणभर नजरानजर झाली. मग आईने सांगितलं, "कारण ते माझ्याशी चांगले वागले नव्हते. आता तू मला, म्हणजे कसं वागले, असं विचारून भंडावून सोडू नकोस; तसं केलंस तरी मी काही ते तुला सांगणार नाही."

मला खरं तर ते जाणून घ्यायची आता गरजही वाटत नव्हती. महत्त्वाची गोष्ट म्हणजे त्यांनी आज माझ्या प्रश्नाचे प्रामाणिक उत्तर दिलं होतं. माझ्यासाठी ते पुरेसे होतं. "आता मी टीव्ही बघत बसणार आहे," असं सांगून, दोन जॅम बिस्किटे घेऊन मी बाहेरच्या खोलीची वाट धरली.

तासाभरानंतर मी जेव्हा परत स्वयंपाकखोलीत गेलो तेव्हा पाहिलं तर आजी नुकतीच बाहेरून आली होती. तिने तिचा नवीन फरचा काळ्या कॉलरचा तपकिरी कोट काढून शेकोटीजवळच्या खुर्चीच्या पाठीवर टाकला. वडील तिच्याकडे पाहून मान हलवत बाहेर निघून गेले. आजी बसून सूप प्यायली; पिताना त्यात पावाचे तुकडे भिजवून तिने खाल्ले. तसं करताना तिचं डोकं सुपच्या वाडग्याच्या इतकं जवळ आलं, की तिच्या केसांच्या बटांना सूपचा प्रसाद मिळाला. ते दृश्य मला बघवेनासं झाल्यामुळे, "माझा दात दुखतोय," असं खोटंच सांगून मी तिथून सटकलो. खोटं बोललो तरी काही वेगळं जाणवलं नाही, हे कदाचित मी चालताचालता खोटं बोलल्यामुळे झालं असावं, मात्र हे नोंदवहीत टिपून ठेवायलाच हवं.

१३

आजच्या ईस्टरच्या रविवारची एकत्र प्रार्थना म्हणून आम्ही बाहेरच्या खोलीत जमलो. मी आजीच्या पायाशी बसलो. बसल्याबसल्या आजीला डुलकी लागली

आणि ती घोरू लागली, तसं मला हसू यायला लागलं. आईने सहज माझा हात हातात घेतला आणि मी मला मिळालेल्या भेटवस्तू उत्सुकतेनं उघडून बघू लागलो. तशी माझी उत्सुकता दर सुट्टीत ताणली जातेच. कारण वडिलांची आश्वासनं देण्याची आणि ती न पाळण्याची सवय आता माझ्या अंगवळणी पडली होती. नंतर जरी त्यांनी त्यांची भरपाई करण्याचा प्रयत्न केला तरी, 'बूंद से गयी सो हौद से नहीं आती'चा प्रत्यय मला यायचा. सर्वांत शेवटी मी वडिलांचं भेटकार्ड उघडलं. आत एक पौंडाचे नाणं डकवलं होतं. मी त्यांना 'थँक्यू' म्हटलं. मग आईकडे वळून, 'आता चॉकलेट केक खायचा का?' अशी पृच्छा केली. "अर्थात, थांब हं, मी आईसिंग करून लगेच केक आणते," असं म्हणून ती आत गेली. आजी गाढ झोपली होती. त्यामुळे मी बाहेर, वडिलांबरोबर जवळजवळ एकटाच होतो.

मी त्यांचं ते भेटकार्ड हातात घेऊन, मुद्दाम त्यांच्यासमोरच वरखाली करत निरखू लागलो. यापूर्वी त्यांच्याकडून ईस्टर ख्रिसमस किंवा माझा वाढदिवस या वेळी मिळालेल्या कार्डासारखंच ते कार्ड होतं. जुनाट पद्धतीच्या रंगसंगतीचं, किंचित विटलेलं आणि थोडंसं फाटल्यासारखंही! 'माझ्या लाडक्या मुलासाठी' असं वर लिहिलेलं तेच कार्ड होतं ते. किमतीचं लेबल गायब होतं. आणि त्याजागी जो ठसा उमटला होता, त्यावर धूळ साचलेली दिसत होती. नेहमीप्रमाणेच कुत्र्याच्या पिल्लाबरोबर खेळणाऱ्या मुलाचं त्यावर चित्र होतं. मला देण्यात येणारी ही कार्ड घाऊक बाजारात खरेदी केलेली दिसत होती. कदाचित माझ्या जन्माच्या वेळीच त्यांनी ती एकगठ्ठा घेतली असतील. तसं असेल तर दर वेळेला नवीन कार्ड देण्याची तरी काय गरज होती? एकदा दिलेलं कार्ड मी वाचलं, की परत घ्यायचं आणि तेच मला पुढच्या वेळी द्यायचं, असंही त्यांनी करायला हरकत नव्हती!

वडील हातांच्या खुर्चीवर एकावर एक पाय टाकून बसले होते. त्यांचा ड्रेसिंग गाऊन किंचित आखूड होता. मी त्यांच्या अगदी समोर, त्यांनी मान वर करून बघावं, अशा पद्धतीनं उभा राहिलो. असलं बक्षीस द्यायला त्यांना आईने सांगितलं की काय, अशी शंकेची पाल माझ्या मनात चुकचुकली. ते शोधून काढण्यासाठी मी म्हणालो, "मला वाटतं, मी सहा वर्षांचा असतानाची अशी शेकडो कार्डं तुम्ही खोक्यात आणून ठेवली असावीत," मी निर्धारपूर्वक विषयाला तोंड फोडलं. त्यांनी आधी माझ्याकडे अलिप्तपणे एक कटाक्ष टाकला आणि म्हणाले, "काय वाईट आहे यात? अगदी नवं कोरं आहे ते."

मी ते कार्ड शेकोटीतल्या आगीत फेकून दिलं. लाल-पिवळ्या ज्वाळांनी ते गिळून टाकलं. वडील नुसतेच बसून पाहत होते; ते काहीच बोलले नाहीत, पण नाराज झाले.

"तुम्ही भावनाशून्य आणि स्वार्थी आहात. मला काय दोन वर्षांचं कुक्कुलं बाळ

समजलात का? माझं वय अकरा वर्षं पूर्ण आहे,'' मी म्हणालो. मी असं म्हटल्याबरोबर ते उठून उभे राहिले. आमची छाती परस्परांना जवळजवळ भिडली होती. पण मी हललो नाही. ''हे कार्ड मी स्वत: काल जाऊन विकत आणलंय. तुझी हिंमत कशी झाली माझ्याशी असं बोलायची?'' त्यांनी घुश्शात विचारलं.

''खरं सांगताय तुम्ही? हे कार्ड काल विकत आणलंय?''

''काय म्हणायचंय काय तुला? खरंच आणलंय का, म्हणजे काय?''

''तुम्ही यापूर्वी मला दिलेल्या कार्डांसारखंच कार्ड आहे हे. अगदी तस्संच जुनाट आणि विटलेलं. तुम्ही आता मला सांगा तुम्हाला काय म्हणायचंय ते.''

''मी तुझं असलं मूर्खपणाचं बोलणं ऐकून घेणार नाही,'' असं म्हणून ते दरवाज्याच्या दिशेने चालू लागले. ''पण मला तुम्ही खरं सांगा. हे कार्ड खरंच काल विकत घेतलंय का?''

''अर्थात!'' दरवाजाची कडी हातानं चाचपत ते म्हणाले.

''त्यासाठी तुम्ही किती वाजता गेला होतात? कोणत्या दुकानातून घेतलं ते?''

''एकच गोष्ट किती वेळा सांगायची मी? काल मी ते गॉरीला जाऊन विकत घेतलं.'' ते धडधडीत खोटं बोलत होते. गॉरीला जाण्यासाठी त्यांना आजीची गाडी घेऊन जावं लागलं असतं आणि गाडी तर त्यांच्याकडे नव्हती. आम्ही गाडीतून गेलो होतो. पण आता मला त्यांची अधिक उलटतपासणी घेण्यात रस नव्हता. माझी कानशिलं तापली होती आणि पोटात ढवळतही होतं, ''बरं मग कोणतं दुकान ते सांगा. आणि गेलात कसे, उडत्या गालिच्यावर बसून?'' मी तरीही विचारलं.

''तू हरामखोर साल्या, माझ्यावर संशय घेतोस? चालता हो माझ्यासमोरून आणि तुझ्या खोलीत जा. निघ!'' ते ओरडले.

या आरड्याओरड्यामुळे आजी जागी झाली आणि काहीतरी गडबड झाली आहे, याचा तिला अंदाज आला. मी वडिलांकडे रोखून बघत तसाच उभा होतो. मी तिथून गेलोच नाही. मी जर शरीराने एवढा भक्कम नसतो तर त्यांनी कदाचित माझ्यावर हात उगारला असता, याची मला जाणीव झाली. पण आता हे प्रकरण संपवायचं कसं ते मला उमजत नव्हतं.

मी माझ्या खोलीत निघून गेलो, पण दार उघडंच ठेवलं. बाहेर काय चाललंय, ते मला ऐकायचं होतं. वडील आता आईला घडलेल्या प्रसंगाबद्दल सांगतील असं मला वाटलं. पण काही काळ शांततेत गेल्यानंतर, बाहेरून संगीताचे सूर ऐकू येऊ लागले. आजोबांच्या आवडीचं एक गाणं लावून त्याच्या तालावर आई, आजी आणि वडील गात होते. माझ्या वाट्याचा केकही कदाचित ते आता खाऊन टाकतील की काय, असं वाटलं. बराच वेळ होऊन गेला, कोणीही माझ्या खोलीत डोकावलं नाही. मी स्वत:शीच बोलत आणि माझी नोंदवही चाळत बसलो होतो. मग जरावेळ

अंथरुणावर पडलोही, पण नंतर विचार केला की, ईस्टरचा रविवार असा फुकट घालवणं योग्य नाही, मग मी खोलीबाहेर पडण्याचं ठरवलं.

मी बाहेरच्या खोलीत गेलो आणि शेकोटीसमोर जाऊन बसलो. मी वडिलांकडे पाहिलं. ते एका हातात चहाचा कप आणि दुसऱ्या हातात केकचा तुकडा घेऊन हातांच्या खुर्चीत पायावर पाय टाकून बसले होते.

टीव्हीवर आफ्रिकेतल्या वातुत्सी लोकांवरचा माहितीपट चालू होता. तो पाहता पाहता मी म्हटलं, ''काय उंच उड्या मारतात हे लोक! त्यांनी लिम्पिक्समध्ये भाग घेतला पाहिजे,'' जोरात हसून वडिलांनी आईकडे पाहिलं आणि माझ्याकडे न पाहता ते आईलाच म्हणाले, ''लिम्पिक्स नाही, त्याला ऑलिंपिक्स म्हणतात.'' वास्तविक मी ती चूक जाणूनबुजून, त्यांच्या संभाषणात सहभागी होण्यासाठी केली होती; पण वडिलांनी तिचा उपयोग मला हसण्यासाठी केला. अगदी पायबिय आपटत ते मोठ्यांदा हसले. आई आणि आजीसुद्धा त्यात सहभागी झाल्या. न हसता बसलेलं बरं दिसणार नाही, म्हणून मीही मग हसू लागलो.

१४

''गुड मॉर्निंग, आज आपण आपल्या वर्गात एका नवीन विद्यार्थिनीचं स्वागत करणार आहोत,'' कॉलिन्सबाई म्हणाल्या. ती नवी मुलगी अगदी ताठ उभी होती. तिने स्वत:ची ओळख करून दिली, ''माझं नाव केट ब्रेस्लिन. मी माझ्या आईवडिलांची एकुलती एक आहे आणि आम्ही नुकतंच डब्लिनहून इथे राहायला आलो आहोत. वडिलांनी गॉरीला एक 'मृत मालमत्ता' (पडीक जमीन) खरेदी केली आहे. आमचं घर शाळेपासून चार मैलांवर आहे. डब्लिनला आम्ही सुप्रसिद्ध शेलबर्न हॉटेलजवळ राहायचो.''

तिचे तपकिरी रंगाचे केस कंबरेपर्यंत लांब होते. डोळे हिरवे होते. वाचल्यासारखं ती बोलत होती. 'मृत मालमत्ता' म्हणजे काय याचा बोध झाला नाही. हात वर करून विचारावंसं वाटलं, पण संकोच वाटला आणि मग मान खाली घालून बसून राहिलो.

कॉलिन्सबाईंनी केटची ब्रेन्डनच्या शेजारच्या बाकावर बसण्याची सोय केली. त्यांनी केट वर्गात रुळेपर्यंत, ब्रेन्डन आणि मॅन्डीची, तिचे सोबती म्हणून नेमणूक करून टाकली. माझं त्या दोघांकडे बारीक लक्ष होतं. पहिल्या तासाला केट बाजूला झुकून ब्रेन्डनशी काहीतरी बोलली. त्याने हसून, हाताने स्वत:चे केस मागे सारत तिला काहीतरी उत्तर दिलं. दुसऱ्या आणि तिसऱ्या तासालासुद्धा केटने बाजूला झुकून ब्रेन्डनला काहीतरी सांगितलं. ती त्याला काय सांगत असेल, अशी उत्सुकता दाटून आली होती. मधली सुट्टी झाल्याझाल्या मी ब्रेन्डनच्या बाकाजवळ गेलो. त्या

दोघांनी प्रथम माझ्याकडे आणि नंतर एकमेकांकडे पाहिलं. ब्रेन्डनकडे पाहून असं वाटत होतं की जणू केटला तो फार पूर्वीपासून ओळखत होता.

मी वर्गातून बाहेर पडलो आणि खिडकीजवळ जाऊन त्यांच्याकडे बघू लागलो. ब्रेन्डनने केसातून हात फिरवत, केटला स्वतःची एक वही दिली. केटने त्याच्या हाताला स्पर्श करून त्याचे आभार मानले. कोणीतरी मलाही असा स्पर्श करावा असं वाटलं. किती छान वाटलं ते बघताना! आतासुद्धा, जरी तो स्पर्श ब्रेन्डनला झाला असला तरी तो मलाच झाल्यासारखं मला वाटलं. मी त्यांच्याकडे तसाच बघत राहिलो.

घराकडे येताना वाटेवर मी एक दगड उचलला आणि झाडावरच्या बाहुलीवर भिरकावला. तो तिला न लागताच फांदीवर आपटला. मग मी तो झाडाच्या बुंध्याखाली माती उकरून पुरून टाकला. घरी आल्यावर बघतो तर आईवडील स्वयंपाकखोलीत, टेबलावर बिलांचा आणि इतर कागदांचा ढीग घेऊन बसले होते.

''कसा गेला रे आजचा दिवस?'' कागद आवरत वडिलांनी विचारलं.

''ठीक. आज एक नवीन मुलगी वर्गात आली.'' मी सांगितलं. नंतर मी त्यांना केटबद्दल थोडक्यात सांगितलं. शैक्षणिक वर्षाच्या मध्यावरच एक नवीन विद्यार्थिनी शाळेत येते, या गोष्टीचं त्यांना नवल वाटत होतं.

''तिला आता प्रवेश मिळाला ना, तो ते राहायला आलेत त्या 'मृत' मालमत्तेमुळं!'' मी ठासून सांगितलं. माझे वडील मोठ्याने हसले. त्यांचे मित्र आणि ते गप्पा मारत, तेव्हा बऱ्याचदा ते असे जोरात हसत. टीव्हीवर एखादा विनोदी कार्यक्रम बघतानाही कधीकधी ते असेच हसत. माझी आई खालच्या नजरेनं टेबलाकडे बघत राहिली.

'मृत मालमत्ता...' अजूनही ते हसतच होते. माझ्याकडे पाहत ते म्हणाले, ''अरे मालमत्ता 'मृत' नसते.''

''मला माहिती आहे ते. म्हणून तर मी तुम्हाला ते मुद्दाम सांगितलं.''

''नाही. तुला माहिती नव्हतं. तू 'मृत मालमत्ता' असंच म्हणालास.''

''नाही. मी नाही म्हटलं.''

एवढ्यात क्रिटोनं जेवणाच्या टेबलावर टुणकन उडी मारली. मात्र तिला नेहमीप्रमाणे ढकलून देण्याऐवजी वडील तिला थोपटू लागले.

''क्रिटो... ऐकलंस का, जॉन मालमत्तेला 'मृत' म्हणतोय. तू ऐकलंयस ना?''

''मायकेल, तो चुकून बोलला असेल. जाऊ दे चल. त्याला विश्रांती घेऊ दे. सारखं चिडवू नकोस.'' माझी आई मध्येच म्हणाली.

आम्ही तिघेही शांतपणे टेबलाभोवती बसलो होतो. मी आसपास नजर टाकली. चहा किंवा खाण्याचे जिन्नस कुठे दिसत नव्हते. आई ढिगातून एकेक कागद काढून वाचत होती. वडिलांनी टेबलावर चढलेल्या क्रिटोला जोराने जमिनीवर ढकलून दिलं. ती विव्हळली. त्या कागदांबद्दल काहीतरी सांगावं, या अपेक्षेने मी आईकडे

बघत बसलो. तिच्याशी त्या बाबतीत बोलता यावं म्हणून, वडिलांनी तिथून काढता पाय घ्यावा असं मला वाटलं. नंतर माझ्या लक्षात आलं की मीच तिथून निघून जावं, अशी त्या दोघांचीही अपेक्षा होती. मी ढिम्म बसून राहिलो.

"माझ्याकडे असा टक लावून बघू नकोस." आई मला म्हणाली.

"मी फक्त पाहत होतो, पाहण्यात काय चूक आहे?" मी उत्तरलो.

"तू टक लावूनच पाहत होतास आणि ते तू आता थांबव." ती म्हणाली.

"आपण दोघं एकत्र असताना तू माझ्याशी अशी कधी बोलली नव्हतीस."

वडिलांनी हातातले कागद खाली ठेवले आणि अचानक आमच्या संभाषणात रस घेत म्हणाले, "आम्हाला काही महत्त्वाच्या गोष्टींबद्दल चर्चा करायची आहे; तू तुझ्या खोलीत निघून जा."

मी आईकडे पाहिलं. तीसुद्धा वडिलांसारखीच माझ्याकडे नाराजीने आणि रागाने पाहत होती. ती अशी बदलल्यासारखी माझ्याशी का वागत होती, कोणास ठाऊक!

मी सरळ उठलो आणि तडक खोलीत जाऊन पांघरुणात शिरलो. मला त्यांच्या खाण्याचा, बोलण्याचा, हसण्याचा आवाज ऐकू येत होता. मी या कुशीवरून त्या कुशीवर वळत होतो पण झोप येत नव्हती. विचार करूनकरून डोकं भणभणत होतं. रक्त उसळत होतं; जसं धरणाचं पाणी धरणाच्या भिंतींवर धडका मारतं, तसं आतून धडका मारत होते. त्यामुळे माझं संपूर्ण शरीर थरथरत होते. आणि म्हणून मला झोप लागत नव्हती.

साडेआठ वाजता आई आत आली. तिने हाक मारून म्हटलं, "काहीतरी खाऊन घे, रिकाम्या पोटी झोपू नये."

"मी झोपणार. काय फरक पडतो त्यामुळे?" मी प्रश्न केला.

"तू आता मोठा झाला आहेस, असं रुसून बसणं तुला शोभत नाही. चल बाहेर ये. एखादा सँडविच बनव आणि खा," असं बोलून ती निघून गेली. एका मिनिटानंतर वडील आले. ते दार न ठोठावताच आत आले आणि म्हणाले, "हा बघ, मी तुझ्यासाठी ब्लॅक करंट जॅम सँडविच आणला आहे," त्यांनी ती ताटली पलंगावर, माझ्या पायाशेजारी ठेवली. ती लाथेने उडवून लावावी असं वाटलं; पण तो ताजा पाव आणि त्यावरचा लोण्याचा जाडसर थर पाहून माझी भूक जागृत झाली.

"आभारी आहे," एवढंच मी बोललो. मला आणखीही बोलायचं होतं, पण पहिल्यांदा त्यांनीच बोलावं या अपेक्षेने मी वाट पाहत राहिलो. लक्ष आता सँडविचकडे होते.

"जॉन झालंय तरी काय?" त्यांनी विचारलं.

"मला काहीच नाही झालेलं. तुमचं आणि आईचंच काहीतरी चाललंय. तुम्ही दोघे मला वेगळंच वागवताय."

“वेगळं म्हणजे कसं?”
“नेहमीपेक्षा वेगळं.”
“अरे, पण काहीतरी स्पष्ट बोल ना.”
“मला नीट सांगता येत नाही. पण तुम्ही मला परके वाटताय.”
“तूच आम्हाला अनोळखी वाटतोस,” ते हसून म्हणाले. पण केसांच्या बटांशी चाळा करत, लगेच गंभीर होत म्हणाले, “हे बघ बाळा, तुला काय म्हणायचंय ते मला कळलेलं नाही; पण आम्हाला तुझी काळजी वाटते आणि तुझं सगळं व्यवस्थित व्हावं, असं वाटतं.”
“तुम्ही अगदी खात्रीपूर्वक सांगू शकता की जे चाललंय त्यात काही गैर नाही?”
“हल्ली तुझं जे काही चाललेलं आहे, ते पाहून आम्हाला तुझी काळजी वाटतेय, एवढंच मी तुला सांगू शकतो आणि तुझी अशी काळजी घेणं, हेच कदाचित आमचं चुकत असेल.”
“माझं सर्व ठीक चाललंय. काही बिघडलेलं नाही.”
“तर मग काहीच प्रश्न नाही. आम्ही आता चिंता करण्याचं बंद करून टाकतो, ठीक आहे?”
“हो, हो, बिलकुल काळजी करू नका.”
“मी बनवलेला हा सँडविच तरी तू खाणार आहेस का?”
“कदाचित नाही खाणार.”
“मग तो क्रिटोला देऊ का?”
“नको, राहू द्या. मी तिला तो नंतर देईन.”
“मग तिला तुझ्याकडे पाठवून देऊ का, जॉनसाहेब तुझी वाट पाहताहेत असं सांगून?” असं बोलून ते हसले आणि म्हणाले, “थांब, तिला घेऊनच येतो.” मग मीही हसलो. मला जरा बरं वाटलं. बरं वाटण्याची पुढची पायरीही मी चटकन गाठली; टाळ्या वाजवाव्यात, उड्या माराव्यात असंही वाटलं. पाठमोऱ्या चाललेल्या वडिलांना गाठावं, त्यांच्यासोबत घरभर वावरावं आणि त्यांनीही मगाशी हसल्याप्रमाणे माझ्याकडे हसून पाहावं, असं वाटत होतं. मी वाट पाहत होतो, पण बराच वेळ ते परतले नाहीत. मी आता सेकंद, मिनिटं असे आकडे मोजू लागलो. काही झालं तरी आपण बाहेर पाऊल टाकायचं नाही, असं मी ठरवलं होतं. शेवटी एकदाचे ते क्रिटोला ब्लँकेटमध्ये गुंडाळून घेऊन आले; तिचं काळेपांढरं तोंड तेवढं बाहेर होतं.
“ही घ्या तुमची खास भेट. जॉनसाहेब, घाला तिला सँडविच!” असं म्हणून त्यांनी तिला खाली ठेवले. तेवढ्यात मला माझ्या मेंदूने, त्यांच्या थोड्या वेळापूर्वीच्या उद्‌गारांची आठवण करून दिली... ‘तुझी काळजी करतो हेच कदाचित आमचं

चुकत असेल...' आणि मी चटकन भानावर आलो.

"थँक्यू बाबा," म्हणून त्यांची पाठ वळल्यावर, क्रिटोला त्या गुंडाळलेल्या अवस्थेत ठेवून मी सँडविच खायला सुरुवात केली.

दुसऱ्या दिवशी मधल्या सुट्टीत, वर्गात एकटा बसून डब्यातला चॉकलेट केक आणि हॅम-सँडविच खात खात, हॅरी हौडिनीवरचं एक पुस्तक वाचत होतो. साखळदंडांनी जखडलेल्या अवस्थेत, कुलूपबंद पेटाऱ्यातून स्वतःची सुटका करून घेण्याच्या हौडिनीच्या करामती वाचणं मला फार आवडायचं. पण या सुटका यातनामय असत आणि ते प्रसंग वेळखाऊही असत, हे लक्षात आल्यावर मी खट्टू झालो. त्याने नोंदवलेली आत्तापर्यंतची कमीतकमी वेळ १३८ सेकंदांची होती. त्या वेळेत आणि 'गिनेस बुक'मध्ये नोंदवल्या गेलेल्या विक्रमी वेळेत मोठी तफावत होती. तो विक्रम होता ४५ सेकंदांचा आणि जॅक जेन्टलीच्या नावावर जमा होता. या जेन्टलीने २५ जुलै १९७१ ला, ६०० लोकांच्या समक्ष हा विक्रम नोंदवला होता.

वर्ग भरण्याची घंटा होण्याअगोदर काही मिनिटं, तो मतिमंद, मंगोलियन चेहेरपट्टीचा मुलगा आत आला. त्याचं नाव होतं ओस्माँड. दर आठवड्यात मंगळवारी तो आमच्या शाळेत हजेरी लावायचा आणि उरलेले दिवस एन्रिस्कॉर्थीच्या मतिमंदांसाठीच्या खास शाळेत जायचा. मधल्या सुट्टीत तो एकटाच मैदानात फेऱ्या मारायचा, नाहीतर स्वतःशीच बोलत, गाणी गात फिरायचा. मी आजतागायत त्याच्याशी एक शब्दही बोललो नव्हतो. त्याचा तो विशिष्ट ठेवणीचा चेहरा मला रुचायचा नाही. आज तो दरवाजात उभा राहून स्वतःशीच काहीतरी गुणगुणत होता आणि मी काहीतरी बोलेन, या अपेक्षेने माझ्याकडे पाहत होता. मी मान वळवून दुसरीकडे पाहू लागलो. तरी तो जवळ येऊन उभा राहिला आणि न बोलता, हसून माझ्याकडे बघू लागला. हा कशाला इथे तडमडला, असा विचार करून मी मनातच चरफडलो.

माझ्या हातातलं पुस्तक बघून तो म्हणाला, "छान पुस्तक आहे." त्याच्या अंगाला घाणेरडा वास येत होता. त्याच्याशी बोलणंही मला नकोसं वाटत होतं. तोही माझ्यासारखाच एकलकोंडा होता. त्याच्याशी बोलताना मला इतरांनी पाहिलं असतं, तर दोन समदुःखी मुलांची मैत्री जमली, असं ते म्हणाले असतं.

"पुस्तक छान आहे, चित्रं पण छान आहेत," तो परत म्हणाला. बोलताना त्याची थुंकी उडत होती. ती माझ्या कपड्यांवर पण उडाली. त्याने हौडिनीला पाहू नये, म्हणून मी पुस्तक मिटून घेतलं. पण एव्हाना तो माझ्या खाण्याकडे टक लावून पाहत होता. "वा! बिस्किट, केक, सँडविच, सगळं छान!" तो म्हणाला. त्याला भूक लागली असावी. मी घड्याळात पाहिले, वर्ग भरायला पाच मिनिटं शिल्लक होती. "तुला भूक लागली आहे का? केक हवाय का? पाहिजे तर तुझ्या वर्गात

घेऊन जा,'' मी म्हटलं. त्याने आपला गुबगुबीत तळहात माझ्यासमोर धरला. मी केकचा उरलेला तुकडा त्याच्या हातावर ठेवला. त्याने तो पटकन, एखादं अवजड यंत्र जसं मातीचा ढिगारा क्षणात हलवतं, तसा तोंडात कोंबला. नंतर तोंड मिटून घेतलं आणि ओठ दोन्ही बाजूंना हलवत, न चावता, त्याने तो गट्टम करून टाकला. ''वा, छान केक!'' त्याने पसंतीची पावती दिली. त्याचा आवाज अगदीच काही मतिमंदांसारखा वाटत नव्हता, पण वरच्या पट्टीतला होता आणि कोणीतरी त्याचा गळा दाबल्याप्रमाणे घसा खरवडून तो बोलत होता. ''शू... शांत राहा,'' मी त्याला दटावलं. माझे पाय वर-खाली हलू लागले. ''छान, बिस्किटं छान!'' तो म्हणाला.

''ही घे,'' मी त्याला ती देऊ केली. त्याने बिस्किटंसुद्धा केकसारखीच, न चावता गट्टम केली आणि म्हणाला, ''पुस्तक छान!''

''हे मात्र मी तुला खाऊ देणार नाही,'' मी म्हटलं. माझ्या या उद्गारावर तो खूश झाला असावा; मोठमोठ्याने खिदळून त्याने माझ्या विनोदाला दाद दिली.

''कुकीचा राक्षस, कुकीचा राक्षस,'' असं म्हणत त्याने काही उड्या मारल्या. तो काही अगदीच बावळट दिसत नव्हता. मी ओठांवर बोट ठेवत त्याला परत गप्प केलं. त्यामुळे तो दुखावल्यासारखा झाला आणि वळून चालू लागला. मी घड्याळ पाहिलं, अजून एक मिनिट शिल्लक होते. ''हे बघ,'' मी त्याला हाक दिली. पुस्तक उघडून, काचेच्या पिंजऱ्यात साखळदंडांनी जखडलेल्या हौडिनीचं चित्र त्याला दाखवलं आणि म्हटलं, ''हा हॅरी हौडिनी; हा जादूगार आहे.''

''जादू? जादूने ससे बनतात ना!''

''तू हळू, मलाच फक्त ऐकू येईल असं बोलू शकत नाहीस का?''

''बोलू शकतो,'' म्हणून तो माझ्या कानात कुजबुजला, ''ससे बनतात ना!''

''हो.'' मी म्हणालो.

''जादूने टोप्या बनतात आणि हिरेपण बनतात. फक्त ससेच नाही काही!''

''हो.'' मी परत म्हटले. त्याची शब्दसंपत्ती एवढी असेल असं वाटलं नव्हतं. त्याचा चेहरा जर असा विचित्र नसता, तर एरवीही मी त्याच्याशी बोललो असतो. ''धाडसी सुटका म्हणजे काय तुला माहीत आहे का?'' मी त्याला कुजबुजत विचारलं.

''धाडसी सुटका?''

''हो, म्हणजे संकटातून सुटका. एखाद्या पेटाऱ्यातून किंवा पिंजऱ्यातून सुटका.''

त्याने लगेच हौडिनीकडे अंगुलिनिर्देश केला, ''तो बघ काचेच्या पिंजऱ्यातून सुटका करतो,'' तो म्हणाला.

त्याचा आवाज परत मोठा झाला होता; पण मी आता दुर्लक्ष केलं. त्याचं उत्तर बरोबर होतं. मी त्याच्याकडे पाहून स्मित केलं. त्याच्याबद्दल मला वाटणारा तिटकारा आता कमी झाला होता. सर्व मतिमंद मुलं एकसारखीच असतात, असं

मला पूर्वी वाटायचं. पण आता ओस्माँडला जवळून पाहताना, त्याचं वेगळं व्यक्तिमत्त्व जाणवत होतं.

घंटा झाली. वर्गाबाहेर आवाज ऐकू येऊ लागले. ओस्माँड परत 'छान पुस्तक' बोलला. त्याचा आवाज आता पहिल्यापेक्षाही मोठा झाला होता. जणू काही घंटा वाजायची बंदच झाली नव्हती आणि त्यामुळे त्याला ओरडून बोलणं भाग होतं.

"शू...!" मी पुन्हा एकदा त्याला दटावलं.

"छान पुस्तक, छान केक, छान बिस्किटं, छान छान जॉन," म्हणत त्याने माझ्या तोंडाला स्पर्श करण्याचा प्रयत्न केला.

"नको, मला हात लावू नकोस; लांब राहा," मी म्हणालो. माझं नाव खरं तर त्याच्या स्मरणात राहू नये, अशीच माझी इच्छा होती. त्याचं हसू विरलं आणि तो मागे सरकत बोलला, "मी जातो." मला त्याच्या डोळ्यात अश्रू दिसले.

"बरं, टाटा!" मी म्हणालो.

"मी जातो आणि जॉनच्या वाटेतून माझी सुटका करतो."

"ठीक आहे," म्हणून मी माझ्या नकळत त्याच्याकडे पाहून स्मित केलं आणि "पुढच्या आठवड्यात भेटूया," म्हटलं.

तोही हसला आणि म्हणाला, "मोठ्या बिस्किटाने काचेच्या बरणीतून त्याची धाडसी सुटका करून घेतली." मलाही हसू आलं. तेवढ्यात ब्रेन्डन आणि केट त्यांच्या बाकांकडे पोहोचले आणि मला हसताना पाहून त्यांना आश्चर्य वाटलं. मी त्यांच्याकडे रोखून पाहिलं. त्यांनी नजर वळवली. नंतर त्यांनी एकमेकांकडे पाहून कुत्सितपणे नाक मुरडलं. पण मला त्याचं काहीच वाटलं नाही.

१५

सकाळी नाश्ता करण्याच्या वेळी पाहिलं तर आईवडील घरात नव्हते. आईने एक चिठ्ठी लिहून ठेवली होती.

"प्रिय जॉन,

शाळेच्या कार्यक्रमासाठी ज्या नेपथ्याची गरज आहे, त्याच्या कामामध्ये मी आज चर्चच्या सभागृहात दिवसभर व्यग्र असणार आहे. बाबा पहाटेची बस पकडून शहरात गेले आहेत. आम्ही दोघे तुला संध्याकाळी चहाच्या वेळेस भेटू. तुझं जेवण झाकून ठेवलंय. शाळेमध्ये चांगला राहा.

तुझी आई."

मी शाळेत न जाण्याचा निर्णय घेतला. आईवडिलांनी घरी आल्यानंतर कारण विचारलं तर बरं नव्हतं म्हणून सांगण्याचं ठरवलं. मग, टीव्हीसमोर बसून लापशी, टोस्ट, तळलेली अंडी अशी तब्येतीत न्याहारी केली. त्याच्यावर चॉकलेट केक आणि दोन केळीदेखील खाल्ली. क्रिटो मांडीवर बसलेली होती. साडेअकराच्या सुमाराला मी आजीकडे तिच्या खोलीत गेलो.

आजी आरामखुर्चीत, दरवाजाकडे तोंड करून बसली होती. दुसरी खुर्ची समोर ओढून तिच्यावर पाय ठेवून ती बसली होती. बाजूला एक गाण्यांचं पुस्तक पडलं होतं. त्याच्यामधून ती कदाचित गाणी पाठ करत असावी. तिला अंघोळ करताना गाण्याची आवड होती. "जॉन, तू शाळेत का गेला नाहीस?" तिने मला विचारलं.

"मला बरं नाही." मी सांगितलं.

"पण तसं दिसत तर नाही."

"पण तसंच आहे."

"मग तू अंथरुणात पडून आराम का करत नाहीस?"

"उभं राहिल्यामुळे किंवा बसल्यामुळे मला त्रास वाटत नाही." खोटं बोलल्यामुळे छातीवर कोणीतरी पट्टा करकचून आवळल्यासारखं दुखलं.

"ज्याला खरोखर बरं नसतं, तो गुपचूप झोपून राहतो."

"मी तेच करणार होतो, पण तुला भेटायला म्हणून इकडे आलो."

"आता एक काम कर. टॉयलेटमधल्या कपाटात थर्मामीटर ठेवलाय, तो घेऊन ये. तुला ताप आहे का ते बघूया."

"ते मी करतो. पण त्याआधी एक महत्त्वाचं बोलायचं होतं."

"ठीक आहे. दार लावून घे आणि बस इकडे." थंडी वाजत होती, तरी तिने शेकोटी पेटवलेली दिसत नव्हती. मला तिच्या त्या पलंगावरून लोंबणाऱ्या आणि कुबट वास मारणाऱ्या गादीवर बसायचं नव्हतं, तर समोरच्या खुर्चीवर बसायचं होतं. ती पाय काढेपर्यंत मी तसाच उभा राहिलो. तिने पाय काढले तसा मी बसलो.

"बोल, काय विशेष?" आजीने विचारलं.

"काही खास नाही." मी म्हणालो.

"असं कसं? तुला काहीतरी महत्त्वाचं बोलायचं होतं ना?"

घसा खाकरत मी सुरुवात केली, "तुला कोणी माझ्याबद्दल आणि असत्य-कथनाबद्दल काही सांगितलंय का?"

"तुला कोणी खोटं बोलण्याबद्दल पकडलंय का?" तिने उलटप्रश्न केला.

"नाही; पण असत्य-शोधनाबद्दल कोणी तुझ्याकडे काही बोललंय का?"

"नाही. कोणी बोलणार होतं का?"

"नाही. तसं नाही. हल्ली मी त्या विषयावर बरीच पुस्तकं वाचत असतो. मला

वाटलं की कोणी त्याचा उल्लेख कदाचित तुझ्याकडे केला असेल.''

''नाही केला.''

''मला तुला एक विचारायचं होतं.''

''विचार ना.''

''आईनं कधी तुझ्याकडे आमच्या नायगारा सहलीसाठी पैशांचा विषय काढला होता का?''

''नाही.''

''कॅनडाला जाण्यासाठी साधारण काय खर्च येईल?''

''तुला नक्की काय हवंय?'' तिने विचारलं.

''आई मला म्हणाली होती, की माझं शालेय शिक्षण संपल्यानंतर ती मला नायगाराला घेऊन जाईल. मला मात्र तेवढा वेळ नाही थांबायचंय, त्याच्याआधीच जाऊन यायचंय. तिला तो खर्च परवडणारा नाही. म्हणून मला तुला विचारायचंय, की तू पैशांची मदत करू शकशील का?'' मी एका दमात बोलून टाकलं. आजी अवाक् होऊन माझ्याकडे पाहू लागली. मी गालिच्यावरच्या लाल रेघांकडे बघत राहिलो.

''तुला वाटलं तर तू पण ये आमच्याबरोबर,'' मी समजूत घातल्यासारखं बोललो. आता त्या रेघा एकमेकीत गुंतल्यासारख्या वाटत होत्या. आजी हसली आणि म्हणाली, ''माझ्याकडे एखादं डबोलं वगैरे ठेवलंय असं तुला वाटतंय का? माझ्याकडे एवढे पैसे कुठून आलेत असं तुला वाटतं?''

''आजोबा वारल्यानंतर तुला दुकान आणि दागिने विकून खूप पैसे मिळाले आहेत ना?'' मी विचारलं.

''तो सर्व पैसा अजून किती काळ पुरेल असं तुला वाटतं?'' तिने प्रतिप्रश्न केला.

''बराच काळ पुरेल.'' मी उत्तरलो.

''मला वाटतं, की तू खरोखरच तुझी शाळा शिकून होईपर्यंत थांबावं आणि....'' बोलताबोलता ती थांबली आणि माझ्या खांद्यावरून पलीकडे उघड्या दारातून बाहेर पाहू लागली. जणू आता मी तिथे नव्हतोच. ती तंद्रीत होती.

''आजीऽऽ'' मी हाक मारली.

''अं?''

''मला फार आशा होती....''

''अरे, मलाही फार आशा आहे की, तू तुझ्या वडिलांपेक्षा वेगळा होशील. त्यांना तर जणू माझे पैसे त्यांचेच असल्यासारखे वाटतात. माझे पैसे त्यांचे आहेत, असं तुलाही वाटतं का? त्याला वाटतं की, मी माझ्या खर्चांना कात्री लावावी,

म्हणजे त्यांना अधिक उच्च राहणीमान ठेवणं शक्य होईल. हे तुला माहीत आहे का?''

ती बोलताना आता माझ्याकडे बघत नव्हती आणि तिच्या आवाजाची पातळीसुद्धा वाढली होती. मी जणू तिथे हजर नसल्याप्रमाणे, माझ्या मागे दरवाजाकडे नजर लावून ती स्वगत बोलली, ''मुलांना जन्म दिला, म्हणजे स्त्रीचं आयुष्य संपलं, असं होत नाही. मला माहीत असलेल्या ज्या बायकांनी स्वतःच्या मुलांसाठी जास्तीतजास्त खस्ता खाल्ल्या आहेत आणि त्याग केला आहे, त्यांना त्याचा शेवटी पश्चात्तापच झाला आहे. पुढच्या वर्षी मी बोटीतून जग हिंडण्याचा बेत आखतेय. वाटलंच तर माझं डोकं शांत होईपर्यंत दोनदासुद्धा जाऊन येईन.''

''पण बाबा तर परीक्षेची तयारी करताहेत. मग त्यांनी काम का करायचं?''

तिने माझ्याकडे जळजळीत कटाक्ष टाकला आणि म्हणाली, ''त्याची ती तयारी गेल्या तीन वर्षांपासून बघतेय मी. त्याला खरोखरच काही करायचं असतं तर आतापर्यंत तो त्यात पास झाला असता. त्याच्या प्रयत्नांच्या प्रामाणिकपणाबद्दल माझी खात्री पटली असती, तर मीही त्याला काही बोलले नसते. पण तुझ्या बापावर माझा आता विश्वासच उरलेला नाही.'' आता आजीचा आवाज टिपेला पोहोचला होता.

ती पुढे म्हणाली, ''माझ्या संयमाचा आता कडेलोट व्हायला आलाय. मी आणखी फक्त नऊ दिवस वाट पाहणार आहे. त्यानंतर तुमचं तुम्ही बघा.''

''हे काही बरोबर नाही; आमचं कसं होणार?'' मी म्हणालो. आजी हसली आणि दरवाजाकडे बोट करत म्हणाली, ''तू स्वतःला जेवढा चलाख समजतोस, तेवढा तू नाही आहेस जॉन बाळा!'' मी मागे वळलो आणि आजी जिकडे नजर रोखून बघत होती तिकडे पाहिलं. दाराखालच्या दोन इंची फटीतून काळ्या बुटांची एक जोडी डोकावत होती. म्हणजेच कोणीतरी दरवाजाबाहेर उभं राहून, एवढा वेळ आमचं बोलणं ऐकत होतं. पहाटेच बाहेर गेलेले बाबा परतले होते, हे मला माहीत नव्हतं. मी उठून दरवाजाकडे जाणार एवढ्यात आजी उठली आणि माझा हात पकडून म्हणाली, ''जाऊ दे रे. असं लपून-छपून ऐकणाऱ्याला पकडण्यात काही अर्थ आहे का?'' पण मला धीर निघत नव्हता. मी उठलो आणि दार उघडून पाहिलं तर बाहेर कोणीच नव्हतं.

''खाली बस, मला तुझ्याशी अजून थोडं बोलायचंय.'' आजीने सांगितलं. मी बसल्यानंतर तिने हात लांब केला आणि माझा हात पकडला. तसे करताना तिला श्रम झाल्याचं दिसलं, पण मी काही स्वतःहून पुढे झालो नाही.

''आम्हाला इथून खरोखरच निघावं लागेल का? तू आम्हाला घराबाहेर काढणार?'' मी विचारलं.

''नाही रे बाबा, मी तुम्हाला कधीही घराबाहेर पडा म्हणून सांगणार नाही.''

"तू शपथ घेऊन सांग."

"मी पवित्र बायबलची शपथ घेऊन सांगते. फक्त आत्ता माझ्या हातात बायबल नाही एवढंच! ते बायबल, तिथे टेबलावर आहे. त्याने माझे बोलणं ऐकलं असेलच की!'' ती आपल्या विनोदावर खूश होऊन हसली, पण मला हसू आलं नाही. तिच्या आवाजाची पट्टी वरची होती; पण ती नेहमीप्रमाणे हातवारे करत नव्हती. उलट, तिचे हात मांडीवर स्थिर होते. पापण्यांची उघडझापसुद्धा होत नव्हती. ती खोटं बोलत असावी, असं मला वाटलं.

"तसं असेल तर ठीक आहे," मी म्हणालो. आजी पुढे म्हणाली, "आणि तुझ्या आईने जर तुला नायगाराला न्यायचं कबूल केलंय, तर ती नेईलच की. तुझी आई दिलेला शब्द पाळते."

मी आजीशी नायगाराबद्दल नक्की बोलेन असा शब्दही आईने मला दिला होता; पण तिने तो पाळला नव्हताच की! कदाचित विसरलीही असेल.

"आता मी टीव्ही बघतो." मी म्हटलं आणि खोलीबाहेर पडलो.

पण मी टीव्हीकडे फिरकलोच नाही. मी वडिलांचा माग काढू लागलो. शोधतशोधत घराच्या फाटकापर्यंत गेलो. थंडी खूप होती. रस्त्यापलीकडच्या शेतात उभ्या असलेल्या गायींच्या नाकपुड्यांतून वाफा निघताना दिसत होत्या. मी ऊब यावी म्हणून हातावर हात चोळले आणि जागच्या जागी उड्या मारल्या. काही गायींनी माझ्याकडे टवकारून पाहिलं. नेहमी जाता-येता हात करायचो, म्हणून मी त्यांच्या ओळखीचा होतो. टवकारून बघणं म्हणजे काय असतं, ते त्यांच्याकडून शिकावं आणि गंमत म्हणजे आपणही जर त्यांच्याकडे तसं पाहिलं तर त्यांना त्याचं काहीच वाटत नाही.

असा जवळजवळ तासभर गेल्यानंतर मी आत आलो आणि स्वयंपाकखोलीत शिरलो. एक जॅम सँडविच बनवून खाल्ला आणि मग साडेपाच वाजेपर्यंत टीव्ही बघत बसलो. साडेसहा वाजता आई आली. मी उठून जवळ गेलो. ती स्वतःचा कोट उतरवून ठेवत असताना मी लक्षपूर्वक पाहत होतो. क्षणभर थबकून, आसपास नजर फिरवून ती म्हणाली, "चला, चहा घेऊ या."

मी तिच्या मागोमाग स्वयंपाकखोलीत शिरलो. तिने शेगडीवर किटली चढवली आणि दोन कप धुऊन घेतले. नंतर बिस्किटांचा पुडा उघडून सहा बिस्किटे ताटलीत ओतली. शाळेला दांडी मारल्याबद्दल चुकून काही बोलायचं नाही, असं मी ठरवलं. ताटलीकडे पाहून मी विचारलं, "हे एवढंच आहे आज खायला?"

"मी दुपारी चर्चमध्ये भरपेट जेवले; त्यामुळं फारशी भूक नाही. तुला हवं असेल तर सूप बनवून देते." तिने सांगितलं.

"बाबा कुठे आहेत? घरी येताना त्यांना पाहिलंस का?" मी विचारलं.

"ते बहुधा तुझ्या जॅककाकांना भेटायला गॉरीला गेले आहेत."

"जॅककाका गॉरीमध्ये काय करतात? आणि राहतात कुठे, हॉटेलात? बाबांचं काय काम आहे त्यांच्याकडे?" मी प्रश्नांची सरबत्ती केली.

"तुझे काका डब्लिनवरून धंद्याच्या कामासाठी गॉरीला आले आहेत."

"कसला धंदा?"

"डोंबलाचा धंदा."

"म्हणजे?"

"आपण बरं आणि आपला धंदा बरा याप्रकारचा धंदा, कळलं?" मला तिच्या कोटीचं हसू आलं नाही. मी उठून टेबलाभोवती दोन फेऱ्या मारल्या. काय करावं ते समजत नव्हतं.

"खाली बस." आई म्हणाली.

मी डोकं खाजवत खाली बसलो. माझ्या चेहऱ्याकडे पाहून आई म्हणाली, "एखाद्या भुतानं पछाडल्यासारखा दिसतोयस. काय झालंय काय तुला?"

तिने हा विषय काढण्याचीच मी वाट पाहत होतो. पण आता तिने विचारलं, तर मला सांगावं, तेच सुचेना. "मी पछाडलेला दिसतोय काय?" मी स्वतःशीच पुटपुटलो. तिने माझ्या हातावर हात ठेवला. ती दमलेली दिसत होती. डोळ्यांखालच्या सुरकुत्या गडद झाल्या होत्या. केस विस्कटले होते आणि त्यातून पिकलेले केस उठून दिसत होते.

"जॉन, माफ कर; पण मला एवढंच म्हणायचं होतं की, हल्ली तू आमच्यावर पाळत ठेवल्यासारखा सारखा हिंडत असतोस, घरभर फिरत असतोस असं दिसतं."

"पाळत, कशी काय?"

"स्वतःच्या आईवडिलांचा खाजगीपणा जपावासं तुला वाटत नाही... बेधडक आमच्या खोलीत घुसतोस."

"मी नाही असं करत." त्यावर तिने माझ्या केसात हात फिरवून हसल्यासारखं केलं. मी बाजूला सरकलो. तिचं बोलणं मला आवडलं नव्हतं.

"तू तसंच करतोस जॉन. मी कधी डुलकी काढावी म्हणून आडवी झाले तर अचानक तू दत्त म्हणून हजर होतोस. हॉटेलमध्ये असते तशी 'कृपया त्रास देऊ नये,' अशी पाटी आणून खोलीबाहेर दरवाजावर लावून ठेवावी, असं आताशा मला वाटू लागलंय." हे सर्व गमतीच्या सुरात बोलून वातावरण हलकंफुलकं ठेवण्याचा आई प्रयत्न करत होती. पण मला कळायचं ते कळलं. मी उठलो आणि म्हणालो, "ठीक आहे, मी तुला आता तसदी देऊ इच्छित नाही." तिने माझा हात धरला, खेचून खाली बसवलं आणि म्हणाली, "ते सोडून दे. पहिलं सांग, तुझं काय

बिनसलंय ते. सांगणार की नाही?''

"सगळंच बदललंय. तू, बाबा, आजी आणि ब्रेन्डनसुद्धा; सगळेच बदललेले आहात.'' मी उद्वेगाने म्हणालो.

"ब्रेन्डनचं काय झालंय ते मला माहीत नाही; पण घरच्यांबद्दल बोलत असशील तर एक लक्षात ठेव, जी माणसं एकमेकांवर प्रेम करतात, त्यांच्यात कधी ना कधी भांडणं, मतभेद होणारच. त्यात विशेष काही नाही.''

"मला त्याबद्दल नाही बोलायचंय. तुम्ही सर्व मला पूर्वीसारखं वागवत नाही आहात; तुमची वर्तणूक विचित्र झाली आहे.'' माझ्या हातावरचा हात काढून घेत ती म्हणाली, "तू आता मोठा होत चालला आहेस. मोठं होतानाच्या या टप्प्यात कधी समस्या उद्भवत असतात; त्याचा बाऊ करायचा नसतो.''

"म्हणजे नक्की काय?''

"म्हणजे तू आता बाळ नाहीस. तुझ्याकडे बघण्याचा इतरांचा दृष्टिकोन आता बदलणारच. येता-जाता कोणी तुझे गालगुच्चे आणि पापा घेणार नाहीत. तू स्वत:च्या पायावर उभा राहून चालू-फिरू शकतोस, तेव्हा तुला कोणी अंगाखांद्यावर खेळवणार नाही. याउलट तू अधिकाधिक सक्षम आणि स्वावलंबी बनावंस, अशीच आता अपेक्षा सर्व जण करणार. आणि हे बघ बाळा, मी तुला फक्त तुझं काय चुकतंय तेवढंच सांगत होते.''

तिचे शब्द माझ्यापर्यंत पोहोचत नव्हते. मला बरं वाटावं म्हणून ती काहीतरी सारवासारव करत होती, पण माझ्यामते ती खोटं बोलत होती. निरुपद्रवी असलं तरी ते खोटंच होतं. मी उठून उभा राहिलो आणि मोठ्या टोकेरी आवाजात बोललो, "तू काय मला गाढव समजतेस? म्हणे काय तर मी लहान असतो तर मला जग वेगळं दिसलं असतं!''

ती घाबरल्यासारखी, आवंढा गिळत म्हणाली, "तसं नाही रे जॉन...'' मी दरवाजाच्या दिशेने पाऊल उचलले. तिने मला हाक मारली, "जॉन, एक मिनिट थांब. आपण हा चहा आणि बिस्किटे संपवू या आणि मग तू मला माझे केस धुवायला मदत कर.'' मी दरवाजाकडे पाहत उभा राहिलो. "तू मला आवडतोस जॉन, खूप आवडतोस,'' ती म्हणाली. मी तिकडे दुर्लक्ष केलं आणि माझ्या खोलीत निघून गेलो. थोड्या वेळानंतर ती माझ्याकडे आली. तिच्या हातात एक टॉवेल होता. ती म्हणाली, "ये. माझे केस खूपच खराब झाले आहेत, जरा धुवायला मदत कर.''

तिने तिचे लांबसडक, पिंगट केस उलटे करून चेहऱ्यावरून खाली सोडले. चेहरा झाकला गेल्यामुळे ती चालताना अडखळू लागली. मी उठलो आणि तिला बाथरूममध्ये घेऊन गेलो. तिने केस बेसिनमध्ये सोडले. पाण्याने बेसिन भरलं, तेव्हा

तिचे केस तरंगणाऱ्या पाणवेली, शेवाळासारखे दिसायला लागले. ते धुताधुता मी तिला ब्रेन्डन आणि केटबद्दल सांगितलं. तिने डोक्याला टॉवेल गुंडाळला आणि माझ्या खांद्यावर हात ठेवून म्हणाली, "जो मित्र पाठीवर सलगीची थाप मारत नाही आणि ओळखीची हाक मारत नाही, तो मित्र नसतो. मैत्रीमध्ये एकमेकांची गरज आणि परस्परांबद्दल प्रेम अभिप्रेत असतं. तू थोडा वेळ वाट बघ आणि ब्रेन्डन तसं वागतो की नाही ते पारखून बघ."

"म्हणजे तू आता करत होतीस तसं?" मी विचारलं.

"काय म्हणतोस! खरं?"

"हो, बोलताबोलता तू दोनदा तसं केलंस."

"वा, चांगलं आहे मग. त्याचा अर्थ, आधी केलं आणि मग सांगितलं असाच आहे ना!"

मी हे सर्व माझ्या नोंदवहीत नमूद करायचं ठरवलं. एक व्यक्ती संभाषणादरम्यान किती बदलू शकते, खोटं बोलताबोलता खरं बोलून जाते. लागट बोलल्यानंतर लगेच मायाळू होते. हे सर्व मला लिहून ठेवलंच पाहिजे.

१६

दुसऱ्या दिवशी शाळा सुटल्यानंतर, वर्गाबाहेरच्या मोकळ्या जागेत मला केटचा धक्का लागला. "ओह, सॉरी," ती म्हणाली.

"ठीक आहे," मी म्हणालो.

"मी तुझ्याबद्दल बरंच ऐकलंय; ब्रेन्डनने सांगितलं." हाताची बोटे सुन्न झाल्यासारखी झाली; हातातला कोट खाली पडला. ती पुढे बोलली, "लघवीचा वास आला की मला कसंतरी होतं. मग मी दूध पिऊच शकत नाही. आधीच दूध पिण्याच्या बाबतीत माझी टंगळमंगळ चालू असते. त्यात मग तुझ्या वासाची भर पडली तर, विचारूच नको." मला तिचं बोलणं टोचलं, पण त्याचबरोबर माझं कुतूहलही जागं झालं; तिचा तो 'टंगळमंगळ' शब्द मी यापूर्वी ऐकला नव्हता. प्रत्युत्तरादाखल मी तिला एक प्रश्न टाकला, "तुला गौप्य या शब्दाचा अर्थ माहीत आहे?"

"नाही, पण तुलाही तो ठाऊक नसणार असं मला वाटतं." ती उत्तरली.

"मला ठाऊक आहे. त्याचा अर्थ गुप्तपणे केलेली एखादी गोष्ट किंवा रहस्य. लघवी शक्य तितकी रोखून धरून विक्रम नोंदवणं, हे माझं रहस्य होतं," मी गौप्यस्फोट केला. घशात थोडी खवखव झाली. जोराच्या खोकल्याची उबळ येईल असं वाटलं. माझ्या खोटं बोलण्याचा कदाचित तो परिणाम असावा. स्वतःच्या शरीराला हानी न पोहोचवता खोटं बोलता आलं पाहिजे, अशी नोंद मनाने केली.

"तू? शेंड्या लावतोस काय?" तिने विचारलं.

"डोक्याला जास्त त्रास देऊ नकोस; चल निघ," म्हणून मी वाटेला लागलो. पण तो प्रसंग डोक्यातून जाईना. शरीरच बधीर झाल्यासारखं वाटू लागलं. पावलं अडखळू लागली. चालताना माझ्या एका बुटाचा आवाज दुसऱ्यापेक्षा जोरदार येत होता. मला चालणंही जमणार नाही, असं वाटू लागलं. शक्तिपात होऊन कुठे तरी पडेन की काय अशी भीती वाटली. छातीत दुखू लागले. मग मोठ्या प्रयासाने श्वास रोखून, शक्य तितक्या वेगाने शाळेच्या आवाराबाहेर पडलो; काही पावलं पुढे जाऊन थांबलो.

बाहेर आकाश निरभ्र होते. आसमंत उजळला होता. पक्षी मजेत शीळ घालत होते. मी आजूबाजूला नजर फिरवली; झाडांना न्याहाळलं. झाडांच्या आडून डोकावणारे ढग पाहिले. झाडांच्या फांद्यांमधून तीन ढग डोकावत होते. त्यापैकी एकाला मला दगडाने टिपायचं होतं. थाळीफेक करणाऱ्या खेळाडूप्रमाणे मी नेम धरून स्वत:भोवती तीन गिरक्या घेत, सर्व जोर एकवटून थेट आकाशात दगड भिरकावला. तो खाली येऊन कुठे आपटतो त्याची वाट बघत उभा राहिलो. पण तसा आवाज काही आला नाही. बेटा दगड कुठे जाऊन पडला असेल याचा विचार करत, मी आकाशाकडे पाहून हसलो.

घरी आलो. बाहेरच्या खोलीत कोणी नव्हतं. स्वयंपाक खोलीतही कोणी नव्हतं. आजीच्या खोलीत डोकावलो. आजी दिसली नाही पण तिथे एक मोठी, पांढरी मेणबत्ती जळत होती. आजीचं नोवेनाचं व्रत सुरू झालेलं असावं. ते नऊ दिवसांचं व्रत असतं. माझ्या वडिलांना नोकरी मिळावी, म्हणून तर ती ते व्रत करत नसेल ना? त्यामुळेच ती कदाचित नऊ दिवसांची मुदत आहे असं म्हणाली असेल. वडील भेटल्यावर मी त्यांना त्याबद्दल सांगेन. मी स्वयंपाक खोलीतच इतरांची वाट बघत बसून राहिलो.

अंधार पडला होता. आई घरी परतल्यासारखा आवाज आला. ती सरळ स्वत:च्या खोलीत गेली असावी. मला वाटतं मी बराच वेळ, अंधार किती झाला आहे, याचं भानही न आल्याने, तसाच बसून होतो. वडील स्वयंपाकखोलीत आले आणि त्यांनी मला पाहिलं. तेव्हा कुठे आपण अंधारात बसल्याचं माझ्या लक्षात आलं. वडिलांनी जवळ येऊन डोक्यावर हात ठेवला आणि म्हणाले, "चहाबरोबर सॉसेजिस आहेत, खाणार ना?"

"तुम्ही कुठे होतात?" मी विचारलं.

"कामाला गेलो होतो," दिव्यांची बटणं लावत त्यांनी उत्तर दिलं.

"कुठं, कसलं काम?"

"मी पहिले सॉसेजिस तयार करतो. मग ते आपण टीव्ही बघत खाऊ या आणि मग तुझ्या प्रश्नांची उत्तरं देत बसतो. चालेल ना?"

“आजी नोवेनाचं व्रत करतेय. कदाचित त्यामुळंच तुम्हाला नोकरी मिळाली असेल,” त्यावर ते मागे रेलून, बराच वेळ तोंड दाबून हसले.

“असं का हसताय तुम्ही?” मी विचारलं.

“हसणंसुद्धा गुन्हा आहे की काय?”

“नाही.”

“मला हसावंसं वाटलं म्हणून हसलो,” बोलताबोलता त्यांनी माझ्या केसातून हात फिरवला.

“आई कुठं आहे?” मी विचारलं.

“वर झोपली आहे. तिला उठवू नकोस.”

“मला तिच्याशी काहीतरी महत्त्वाचं बोलायचंय,” मी म्हणालो.

“काही विशेष?”

“माझं स्वतःचं काहीच नाही. तुमचं आणि आजीचं फाटलंय ना?”

बोटांनी उजव्या डोळ्यावरचे केस अजून खाली ओढत ते म्हणाले, “आमची काही विषयांवर चर्चा झाली आणि त्यातल्या काही गोष्टींबाबत मतभेद झाले एवढंच. पण तू त्याची काळजी करण्यासारखं काही झालेलं नाही.”

“मी वर जातो,” मी म्हणालो.

“अरे, मी सांगितलं ना तुला, तिला त्रास देऊ नकोस म्हणून.”

“पण मला काहीतरी महत्त्वाचं बोलायचंय तिच्याशी.”

“जॉन, तुला एकदा सांगितलेलं कळत नाही? तिला शांत झोपू दे. ती थोड्या वेळाने खाली येईल, तेव्हा बोल.”

थोडा वेळ शांतता पसरली. वडिलांनी आम्हा दोघांसाठी प्रत्येकी चार सॉसेजिस बनवले आणि स्वतःची थाळी घेऊन ते बाहेरच्या खोलीत गेले. मीही त्यांच्या मागोमाग गेलो.

“तुला तुझ्या मनावरचा भार हलका करायचा असेल, तर तू माझ्याशी बोलू शकतोस,” वडील म्हणाले.

मी हातातला सॉसेज खाली ठेवला आणि म्हणालो, “ब्रेन्डनने माझ्याशी बोलणं टाकलं.”

“का बरं?”

“मला माहीत नाही.”

त्यांनी अख्खा सॉसेज तोंडात घातला आणि विचारलं, “तू त्याला त्याबद्दल विचारलं नाहीस का?”

“नाही,” थाळीकडे पाहत मी उत्तरलो.

“अरे, जर तू हा विषय त्याच्याकडे काढलाच नाहीस, तर तुला त्याचं कारण

कळणार तरी कसं?'' मला त्या पँट ओली झालेल्या प्रसंगाबद्दल बोलणं टाळायचं होतं, म्हणून मी सांगितलं, ''त्यानं एका नवीन मुलीशी मैत्री केली आहे.''

''चांगली गोष्ट आहे. तू पण तिच्याशी मैत्री कर.''

''पण त्याला आता माझी मैत्रीच नको असावी, असं वाटतंय.'' वडिलांचे सॉसेजिस खाऊन संपले होते. त्यांनी माझ्या थाळीकडे पाहिलं आणि विचारलं, ''ते तू संपवणार आहेस की नाही?''

''हो, संपवतोय,'' मी म्हणालो.

''मला वाटतं तू या विषयावर ब्रेन्डनशी शांतपणे बोलावंस आणि आईला उगाच त्रास देऊ नयेस,'' ते हनुवटी खाजवत म्हणाले. मी काही न बोलता सॉसेजिसशी खेळत होतो.

''तुला पटतंय का हे?'' त्यांनी विचारलं.

''हो, पटतंय,'' मी सांगितलं.

माझं खरं तर त्यांच्या बोलण्याकडे फारसं लक्ष नव्हतं. एका विषयावरून, संभाषणाची गाडी दुसरीकडे नेण्याची त्यांची ही पद्धत मला पसंत नव्हती. यामुळे त्यांचं काहीच ऐकायचं नाही आणि आपल्याला जे योग्य वाटेल तेच करायचं, असं मी ठरवलं.

''बातम्यांची वेळ झाली; चल आपण बातम्या बघू या,'' ते म्हणाले.

आम्ही शांत बसून टीव्हीवरच्या बातम्या पाहत होतो. एक पोलीस बोलताना दिसत होता, ''संशयिताने त्या असहाय महिलेचा स्कर्ट खेचून फाडला आणि तिला विवस्त्र होण्यास सांगितलं. त्या नराधमाचा हेतू स्पष्ट होता.'' समोर बघत वडील म्हणाले, ''या पोलिसांची तर गंमतच असते. शहाण्यासारखं बोलायला जातात पण तोंड उघडलं की त्यांची खरी अक्कल उघडी पडते.''

क्रिटो उडी मारून वडिलांच्या मांडीवर चढली. पण त्यांनी तिला ढकलून दिलं. ''आजच्या दिवसात हिची बरीच सलगी सहन केली. जास्त बरं नाही. तिच्या अंगाचा वास आता नाकात शिरलाय. असं माझ्या नाकाशी कोणी खेळलेलं मला आवडत नाही,'' म्हणून ते जोरात हसले. त्यांनी उठून एक सिगरेट घेतली आणि शिलगावली. एखादी गोष्ट वस्तू असल्यासारखं तिला तोंडात धरून बसले आणि नंतर ती कमीतकमी वेळेत संपवण्यासाठी काहीतरी बक्षीस ठेवलेलं असावं, अशा पद्धतीने तिचे झुरके घेऊ लागले. एकदा सिगरेट त्यांच्या ओठात बसली की साधारणतः ते बोलत नाहीत. मग डोळे बारीक करून तिसरीकडेच बघण्याची त्यांना सवय आहे. मी उठलो आणि सरळ निघून गेलो.

रात्रीचे जवळजवळ नऊ वाजले होते. आई अजून खाली आली नव्हती. मी स्वयंपाकखोलीत जाऊन सहा सॉसेजिस तळले. ते आणि थोडा पाव एका थाळीत

वाढून आणि दुसऱ्या हातात टोमॅटो सॉसची बाटली घेऊन तिच्या खोलीत गेलो. गरम कपडे घालून ती पलंगावर बसली होती. मी थाळी तिच्यासमोर ठेवली. ते बघून ती हसली आणि म्हणाली, "सहा सॉसेजिस? वेडा आहेस का? कोण खाणार एवढं?"

"तुला नको आहेत?"

"नको. काही खावंसं वाटत नाही, एवढी दमलेय. तू खा."

"तू आता अशीच झोपणार आहेस?" मी विचारलं.

"हो."

"बाबा कुठं गेले होते, माहीत आहे का?"

"कधी?"

"काल आणि आजसुद्धा."

"त्यांनी हल्ली लहानसहान कामं घ्यायला सुरुवात केली आहे."

"म्हणजे आता आजीबरोबर भांडण होण्याची शक्यता नाही, असं म्हणता येईल ना?"

"हो, हो," तिने डोळे मिटत उत्तर दिलं आणि "जाताना दिवे मालवून जा" म्हटलं. इतक्या लवकर आमचं संभाषण आटोपेल आणि मला खोलीबाहेर पडावं लागेल, असं वाटलं नव्हतं. तिने कूस बदलली आणि माझ्याकडे पाठ केली. खोलीत घाणेरडा वास पसरला होता. मला लाज वाटली.

१७

सकाळच्या नाश्त्याला परत वडील गायब होते. आईला मी त्याबद्दल विचारलं. तिने माझा गाल कुरवाळत सांगितलं, "ते ना, पहाटेची बस पकडून वेक्सफर्डला त्यांच्या पूर्वीच्या बॉसला भेटायला गेले आहेत."

"आज पुन्हा?"

"त्यांच्या काही जुन्या गोष्टी निस्तरणं बाकी आहे अजून," तिने सांगितलं.

"त्यांना ती नोकरी सोडून तीन वर्षं उलटून गेली आहेत. आता कुठल्या गोष्टी अजून बाकी आहेत?"

माझी आजी टेबलाजवळ खात बसली होती. समुद्रातील एखाद्या मोठ्या प्राण्यानं चटकन मासा तोंडात टाकावा, तसा घास घेत ती म्हणाली, "पुरुषाने ज्या गोष्टींची जबाबदारी घेतली पाहिजे, त्या गोष्टींना आता कुठे हात लावायला त्यानं सुरुवात केली आहे. आता कुठं त्याने पुस्तकात खुपसलेलं तोंड बाहेर काढून काम बघायला सुरुवात केलीय." आई उठून खिडकीजवळ गेली. मला खात्री होती की

ती तिथे जाऊन, या क्षणाला राग काबूत राहावा म्हणून दहा अंक मोजत असणार. तिने मलासुद्धा तसं करायला शिकवलं होतं. आज तिने गुलाबी स्कर्टवर पांढरा ब्लाऊज घातला होता आणि गुलाबी लिपस्टिक लावली होती. सुंदर दिसत होती. मी तिला एकटक पाहत होतो. तिलाही ते कळलं असावं. अंक मोजून झाल्यावर ती मागे आली, माझ्याकडे पाहून हसली आणि म्हणाली, ''आज काय छान वाटतंय ना! हवा चांगली पडली आहे, प्रकाश पण भरपूर आहे.''

''जॉन, शाळेसाठी निघायला अजून दहा मिनिटं आहेत. पत्ते खेळायचे?'' आजीने विचारणा केली.

''हो,'' मी होकार दिला. आजी पत्ते घेऊन पिसू लागली. आई मजेत शिटी वाजवत होती.

शाळेच्या वाटेवर मी काल रात्रीच्या स्वप्नाचा विचार करत होतो. स्वप्नात रिप्ली आला होता. त्याला माझ्या असत्यशोधनाच्या कौशल्याचा सुगावा लागला होता. तो मला अमेरिकेत, त्याच्या मोठ्या घरात राहायला घेऊन गेला. मी त्याच्या मुलासारखा त्याच्याबरोबर राहत होतो. मी त्याच्या चिमुकल्या, वाकड्या दातांकडे बघून म्हणालो, ''तुमचे असले घाणेरडे दात असूनसुद्धा तुम्ही किती लोकप्रिय आहात नाही?'' त्यानं स्मितहास्य करून माझ्या खांद्यावर हात ठेवला आणि आम्ही त्याच्या स्पोर्टस् कारमध्ये बसण्यासाठी निघालो.

मला स्वत:ला अमेरिकन धाटणीचे उच्चार जमत नसल्यामुळे, रिप्ली माझ्याशी हळू, पुटपुटल्यासारखं बोलत होता. माझ्या प्रश्नाला त्याने तशाच प्रकारे प्रतिसाद दिला. मला नक्की काय ते कळलं नाही, पण तुलासुद्धा भविष्यात अशीच प्रसिद्धी लाभेल, अशा अर्थाचं काहीतरी ते असावं, असा मी अंदाज केला.

स्वप्नात एकच वाईट गोष्ट घडली. रिप्लीच्या गाडीचे छत पुठ्ठ्याचे होते. गाडीने जरा वेग पकडला तसं वाऱ्याच्या जोराने, ते मोडून पडलं. मी त्याबद्दल रिप्लीला बोललो. उत्तर देण्यासाठी त्यानं माझ्याकडं पाहिलं आणि एकाएकी त्याचे दात सरळ आणि मोठे दिसू लागले. तो पूर्वीपेक्षा अगदी वेगळा दिसू लागला आणि नेमका तेव्हाच मी स्वप्नातून जागा झालो. जागा झाल्याझाल्या माझ्या कानावर आजी आणि वडिलांच्या भांडणाचे सूर पडले. नक्की त्यांच्या भांडणामुळेच माझं स्वप्न भंगलं असणार.

नऊ वाजून वीस मिनिटांनी डोनोलीसर वर्गात आले. काही मिनिटं त्यांनी कॉलिन्सबाईंच्या टेबलावर पडलेल्या वस्तूंची उगीचच चाळवाचाळव केली आणि नंतर बोलायला सुरुवात केली, ''कॉलिन्सबाई आजारी आहेत. त्या बऱ्या होईपर्यंत तुम्हाला एक नवीन शिक्षक आजपासून शिकवतील. ते डब्लिनवरून इकडे यायचे आहेत. त्यांचे आडनाव रोश आहे. एव्हाना ते पोहोचायला हवे होते. ते येईपर्यंत तुम्ही बाहेर जाऊन खेळा आणि आपल्या कॉलिन्सबाई लवकर बऱ्या होऊ दे, अशी

प्रार्थना करा.

माझं त्यांच्या बोलण्याकडे लक्षच नव्हतं. मी खिडकीतून बाहेर बघू लागलो. सर्वत्र भरपूर प्रकाश पसरला होता. दिवसाची सुरुवात छान झाली होती. मी मैदानाच्या कडेने हातात काठी घेऊन, ती कुंपणावर आपटत चाललो होतो. शाळेच्या इमारतीकडे बघतही नव्हतो आणि ब्रेन्डन किंवा केट काय करतायत, याकडेही लक्ष देत नव्हतो. तेवढ्यात मला रस्त्याच्या पलीकडे जोसेफ एका घोड्याबरोबर चालताना दिसला. त्याच्याबरोबर अजून एक इसम होता. मी जोसेफला हाक मारली. बरोबरच्या इसमाने घोड्याकडे बोट दाखवून मला विचारले, ''आमच्या झोरोवर बसणार का?'' मला त्या इसमाचं नाव माहीत नव्हतं. तो जोसेफहून बुटका आणि जाड होता, पण दिलखुलास स्वभावाचा वाटत होता. ''हो, मला आवडेल,'' मी म्हणालो. मी बाहेर गेलो. त्या माणसाने मला झोरोच्या पाठीवर चढवलं. बसताना लक्षात आलं की घोडा आजारी होता. त्याच्या अंगावर फोडही होते. मला किळस वाटली, पण आता उशीर झाला होता. घोडा चालू लागल्यावर त्याच्या बरगड्या माझ्या पोटऱ्यांना टोचू लागल्या.

आम्ही रस्त्याच्या कडेने चाललो होतो. जोसेफ आणि त्याचा मित्र गप्पा मारत होते. मला आता मोकळंमोकळं वाटत होतं. ब्रेन्डन आणि केट माझ्याबरोबर खेळले नाहीत तरी काही बिघडत नाही असंही मनात आलं. ओस्मॉंडसारखं आपण एकलकोंडे आहोत, म्हणून काय झालं, त्याच्यासारखं काहीच्या-बाही हातवारे तर आपण करत नाही ना, याचं समाधान वाटलं. मी एकटाच स्वतःशी बोलत असतो. पण तसं करताना माझे ओठही हलत नाहीत आणि त्यामुळे ते कोणाला कळतही नाही. कारण मी मनातल्या मनात बोलत असतो.

मला भूक लागली. ''मी आता निघतो आणि जाऊन डबा खातो,'' मी जोसेफला म्हणालो. झोरोच्या पाठीवरून उतरताना मी जोसेफच्या घोड्याच्या नेडीच्या डोळ्यात रोखून बघतो, तसं रोखून पाहिलं. पण झोरोने मान फिरवली. मी जोसेफचे आभार मानले. त्याच्या मित्राने, ''बरंय जॉन,'' म्हणून माझा निरोप घेतला. मी त्याला विचारलं, ''तुमचं नाव काय?'' त्याने सांगितलं, ''माझं पण नाव जोसेफ.'' मग आम्ही हस्तांदोलन करून एकमेकांचा निरोप घेतला.

डोनोलीसरांच्या ऑफिसच्या खिडकीखाली बसून मी डबा उघडला आणि आनंदाने सँडविच खाऊ लागलो. डब्यातली बिस्किटं त्या दोन्ही जोसेफना द्यायला हवी होती असं वाटून गेलं. तेवढ्यात समोरून केट आली. ब्रेन्डनचा कोट ओढत म्हणाली, ''चल, आपण याचा सँडविच घेऊ या.'' मग ती जवळ आली आणि माझ्या अंगावर ओरडली, ''काय रे, आज पण पँट ओली केलीस का?'' नंतर ती इकडेतिकडे पाहू लागली. जणू काही लोकांनी तिला तसं करताना पाहावं, अशी

तिची इच्छा होती. सँडविचचा तुकडा माझ्या घशातच अडकला. जिभेने तो तोंडात फिरवून मी चावण्याचा प्रयत्न केला, पण तो अडकूनच बसला. ब्रेन्डन नजर झुकवून केटला जवळजवळ चिकटूनच उभा होता.

"पँटीत लघवी करणाऱ्या, मी तुझ्याशी बोलतेय," केट पुन्हा ओरडली. हासभास नसताना कोणीतरी माझ्या गुप्तांगाला स्पर्श केल्यावर जसं होईल तसं मला झालं. मी दोन्ही पाय आक्रसून घेतले. "त्याचा सँडविच घे काढून आणि मार लाथ त्याच्या गुडघ्यावर," तिने ब्रेन्डनला हुकूम केला. ब्रेन्डनने मला लाथ मारली. मी प्रतिकार करू शकलो असतो, पण करायचा नाही असं ठरवलं. ती दोघे त्या क्षणाला तिथे नाहीतच असं समजायचं मी ठरवलं. मला लाथ मारल्यावर ब्रेन्डनचा तोल गेला. मागे पाऊल टाकत त्याने तो सावरला. माझ्याकडून काहीच प्रतिक्रिया न आल्यामुळे तो गोंधळल्यासारखा झाला. मी त्याच्याकडे फक्त रोखून पाहिलं. त्याने आता माझ्या दुसऱ्या गुडघ्यावर लाथ हाणली. ती मात्र मला जोरात लागली. मी माझ्या हातांचे तळवे गुडघ्यावर दाबून धरले. त्यामुळे वेदना थोडी कमी झाली. पण मी माझा चेहरा पूर्णपणे निर्विकार ठेवला. "तो सँडविच उचल आता," केटने आज्ञा सोडली. माझा उरलेला सँडविच ब्रेन्डनने उचलला आणि मूर्खासारखा 'थँक्यू' पुटपुटला. मी उठलो आणि निघून गेलो.

वर्गात जाऊन भूगोलाचे पुस्तक वाचत बसलो. पुस्तकाचं पान उलटताना माझं बोटाकडे लक्ष गेलं. टोकाला रक्ताचा ओला डाग होता. मला डोकं खाजवायची अशी सवय जडली होती की खाजवून खाजवून डोक्याच्या मधोमध एक छोटा खड्डा पडला होता. कधी रात्री झोप आली नाही की मी खाजवत बसायचो आणि रक्त आल्यानंतरच जाणवायचं की आपण खूप खाजवतोय. नवलाची गोष्ट म्हणजे एवढं होईपर्यंत मला त्याची फारशी जाणीव व्हायची नाही. फारसं दुखायचंही नाही, जणू काही तो खड्डा माझ्या डोक्यात नव्हताच.

डबे खाऊन झाल्यानंतर डोनोलीसरांनी आम्हाला वर्गात बसण्याचा हुकूम सोडला. ते आत येऊन आमच्यासमोर न बोलता उभे राहिले. त्यांनी दोन्ही हात पँटीच्या खिशांमध्ये खुपसले. पण त्यांचे हात एवढे आखूड होते की जेमतेम बोटंच आत शिरली आणि बाकीचा पंजा बाहेरच राहिला. सरांची बोटं वडिलांच्या बोटांसारखीच रक्तवर्णी होती पण अधिक जाड होती.

केट उभी राहत किंचाळली, "नवीन शिक्षक जर एवढे उशिरा येणार असतील, तर त्यांनासुद्धा छडीनं मारलं पाहिजे," डोनोलीसरांची नजर डाव्या कोपऱ्यात ठेवलेल्या छडीकडे गेली आणि लगेच ते खिडकीतून बाहेर पाहू लागले. मीसुद्धा खिडकीबाहेर माझं लाडकं जग – मैदान, झाडे आणि झाडांमधून जाणारा रस्ता – निरखत राहिलो.

दोनच्या सुमाराला एक टॅक्सी शाळेच्या फाटकाजवळ येऊन थांबली आणि एक व्यक्ती त्यातून उतरून, आमच्या दिशेनं चालत येऊ लागली. तो माणूस माझ्या वडिलांपेक्षा वयाने तरुण होता. उंची मध्यम होती, पण शरीरयष्टी मजबूत होती. काळे केस खांद्यावर रुळत होते. मी यापूर्वी कोणत्याही पुरुषाचे इतके लांब केस पाहिले नव्हते. त्या माणसाची अंगकाठी पोलादी होती. आमच्या गावातले, माझ्या पाहण्यातले पुरुष असे दिसत नसत. त्यांच्या अंगात कापूस भरलेला असावा असंच वाटायचं. माझे जॅक आणि टोनीकाका सुद्धा तसेच होते. पोटाचा घोर वाढलेले आणि गरगरीत गालांचे. आमच्या गावातले पुरुष नुसते दिसण्यातच नव्हे, तर वागण्यातही एकसारखेच होते. माझे वडीलसुद्धा जेव्हा दोन्ही काकांच्या संगतीत असत तेव्हा त्यांच्यासारखेच वागत. फरक एवढाच की माझे वडील दिसण्यात त्यांच्यापेक्षा बरेच उजवे होते.

ती व्यक्ती आता शाळेच्या इमारतीच्या अगदी जवळ येऊन पोहोचली होती. माझी उत्सुकता शिगेला पोहोचली. मला शिक्षक म्हणून असाच माणूस हवा होता, दिसायला तरतरीत आणि हुशार. नकळत माझ्या चेहऱ्यावर स्मितरेषा उमटली. दुसऱ्याच क्षणी तो माणूस वर्गात शिरला आणि डोनोलीसरांच्या शेजारी उभा राहिला. ते दोघे एकमेकांशी काहीतरी बोलले आणि वर्गातून निघून गेले. दरम्यान सिस्टर उर्सुला वर्गावर नजर ठेवण्यासाठी येऊन उभी राहिली. ''अगदी गप्प बसून राहा,'' तिने दटावलं.

अर्ध्या तासानंतर नवीन शिक्षक एकटेच आत आले. सिस्टर उर्सुला निघून गेली.

''तुम्ही मला मिस्टर रोश अशी हाक मारायची. सर म्हणायचं नाही,'' त्यांनी सुरुवात केली. आम्ही थोडी चुळबूळ केली आणि त्यांच्याकडे बघत बसलो. फळ्यासमोरून फेऱ्या मारत ते बोलू लागले, ''तुमचं गाव फार सुरेख आहे. मी पैजेवर सांगतो की जर तुम्ही अजून थोडी शांतता राखली तर तुम्हाला धक्क्याला लागणाऱ्या बोटींचा, माशांनी लाटांवरून उड्या मारल्याचा असे आवाजही ऐकू येतील.'' कोर्टोनचा समुद्रकिनारा गॉरी शहरापासूनही चार मैलांवर आहे. त्यामुळे असले काही आवाज ऐकू येण्याची शक्यताच नव्हती. म्हणून आम्ही सगळे हसलो. तरीसुद्धा मला या शिक्षकांची एखादी गोष्ट रंगवून सांगण्याची शैली आवडली. व्यक्ती म्हणूनसुद्धा मला ते आवडले. ते आमच्या बाकांच्या रांगांमधून हिंडत होते, तेव्हा त्यांच्या अंगाला शेतातल्या खतांचा वास आला. टॅक्सीतून उतरून चालताना त्यांच्या बुटांना तो वास लागला असावा. आमच्या गावच्या शेतकऱ्यांच्या अंगाला असा वास यायचा. मिस्टर रोशच्या रुबाबदार पोशाखाला आणि शालीन व्यक्तिमत्त्वाला तो वास शोभत नव्हता. लवकरच त्यांच्या ते ध्यानात यावं आणि त्यांनी त्यावर तातडीने उपाय योजावेत असं वाटलं.

"आता मी तुमच्यापैकी प्रत्येकाशी गप्पा मारणार आहे," त्यांनी जाहीर केलं आणि मग प्रत्येक बाकाशी जाऊन हळू आवाजात बोलू लागले. माझी पाळी केव्हा येईल या उत्कंठेने मी त्यांची वाट पाहू लागलो. माझं वेगळेपण त्यांच्यावर ठसावं असं वाटलं. त्यांनी माझ्या 'त्या' कौशल्याबद्दल सांगून टाकावं असंही वाटलं. मिस्टर रोश आता ब्रेन्डनच्या बाकाजवळ उभे होते. का कोण जाणे, पण आता त्यांचा आवाज आम्हा सर्वांना ऐकू जाईल इतपत मोठा झाला होता. त्यांनी ब्रेन्डनला विचारलं, "तू दुसऱ्यांचं म्हणणं ऐकून तसं वागणाऱ्यांपैकी आहेस का रे?" उत्तरादाखल ब्रेन्डनने फक्त खांदे उडवले. मग मिस्टर रोश त्याच्या कानाकडे तोंड नेऊन काहीतरी पुटपुटले. ब्रेन्डनने जोरात मान हलवून "हो, मी करेन" म्हटलं आणि तो डोके खाली करून बसला. मग मिस्टर रोश शेजारच्या, केटच्या बाकाजवळ गेले. ते तिच्या पाठीमागच्या बाकावर जाऊन बसले आणि तिच्या खांद्यावर थोपटल्यासारखं करून तिला विचारलं, "आणि बाईसाहेब, आपला परिचय काय?"

"माझं नाव केट ब्रेस्लिन. मी डब्लिनहून आले आहे. आईवडिलांची एकुलती एक आहे. आम्ही एक 'मृत मालमत्ता' ताब्यात घेतली आहे," केट मागे वळून उत्तरली.

"केट, मला वाटतं तू एक हुशार मुलगी आहेस आणि त्यामुळे कदाचित तुला असं वाटत असावं की तू एक कोणीतरी खास व्यक्ती आहेस, बरोबर?" मिस्टर रोशनी विचारलं.

आता मला हळूहळू उलगडा होत चालला होता. मगाशी डोनोलीसर मिस्टर रोशना स्वत:बरोबर घेऊन गेले होते, तेव्हा त्यांनी आमच्याबद्दल त्यांना माहिती पुरवलेली दिसत होती.

"नाही, तसं काही नाही," केटच्या आवाजात कंप जाणवत होता. "बरं ठीक आहे. तू हुशार असशील किंवा नसशील, पण म्हातारपणात स्वत:ची काळजी घे," असं म्हणून मिस्टर रोश हसले. खरं म्हणजे त्यांच्या त्या दोन वाक्यांत अर्थाअर्थी काही संबंध नव्हता. पण ते हसले म्हणून संपूर्ण वर्ग हसला. अगदी ब्रेन्डननेदेखील दात काढले आणि आपण हसतोय हे दाखवण्यासाठी तो मागे माझ्याकडे वळला. मिस्टर रोश पुढे गेले आणि स्वत:च्या टेबलावर बसले. तिथून ते थेट माझ्याकडे पाहून हसले. मला त्यांनी ओळखलं असावं. मला त्यांची मदत होईल, अशी आशा वाटू लागली.

घरी आल्याआल्या मी एक हॅम सँडविच टोस्ट बनवला आणि तो घेऊन पलंगावर बसून, पुढचे दोन तास *'गिनेस बुक'*ला पत्र लिहित बसलो. या खेपेला नक्कीच त्यांच्याकडून प्रतिसाद मिळेल असं वाटत होतं.

"*प्रिय गिनेस बुक ऑफ रेकॉर्डस्,*

मी यापूर्वी एकदा तुम्हाला पत्र पाठवलं होतं. असत्यशोधनाची अद्भुतशक्ती मला प्राप्त झाली आहे. मी या विषयावरची, आमच्या भागात (आयर्लंडचा पूर्व किनारा) उपलब्ध असलेली सर्व पुस्तके वाचली आहेत. याआधी पाठवलेल्या पत्रानंतरच्या काळात मी माझ्या शक्तीचा प्रत्यय घेण्यासाठी काही यशस्वी प्रयोगही केले आहेत. ही माझी शक्ती खरोखरच अद्भुत आणि दुर्मीळ आहे, अशी माझी खात्री पटली आहे. तुम्ही म्हणाल तेव्हा आणि म्हणाल तिकडे उदाहरणार्थ डब्लिन किंवा लंडनमध्ये मी तुमच्या सोयीनुसार माझ्या शक्तीचं प्रदर्शन करण्यास तयार आहे. माझं असत्यशोधन शंभर टक्के अचूक असतं, हे सिद्ध करण्याची माझी तयारी आहे. उत्तराची वाट पाहत आहे.

आपला कृपाभिलाषी,
जॉन ईगन, वय ११ वर्षे,
गॉरी (आयर्लंड)"

चहाच्या वेळेला आई दार न वाजवता आत आली. "दार का वाजवलं नाहीस, मला काही खाजगीपणा हवा की नको?" मी विचारलं. ती हसली आणि पलंगावर बसत म्हणाली, "मी टकटक केली होती; तुला ऐकू आली नसेल. तू स्वतःच्याच विचारात फार दंग असतोस ना! चल, ते जाऊ दे. मी यापूर्वी तुला घरकामाबाबत काही बोलले नव्हते. पण तू आता स्वतःची काही कामे अंगावर घेऊन हातभार लावला पाहिजेस. मुख्य म्हणजे मला त्याची आठवण करून द्यावी लागू नये." मी 'बरं' या अर्थाने मान डोलावली. ती पुढे म्हणाली, "चल, आता खाऊन घेऊ या. मटण चॉप्स बनवलेत आणि कस्टर्ड." ते ऐकून मी खूश झालो. दोन दिवस वडील घरी नव्हते या गोष्टीचा मला विसर पडला होता.

१८

आज शुक्रवार. मी आज जरा लवकरच शाळेत पोहोचलो. वर्ग सुरू होण्यापूर्वी मिस्टर रोश शिक्षकांच्या खोलीत बसून कशी तयारी करतात, ते मला पाहायचं होतं. मी त्यांना बराच वेळ न्याहाळलं. ते मला फार आवडू लागलं होतं आणि त्यांच्या त्या भारदस्त आवाजावर तर मी लट्टूच झालो होतो.

दुसरा तास चालू असताना मला जोरात लघवी लागल्याची जाणीव झाली. बराच वेळ मी ती बहुधा रोखून धरली असावी. मला लगेच बाथरुमला जाणं भाग होतं. मला पुन्हा 'तसला' प्रसंग घडायला नको होता. मिस्टर रोशची परवानगी

घेण्यासाठी मी हात वर केला. तो पाहून ते माझ्याजवळ आले आणि माझा हात हातात घेऊन मला वर्गाबाहेर घेऊन गेले. मला शरमल्यासारखं झालं. मात्र त्यांच्या वर्तनात मला शरम वाटण्याजोगं काही दिसलं नाही. ते माझ्याशी मित्राप्रमाणे हसले.

वर्गाबाहेर पडल्यावर त्यांनी मला कोट अडकवण्याच्या खुंट्यांच्या बाजूच्या बाकावर बसवलं आणि म्हणाले, "फक्त एकच मिनिट रोखून धर," मी तसं केलं. मग ते मला मुतारीत घेऊन गेले. आत गेल्यावर ते बाहेर पडण्याची वाट बघत मी तसाच उभा राहिलो. तेही तिथेच उभे राहिले आणि म्हणाले, "मी चावेन वगैरे असं तुला वाटलं की काय? तू तुझं काम कर," मी मग पाठ केली आणि कार्यभाग आटोपला. झाल्यानंतर मी वळून त्यांच्याकडे पाहिलं. त्यांनी माझ्याकडे पाहून मंद स्मित केलं.

"तू एक चांगला मुलगा आहेस. तू मला आवडतोस," ते म्हणाले. आम्ही एकमेकांकडे पाहून हसलो आणि वर्गात परतलो. आल्यानंतर पाहतो तर केट वर्गासमोर उभी राहून मिस्टर रोशची, त्यांचासारखा आवाज काढून नक्कल करत होती आणि सर्व जण हसत होते. मिस्टर रोशनी तिला तिच्या जागेवर जाण्याची खूण केली आणि ती जात असताना मागून तिच्या डोक्यावर सणसणीत थापट लगावून बोलले, "एकदा आपण एखादी वस्तू भंगारात काढली तर ती आपल्याला परत मागून मिळत नसते!" कोणालाही त्याचा अर्थ समजला नाही. मात्र सगळे मनमुराद हसले. कारण ते पहिल्यांदाच केटला अशी स्तंभित झालेली पाहत होते. उरलेला दिवस केट पूर्णपणे शांत बसून होती. किंबहुना ब्रेन्डनही तिच्याशी काहीच बोलला नाही.

शाळा सुटली. इतर मुले वर्गाबाहेर पडल्यानंतर मी मिस्टर रोशच्या टेबलाकडे वळलो. ते माझ्याकडे पाहून हसले. त्यांची दंतपंक्ति एकजात सरळ आणि पांढरीशुभ्र होती. "अमेरिकेत प्रसिद्ध झालेली, असत्यशोधनाच्या विषयावरची पुस्तकं शोधण्यासाठी तुम्ही मला मदत कराल का?" मी थेट प्रश्न केला. मला ती पुस्तकं का हवी आहेत असे ते मला विचारतील, असं वाटलं. पण त्याऐवजी त्यांनी माझा हात धरला आणि म्हणाले, "एक गोष्ट मला बरेच दिवस सतावत होती. बरं केलंस, तूच आठवण केलीस."

"कुठली गोष्ट?" मी धसकून विचारलं. ते उठले आणि खिडकीकडे जात म्हणाले, "प्रत्येक शाळेत एक वाचनालय असणं गरजेचं आहे. या शाळेत वाचनालय नाही हे पाहून मला धक्काच बसला."

"खरंय मिस्टर रोश," मी म्हणालो.

"गोष्टींची पुस्तकं नसतील, तर मुलं गोष्टी वाचणारच नाहीत."

"हो, सर."

"आणि गोष्टीच जर वाचल्या नाहीत तर मुलांची कल्पनाशक्ती कशी वाढीला

लागणार? आपल्या सर्वांच्या आयुष्यात कल्पनाशक्तिचं महत्त्व अनन्यसाधारण आहे. तिला याप्रकारे जर खाद्य पुरवलं गेलं नाही तर ती मरून जाईल.'' बाहेरच्या मैदानावर नजर टाकत ते पुढे बोलले, ''अशाप्रकारे जीवनातून कल्पनाशक्ती हद्दपार झाल्यावर मेंदूची क्षमताच क्षीण होईल आणि मग उरणार काय, तर तेच ते वापरून गुळगुळीत झालेलं शब्दजंजाळ!'' मी मान डोलावली.

''कल्पनाशक्ती कमजोर असलेला मनुष्य दुसऱ्यांकडून ऐकलेलेच शब्द उसनवारीवर वापरतो आणि स्वत:ला अजून मूर्खपणाच्या गर्तेत लोटतो.''

''अगदी बरोबर सर,'' ते वळून माझ्याजवळ आले आणि म्हणाले, ''आणि लक्षात ठेव, विज्ञान आणि नवे शोध या सर्वांचा मूलस्त्रोत कल्पनाशक्तीत असतो.'' आपणही काहीतरी समर्पक बोलावं म्हणून मनातल्या मनात बरंच डोकं खाजवत होतो, ते अचानक सुचलं. वडिलांच्या टेबलावर राहून गेलेल्या एका पुस्तकात मी ते वाचलं होतं. ''आईनस्टाईनचंही तेच मत होतं,'' मी म्हणालो.

''अगदी बरोबर बोललास; हुशार आहेस. तुला पैकीच्या पैकी गुण!'' ते आनंदाच्या भरात उद्गारले.

''धन्यवाद, मिस्टर रोश'' मी कृतज्ञभावनेने बोललो. जवळ येऊन माझ्या खांद्यावर हात ठेवून ते म्हणाले,

''अरे कल्पनाशक्ती हरपलेल्या आयुष्यात अर्थच काय उरतो? या वर्गाकडे पाहून मी सांगू शकतो की तुमच्यापैकी काही मुलांच्या आयुष्याला काही विशेष असा अर्थच नाही.'' आता आपण काय बोलावं या संभ्रमात मी पडलो. पण तशी वेळ आली नाही. मिस्टर रोश वळून फळ्याच्या दिशेने गेले. मी त्यांच्या काळ्याभोर केसांकडे एकटक पाहत होतो. ते अंशत: तरी रेशीमधाग्यांनी बनलेले असावेत का असा संशय चाटून गेला.

''उद्या मी तुम्हाला दुपारी अडीच वाजता सोडणार आहे आणि मग सोमवारी सकाळी एक आश्चर्याचा धक्का देणार आहे. आता घरी जा, आई वाट बघत असेल,'' ते म्हणाले.

संध्याकाळी चहाची वाट बघत वडील शेकोटीजवळ फेऱ्या मारत होते. त्यांच्या चालण्यात आणि मिस्टर रोशच्या चालीत जमीन-अस्मानाचे अंतर होतं. त्यांचं चालणं जोरात आणि काहीसं उड्या मारल्यासारखं वाटायचं. मिस्टर रोश लांब पावलं टाकत दमदारपणे चालायचे.

''तुम्ही अशा फेऱ्या का मारताय?''

''माझे पाय मला एका जागी स्वस्थ बसू देत नाहीत. थोडा वेळ झाला की मुंग्या येतात.''

''का?''

"माहीत नाही का ते. मला वाटतं त्या मुंग्या माझ्याच पँटमधून बाहेर पडत असाव्यात. रात्री झोपण्यापूर्वी त्या हळूच येऊन चावतात." स्वारी आज हलकंफुलकं बोलण्याच्या मूडमध्ये दिसत होती.

"मग या मुंग्या तुम्हाला झोपू देत नसतील," मी चालू ठेवलं.

"हो ना, सारखं पाय झाडत पडून राहतो!"

"म्हणून तुम्ही खाली जमिनीवर झोपता का?" माझ्या या प्रश्नावर त्यांची प्रतिक्रिया रागीट असेल असं वाटलं. पण ते स्तब्ध झाले आणि माझ्याकडे पाहून हसले.

"मी आत्तापर्यंत एखाद-दोन वेळाच जमिनीवर झोपलो असेन. ते सुद्धा त्या मुंग्यांनी तुझ्या आईला त्रास देऊ नये म्हणून," ते म्हणाले.

"त्याचसाठी का?"

"अरे देवा, या मुलाला झालंय तरी काय? तुला सांगितलं ना की तुझ्या गरीब बिचाऱ्या आईला दुसऱ्या दिवशी काम करता येण्यासाठी शांत झोप मिळावी आणि तिला माझ्याकडून काही त्रास होऊ नये म्हणून मी खाली झोपतो. दुसरं काही कारण नाही. झालं समाधान?"

ते खरं बोलतायत की नाही हे मी शोधून काढेन या भीतीने ते या विषयावर फारसे बोलणार नाहीत असं वाटत होतं. पण ते प्रत्यक्षात भडाभडा बोलले. अर्थात जे ओळखायचं ते मी बरोबर ओळखलं. ते खोटं बोलत होते. त्यांचा आवाज चढला होता पण मोकळेपणे सुटला नव्हता. त्यांचे हात हलत नव्हते. माझी कानशिले तापली होती. या घडीला फक्त हे एकच लक्षण दृग्गोचर होत होतं. माझं असत्यशोधन आता सरावाने सराईतासारखं चाललं होतं म्हणायचं.

"त्यावर उपाय म्हणजे त्या मुंग्यांपैकी एकीला तुम्ही मारून टाकायचं. म्हणजे उरलेल्या सगळ्या तुम्हाला सोडून तिच्या अंत्यसंस्कारासाठी जातील," मी म्हणालो.

टीव्हीवर बातम्या सुरू झाल्या होत्या. वडील माझ्याशेजारी येऊन बसले आणि म्हणाले, "वा, काय कल्पना आहे! तुझ्या डोक्यात असल्या सुपीक कल्पना बऱ्याच येत असतात असं दिसतंय."

"मी सुद्धा ते कुठल्याशा विनोदी किस्सात ऐकलं होतं," मी सांगितलं.

आणि आता ते टीव्ही लक्षपूर्वक पाहत होते तरीही मी रेटून तो विनोद सांगितलाच, "एकदा एका भयानक चेटकिणीच्या तावडीत एक आयरिश, एक इंग्लिश आणि एक स्कॉटिश असे तिघे सापडतात. ती त्यांना मांसभक्षक किड्यांच्या सान्निध्यात झोपायला लावते. सकाळ झाल्यावर ते तिघेही मरून पडले असतील अशी समजूत करून ती त्यांना बघायला जाते. तिला तिकडे आयरिश माणूस जिवंत आढळतो. ती त्याला आश्चर्याने त्याबाबत विचारते. तेव्हा तो तिला सांगतो की त्याने त्या किड्यांपैकी एकाला मारलं आणि मग बाकी सर्व त्याच्या अंत्यसंस्कारासाठी

निघून गेले.''

टीव्ही पाहण्यात गुंगलेल्या वडिलांनी औपचारिक हसल्यासारखं केलं. मीही मग काहीशा बेफिकीरीने त्यांच्याकडे पाहिलं. यापुढे, ते काय करतात किंवा करत नाहीत याचं मला सोयरसुतक नव्हतं. त्यांच्याकडून मी आता प्रेमाची अपेक्षाच करणार नव्हतो. किंबहुना हल्ली मला त्यांच्या अस्तित्वाचीच फारशी गरज भासेनाशी झाली होती.

पूर्ण आठवडाअखेर मी माझ्या खोलीत *'गिनेस बुक'* वाचण्यात, नोंदवही अद्ययावत करण्यात आणि मिस्टर रोशना खूश करण्यासाठी गृहपाठ पूर्ण करण्यात मग्न होतो. ब्रेन्डनशी खेळणं होत नाही या गोष्टीचंही मला काही वाटेनासं झालं होतं.

११

मिस्टर रोशनी आधी म्हटल्याप्रमाणे आम्हाला सोमवारी सकाळी आश्चर्याचा धक्का देण्याची जय्यत तयारी केली होती. आमची बाकं एकमेकांना खेटून मांडली होती. पाठीमागच्या बाजूला लाल रंगाचे मखमली पडदे टांगले होते. चित्रपटगृहात असतात तशा प्रकारचे ते पडदे होते. पडद्यांच्या आड एक टेबल खुर्ची होती आणि बाजूला पुस्तकांनी भरलेलं एक खोकं.

''पटकन बसून घ्या आणि समोर पाहा. जोपर्यंत तुम्ही पूर्ण शांत बसत नाही तोपर्यंत मी तुम्हाला, आज आपण काय करणार आहोत ते सांगणार नाही.''

आम्ही पटापट आपापल्या जागांवर जाऊन बसलो आणि वाट पाहू लागलो.

मिस्टर रोश पडद्यांमागे गेले आणि तिथून म्हणाले, ''मागं वळून पाहा.'' आम्ही पाहिलं तर ते पडद्यामागच्या खुर्चीवर बसले होते आणि खोक्यातून डझनभर *'रीडर्स डायजेस्ट'*चे अंक काढून त्यांनी ते टेबलावर ठेवले होते. त्यांच्या छातीवर 'मुख्य ग्रंथपाल' असा बिल्ला झळकत होता. आमच्याकडे पाहून त्यांनी स्मितहास्य केलं आणि म्हणाले, ''माझ्या कल्पनारम्य वाचनालयात तुमचं स्वागत असो. आता सर्वांनी एक रांग करून या पडद्यांसमोर उभं राहायचं. ज्याची वेळ येईल त्याने त्या बाजूची घंटा वाजवायची, पडदा बाजूला करायचा आणि कल्पनारम्य वाचनालयात पाऊल टाकायचं.''

''पाऊल टाकायला वेगळी जागा कुठे आहे?'' ओस्मॉंडच्या भावाने, जिमीने विचारलं.

''अरे, आपण तसं समजायचं आणि तसा अभिनय करायचा. आत आल्यानंतर कोणतं पुस्तक हवं ते सांगायचं.'' थोडक्यात म्हणायचं तर त्या 'वाचनालयात' या घडीला रीडर्स डायजेस्टचे अंक असले तरी आम्ही ज्या पुस्तकांची मागणी मिस्टर

रोशकडे करणार होतो, त्यांची ते यादी तयार करणार होते आणि तिच्या आधारे ते पुढच्या काही आठवड्यात शाळेकडे पाठपुरावा करून एक खरोखरचं वाचनालय उभं करण्यासाठी प्रयत्न करणार होते.

"आजपासून रोज दुपारी अडीच वाजता तुम्ही इथे रांग लावायची. तुम्ही जेव्हा एखाद्या पुस्तकाची मागणी कराल तेव्हा मी तुम्हाला त्या पुस्तकाशी संबंधित एक विषय गृहपाठाला देणार. कळलं?" मिस्टर रोश म्हणाले.

दोन वाजून वीस मिनिटं झाली. मिस्टर रोश मलाच पहिलं बोलावतील असं माझं सहावं इंद्रिय मला सांगत होतं. अगदी तसंच झालं. त्यांनी हाक मारली, "जॉन ईगन, माझ्यामते तू एक चांगला वाचक असावास. आज तुझ्यापासून सुरुवात करू या."

"हो सर," मी उठून उभा राहत म्हणालो.

"पडद्यामागे जा आणि थांब. बाकी सर्वांनी जॉनच्या मागे रांगा लावा," असं सांगून मिस्टर रोश पडद्यामागच्या टेबलापाशी आले.

"मला व्हायकिंग्जवरचं पुस्तक हवंय," मी सांगितलं.

त्यांनी खोक्यात हात घालून रीडर्स डायजेस्टचा एक जुना अंक काढला आणि म्हणाले, "आपल्याकडे या विषयाला वाहिलेले काही खंड आहेत ते घेऊन जा आणि उद्या सकाळी त्या विषयावर बोलण्याची तयार करून ये."

घरी परतण्याच्या वाटेवर दुसरं काही माझ्या डोक्यातच नव्हतं. मी एक सँडविच बनवून घेतला आणि माझ्या खोलीत निघून आलो. मिस्टर रोश आणि त्यांची ही सुपीक कल्पना यावर बराच विचार केला. माझ्या 'त्या' शक्तीचा विषय त्यांच्यापुढे कसा काढावा, त्याची रंगीत तालीम केली आणि त्यावर त्यांचा प्रतिसाद कसा असेल त्यावरही चांगलाच विचार केला. चहा आटोपल्यानंतर टीव्ही न बघता मी पलंगावर बसून तडक व्हायकिंग्जच्या जीवनशैलीवर निबंध लिहायला लागलो. फक्त एकदाच काय ती मी वडिलांच्या संग्रहातल्या एका पुस्तकात, संबंधित माहिती शोधली.

दुसऱ्या दिवशी सकाळी लवकर शाळेत पोहोचलो आणि माझी वेळ येण्याची वाट पाहत बसलो. बरोबर दीड वाजता मिस्टर रोशनी मला वर्गासमोर उभे राहून व्हायकिंग्जवर बोलायला सांगितलं. मी प्रयत्नपूर्वक सरळ, न हलता उभा राहिलो आणि बोलायला सुरुवात केली. "व्हायकिंग्जना त्यांच्या विशिष्ट, अगडबंब नावा वल्हवत प्रवास करताना गाणी गायला आवडायचं. दर आठवड्याला सर्वोत्तम गाणं रचणाऱ्याला बक्षीस दिलं जायचं. कोणत्याही नवीन बंदराला पाय लागले की ते हटकून कमरेपर्यंत लांब केस असलेल्या एखाद्या लहान मुलीला पळवून नेत. बोटीवर नेऊन तिचे केस कापत आणि मग तिला पाण्यात फेकून देत. त्यानंतर ते

व्हिस्की पीत व केक खात. ते झाल्यानंतर जवळच्या गावात जाऊन सोनंनाणं, जडजवाहिर लुटत. कधीकधी ते मांजरं पळवून नेत आणि बोटींवर सोबत म्हणून पाळत.''

आज मला कसलंच दडपण जाणवत नव्हतं. शांतपणे आणि मोकळेपणाने मी बोलत होतो. एरवी मी कसली तरी भीती बाळगून वावरायचो. किंबहुना इतर कोणी कुठल्यातरी दडपणाखाली आहे असं वाटलं तर माझ्यावरचं दडपण वाढायचं. माझं बोलून झाल्यावर मिस्टर रोश माझ्याजवळ आले आणि ''वा, सुरेख!'' म्हणत त्यांनी माझी पाठ थोपटली.

मी जागेवर जाऊन बसलो. मग मिस्टर रोशनी संपूर्ण वर्गाला व्हायकिंग्जचा इतिहास सांगितला. व्हायकिंग्जच्या म्हणे वेगवेगळ्या जातीच्या, वेगवेगळ्या नावाने ओळखल्या जाणाऱ्या तलवारी होत्या. त्यांची नावं बाळ-मारी, कोथळा-काढी, माणूस-फाडी अशी भलतीच होती. माझ्याकडे एक स्विस आर्मी चाकू होता. आजपासून मी त्याचं नाव 'वडील-टोची' ठेवलं.

घरात पाऊल ठेवल्याठेवल्या काहीतरी खास जाणवलं. जणू शाळेतल्या चांगल्या अनुभवाचं लोण इथवर येऊन पोहोचलं होतं. वातावरणात उबदारपणा जाणवत होता आणि रोस्ट चिकनचा खमंग वास दरवळत होता. आई, वडील आणि आजी स्वयंपाकखोलीत बसून गप्पा मारत होते. रेडिओ चालू होता. आई बोलताबोलता शेगडीवर चिकन शिजवत होती. वडील चोरपावलांनी आईच्या मागे जाऊन उभे राहिले आणि शेगडीवरच्या भांड्यात त्यांनी हळूच हात घातला. आईच्या लक्षात आलं, तसं तिनेही त्यांना लाडिकपणे फटकारलं. वडिलांनी परत हात घालून मांसाचा एक छोटा तुकडा उचलला.

तो त्यांनी मला दिला आणि म्हटलं, ''काहीही म्हणा, चोरून खाल्लेल्या पदार्थाला जी चव असते तिला तोड नाही.'' मीही तत्परतेने पुढे होऊन तो तुकडा घेतला, मटकावला आणि पुस्ती जोडली, ''हो हो, अगदी बरोबर!'' त्याबरोबर आईने लटक्या रागाने त्यांच्याकडे पाहून धावून त्यांना पकडण्याचा आविर्भाव केला. मग दोघेही टेबलाभोवती धावू लागले. पदार्थ शिजवण्याची जबाबदारी आजीने स्वत:वर घेतली आणि तीही हास्यविनोदात सहभागी झाली. धावताधावता वडील पटकन टेबलाखाली लपले. त्यांच्या मागोमाग आईही, अंगावरच्या चांगल्या कपड्यांचा विचार न करता टेबलाखाली शिरली. मला पण त्या खेळात सहभागी व्हावंसं वाटलं म्हणून मी टेबलाजवळ जाऊन खाली वाकलो आणि म्हणालो, ''आता तुम्ही दोघं मला पकडा.''

''बस्स झालं, आजच्या दिवसापुरतं बरंच धावलो,'' म्हणत वडील टेबलाखालून बाहेर आले. आईही आली. तसे वडिलांनी तिला मागून ढकललं. तिनेही,''थांब

आता, तुला बघतेच'' म्हणत पकडापकडीचा खेळ परत सुरू केला. शेवटी दमून ती जेव्हा खुर्चीवर बसली तेव्हा मी तिला विचारलं, "आज एवढे चांगले कपडे का नेसली आहेस?''

"आज रात्री मी आणि तुझे बाबा एका नृत्यसमारंभाला जाणार आहोत आणि तुझ्या आजीनं गाडीनं ने-आण करण्याचं कबूल केलंय.''

"म्हणजे मी घरात एकटा?''

"हो, पण काळजी करू नकोस. आम्हाला फार उशीर नाही होणार; आणि फ्रीजमधल्या सगळ्या कस्टर्डचा मालक तूच. काय मजा आहे ना!''

मी तिथून बाहेरच्या खोलीत आलो. जाताना माझा निरोप घेण्यासाठी म्हणून ते जवळ आले पण मी बघून न बघितल्यासारखं केलं. दहा वाजेपर्यंत टीव्ही पाहिला. मग खोलीत जाऊन क्रिटोला मांडीवर घेऊन, ते परतण्याची वाट बघत बसलो. अकरा वाजून गेले आणि चालत्या गाडीचा आवाज आला. क्रिटो टुणकन उडी मारून खिडकीजवळ गेली. गाडी घराच्या बाजूने निघून गेली. क्रिटो परत माझ्याजवळ येऊन बसली. तिने परत खुळ्यासारखी उडी मारून जाऊ नये म्हणून मी तिला घट्ट पकडलं आणि तिला म्हणालो, "काही कर पण परत पिल्लं होऊ देऊ नकोस बरं.''

परत एका चालत्या गाडीचा आवाज आला. तशी क्रिटो परत उडी मारण्याचा प्रयत्न करू लागली. "थांब इकडेच,'' असं दटावून मी तिला दाबून ठेवलं. तिने निसटण्याचा निकराचा प्रयत्न केला. त्या झटापटीत, माझा हात तिच्या शेपटीवर पडला. मी ती घट्ट पकडून ठेवली. शेपटीच्या केसांआड दडलेलं रबरी नळीसारखं हाड मी धरून दाबले. तशी ती फिस्कारली. मग मी तिचा नाद सोडून दिला. थोड्या वेळाने मी आढ्याकडे पाहत आडवा पडलो आणि नायगाराची दिवास्वप्ने पाहू लागलो. स्वप्नात मला दिसलं की न्यूयॉर्कच्या विमानतळावर *गिनेस बुक* चे दोन उंचपुरे कर्मचारी मला न्यायला आले होते. त्यांनी माझी प्रवासी बॅग उचलण्याची तयारी दर्शवली. त्यांच्या सांगण्यानुसार माझी राहण्याची सोय जगप्रसिद्ध एम्पायर स्टेट बिल्डिंगच्या बाजूला असलेल्या हॉटेलच्या चौदाव्या मजल्यावर करण्यात आली होती. दुसऱ्या दिवशी सकाळी रेल्वेच्या पहिल्या वर्गाच्या डब्यातून नायगाराला जाण्याची व्यवस्था करण्यात आली होती. त्या रेल्वेत एक सुसज्ज उपाहारगृह आणि स्वत:चं वाद्यपथक होतं. नायगाराच्या प्रसिद्ध हॉर्सशू फॉलजवळ माझी रॉबर्ट रिप्लींशी भेटण्याची वेळ आणि जागा निश्चित करण्यात आली होती. त्या ऐतिहासिक क्षणाला छायाचित्रात बंदिस्त करण्यासाठी टीव्हीचे वार्ताहर आपापले कॅमेरे सरसावून तयार होते.

स्वप्न पूर्ण होण्याअगोदरच माझा डोळा लागला. पण त्यामुळेच घरची माणसं कधी परततील म्हणून त्यांच्या वाटेकडे डोळे लावून बसण्यापेक्षा वेळ छान गेला.

२०

अडीच वाजले. काल्पनिक वाचनालयापुढे रांग लावण्याची वेळ आली. आज ब्रेन्डन सर्वांत पुढे उभा होता. आत जाऊन तो मिस्टर रोशना म्हणाला, ''छत्र्या कशा बनवायच्या याच्यावरचं पुस्तक द्या. माझ्या आईला छत्र्या हरवण्याची सवय लागली आहे. म्हणून मला ते हवं आहे.'' मिस्टर रोशनी लगेच कागदाच्या एका कपट्यावर 'छत्र्या कशा बनवतात?' असं लिहून ते रीडर्स डायजेस्टच्या एका अंकावर चिकटवलं आणि ते त्याला देत म्हणाले, ''हे घे तुझं पुस्तक.'' ब्रेन्डननंतर खरं तर दुसऱ्याची पाळी होती पण केट रांगेत घुसली आणि पुढे झाली. आत गेल्यावर ती मिस्टर रोशना म्हणाली, ''स्वतःच्या भावाला रात्री बिछाना ओला करण्यापासून परावृत्त कसं करावं, या विषयावर पुस्तक आहे का तुमच्याकडे?''

''मला ते जुन्या पुस्तकात शोधावं लागेल,'' म्हणत मिस्टर रोश उठले आणि पाठीमागच्या कपाटातून रीडर्स डायजेस्टचा अंक काढून, त्यावरची धूळ झटकल्यासारखं करून केटच्या हातात दिला. ते पुस्तक मागण्यामागे केटचा मला चिडवण्याचा हेतू होता हे मिस्टर रोशना कळलं असावं का? ''बिछाना ओला करणं थांबवण्याचे दहा उपाय'' असं नाव चिकटवून त्यांनी केटला तो अंक दिला. तिने त्यांचे आभार मानत म्हटलं, ''या पुस्तकाचा मला फार उपयोग होणार आहे.'' पुस्तक घेऊन बाहेर आल्यानंतर तिने ते माझ्या बाकावर ठेवलं आणि म्हणाली, ''हे वाच आणि पँटीत लघवी करणं थांबव.'' नंतर ती तिच्या बाकावर हाताची घडी घालून बसली. मला मात्र काय बोलावं तेच सुचेनासं झालं. पण मला काही बोलण्याची गरजच पडली नाही. मिस्टर रोश बाहेर आले. जे काही घडलं ते त्यांनी पडद्याआडून पाहिलं असावं, अशा तऱ्हेने ते थेट केटजवळ गेले आणि त्यांनी तिला विचारलं, ''मी तुला दिलेलं पुस्तक कुठे आहे?''

''इथेच ठेवलं आहे,'' मिस्टर रोशनी इकडेतिकडे पाहिलं आणि पुस्तक नजरेला पडलं नाही, तसे ते माझ्याकडे आले. त्यांना ते पुस्तक माझ्या बाकावर दिसलं. तसे ते परत वळले आणि केटजवळ जाऊन त्यांनी तिचे केस धरले. तिने ते सोडवण्याचा प्रयत्न केला पण त्या प्रयत्नात केसांना बांधलेली गुलाबी रिबीन सुटून खाली पडली. मिस्टर रोशचा पारा चढलेला स्पष्ट दिसत होता. काही न बोलता त्यांनी तिला दंडाला धरून बाकावरून उठवलं. केटने स्वतःची सुटका करून घेतली आणि ती पटकन धावत खिडकीजवळ गेली. मिस्टर रोश तिच्या बाकाकडेच उभे राहिले आणि जरबेच्या स्वरात म्हणाले, ''केट तुझ्या जागेवर परत ये. बाकी सर्व जण आपापल्या जागेवर बसा.'' केटने घाबरून खिडकीच्या पडद्याचं टोक हातात पकडलं. संतापाने मिस्टर रोशच्या मानेवरची शीर उडत होती. ते

११२ । कॅरी मी डाऊन

चालत तिच्याजवळ गेले आणि ओरडले, ''तू मला खोटं सांगितलंस?''

''नाही, मी नाही खोटं सांगितलं.''

''हो, सांगितलंस. का केलंस तसं? एवढी क्रूरपणानं का वागतेस तू?''

''काय... काय केलं मी?''

मिस्टर रोशनी स्वत:ला आवरलं. ते फळ्याजवळ गेले आणि हातांची घडी घालत म्हणाले, ''चला, आपण पुढचा अभ्यास करू या!'' त्यांचा श्वासोच्छ्वास अजूनही जोरात चालू होता आणि त्यामुळे त्यांची छाती आणि त्यावर घडी केलेले हात हलत होते. ते खुर्चीत बसले. तेवढ्यात केट ब्रेन्डनच्या कानात काहीतरी कुजबुजली आणि ब्रेन्डन फिस्सकन हसला. ते पाहून मिस्टर रोश एक शब्दही न बोलता उठले आणि वर्गाबाहेर पडले. कोळसे भरण्याच्या एका रिकाम्या बादलीत पाणी भरून, ती घेऊन ते वर्गात परतले. ती त्यांनी त्यांच्या टेबलाच्या समोर ठेवली आणि ते म्हणाले, ''केट, इकडे ये आणि गुडघ्यावर बसून, कुत्र्यासारखं तू हे पाणी पी.''

''काय?''

''कुत्र्यासारखी रांगत ये आणि हे पाणी पी.''

''नाही, मी नाही पिणार,'' ती म्हणाली.

''मुकाट्याने पी, नाहीतर ते मी तुला पाजेन.''

''तुमचं डोकं फिरलंय; मी नाही करणार ते,'' ती म्हणाली. मिस्टर रोश तिच्याजवळ गेले. तिच्या केसांना धरून, तिला ओढत ते बादलीजवळ घेऊन गेले. त्यांनी तिला ढकलून जमिनीवर पाडलं आणि मग तिचं तोंड बादलीतल्या काळ्या पाण्याकडे नेत म्हणाले, ''तुला कल्पना आहे का, तुझ्या या वागण्याचे काय परिणाम होऊ शकतात ते? तुला काय सगळा पोरखेळ वाटतोय?'' केट आता काही बोलत नव्हती. मिस्टर रोशनी तिचं डोकं पाण्यात बुडवलं आणि म्हणाले, ''पी.'' काही मिनिटांनंतर त्यांनी तिचं डोकं सोडलं. काळे पाणी तिच्या मानेवरून मागे ओघळत होतं आणि तिचे कपडे काळ्या रंगाने माखले होते. ती आता रडू लागली होती. आता हे संपलं, असं वाटतंय, तोवर मिस्टर रोश खाली वाकले आणि तिच्या पाठीवर हातांनी जोर देत त्यांनी तिचे तोंड परत एकदा त्या पाण्यात बुडवलं. केटने आता भोकाड पसरलं.

''आता तू सर्वांत मागे जाऊन उभी राहा,'' मिस्टर रोश गरजले. ती मागे जाऊन उभी राहिली. मिस्टर रोशनी अंगावरचं पाणी पुसण्यासाठी तिच्याकडे एक फडका फेकला. तिने त्यात आपले तोंड लपवलं.

''तुझ्यासारख्या मुलींच्या अशा वागण्याचं पर्यवसान पुढे बलात्कारी पुरुष उत्पन्न होण्यात होतं. तुझ्यासारख्या उन्मत्त विद्यार्थिनीमुळे शाळांमध्ये उद्याच्या खुन्यांची बीजं

रोवली जातात,'' ते ओरडले.

केट अजूनही हुंदके देत होती. ''मला झाली तेवढी शिक्षा पुरे झाली. माझी चूक झाली. मला आता टॉयलेटला जायचंय,'' ती मिस्टर रोशना म्हणाली.

''तू तिथून हलायचं नाहीस, तिथंच उभी राहा,'' त्यांनी फर्मावलं.

''मला माफ करा, कृपा करून घरी जाऊ द्या,'' तिने पुन्हा विनवणी केली. उत्तरादाखल मिस्टर रोशनी हाताची घडी घालून तिच्याकडे फक्त रोखून पाहिलं.

तीन वाजले. शाळा सुटल्याची घंटा झाली. पण आमच्यापैकी कोणी हललं नाही. वर्गात पूर्ण शांतता होती. इतर वर्गातली मुलं आणि शिक्षक आमच्या दरवाज्यासमोरून जाताना दिसत होती. मिस्टर रोश तिथेच उभे राहून त्यांना हात हलवून निरोप देत होते. दहा मिनिटांनी आम्हाला डोनोलीसर जाताना दिसले. आम्हाला बसलेलं पाहून ते थबकले. वर्गात एक चाचणी चालू असून, ती संपल्यावर वर्ग सोडणार आहे असं मिस्टर रोशनी त्यांना सांगितलं. डोनोलीसरांच्या मुद्रेवर आश्चर्य स्पष्ट दिसलं; कारण आमच्यापैकी कोणीच काही लिहिताना वगैरे दिसत नव्हतं. पण काही न बोलता त्यांनी घड्याळाकडे पाहिलं आणि ते निघून गेले.

आम्ही सर्व जण आता मागे वळून केटकडेच पाहत होतो. केट क्षमायाचनेच्या नजरेनं मिस्टर रोशकडे पाहत होती. शेवटी ते एकदाचं घडलं... बरोबर सव्वातीनला केटने उभ्या उभ्या लघवी केली. ते पाहताना मला क्षणभर वाटलं, की मीच परत तसं करतोय की काय!

'तो' प्रसंग अगदी जसाच्या तसा नजरेसमोर तरळला. मिस्टर रोशनी पुढे होऊन केटच्या खांद्यावर हात ठेवला आणि तिला स्वच्छतेविषयी सूचना केली आणि आम्हा सर्वांना घरी जायला सांगितलं. इतर सर्व जण बाहेर पडेपर्यंत मी वर्गातच थांबलो. मिस्टर रोश माझ्याजवळ आले आणि माझा हात हातात घेऊन म्हणाले, ''तू सुद्धा आता घरी जा. आपण उद्या भेटू या.'' मी कसंनुसं हसलो. माझ्याकडे पाहत ते बोलले, ''जॉन, तू छाती पुढे काढून उजळ माथ्याने चालायला लाग. तुझा स्वाभिमानाने फुललेला चेहरा मला पाहायचाय.'' मी लगेच मान वर केली. केट रडतरडत माझ्याकडे बघत होती. ''अरे एवढी नाही रे,'' म्हणत मिस्टर रोशनी हातांनी माझं डोकं धरून त्यांना योग्य वाटेल एवढं हलवून स्थिर केलं आणि म्हटलं, ''हां अस्सं. तू चांगला आहेस आणि चांगला दिसलाही पाहिजेस.'' मी त्यांचे परतपरत आभार मानले. ''तू आता जा, केटचं मी पाहतो,'' ते म्हणाले.

घरी परतल्यावर बघतो तर अगदी शांतता होती. दिवेही चालू नव्हते. पहिल्यांदा असं वाटलं की घरात कोणी नसावं. पण बाहेरच्या खोलीचा दरवाजा आतून बंद केलेला आढळला. माझ्या छातीत धडधड सुरू झाली. लक्ष देऊन ऐकल्यानंतर आतून अस्फुट आवाज ऐकू आले. मी ढकलण्याचा प्रयत्न केला पण दार उघडलं नाही.

मग मी ओरडलो, ''कोण आहे आत?''

''आमचं काहीतरी बोलणं चालू आहे जॉन. एका मिनिटात आम्ही बाहेर येतो,'' आतून आईचं उत्तर आलं.

''मी आत यायचं नाही का?'' मी विचारलं.

''थांब जरा, वाट बघ,'' वडिलांचा आवाज आला.

मग मी तिथून माझ्या खोलीत गेलो. पाय घसरून तोंडघशी पडावं आणि नाकावर आपटावं तसं माझं झालं. मी बेचैन झालो. लघवीची भावना झाली पण टॉयलेटमध्ये गेल्यावर लघवी झालीच नाही. मी खोलीत परत आलो आणि माझी नोंदवही तसेच आजीचे उचललेले पैसे जागेवर आहेत की नाहीत ते चाचपून पाहिलं. सर्व काही जागच्या जागीच होतं. कोणी माझ्या परोक्ष त्या वस्तूंना हात लावला तर कळावं म्हणून मी काही खुणा करून ठेवल्या होत्या. नोंदवहीच्या पहिल्या पानामध्ये मी एक केस घालून ठेवला होता. तसंच पैसे दोन पुठ्ठ्यांच्यामध्ये विशिष्ट तऱ्हेने घडी घालून ठेवले होते. कोणाचाही स्पर्श त्यांना झाला असता तर मला ते लगेच कळलं असतं. शेवटी साडेसहाला आई माझ्याकडे आली आणि म्हणाली, ''दरवाजा बंद होता म्हणून माफ कर राजा. तुझ्या आजीला काही खाजगी बोलायचं होतं.''

''काही हरकत नाही,'' मी म्हणालो.

''तू काही काळजी करू नकोस.''

''छे, मला कसली काळजी?''

''मी आता चहाबरोबर स्ट्यू बनवणार आहे. तू मला जरा गाजरं चिरून देशील?''

''हो'' त्यांचं बंद दाराआड काय बोलणं चालू असेल, हा विचार आता माझ्या डोक्यातून निघून गेला होता.

२१

केट दुसऱ्या दिवशी शाळेत आलीच नाही. मिस्टर रोशच्या वागण्यात तर कालचा काही मागमूसही नव्हता. त्यांनी आम्हाला अपूर्णांक शिकवले आणि डब्लिनच्या गमतीजमती सांगून हसवलं. पूर्ण दिवसभर मी त्यांना निरखत होतो. ते काय करतात, कसं बोलतात, बोलताना काय शब्दप्रयोग करतात, लिहिताना खडू किंवा पेन कसं धरतात इ. गोष्टींचं बारकाईने निरीक्षण करत होतो. ते सुद्धा अधूनमधून माझ्याकडे पाहत होते. आज त्यांनी माझ्याकडे पाहून डोळे मिचकावले नाहीत किंवा स्मितहास्यही केलं नाही. पण ते बरंच झालं. त्यांनी तसं केलं असते तर इतरांना उगाच संशय आला असता आणि कालच्या घटनेचा संबंध माझ्याशी

जोडला गेला असता.

घरी परतताना मी आनंदात होतो. थोडा वेळ चालल्यानंतर मला धावावंसं वाटलं आणि मी खरोखरच स्वत:ला आयर्लंडचा, पुढच्या ऑलिंपिक्समध्यला लांब पल्ल्याचा धावपटू समजून धावू लागलो. बाहुलीच्या झाडाजवळ पोहोचल्यानंतर आज पहिल्यांदा मला ती आरामात बसल्यासारखी वाटली. जणू काही त्या झाडाने आपल्या फांदीरूपी हातांवर तिला तोलून धरलं होतं आणि पलीकडच्या मोकळ्या जगाकडे पाहण्याची संधी उपलब्ध करून दिली होती.

पण घरी पोहोचल्यावर पाहतो तर चित्र पालटलेलं होतं. आई आणि वडील दोघेही घराबाहेर गाडीजवळ उभे होते. गाडीचं इंजिन चालू होतं. भरलेल्या बॅगा समोर दिसत होत्या. त्यातली ती लहान निळी बॅग माझी होती. त्या बॅगा गाडीशेजारी ठेवल्या होत्या. सुरुवातीला वाटलं, की पूर्वी अनेकवार दिलेल्या आश्वासनांपैकी एकाला जागून वडिलांनी अचानक गावाला जाण्याचा बेत आखलेला असावा. पण नजर वळवून पाहिलं तर आजीची गाडी बाहेर काढलेली दिसत नव्हती. ती आमच्याबरोबर येत नव्हती का? की काहीतरी दुसरंच घडलंय?

"आपण काही दिवसांसाठी डब्लिनला चाललोय," वडिलांनी रहस्यभेद केला. ते खरं बोलतायत की खोटं त्याचा अंदाज लागत नव्हता. तरी मी विचारलंच, "का हो?" उत्तरादाखल ते हात पसरून माझ्या खांद्यावर ठेवण्याच्या मिषाने पुढे झाले. पण मी मागे सरकलो. मग ते कमरेवर हात ठेवून उभे राहिले.

"आपण असं अचानक का निघतोय?" मी परत विचारलं.

"ते मी तुला गाडीत बसल्यावर सांगेन," ते म्हणाले. माझ्या पोटात खड्डा पडला; माझ्या नोंदवहीचं आणि 'त्या' पैशांचं काय?

मी धैर्य एकवटून म्हणालो, "पण बाबा, क्रिटोचं काय? ती आपल्याबरोबर येतेय ना? ती माझ्या खोलीत असेल. घेऊन येऊ तिला?" बोलून मी तडक वळलो. तसा त्यांनी माझा हात गच्च पकडला आणि म्हणाले, "त्या मूर्ख मांजरीचा आता तू विचारही करू नकोस. तू गाडीत बस."

मी कळवळून म्हणालो, "हात दुखतोय, सोडा." त्यांनी हात सोडला तसा मी पटकन दाराकडे वळलो. पण आता आई पुढे झाली आणि मला अडवून म्हणाली, "नको बाळा, आपल्याला लांब जायचंय; रात्र होण्याआधी पोहोचायला हवं."

"*'गिनेस बुक'* घेतली का?"

"एकूण पाच खंड बांधून घेतलेत. आता गाडीत बस."

"कुठले पाच?"

"गाडीत बस." वडिलांनी निर्वाणीचं सांगितलं.

गाडीने काही मैल अंतर कापलं. कोणी काही बोलत नव्हतं. वडिलांनी आईला

सिगरेट शिलगावून द्यायला सांगितलं. तिने सिगरेट पेटवली आणि थोडे झुरके घेऊन त्यांच्या हातात दिली. त्यांनी नंतर, सिगरेटचं थोटूक अगदी चप्पट होईपर्यंत जोरदार झुरके घेतले.

"आपण इव्हलिनमावशी आणि जेराल्डकाकांकडे राहायला चाललो आहोत का?" मी विचारलं.

"हो, पण थोड्याच दिवसांसाठी." ते म्हणाले.

"का?" मी लगेच प्रश्न केला. वडिलांनी गाडीचा वेग कमी केला आणि हळू आवाजात ते म्हणाले, "तू जर मला आणखी प्रश्न विचारून भंडावून सोडणार नसशील तर तुझ्या या प्रश्नाचं उत्तर मी देईन."

"बरं, मी नाही विचारणार!"

"तुझ्या आजीबरोबर माझं भांडण झालं आणि तिनं आपल्याला घर सोडून जायला सांगितलं."

"काही काळासाठी," आईने मध्येच पुस्ती जोडली.

"पण भांडण का झालं?" मी न राहवून विचारलं. वडिलांनी झटक्यानं गाडी रस्त्याच्या कडेला घेऊन थांबवली. पाठीमागचा लॉरीवाला मोठमोठ्याने हॉर्न वाजवत, आमच्याकडे बघतबघत निघून गेला. वडिलांनी तोंडातलं थोटूक न विझवता खिडकीबाहेर फेकून दिलं आणि म्हणाले, "एकदाच सांगतोय, नीट ऐक."

"हो."

"आमचं भांडण झालंय आणि प्रकरण जोपर्यंत मिटत नाही तोपर्यंत आपण डब्लिनमध्येच राहणार आहोत. ते भांडण का झालं, कसं झालं वगैरे चौकशा करत बसू नकोस. मला त्याबद्दल बोलायचं नाही."

"भांडण पैशांवरून झालं का?" मी पुन्हा भान न राहून विचारलं. वडील जोराने किंचाळले. मला उद्देशून पण आईकडे बघत ते मोठ्याने काहीतरी घोगऱ्या, रडक्या आवाजात बोलत राहिले आणि नंतर ड्रायव्हिंग व्हीलवर डोकं ठेवून रडू लागले.

"अरे तुम्ही मला जगूसुद्धा देणार नाहीत का? मला फक्त जगायचंय, आणखी काही नको. पण मला जगण्याचाही हक्क नाही." अशा अर्थाचे, कधी मोठ्याने तर कधी हळू असे बराच वेळ ते बोलत राहिले. आई त्यांच्या खांद्यावर थोपटत त्यांना शांत करण्याचा प्रयत्न करत होती. नंतर तिने त्यांना विचारलं, "मी गाडी चालवू का?"

"नको, मी चालवेन." थकलेल्या सुरात आणि घोगऱ्या आवाजात त्यांनी उत्तर दिलं. त्यानंतर, एक शब्दही न उच्चारता गाडी बराच वेळ धावत होती.

मध्येच पाऊस सुरू झाला. त्यामुळे गावांमधून जाणाऱ्या रस्त्यांवरून आम्ही हळू जात होतो. गाडी सिग्नलला उभी असताना मी शेजारच्या गाडीतल्या माणसांना

न्याहाळत होतो. तसं करताना माझ्या डोक्यात एका गोष्टीची नोंद झाली. जेव्हा मी असा माणसांना न्याहाळायचो तेव्हा मी जरी त्यांच्या दृष्टीस पडत नसलो तरी कोणीतरी आपल्याकडे रोखून बघतंय ही जाणीव त्यांना अस्वस्थ करायची. मग ती इकडेतिकडे बघत. त्यांच्यापैकी कोणाशीही नजरानजर झाली तर मी नजर वळवत असे. खरं तर मला पापणी न लवता लोकांकडे एकटक बघणं आणि हसणं जमलं पाहिजे असं वाटायचं, पण जमायचं नाही. एखाद्याच्या नजरेआड जर त्यांना निरखलं तरी त्याला त्याची जाणीव कशी काय होते, असा प्रश्न मनात यायचा. कदाचित 'ती' शक्ती माझ्यात वास करून होती, म्हणून असेल कदाचित.

असाच एक तास गेल्यानंतर मला थंडी वाजू लागली. मी तसं आईला सांगितलं. ती म्हणाली, "बरं. आपण थांबून ट्रंकेतून गरम पांघरूण काढू या."

"एवढ्यात नको," वडील म्हणाले.

काळोख दाटला तेव्हा वडिलांनी चहासाठी विक्लो डोंगरापल्याड एका हॉटेलजवळ गाडी थांबवली. आत जाऊन त्यांनी मागच्या कोपऱ्याकडचं टेबल निवडलं. मी त्यांच्याकडे न बघता इकडेतिकडे पाहत होतो. सर्वत्र बिअरचा आणि तळणाचा वास पसरला होता. सर्व टेबलांवर शुभ्र कापड अंथरलेले होते. त्यावर पेले उघडे ठेवले होते. जमिनीवर मधोमध वेफर्सचं पाकीट पडलं होतं. काही वेळाने एक म्हातारीची चालताचालता त्या पाकिटाला ठोकर बसली. तसे ते फुटून गालिच्यावर वेफर्सचा सडा पसरला.

एक छोटी मुलगी आरडाओरडा करत, इकडून तिकडे धावत, दरवाजाशी खेळत होती. अधूनमधून ती दरवाजा उघडायची आणि बंद न करता कुठेतरी निघून जायची. दर वेळेला मग तिचा मोठा भाऊ उठून तो बंद करायचा. असं करताकरता त्यांचं टेबलावरचं ठेवलेलं खाणं थंडगार झालं. इतकंच नाही तर इतरही बरंच काही मी टिपत होतो. त्या मुलीने घातलेले कपडे, तिच्या केसांचा रंग, तिने दरवाजा उघडा टाकल्यानंतर लोकांनी प्रतिक्रिया म्हणून वापरलेले शब्द आणि केलेले हावभाव इ. सूक्ष्म निरीक्षण चाललं होतं. इथून बाहेर पडल्यावर उरलेल्या प्रवासात मी या सर्व गोष्टी एकामागोमाग एक आठवण्याचा प्रयत्न करून स्वत:च्या स्मरणशक्तिची चाचणी घेणार होतो.

खाणं झाल्यावर वडिलांनी हॉटेलातल्या नोकरांकडे डब्लिनबद्दल काही चौकश्या केल्या. आईने भिंतीवरच्या नकाशाकडे अंगुलिनिर्देश करून मला आतापर्यंतचा प्रवास कसा झाला ते समजावून सांगितले.

"आपण कुठून इथपर्यंत आलो ते आणि डब्लिन कुठे आहे तेसुद्धा मला ठाऊक आहे." मी म्हटलं.

"तुला अर्थातच माहीत होतं रे. पण मध्ये बराच काळ गेलाय. त्यामुळं तुला

कदाचित आठवत नसेल, असं वाटून तुला सांगितलं.'' आई म्हणाली.

प्रवास पुन्हा सुरू करण्याआधी आईने गरम पांघरूण काढून दिलं. ते पांघरून मी मागच्या सीटवर आडवा होण्याचा प्रयत्न केला, पण जमलं नाही. गुडघे वडिलांच्या सीटच्या मागच्या बाजूला आपटले. मग मी दरवाजाच्या आतल्या बाजूला पाठ टेकवून बसलो. आईने पांघरूण माझ्याभोवती नीट गुंडाळलं. वडील आरशातून पाहत होते. त्यांनी माझ्याकडे पाहून ओठ चावला, गाडी सुरू केली आणि म्हणाले, ''चला निघू या.''

झोपण्याचा प्रयत्न केला, पण झोप येत नव्हती. आता आमचं पुढे कसं होणार, हा विषय मला अस्वस्थ करत होता. मला आता कोणत्या शाळेत जावं लागणार, मिस्टर रोश किंवा ब्रेन्डन किंवा क्रिटो यापैकी कोणी मला यापुढे कधी भेटेल का नाही, हे प्रश्न मनात घोळत होते. माझ्या बिछान्यातले 'ते' पैसे कोणाला सापडले तर काय होईल याची चिंताही मन पोखरत होती.

''आजी आपल्याला कधी भेटायला येईल का गं?'' मी आईला विचारलं.

''आता मला ते काहीच विचारू नकोस जॉन. शांत राहा.'' आईने उत्तर दिलं.

''माझ्या शाळेचं काय?''

''बघू आपण,'' ती उत्तरली.

मग मी प्रश्न विचारणंच सोडून दिलं आणि नंतर कधीतरी झोपून गेलो. डब्लिन येईपर्यंत मग मला जागच आली नाही. आमची गाडी डब्लिनमधल्या फिनिक्स पार्कसमोर थांबली.

''या पार्कमध्ये काही प्राणी ठेवलेत, त्यामध्ये एक सिंह पण आहे,'' वडिलांनी माहिती पुरवली. ''वाघ आणि हत्तीसुद्धा आहेत,'' आईने पुस्ती जोडली.

मला वाघ पाहायची उत्सुकता होती. एकदा मी एका सैबेरियन वाघाबद्दल वाचलं होतं. तो पिंजऱ्यातून पळाला आणि शहरातून बेबंदपणे संचार करू लागला. शेवटी त्याच्या मागच्या पायावर नेम साधून गुंगीच्या औषधांचा मारा केला गेला आणि त्याला जेरबंद केलं गेलं. मला इथल्या प्राण्यांचे पिंजरे बघायचे होते. एकदा हौडिनीने माकडांच्या पिंजऱ्यातून आपली सुटका करून घेतली होती असं कधीतरी वाचल्याचं आठवत होतं. तो किस्सा 'गिनेस बुक'च्या ज्या खंडात समाविष्ट होता, तो आमच्या सामानात बांधलेला असला, म्हणजे झालं.

इव्हलिनमावशीचे घर तीन मजली आहे. त्याला गच्चीपण आहे. घराच्याखाली तिचं पुस्तकांचं दुकान आहे. तिने दारातच आमचं स्वागत केलं. तिने नाईट गाऊनवर काळा कोट घातला होता. जेरॉल्डकाका तिच्या मागेच उभे होते. ते गप्प होते. तसे ते अगदीच मितभाषी होते आणि त्यामुळे त्यांचे अस्तित्वही कधी काही जाणवत नसे. एकदा काय झालं, ते आणि इव्हलिनमावशी आम्हाला भेटायला गॉरीला आले

होते. दुसऱ्या दिवशी मी आईला विचारलं, ''आई, इव्हलिनमावशी आपल्याला येऊन भेटत असते. पण जेरॉल्डकाका कधीच येत नाहीत, असं का?'' तेव्हा ती केवढीतरी हसली आणि म्हणाली, ''अरे कालच नव्हते का ते आले. मावशीबरोबर तू त्यांना 'तो' विनोदही सांगितला होतास.''

''खरंच की! आणि ते मला गलिच्छ मुलगा म्हणाले होते, मला आठवतं. पण खरंच मी गलिच्छ आहे का गं?'' आणि या प्रश्नावर आई उत्तरली होती, ''नाही रे मुळीच नाही. तू तर अगदी स्वच्छ, नीटनेटका मुलगा आहेस.''

ज्या लांब निमुळत्या गल्लीमध्ये इव्हलिनमावशीचे घर होते, त्या पूर्ण रस्त्यावर एकाही घरामध्ये दिवेलागणी झाली नव्हती. जवळच्या एका हॉटेलातून बाहेर पडलेली तीन माणसं गातगात चालली होती.

मी सात वर्षांचा असताना एकदा इकडे राहायला आलो होतो. त्यामुळे आसपासचा परिसर माझ्या परिचयाचा होता. त्यावेळचा मावशीच्या घराचा रंग मात्र वेगळा होता. आजच्यासारखा, सुकलेल्या रक्तासारखा काळपट लाल नव्हता.

इव्हलिनमावशी माझा हात हातात घेऊन म्हणाली, ''अरे हस जरा. जणू तुझी नवी सायकल कोणी चोरली असावी, तसा तुझा चेहरा ओढल्यासारखा दिसतोय. चल, तुला तुझी बेडरूम दाखवते.'' जिना चढून जाताना तिने सांगितलं, ''तुला तुझ्या मावसभावाच्या, लिअॅमच्या खोलीत राहावं लागेल. सध्या तो काही हास्यविनोद करण्याच्या मूडमध्ये नाही. पण तो तुला काही त्रासही देणार नाही.'' पंधरा वर्षांचा लिअॅम माझा सख्खा मावसभाऊ असला, तरी आमची काही खास मैत्री वगैरे नव्हती.

''ठीक आहे, काही हरकत नाही.'' मी म्हणालो.

आम्ही सर्वांत वरच्या मजल्यावर पोहोचलो आणि डावीकडे वळून एका छोट्या खोलीत शिरलो. समोर पलंगावर लिअॅम पँटीत हात खुपसून अस्ताव्यस्त पडला होता. त्याचे पिवळट केस, सुकलेलं गवत पाणी पडून ओलं झाल्यावर कसं दिसतं, तसं दिसत होतं. खोलीत आंबूस वास भरून राहिला होता.

''हॅलो,'' त्याने पडल्यापडल्या म्हटलं. खोलीत गारठा होता. हिटर बंद होता. म्हणून कदाचित लिअॅम पँटीत हात घालून बसला असावा.

''बरं मग, मी निघते. फार आवाज करू नका. नाहीतर शेजारच्या खोलीत जुळ्या झोपल्या आहेत, त्या जाग्या होतील.''

मी माझी बॅग पलंगाशेजारी ठेवली. लिअॅम माझ्याकडे बघतही नव्हता. त्याचा एकूण आविर्भाव 'हा कशाला आलाय तडमडायला इकडे' असा होता. म्हणून मीसुद्धा खोलीत फार न रेंगाळता जिना उतरून खाली आलो. पहिल्या मजल्यावर बाथरुम दिसली; तिच्यात शिरलो. तिथे कोणीतरी लघवी करून पाणी न ओतता

निघून गेलं असावं असा वास येत होता. मी कमोडमध्ये वाकून पाहिलं. तळाशी एक नाणं दिसत होतं. मी खिशामधून एक नाणं काढून त्यात टाकलं आणि जणू प्रार्थना करावी तसं म्हटलं, ''मला गॉरीला परत जायला मिळालं पाहिजे. एका आठवड्याच्या आत मला तिकडे जायचंय.''

आई पहिल्या मजल्यावरच, बाथरुमशेजारच्या खोलीत आपली बॅग उघडून सामान लावत होती. खोलीतला पलंग एका व्यक्तिपुरताच होता. तिथलं अन्य सामान म्हणजे एक टेबल, खुर्ची आणि टाईपरायटर एवढंच. ते पाहून मी विचारलं, ''बाबा कुठे झोपणार मग?'' तिने हसून माझ्याकडे पाहिलं आणि म्हणाली, ''मी आता कामात आहे. तू पण जाऊन तुझं सामान लाव, चल.'' मी वर लिॲमच्या खोलीत गेलो. तो पलंगावर बसून वेफर्स खात होता. मी माझी बॅग उघडून कपडे आणि गिनेस बुक्स काढली आणि शेजारच्या टेबलावर ठेवली. लिॲम काही न बोलता तसाच बसून होता. अर्ध्या तासानंतर वडील आत आले आणि म्हणाले, ''चल, स्वयंपाकखोलीत बसून गप्पा मारूया.''

''मला नाही यायचं,'' मी सांगितलं.

''यावं लागेल.'' त्यांनी सांगितलं. तसा मग मी त्यांच्या मागोमाग जिना उतरून पहिल्या मजल्यावर आलो. आई चहा करत होती आणि इव्हलिनमावशी टेबल पुसत होती. शाळेच्या पुस्तकांपासून ते दुधाच्या रिकाम्या बाटल्यापर्यंत अनेकविध वस्तूंनी टेबलावर ठाण मांडलं होतं. मी एका खुर्चीवर बसलो. बसताना माझ्या पुढ्यातल्या वस्तू मागे ढकलून माझ्यापुरती टेबलावर जागाही केली. त्या प्रयत्नात एक पेन्सिल खाली पडली. मी तिकडे दुर्लक्ष केलं.

''तू डोकं शांत ठेवून संयम पाळायला शीक हं!'' टेबलावरचा कचरा हातांनी गोळा करत आई म्हणाली.

''संयम! कशाबद्दल?'' मी विचारलं.

''आयुष्यात जे बदल घडत असतात त्यांच्याबद्दल. काही बदल हळूहळू होत असतात आणि त्यामुळं संयमानं वाट बघावी लागते.''

''कोणते बदल?'' लगेच माझा पुढचा प्रश्न. वडिलांनी पुढे झुकून माझे हात हातात घेतले आणि म्हणाले, ''जसं आता आपण इथं काही दिवस राहत आहोत. नंतर कदाचित अजून कुठेतरी जाऊ. अशा प्रकारचे बदल.'' त्यांचे तळहात घामाने ओले झाले होते.

''पण तुम्हीच तर म्हणाला होतात की आपण थोड्या दिवसांसाठीच असे राहणार आहोत. आपल्याला परत तिकडे घरी जायला मिळणार नाही का?''

''कदाचित आपण यापुढे डब्लिनकर बनूनच राहू,'' आई म्हणाली.

''ते चांगलंच आहे, नाही का?'' इव्हलिनमावशीने री ओढली. मी चिडलो.

माझी नोंदवही आणि बिछान्याखालचे पैसे माझ्या नजरेसमोर नाचून मला छळू लागले.

"क्रिटोचं काय करायचं?" मी विचारलं.

"चल, तू आता वर जाऊन झोप. उद्या सकाळी नाश्त्याला मस्त लापशी खाऊ या," वडील मध्येच बोलले.

"यात लापशीचा काय संबंध?" मी मुद्दा सोडला नव्हता.

वडील उठून उभे राहत म्हणाले, "कारण लापशी नेहमीच मस्त असते."

या दरम्यान जेराल्डकाका माझ्याकडे बघून मंदस्मित करत होते. पण माझ्या डोक्यात आजी क्रिटोला मारझोड तर करत नसेल ना, असा विचार डोकावत होता.

मी वर जाऊन लिॲमच्या बाजूला झोपलो. तो घोरत पडला होता. इथला पलंगसुद्धा एका माणसापुरताच होता. कसंबसं अंग आखडून मी पडलो. काम एकूण कठीणच दिसत होतं. मी पलंगाच्या कडेला झोपलो पण मग गादीच्या मध्ये सरकलो. मला लिॲमच्या लाथा लागत होत्या.

२२

मी पहाटेच उठलो. रस्त्यावरचे दिवे चालूच होते. लिॲमही जागा असावा असं वाटलं. तो मोठ्याने 'त्याला दहा लाख पौंड मिळतील' असं बोलला. मी 'काय' म्हणून त्याच्या तोंडाकडे बघू लागलो. तो परत तेच स्पष्ट आवाजात बोलला. मी नीट पाहिलं. तो तोंडाचा आ वासून उताणा पसरला होता आणि झोपेत बडबडत होता. वर लटकणारा बल्ब काढून त्याच्या तोंडात खुपसावा असं वाटलं. पण मग तसाच पडून राहिलो.

शेवटी साडेआठला बिछान्यातून उठलो आणि खाली स्वयंपाकखोलीत गेलो. आतले दिवे चालू होते पण आत कोणी नव्हतं. मला तिकडे एकटं बसून राहायचं नव्हतं. म्हणून जिना उतरून खालच्या पुस्तकांच्या दुकानात शिरलो. जिन्यात अंधार होता. भिंतींआड उंदरांच्या हालचाली जाणवत होत्या. अगदी अस्सेच आवाज आमच्या पूर्वीच्या वेक्सफर्डमधल्या घरात यायचे. त्या घरात कधीकधी आम्ही बाहेरच्या खोलीत बसलेलो असायचो, तेव्हा त्यापैकी एखादा उंदीर हळूच बाहेर यायचा आणि आम्ही बसलेल्या ठिकाणी येऊन आमच्याकडे पाहून आणि आम्हाला हुंगून परत आपल्या बिळात पळून जायचा.

या उंदरांचं मी एक पाहिलंय. बेटे एकेकटेच हिंडत असतात. पूर्ण कुटुंब फिरायला बाहेर पडलंय असं कधी दिसत नाही. त्यांच्या कळपात एक मोठी तपकिरी रंगाची, लांब काळी शेपटी असलेली घूस होती. ती त्या सर्वांची बॉस असणार अशी

मी खूणगाठ बांधली होती. काही प्रसंगी ती नजरेला पडल्यानंतर कायमच आसपास वावरतेय असं वाटू लागलं होतं. घरात असताना डोळ्याच्या कोपऱ्यातून एखादी काळी किंवा तपकिरी रंगाची कोणतीही वस्तू दिसली की लगेच मला घूस पाहिल्याचा भास व्हायचा आणि मी घाबरायचो. वडिलांच्या मते मला मूषकभयाची दुर्धर व्याधी जडली होती. त्यांनी एकदा मला म्हटलंही, "एकदाच तर कुठे तू उंदीर पाहिलास आणि आता तर पायताणापेक्षा लहान वस्तू पाहिलीस तर तुला ती उंदीरच वाटते." त्यांनी अशी खिल्ली उडवल्यानंतर काही आठवड्यांनी भिंतीमागची उंदरांची हालचाल आणि कुरतडण्याचा आवाज वगैरे ऐकू येईनासं झालं होतं.

आतासुद्धा मी थोडं थबकून कुरतडण्याचा आवाज ऐकत उभा राहिलो आणि नंतर भिंतीवर पाय आपटून दुकानाच्या आतल्या बाजूचा दरवाजा उघडला.

"गुडमॉर्निंग," आत शिरल्याशिरल्या इव्हलिनमावशीचा आवाज आला. पुस्तकं ठेवलेल्या फळ्यांवर हात पोहोचावा म्हणून ती एका छोट्याशा शिडीवर उभी होती. माझ्या जुळ्या मावसबहिणी, सेलिया आणि के, जमिनीवर फतकल मारून माझ्याकडे एकटक बघत होत्या. त्या सात वर्षांच्या होत्या पण वयाच्या मानाने लहानखुऱ्याच दिसायच्या आणि मितभाषीपणात थेट त्यांच्या वडिलांच्या वळणावर गेल्या होत्या. कोणाशी बोलण्यापेक्षा त्यांच्यावर नजर ठेवणंच बहुधा त्यांना आवडायचं. काहीही हालचाल केली तर समजावं की त्यांची नजर तुमच्यावर रोखलेलीच असणार. बरं तसं बघण्यातून त्या काही निरीक्षण करतायत म्हटलं तर तसंही नसायचं. सवयीचा भाग असल्याप्रमाणे एखाद्या चुंबकाप्रमाणे त्यांची नजर तुमचा पाठलाग करत असायची.

"गुडमॉर्निंग," प्रति अभिवादन करून मी गल्ल्याच्या बाजूला बसलो. इव्हलिनमावशी शिडीवरून उतरून माझ्याशेजारी येऊन बसली आणि माझे हात हातात घेतले.

"कुठे आहेत ते?" मी तिला विचारलं.

"कोण? तुझे आईबाबा?"

"हो!"

"येतीलच ते इतक्यात."

"पण गेले आहेत कुठे?"

"ते थोड्या वेळापूर्वी बाजूच्या ग्रिझी स्पून दुकानात होते. पण नंतर ते कुठंतरी दुसरीकडे गेले असणार!"

"पण कुठे?"

"ते तू त्यांनाच विचार आल्यावर आणि जरा वाटेतून बाजूला हो. केवढीतरी जागा अडवून बसलायस." जमिनीवर एकमेकींना चिकटून बसलेल्या के आणि सेलियानं लगेच माझ्याकडे पाहिलं.

“माझं काय वय असेल तुला वाटतं?” इव्हलिनमावशीने मला विचारलं.

“माहीत नाही. असेल कदाचित आईएवढं,” मी उत्तरलो.

“छे! मी तिच्याहून आठ वर्षांनी मोठी आहे. पण दिसते का मी तेवढी? हे बघ, हे क्रीम मी लावते. खूप कामाचं आहे ते. तुला काय वाटतं, किती वय वाटत असेल माझं? आहे त्यापेक्षा कमीच दिसत असणार, हो ना?”

“असेल कदाचित.”

“चल जॉन, आता वर जा आणि नाश्ता कर,” ती उभी राहत बोलली.

“मला भूक नाही.”

“तुला भूक लागली असणार, नाही कशी?”

“मावशी.”

“बोल.”

“मी वर जातो. पण आधी नायगारा फॉल्सची अजून एक गोष्ट सांगशील!”

“मी आत्ता कामात आहे,” ती म्हणाली. नऊ वाजून दहा मिनिटं झाली होती. तिने पुस्तकं व्यवस्थित लावली. तेवढ्यात एक गिऱ्हाईक आत आलं. काठी टेकत चालणारे एक म्हातारबुवा होते ते. त्यांचा एक डोळा कृत्रिम होता; संगमरवरी गोटीसारखा. पाच पेन्सचं, शब्दकोडी सोडवायचं एक पुस्तक ते घेऊन गेले. ते गेल्यावर ती परत खाली बसली.

“चल तुला एक गोष्ट सांगते,” म्हणून तिने सुरुवात केली. पुस्तकांची एक चवड तिने एकीकडून उचलून दुसरीकडे ठेवली आणि हातांना लागलेली धूळ अंगावरच्या एप्रनला पुसली आणि म्हणाली, “एका संग्रहालयात एक बाई असते. रात्रीची वेळ असते आणि सर्वत्र अंधार असतो.”

“अंधार का असतो?”

“कारण ते भूताखेतांचं आणि मध्ययुगीन छळछावण्यांशी संबंधित गोष्टींचं संग्रहालय असतं. असो. या बाईची नखं खूप लांब असतात आणि ती नारिंगी रंगाने रंगवलेली असतात. तो रंग अंधारात चमकायचा. काय, डोळ्यांसमोर येतंय ना?”

मला खरं तर या गोष्टीत काही दम वाटत नव्हता. मी म्हटलं, “मला दुसरं काहीतरी सांग ना.” तिने एक जाडजूड पुस्तक उचलून छातीशी धरलं आणि म्हणाली, “जर ही गोष्ट तुला नको असेल तर मला दुसरी कोणतीही गोष्ट येत नाही. तू आता असं कर, वर जा आणि मला माझं काम करू दे.”

मी स्वयंपाकखोलीत गेलो. लिअॅम नाश्ता करत बसला होता. खाताखाता एका हाताने नाकातली घाण काढत होता. त्यातली काही घाण त्याच्या खाण्याच्या बशीत पडत होती आणि त्याच्या पोटात पण जात होती.

“अरे, दहा वाजून गेले. अजून खातोच आहेस?” मी त्याला छेडलं.

"तुला काय करायचंय रे गबाळ्या?"

"छे, मला काय करायचंय," मी म्हटलं. खाणं संपवून त्याने बशी उचलून तोंडाला लावली आणि चाटून साफ केली. त्या आवाजाने मला आजीची आठवण झाली. आजी काय करत असेल, क्रिटो काय करत असेल, ब्रेन्डन अजूनही केटबरोबर खेळत असेल का आणि मिस्टर रोश माझी चौकशी करत असतील का अशा प्रश्नांनी माझ्या डोक्यात घर केलं. तोंडातला शेवटचा घास चावताचावता लिॲमने मला माहिती पुरवली, "तुला ठाऊक आहे का? आमची शाळा दर दिवशी सकाळ आणि दुपार अशा दोन सत्रांमध्ये भरते."

"का रे?"

"कारण मुलांची एकूण संख्या जास्त आहे." लिॲमच्या बोलण्याची ढब खास डब्लिनकरांची होती. बहुतेक वेळा तो बोलला असं म्हणण्याऐवजी तो पुटपुटला असंच म्हणण्यासारखी परिस्थिती होती. मी भांड्यातल्या साखरेत बोटं फिरवत चाळा करत होतो. मला त्याचा राग येत होता पण भांडायची इच्छा मात्र नव्हती. म्हणून मी शक्यतो मित्राप्रमाणे बोलण्याचा प्रयत्न करत होतो.

"दुपारचे वर्ग केव्हा भरतात?"

"बारा वाजता," त्याने सांगितलं.

"मग बारा वाजेपर्यंत तू काय करतोस?"

"काही नाही. आता खाली जाऊन मित्रांबरोबर फुटबॉल खेळणार," तो म्हणाला. माझे आईवडील परतल्यावर मी पण येऊ का तुझ्याबरोबर खेळायला, असं विचारायचं अगदी ओठांवर आलं होतं. तेवढ्यात वडील दिसले. त्यांनी सूट, टाय असा रुबाबदार पोशाख केला होता. मी उठून त्यांना 'हॅलो' केलं.

"ठीक आहेस ना रे?" आईने विचारलं.

"हो, बरा आहे," मी म्हटलं. माझ्या पायजम्यातल्या अवताराकडे पाहून वडिलांच्या कपाळावर आठी पडली.

"का रे, अजून तू असाच?" त्यांनी विचारलं.

"हो, काय हरकत आहे?"

"तुला बरं नाही का?"

"नाही, तसं नाही पण...."

"लगेच जा, कपडे बदल आणि खाली येऊन तुझ्या आईला मदत कर."

कपडे बदलून खाली आलो आणि पाहतो तर वडील परत बाहेर गेले होते. आई बटाटे सोलत होती. इव्हलिनमावशी शेजारच्या दुकानातून मटण घेऊन आली होती. ती आईला म्हणाली, "तू बस. मी छानसं जेवण बनवते पटकन. बारा वाजेपर्यंत होऊन जाईल." आई माझ्याशेजारी येऊन बसली.

"बाबा कुठे गेले आहेत?" मी तिला विचारलं.

"कोणाला तरी भेटायला गेले आहेत." तिने सांगितलं.

"काय चाललंय ते तू मला कधी व्यवस्थित सांगणार आहेस?"

"तुझ्या वडिलांना घरी येऊ दे, मग बघू या."

"आपण गॉरीला परत जाऊ या. तुझ्या त्या बाहुल्या बनवायच्या राहून गेल्या आहेत आणि तू मला उन्हाळ्याच्या सुट्टीत मूकाभिनय शिकवायचं कबूल केलं होतंस," मी म्हणालो.

"बघू या," म्हणत तिनं मान झटकली. एरवी खेळताना वगैरे तिचं असं मान झटकणं चालून जायचं. पण आता तिने असं केलेलं मला आवडलं नाही. आम्ही मग तसंच शांत बसून राहिलो.

इव्हलिनमावशी स्वयंपाक करत होती, पण थोडी अस्वस्थ वाटत होती. तिच्या हालचाली वाजवीपेक्षा थोड्या जलदच होत्या. अशाच घाईघाईत तिचा धक्का लागून एक कप आणि नंतर एक फुलपात्र पडलं, पण तिने चपळाईने दोन्ही वस्तू एका मागोमाग एक पडून फुटण्याआधी झेलल्या. तिचा अल्फ्रेड हिचकॉकसारख्या आकारमानाचा एकूणच विचार करता ती भारीच चपळ होती, म्हणायची!

"बघा, बघा माझी चपळाई," ती कौतुकाने ओरडली.

"अगं, बाई!" म्हणून माझी आई हातांनी चेहरा झाकून फिदीफिदी हसत होती.

जेवताजेवता हवापाण्याच्या, कोणाच्या लग्नाच्या, कोणाच्या बारशाच्या अशा गप्पा चालल्या होत्या. मी कंटाळलो होतो आणि काहीच बोलत नव्हतो. नंतर मी उठून बाहेरच्या खोलीत जाऊन टीव्ही बघत बसलो. बाहेर मुसळधार पाऊस पडत होता आणि खोलीत अंधार होता. खरं तर अशा वातावरणात टीव्ही बघायला मजा येते, पण आज मला तसं वाटत नव्हतं. राहूनराहून मिस्टर रोशची आठवण येत होती. मला त्यांना भेटावंसं वाटत होतं आणि ते घेणार असणाऱ्या चाचणीमध्ये चांगले गुण मिळवायची इच्छा होती. डोक्यावर खपली धरली होती. तिथेच मी खाजवत राहिलो. शेवटी रक्त आलं, तेव्हा थांबलो.

साधारण चारच्या सुमारास वडील परत आले. दाढी केल्यानंतर येणारा मंद सुगंध त्यांच्या अंगाला येत होता. "मी आणि आई परत बाहेर जात आहोत. थोडी कामं बाकी आहेत, ती आटोपून येतो. तू तोपर्यंत काहीतरी करून तुझं मन रमव," त्यांनी सांगितलं.

"पण मला कंटाळा आलाय. मी पण येतो ना तुमच्याबरोबर."

"या वेळेला नको. तू एखादं पुस्तक वाच किंवा टीव्ही बघ," आई म्हणाली. वडिलांनी एक चॉकलेट माझ्याकडे फेकलं. पण मी लक्ष दिलं नाही. ते माझ्या पायांपासून एक फूट अंतरावर, खालच्या गालिच्यावर पडलं. मी नुसतं त्याच्याकडे

पाहिलं. वडीलसुद्धा तिकडेच पाहत होते. मी चॉकलेट न उचलण्याचं ठरवलं.

"कुठे चालला आहात तुम्ही?" मी विचारलं.

"अंऽऽ कुत्र्यासारख्या दिसणाऱ्या माणसाला भेटायला," वडील म्हणाले.

"बघ, मी तुला सांगत नव्हते!" आईने डोळे मिचकावत म्हटलं. मला मात्र त्याक्षणी त्या फालतू विनोदावर हसावंसं वाटलं नाही.

ते बाहेर पडल्यानंतर मी इव्हलिनमावशीच्या दुकानात गेलो आणि तिच्याशेजारी खुर्ची टाकून बसलो. मला बघून तिला बरं वाटलं. तिने मला खायला थोडे शेंगदाणे दिले. शेंगदाणे पाहून मला प्राणीसंग्रहालयाची आठवण झाली. मला तिकडे घेऊन जा असं तिला सांगावं, असं मनात आलं. 'इथून बसने ते साधारण पंधरा मिनिटांच्या अंतरावर आहे,' असं लिॲम म्हणाला होता. तिथल्या एखाद्या प्राण्याला कोणी कधी पळून जायला मदत केली असेल का, असं मनात आल्यावाचून राहिलं नाही.

"मला प्राणीसंग्रहालयात घेऊन जाशील का," मी तिला अखेर विचारलंच.

"आता नाही," तिने क्षणाचाही विचार न करता उत्तर दिलं. मग म्हणाली, "तू थोडा वेळ बाहेर जाऊन थांबतोस का?"

"का गं?"

"मला थोडं खाजगी काम आहे म्हणून!"

मी बाहेर पडलो आणि शेजारच्या 'ग्रिझी स्पून' मध्ये शिरलो. आतल्या भिंती लालपिवळ्या, पट्ट्यापट्ट्याचे कागद डकवून मढवल्या होत्या. रेडिओ मोठ्याने लावलेला होता. काही म्हातारे, म्हाताऱ्या आणि काही लेकुरवाळ्या बाया अशांची तिथे गर्दी होती. आगगाडीत बसल्याप्रमाणे, सर्वांची तोंडे दरवाज्याच्या दिशेने राहतील, अशा प्रकारे खुर्च्यांची मांडणी करण्यात आलेली होती. टेबलांवर पिवळ्या प्लॅस्टिकचे कापड अंथरलेले होते आणि प्रत्येक टेबलावर वूर्स्टरशायर सॉसची एकेक बाटली होती. सॉसेजिस आणि तळलेल्या बटाट्याच्या कापांचा खमंग वास सुटला होता. मला कडकडून भूक लागली. मला त्या लाल प्लॅस्टिकच्या मेनूकार्डवरून नजर फिरवावीशी वाटली, पण त्याचबरोबर खिशात दमडीही नाही याची जाणीव झाली. कर्मचाऱ्यांपैकी एक बाई माझ्याकडे पाहत होती. ती काही बोलण्यापूर्वी मीच तिला बोललो, "आईवडील इकडे आले आहेत, का ते बघायला आलो होतो."

"तू वाट चुकला आहेस का बाळा?"

"नाही. मी निघतो. धन्यवाद." एवढंच बोलून मी काढता पाय घेतला. मला एवढा अस्वस्थपणा का वाटत होता ते मात्र कळत नव्हतं.

तिथून मी बाजूच्या किराणा दुकानात गेलो. मॉरीन नावाची एक म्हातारी बाई तिकडे कामाला होती. तिने मला लगेच ओळखलं. खूप वर्षांनी मला पाहिल्यामुळे, मला बघून ती चित्कारली, "अरे जॉन, केवढा मोठा झालास तू! पुरुषच दिसायला

लागला आहेस,'' माझा उजवा हात हातात घेऊन म्हणाली, ''वा, तुझे स्नायूसुद्धा अगदी पुरुषी झालेले दिसताहेत!'' मी हात सोडवून घेतला.

''ये, आत ये, मला जरा ही लेबलं चिकटवायला मदत करतोस?''

मी बसून तिला तिच्या कामात मदत करू लागलो. बीफ आणि चिकन सूपचे गोठवलेले तुकडे ती एका मोठ्या पाकिटातून काढून त्यावर किंमतीची लेबलं चिकटवत होती.

मी त्या मोठ्या पाकिटावर लिहिलेली सूचना वाचली. त्या सूचनेनुसार, ते पाकीट उघडून अशा एकेक तुकड्याची किरकोळ विक्री करण्यास बंदी होती.

''मग, कसं काय येणं झालं डब्लिनला?''

''सहज यावंसं वाटलं, म्हणून आलो.''

''अच्छा, गावाकडच्या हवेचा कंटाळा आला की काय?'' सुरकुतलेल्या हाताने लेबल चिकटवत तिने विचारलं.

''हो, कंटाळा कसला, शिसारीच आली होती त्या गुराढोरांच्या आणि चिखलाच्या वासाची.''

त्यानंतरचे चार दिवस आई आणि वडील सकाळीच बाहेर पडायचे ते थेट काळोख झाल्यावर घरी परतायचे. लिॲम शाळेत जायचा आणि मी मग एकटाच एक तर टीव्ही बघत नाहीतर *'गिनेस बुक'* वाचत बसायचो.

एक दिवस ज्या फ्रान्स्वाँ ग्रॅव्हल ऊर्फ ब्लॉन्डिन द ग्रेटबद्दल वाचलं. त्याने म्हणे १८५५ साली तीन इंची दोरीवरून चालत नायगारा धबधबा पार केला होता. मी लगेच महत्त्वाच्या नोंदी करून टाकल्या आणि लिॲम शाळेत गेल्यानंतर तसा प्रयोगही करून पाहिला. तीन इंच जाडीची चिकटपट्टी कापून दोन भिंतींमध्ये दोरीसारखी चिकटवली आणि तिच्या बाजूने, जणू काही जमिनीपासून १६० फूट उंचीवर कोणत्याही आधाराविना उभे आहोत असं समजून हातांनी तोल सावरत चाललो. मात्र काही केल्या मला त्या तीन इंची पृष्ठभागावर पाय रोवता येत नव्हते. मग मी ब्लॉन्डिनचे छायाचित्र निरखून पाहिलं. मला आढळलं, की तो मुळी पाय सरळ ठेवतच नव्हता. सपाता घातलेल्या तळपायाचा सरळ असणारा भागच फक्त दोरीवर रोवून उरलेला पाय तो तिरका ठेवत होता. पण तरीसुद्धा त्याच्या नेमक्या तंत्राबाबत मला काहीच स्पष्ट बोध होत नव्हता. जेवढा विचार करायचो तेवढा अधिक गोंधळ होत होता. शेवटी मी इव्हलिनमावशीकडे ब्लॉन्डिन आणि तत्सम दोरावर चालणाऱ्या लोकांसंबंधी माहिती देणाऱ्या पुस्तकाची मागणी करण्याचं ठरवलं.

रात्री आई आणि वडील तळमजल्यावर काही चर्चा करण्यासाठी आणि फोन करण्यासाठी गेले. वडिलांनी नोकरीचा शोध सुरू केला होता आणि ते दोघे मिळून

आमच्या राहण्यासाठी घर शोधत होते, असं आई सांगत होती.

"आपण आजीच्या घरी जाऊन राहू शकत नाही का?" मी पुन्हा एकवार विचारलं.

"तसंही करू कदाचित. पण सध्या आपल्याला डब्लिनमध्येच राहायचंय," तिने उत्तर दिलं.

मग मी मावशीच्या घरून आजीला फोन लावू या का असंही विचारलं. "लाव, पण आत्ता नको, थोडे दिवस थांब. मग बघूया," ती म्हणाली.

डब्लिनमधली आमची ही सातवी रात्र होती. लिॲमच्या खोलीत बसून मी एकटाच सापशिडीचा खेळ खेळत होतो. तेवढ्यात वडील आत आले आणि त्या जीर्ण पलंगाच्या कडेवर बसले. "काय, कसं काय?" डब्लिनकरांच्या उच्चारांची नक्कल करत त्यांनी विचारलं.

"ठीक आहे," मी मोजकंच बोललो आणि बोलताबोलता माझा स्विस चाकू त्यांना दिसेल या बेताने सापशिडीच्या पटावर ठेवला.

"आजीशी बोलावंसं वाटतंय. फोन करू या का?" मी विचारलं.

दीर्घ श्वास घेत ते म्हणाले, "करू या लवकरच, अगदी नक्की; पण आत्ता नको." मी पटावरच्या सापांकडे आणि शिड्यांकडे बघत विचार करत होतो. मला क्रिटोची विचारपूस करायची होती. त्याचबरोबर 'ते' पैसे आणि नोंदवही सुरक्षित आहेत की नाहीत ते जाणून घ्यायचं होतं. झालंच तर *'गिनेस बुक'*कडून माझ्या पत्राचं उत्तर आले की नाही हेही विचारायचं होतं.

"तू एवढा उदास का दिसतोयस? आपण इकडे सुट्टी घालवायला आलो आहोत असा जर तू विचार केलास तर तुला बरं वाटेल. हो की नाही?" वडील म्हणाले. मी त्यांच्याकडे रोखून पाहिलं. त्यांनी दुसरीकडे नजर वळवली. ते मला वडील तर सोडाच पण माणूससुद्धा वाटत नव्हते. एखाद्या निर्जीव वस्तूकडे पाहावं तसा मी त्यांच्याकडे पाहत होतो. मला त्यांचा चेहरा कधी फोटोसारखा, कधी पत्त्यासारखा तर कधी भित्तिपत्रासारखा वाटत होता.

"असा बघू नकोस माझ्याकडे. मी काय तुला मारझोड वगैरे केली आहे की काय? सगळं ठीक होईल, काळजी करू नकोस," ते उभे राहत म्हणाले.

"पण आपण घरी कधी जाणार आहोत?"

"आपण आतासुद्धा घरीच आहोत," त्यांनी उत्तर दिलं.

"पण आई तर म्हणाली की आपण फ्लॅटमध्ये राहायला जाणार आहोत."

"तू असा कुढत बसू नकोस. तू दुःख करण्याजोगं काहीही झालेलं नाही. तुझ्या वयाच्या गरीब मुलांना राहायला घर आणि पायात घालायला जोडेही नसतात, हे तुला ठाऊक आहे ना?"

"म्हणजे त्या आफ्रिकेतल्या मुलांसारखं?"

"हो."

"नाही, मला नाही त्यांच्यासारखं राहायचंय," म्हणून मी पटावरचा चाकू उचलला. त्यांनी क्षणभर त्याच्याकडे रोखून पाहिलं आणि विचारलं, "हे काय?"

"काही नाही. तुम्ही खेळणार का माझ्याबरोबर?"

"आत्ता नको. आपण सगळे रात्री खेळू या. तुझ्या मावसभावंडांना पण खेळायला घेऊया."

माझ्या मनात जरी चलबिचल चालू असली तरी चाकूवरचा माझा हात घट्ट आणि स्थिर होता.

२३

सोमवारी सकाळी आम्ही चर्चमध्ये होणाऱ्या एका बारशाच्या कार्यक्रमाला गेलो. आम्ही सर्व पुढच्या बाकावर बसलो होतो. मी इव्हलिनमावशी आणि जेराल्डकाकांच्या मध्ये तर लिॲम अगदी शेवटी म्हणजे भिंतीकडेच्या टोकावरच बसला होता. तिथे तो बसल्याबसल्या भिंतीला लाथा मारत होता. के आणि सेलिया, मधोमध असलेल्या क्रॉसकडे डोळे मोठ्ठे करून बघत होत्या आणि मधूनच आम्हाला न कळणाऱ्या भाषेत कुजबुजत होत्या.

तेवढ्यात चर्चचे प्रीस्ट त्यांचा घोळदार पोशाख सावरत, जणू वनराज सिंहच त्याच्या गुहेतून बाहेर पडला असावा अशा थाटात पुढे आले. त्यांचा तो अभिनिवेश पाहून मला त्यांची खोलीरूपी गुहा पाहण्याची इच्छा झाली.

पूजासाहित्य ठेवण्याच्या खोलीमागे त्यांची ती गुहा असावी. तिथे स्वारी काय इतमामात राहत असेल, असं वाटून गेलं.

घरी परतताना मध्येच रेसवर पैसे लावणाऱ्या दलालाचं ऑफिस दिसलं. ते पाहून वडील थांबले आणि 'मी आलोच,' असं म्हणून आत शिरले. आम्ही तसेच बाहेर उभे राहिलो. जेराल्डकाकांनी कंटाळल्यासारखा चेहरा केला. आई लाजेने लाल झाली होती. इव्हलिनमावशी तर म्हणालीच, "हे काय दिवस आहेत का जुगार खेळण्याचे?"

"मी काही त्याला करू नको असं म्हणणार नाही. काय वाट्टेल ते करू दे त्याला. जी काय वाट लावायची आहे..." आई त्राग्याने बोलली आणि मध्येच थांबली. मग उगाच इकडेतिकडे बघू लागली.

"कसली वाट लागणार आहे? ते कशाची वाट लावणार आहेत," मला आता राहवेना.

तिने त्या दलालाच्या ऑफिसवर नजर टाकली आणि आपली मृदू बोटे माझ्या गालांवर फिरवून मला कुरवाळलं. काहीतरी बोलण्यासाठी तिने तोंड उघडलं, पण लगेच बंदही केलं.

"काय झालं? तू काहीतरी सांगत होतीस ना!" मी विचारलं.

"काही नाही."

"काही नाही?"

दीर्घ श्वास घेत तिने सुरुवात केली, "त्यांनी...."

"त्यांनी काय केलं?"

"त्यांनी तुझ्या आजीवर हात उचलला," म्हणून ती खाली वाऱ्याच्या झोताबरोबर हेलकावणाऱ्या वृत्तपत्राच्या कागदांकडे बघू लागली, "आणि म्हणून आपण असे रस्त्यावर आलो आहोत," ती पुढे म्हणाली.

"काय म्हणालीस? तुम्ही काय रस्त्यावर वगैरे पडला नाही आहात हं!" इव्हलिन मावशी म्हणाली.

"त्यांनी आजीला का मारलं आणि कधी?" आईने काही न बोलता माझ्या खांद्यावर हात ठेवला तर दुसरीकडून इव्हलिन मावशीने मला हात धरून जवळ घेतलं. तिने पहिल्या रात्रीच्या आमच्या आगमनानंतर मला असंच जवळ घेतलं होतं. त्या अवस्थेत मला फार अवघडल्यासारखं झालं आणि लाजेनं तर मी काळवंडून गेलो.

"चल आता आपण घरी जाऊ या," आई म्हणाली.

"तुम्ही जा हवं तर, मी तर आता याचा छडा लावणारच," मी म्हणालो आणि वडील जिथे गेले होते त्या ऑफिसात शिरलो.

ऑफिस सिगारेटच्या धुराने भरलं होतं आणि रेडिओवर शर्यतीसंबंधीचा गोंगाट चालू होता. मी थोडा वेळ दरवाजाकडेच डोक्यावरची खपली खाजवत उभा राहिलो. खपली निघून रक्त आलं तसा मी पुढे होऊन वडिलांशेजारी गेलो.

वडिलांचा खोचलेला शर्ट बाहेर आला होता. ते हातात तिकिट घेऊन रोकड देणाऱ्यांच्या रांगेत उभे होते. त्या वेड्यावाकड्या रांगेत त्यांच्या अगोदर बरेच लोक होते.

"बाबा," मी हाक मारली.

त्यांना माझा आवाज ऐकून आश्चर्य वाटलेलं दिसलं नाही. त्यांची नजर रांग भेदून थेट गल्ल्यावर स्थिर झाली होती. "काय?" त्यांनी विचारले.

"खरंच तुम्ही आजीला मारलंत का?"

त्यांनी काहीच उत्तर दिलं नाही, माझ्याकडे पाहिलंही नाही.

"सांगा ना, मारलंत का तुम्ही?"

त्यांनी घसा खाकरून खालच्या पट्टीत सांगितलं, "हो, तू आता घरी जा; ही जागा चांगली नाही."

"आपल्याला घर नाही," मी म्हणालो.

त्यांच्या लालबुंद बोटांची वळून झालेली केसाळ मूठ मला दिसली.

"तू घरी जा," त्यांनी परत निक्षूनच सांगितलं.

"पण तुम्ही तिला का मारलंत?"

त्यांनी माझ्याकडे पाहिलं आणि वळून परत समोर स्थिर नजरेने बघत ते बोलले, "तिला मारण्याची गरजच होती. ती मला वारंवार घालूनपाडून बोलत होती. मला फार राग येतो, हे तिला कळूनही तिने ते चालूच ठेवलं आणि मी कदाचित हात उगारेन याचा अंदाज येऊनसुद्धा शेवटी तिने घर सोडून चालता हो, म्हणून सांगितलंच. शिवाय मी तिला मारेन, असं तिलाही वाटत होतंच."

"तुम्ही ट्रिनिटी कॉलेजच्या परीक्षेत नापास झालात का?" उत्तर आलं नाही. त्यांची मान फुलली पण त्यांनी नजर हटवली नाही.

"सांगा ना?"

आता त्यांनी वळून पाहिलं. त्यांच्या डोळ्यात अश्रू तरळलेले दिसले. ते म्हणाले,

"तू अगदी तिच्यासारखाच आहेस आणि थोडा दिसतोसही तसाच!"

"कोणासारखा?"

"तुझ्या आजीसारखा. तुम्ही दोघं म्हणजे दुसऱ्यांच्या प्रत्येक हालचालींवर नजर ठेवून राहणारी, दुसऱ्यांच्या आयुष्यात लुडबूड करणारी घुबडांची जोडी आहात."

मला त्यांची ती अवस्था पाहून वाईट वाटलं. थोडा अपराधीपणा सुद्धा जाणवला. मी त्यांच्याकडे बघत उभा राहिलो. जर ते रडले तर मी त्यांना 'सॉरी' म्हणण्याची सुद्धा तयारी ठेवली होती. मग आम्ही त्यांचं इकडचं काम आटोपल्यावर 'ग्रिझी स्पून'मध्ये जाऊन थोडा केकही खाल्ला असता पण ते फक्त खाकरले आणि खिशात हात घालून समोर बघू लागले. 'घरी जा' ते पुन्हा म्हणाले.

मी तिथून निघालो.

काही दिवसांपूर्वी वडिलांनी लाच म्हणून माझ्याकडे एक चॉकलेट फेकलं होतं आणि मी ते न उचलता जमिनीवर राहू दिलं होतं, त्याची भरपाई म्हणून त्यांनी मला तसंच चॉकलेट घेण्यासाठी पैसे दिले होते. आज घरी परतताना मी त्या पैशांनी चॉकलेट विकत घेतलं. त्या दिवशीचं जमिनीवरचं चॉकलेट बहुधा लिॲम किंवा त्याच्या जुळ्या बहिणींपैकी कोणीतरी खाल्लं असावं.

घरात शिरलो आणि पाहिलं तर सर्व जण स्वयंपाकखोलीत बसले होते. संडासाच्या बाजूकडून पहिलं जेराल्डकाका बसले होते आणि त्यांच्या शेजारी

बसलेल्या माझ्या जुळ्या मावस बहिणींशी खेळत होते. त्यांना ते हातांनी चर्च, त्यावरचा घुमट इ. बनवून दाखवत बसले होते. त्यांचं ते कुजबुजत्या आवाजातलं बोलणं चालू होतं, 'हे बघा चर्च आणि हा त्यावरचा घुमट! आता पाहा, हे उघडलेले चर्चचे दरवाजे... आणि ही बघा आतली माणसं.' ते पाहून दोघी जुळ्या मुली खिदळत होत्या. मला मात्र काकांची ती नाचरी बोटं नागड्या नाचणाऱ्या माणसांसारखी वाटत होती.

त्यांनी परत एकदा, 'हे पाहा, दरवाजे उघडले,' तेव्हा बहिणींनी स्वतःची तोंडे वासली. त्या वेळी मला दोघींच्या दातात अडकलेले अन्नकण आणि लाळेची निघालेली तार दिसली.

लिअॅम त्याच्या नेहमीच्या जागेवर म्हणजे बाहेरच्या खोलीच्या बाजूला बसला होता. आई आणि इव्हलिनमावशी एकमेकींशेजारी एकमेकींचे हात हातात घेऊन बसल्या होत्या. आई रडत होती.

इकडचं तिकडचं काहीतरी फालतू बोलणं चालू होतं. एकदा एका लग्न समारंभात नवरीची मदतनीस काहीतरी गोड पदार्थ चघळत होती. तिच्या ते घशात कसं अडकलं आणि शेवटी तिला ते थुंकावं लागलं आणि ते नेमके नवरीच्या कपड्यांवर कसं पडलं वगैरे वगैरे त्या बोलत होत्या.

चहाबरोबर घेण्यासाठी म्हणून चिकन पाय तयार होते. सर्वांनाच भूक लागली होती पण वडील येईपर्यंत वाट पाहू या म्हणून आईने सर्वांना थांबवून ठेवलं होतं.

सात वाजले, तरीही वडील आले नाहीत, तेव्हा मात्र आम्ही खाऊन घेतलं. जेराल्डकाका तसेच बसून होते. ते म्हणे लोकांसमोर अगदी स्वतःच्या कुटुंबियांसमोरही खात नव्हते. टेबलावर ताटं ठेवण्यासाठी जो कपडा अंथरला होता त्याच्यावर कोल्ह्याच्या शिकारीचे चित्र रेखाटलं होतं. घोड्यांवर बसलेले शिकारी, त्यांचे कुत्रे आणि टांगलेले मृत कोल्हे असं सर्व काही त्याच्यावर होतं. मला त्या कोल्ह्यांकडे निरखून पाहताना आईनं टिपलं. तिने मग तिच्या हातांचे पंजे वर करून घाबरलेली मुद्रा करून दाखवली. मग आम्ही दोघेही हसलो.

मगाच्या रडण्यानंतर ती सावरली असावी असा अर्थ मी तिच्या हसण्यातून काढला. मी कधी सावरणार हा प्रश्न मात्र माझ्यासमोर उभा होता.

लिअॅमने त्याची थाळी उचलली आणि कोणी बघत नाही असं समजून, तोंडाला लावून चिकन पायचे तुकडे चाटून जिभेने साफ केले. ''लिअॅम आम्हाला आता थोडं बोलायचंय तू तुझ्या खोलीत जा,'' असं इव्हलिन मावशीने फर्मावलं. तसा तो उठला आणि एक शब्दही न बोलता निघून गेला. त्याच्या पाठोपाठ दोघी जुळ्या बहिणीही कुत्र्याच्या पिल्लांसारख्या दुडदुडत बाहेर पडल्या.

''खरं तर तुझ्या वडिलांनी आजीला मारल्याचं मी तुला सांगायला नको होतं,

पण मी सांगितलंच आहे तर मग सर्व गोष्टी स्पष्ट केलेल्या बऱ्या,'' म्हणत आईने बोलायला सुरुवात केली. चमच्याचा आवाज न करता चहा ढवळत तिनं सारं सांगितलं. भांडणाच्या ऐन भरामध्ये वडिलांनी आजीला थप्पड लगावली होती. त्या थपडीच्या धक्क्याने आजी कपाटावर आपटली होती आणि तिला खोक पडली होती. त्या अर्थाने तो अपघात होता. तिला मग हॉस्पिटलमध्ये नेऊन जखमेला टाके घालावे लागले.

''बाबा तिची माफी मागून मोकळे का होत नाहीत? मग आपल्याला परत तिकडे जायला मिळेल,'' मी म्हटलं.

''त्यांनी माफी मागितली आहे पण आजीने त्या आर्जवाला अजून भीक घातलेली नाही,'' आईने सांगितलं.

इव्हलिनमावशीकडचं बिऱ्हाड हलवून काही दिवस हॉटेलात मुक्काम ठोकायचा आणि मग स्वत:च्या फ्लॅटमध्ये राहायला जायचं, असंही आईने सांगितलं.

''कुठलं हॉटेल?'' मी विचारलं.

''कुठलं तरी स्वस्तातलं चालू हॉटेल,'' संडासाच्या बाजूने जेराल्डकाकांनी सांगितलं.

''फिनिक्स पार्कच्या शेजारी एक छानसं हॉटेल आहे. प्राणिसंग्रहालयापासूनही ते जवळच आहे. तिथल्या हत्तीसाठी मग आपण शेंगदाणे घेऊन जाऊ शकतो.'' आई म्हणाली.

''बाबांना आता तुरुंगात जावं लागेल का?''

''तुझ्या आजीने ते प्रकरण फारसं ताणून धरलेलं नाही. तिनेही त्या प्रसंगाची अपघात म्हणूनच संभावना केली आहे,'' इव्हलिनमावशी उद्‌गारली.

टेलिफोनची घंटी वाजली. आईने पटकन जाऊन तो उचलला. ''तिकडून ठेवला गेला वाटतं,'' ती म्हणाली. परत एकदा घंटी वाजली. तिने परत तो उचलला. ''परत ठेवून दिला वाटतं,'' ती म्हणाली. तिसऱ्यांदा घंटी वाजली. आता मी तो उचलला आणि ''हॅलो'' केलं.

''मी बाबा बोलतोय. तुझी आई आहे का तिकडे? बरी आहे ना ती?''

''हो, ती बरी आहे. आम्ही आताच चिकन पाय खाऊन संपवलंय. आता आम्ही चहा घेतोय आणि केक खातोय.''

''मी लवकरच येतो आहे. तिला सांगशील का?''

''हो सांगेन की!''

फोन परत वाजेल या अपेक्षेने मी तिथेच उभा राहिलो. ''बाबांचा फोन होता,'' मी सांगितलं.

''पण तू एवढा ओरडून का बोलत होतास?'' आईने विचारलं.

"अगं त्यांच्या श्वासोच्छ्वासाचाच एवढा आवाज येत होता की एखाद्या यंत्राबरोबर बोलत आहेत की काय असं वाटत होतं."

"त्या घाणेरड्या जागेत जो सिगरेटचा धूर साठला होता, त्याच्यामुळे कदाचित गुदमरून त्यांचा आवाज फाटला असेल," इव्हलिनमावशी म्हणाली.

मी माझा केक उचलून बाहेरच्या खोलीत गेलो.

वडील दोन दिवस घरी फिरकलेच नाहीत. मला वाटतं की त्यांना तुरुंगात दोन दिवस डांबून ठेवलं होतं. मला स्वप्नात दिसलं की ते एका संडासाचा शेजार लाभलेल्या कोठडीत बंदिस्त आहेत आणि त्यांच्या वरच्या कोठडीत तर एक डोकं तासलेला आणि अंगावर गोंदवून घेतलेला गुंड राहतो आहे.

ते शेवटी गुरुवारी सकाळी परतले. मी तेव्हा खालच्या पुस्तकांच्या दुकानात इव्हलिनमावशीबरोबर बसलो होतो. त्यांच्या अंगावर काळी कॉलर असलेला तपकिरी रंगाचा एक नवीन कोट होता. चेहऱ्यावर थोडी मिशीही दिसू लागली होती.

त्यांचे थंडगार आणि लालबुंद हात पसरून ते म्हणाले, "चांगली बातमी आहे. आपल्याला नवीन घर मिळालं आहे,"

"कुठे?" मी विचारलं.

"जागेचं नाव आहे बॅलीमन. आपत्कालिन बांधणीची घरं आहेत ती. पंधरा मजल्यांच्या इमारतीमध्ये आपण बाराव्या मजल्यावरील फ्लॅटमध्ये राहणार आहोत," त्यांनी सांगितलं.

"बारावा मजला? थोडक्यात आपण गगनचुंबी इमारतीमध्ये राहणार!" मी म्हटलं.

"हो. त्यांनी पोहण्याचा तलावही बांधायला घेतलाय तो काही आठवड्यांमध्ये तयार होईल. तुझ्या खोलीच्या खिडकीतून तुला अमेरिकेला जाणारी विमानं उडताना दिसणार आहेत, बरं का?"

"कधी निघायचं?"

"उद्या सकाळी."

इव्हलिनमावशीने लगबगीने दुकानासमोर 'पाच मिनिटं विश्रांती'चा फलक लावला आणि म्हणाली, "चला, आपण वर जाऊ या आणि पहिल्यांदा तुझी आई कुठं आहे ते पाहूया." आई वर बाहेरच्या खोलीच्या खिडकीकडे खुर्ची ठेवून बसली होती. ती काही करतही नव्हती आणि टीव्हीही चालू नव्हता.

"हेलन तुम्हाला महानगरपालिकेचा नवाकोरा फ्लॅट मिळालाय. तुम्ही उद्याच तिकडे जाऊ शकता. तुम्हाला पाहिजे तर तुम्ही वरच्या अडगळीच्या खोलीतलं सामान, बिछाने नेऊ शकता," इव्हलिनमावशीने एका दमात सांगून टाकलं.

वडील शेकोटीशेजारी काड्याच्या पेटीशी चाळा करत उभे होते. आईने काही

न बोलता फक्त मान हलवली.

"काही शेजाऱ्यांकडे सुद्धा देण्यासारख्या काही वस्तू असतील आणि ते त्या देतीलही. पण आपल्याकडे वेळ कमी आहे. मी आताच त्यांना निरोप देऊन येते." आईच्या कपाळावर आठी दिसली. इव्हलिनमावशी बसल्या जागेवरून उठली आणि एखाद्या अपंगाला हात धरून उभे राहण्यास मदत करावी तसा आईच्या समोर तिने आपला हात नेला. आई मात्र तिचा हात न धरता तिचे आभार मानून खोलीबाहेर पडली. "तिच्या मागं मागं जाऊ नकोस," वडील मला बोलले. मग मी थांबलो आणि टीव्ही सुरू केला.

२४

सकाळी आठ वाजता मी माझी नेहमीची निळी सूटकेस घेऊन तयार झालो. वडील आणि मदतीला असलेले काका एका गचाळ दिसणाऱ्या ट्रकमध्ये सामान भरू लागले. आई उभ्या उभ्या सूचना देण्याचं काम आणि किरकोळ गोष्टी एका ढकलगाडीवर रचण्याचं काम करत होती. मी सामानाला हात लावण्याची तयारी दर्शवली पण आईने मला 'दुसरी कामं कर,' असं सांगून थांबवलं.

"दुसरी कामं म्हणजे कोणती?" मी विचारलं.

"म्हणजे कोणी पाणी किंवा चहा मागितला तर दे." ती म्हणाली.

मग मी एका चिकटपट्ट्यांचं पाकिट घेऊन बसलो. त्यापैकी एक मी गुडघ्याच्या खाली लावली आणि काही मिनिटांनंतर खेचून काढली. तसं खेचताना झोंबऱ्या वेदना झाल्या तरी त्या मला हव्याशा वाटल्या. चिकटपट्टीने त्या भागातले केस पूर्ण उपटून तो गुळगुळीत करून सोडला होता. मी तसं करत असताना जेराल्डकाका माझ्याकडे पाहत होते. गंभीर चेहरा करून बोटाने 'तसं करू नकोस' या अर्थाची खूण त्यांनी केली. मी हसलो आणि प्रत्युत्तरादाखल मीही माझं बोट तसंच हलवलं. त्यांना त्यावर काय करावं, ते कळेना. ते पाठीमागे जाऊन उभे राहिले. आणि हात दोन्ही बाजूंना ताठ करून माझ्याकडे बघत राहिले. नंतर ते ट्रकजवळ गेले आणि उगाचच एक कपाट त्यांनी इकडून तिकडे हलवलं. या जेराल्डकाकांचं एक मी पाहिलं आहे, त्यांच्याकडे जीवनाबद्दलच्या गांभीर्याचा एकूणच अभाव आहे. पण आपण अगदीच काही करत नाही, असं वाटू नये म्हणून ते सारखे इकडेतिकडे खुडबुड करत बसतात. मग कोणी बघत नाही असं पाहून तिसरंच काहीतरी करायला घेतात. त्या वेगवेगळ्या कृतींचा आपापसात काही संबंध असावा किंवा नाही अशा गोष्टींचं त्यांना सोयरसुतक नसतं.

आम्हाला निरोप द्यायला शेजारी जमा झाले होते. एकूण दोन पुरुष आणि पाच

स्त्रिया होत्या. सर्व जण फुटपाथवर गटाने उभे होते, जणू काही सर्व एकाच कुटुंबातले सगळे सदस्य होते. अगदी एकाग्रतेने ते आम्हाला न्याहाळत होते. एका क्षणाला सर्व नजरा माझ्याकडे रोखलेल्या असायच्या, तर दुसऱ्या क्षणाला आईकडे तर तिसऱ्या क्षणाला सिगरेट शिलगावणाऱ्या जॅककाकांकडे. एक बाई तर लापशी ढवळताढवळता तशीच बाहेर आलेली दिसत होती. तिच्या हातातल्या लाकडी ओगराळ्याच्या टोकाला गार झालेली लापशी चिकटलेली होती. दुसरी तर भांडी पुसतापुसता ते फडकंच हातात घेऊन आली होती. म्हणावं, तर सर्व जण आम्हाला पुढच्या आयुष्यासाठी शुभेच्छा द्याव्यात म्हणून आले होते, पण त्यांच्या एकूण आविर्भावावरून ते दुर्दैवाच्या फेऱ्यात सापडलेलं कुटुंब कसं असतं ते पाहण्यासाठीच आले होते.

आईने नजर उचलून त्या सर्वांकडे पाहिलं आणि निरोपाचा हात हलवला तसे ते सर्व जण ट्रकजवळ गोळा झाले. माझ्या आईभोवती जमून त्या बायका बोलू लागल्या. त्यांचा ट्रकमध्ये शिरणाऱ्यांना अडथळा होऊ नये, म्हणून माझी आई दोन पावले मागे झाली.

"मी असं ऐकलंय की तिथला प्रत्येक फ्लॅट हिवाळ्यात उबदार राहावा यासाठी फ्लॅटला खास यंत्रणा बसवलेली आहे," त्या गर्दीतली लाल केसवाली बाई बोलली. "आणि असंही म्हणतात की थोड्याच दिवसात तिकडे पोहण्याचा तलावसुद्धा होणार आहे," ती लाकडी ओगराळंवाली बाई बोलली. आईने त्यांचा निरोप घेतला. ट्रक हलला. जॅक आणि टोनीकाका ट्रकच्या मागच्या भागात सामानाबरोबर बसले होते. मी पुढे आई आणि वडिलांच्यामध्ये बसलो होतो. असं उंचावर बसून जाण्यात गंमत वाटत होती. वडील मजबूत हातांनी सफाईदार वळणं घेत ट्रक चालवत होते.

रस्त्यावर रहदारी बरीच होती. मी खालून चाललेल्या मुलांकडे ऐटीत पाहत आईचा हात धरून बसलो होतो. वर्तुळाकार रस्त्यावरची सर्व दुकानेही अगदी व्यवस्थितपणे दिसत होती. पण बॅलीमन जवळ येऊ लागलं तसं चित्र पालटू लागलं. अरुंद रस्ते आणि कडेची घाणीनं भरलेली गटारं दिसू लागली. लहान एकाच राखाडी रंगातली घरं दिसू लागली. त्यांच्या दारं-खिडक्यांना तर कोणी रंगच लावला नव्हता. आमच्या इमारतीपाशी आम्ही येऊन थांबलो तेव्हाच मला कळून चुकलं होतं की, याठिकाणी काही खरं नाही. निराशेनं मनात केव्हाच घर केलं होतं.

ट्रक उभा राहिल्यानंतर वडिलांनी बाहेर उडी घेतली. मी सावकाश खाली उतरलो. मी शिणलो होतो आणि अंग जड झालं होतं. मी अवतीभवती नजर फिरवली. एकूण सात उंच इमारती, डझनभर बैठ्या इमारती, गाड्या पार्क करण्याच्या जागेला लागून असलेला गजबजलेला रस्ता, त्या रस्त्यापलीकडे असलेली मोठी शाळा आणि शेजारचा वर्तुळाकार भाग इ. सर्व गोष्टी नजरेनं टिपलं.

आई मांडीवर हात ठेवून जागेवरच बसली होती. वडिलांनी जॅक आणि टोनीकाकांना ट्रकमधून उतरायला मदत केली. मग माझ्या खांद्यावर हात ठेवून ते म्हणाले, "तुला माहीत आहे ह्या सात इमारतींपैकी प्रत्येकीला १९१६ साली स्वतंत्र आयरिश गणराज्याच्या घोषणापत्रकावर सह्या करणाऱ्या एकेका माणसाचं नाव दिलंय."

"आपली कुठली आहे?" मी विचारलं.

"ती बघ मधली; तिचं नाव प्लंकेट," ते उत्तरले.

त्या सातही इमारती एका दृष्टिक्षेपाच्या आवाक्यात येणाऱ्या नव्हत्या. स्वतःभोवती गिरकी घेऊनच त्यांना बघता येत होतं. तरीही त्या खूपच जवळजवळ वाटत होत्या आणि त्यामुळेच त्या इमारती अंधारल्यासारख्या दिसत होत्या. त्या एवढ्या कळकट दिसत होत्या की त्यांना नवीन कसं म्हणायचं हा प्रश्नच होता. एखाद्या राक्षसाच्या उपटलेल्या दातांप्रमाणे त्या भेसूर दिसत होत्या. ते दातसुद्धा कसे तर किडलेले, डागाळलेले आणि घाणेरडे!

"हे सर्व सामान वर कसं न्यायचं?" मी वडिलांना विचारलं.

"लिफ्ट आहे इकडे, मूर्खा!"

वर जाताना जिने, लिफ्ट समोरचा मोकळा भाग हे सर्व अस्वच्छ दिसत होतं. कुठे लघवीचा वास येत होता, तर कुठे सिगरेटची ओली थोटकं होती. घरात प्रवेश केल्यानंतर बरं वाटलं. आतमध्ये तसं काही घाणेरडं नव्हतं. भिंतीसुद्धा स्वच्छ, सफेद होत्या. पण फ्लॅट लहानखुरा होता. स्वयंपाकखोली छोटीशीच होती. बाहेरची खोली तर टीव्ही, काही खुर्च्या इ. जेमतेम सामान राहील एवढीच होती. संडासखोलीने तर छोटेपणाची परिसीमाच गाठली; एवढं लहान संडास यापूर्वी मी कधीच पाहिलं नव्हतं. न्हाणीघरसुद्धा लहान चणीच्या माणसांचीच सोय होऊ शकेल असं होतं. झोपण्याच्या दोन्ही खोल्यांच्या खिडक्या उघडत नव्हत्या. त्यांच्या काचांतून खाली पाहिलं तर फक्त वाहने ठेवायची जागा तेवढी दिसत होती.

या सर्व इमारतींमध्ये केरकचरा टाकण्याची व्यवस्था म्हणजे एका मोठ्या नळकांड्याची सोय करण्यात आली होती. आमच्या मजल्यावरचं त्यांचं टोक हे माझ्या खिडकीच्या बाजूला होतं.

"मी नाही तिकडे कचऱ्याजवळ झोपणार," मी कुरबुरलो.

"पण दुसरा काही पर्यायच नाही," वडील म्हणाले.

आम्ही दुसऱ्या खोलीत शिरलो. तिथे भिंतीमध्येच कपड्यांचं कपाट बनवलेलं होतं. त्या कपाटातले आरसे अस्वच्छ आणि काळोखे वाटत होते.

"मला इकडे झोपण्यापूर्वी हे आरसे झाकून ठेवले पाहिजेत," आई म्हणाली.

"आपण प्रथम आपलं सामान आणून टाकूया आणि मग पुढचं बघूया,"

वडील म्हणाले.

अर्धअधिक सामान हलवून झालं, तसं जॅक आणि टोनीकाकांनी निघावं, असा वडिलांनी आग्रह धरला. जॅककाकांनी पटकन जाऊन बटाट्यांच्या तळलेल्या कापांची पाच पाकिटं आणली. ती मग आम्ही ट्रकजवळ असलेल्या हिरवळीवर बसून खाल्ली.

"ठीक आहे मग. तुम्ही निघा; उरलेलं सामान आम्ही नेऊ," वडील त्यांना म्हणाले आणि त्यांनी काकांना टॅक्सीसाठी काही पैसे दिले. मग काका निघून गेले.

घरं उबदार करण्याची यंत्रणा फारच तीव्र होती. त्यामुळे घरात फार गरम होत होतं. घरातून बाहेर पडल्यावर मात्र बर्फाळ हवेचा झोत अंगावर येत होता. दर वेळेला खालून वर आलं की वडील त्यांचं डोकं गार पाण्याच्या नळाखाली धरत. आम्ही मग रिकाम्या स्वयंपाकखोलीत उभं राहून त्यांच्याकडे पाहत खोक्यांच्या पुठ्ठ्यांचे तुकडे काढून त्यानी स्वतःला वारा घालून घेत होतो.

"आपण महापालिकेशी बोलून ही उष्णता कमी करून घेऊ. असल्या भलत्या वातावरणात आपण राहू शकत नाही," वडील म्हणाले.

आईने खिडकीतून बाहेर इतर इमारतींकडे नजर टाकली आणि सुस्कारा सोडला. ती म्हणाली, "मी इथल्या शेजारणीशी मिसेस मॅकगॅहर्नशी याबद्दल बोलले. तिनं सांगितलं की हे तापमान महापालिकेनं निश्चित केलेलं असल्यानं इथं राहणारे लोक ते बदलू शकत नाहीत." प्रतिक्रियेदाखल वडिलांनी निराशेने जोरजोरात डोकं हलवलं.

"काही हरकत नाही, आपल्याला सवय होऊन जाईल; घरात वावरताना उन्हाळी कपडे वापरायचे म्हणजे झालं," आई सांत्वनपर बोलली. वडिलांनी मात्र त्यांच्या रागाला वाट करून दिली.

"वा, अगदी सुरुवातीपासून तू छान जुळवून घेतलेलं दिसतंय. कधीपासून तू अशी विचार करायला लागलीस? त्या भोचक म्हातारीच्या शब्दांवर विश्वास ठेवून?" त्यांनी विचारलं.

"मी कोणत्याही भोचक म्हातारीचा उल्लेख केला नव्हता," आई म्हणाली.

"मी तिला पाहिलं होतं. आपण लिफ्टमधून आणत असलेल्या खोक्यांकडे अगदी डोळे फाडून बघत होती. तुझी पण कमाल झाली. त्या अनोळखी बाईचं ऐकून तू अगदी अवसान गाळून बसलीस," बाबा संतापाने बोलले.

"मायकल मला वाटत नाही...."

तिचं वाक्य अर्धवट तोडत वडील म्हणाले, "मी स्वतः काही शेजारी शोधून शोधून काढून त्यांच्याशी याबद्दल बोलणार आहे. त्यातून काहीतरी चांगलं निष्पन्न होईलच."

“तू उगाच तुझा वेळ वाया घालवू नकोस. त्यातून काही वेगळं होणार नाही, याचा मी अंदाज बांधू शकते,” आई म्हणाली. वडील काही न बोलता दरवाजा धाडकन आपटून रागारागाने बाहेर निघून गेले. त्या ओक्याबोक्या स्वयंपाकखोलीत आईबरोबर उभं राहणंही भयाण वाटत होतं. वडिलांनी आपटलेला दरवाजाचा आवाज अजूनही घुमत होता. काय करावं हे न सुचून मग आम्ही सुद्धा त्याच दरवाजातून बाहेर पडलो. सामानाची खोकी उघडून सामान घरात लावेपर्यंत अंधार पडला होता. पण वडिलांनी खाऊन झोपण्यापूर्वी खाली जाऊन थोडा फेरफटका मारू असं सुचवलं.

“इथंतिथं थोडं भटकू आणि मग बाहेरच खाऊन येऊ, कसं काय वाटतं?” ते म्हणाले.

त्यांनी खाली जाण्यासाठी लिफ्टचं बटण दाबलं. खाली जाईपर्यंत मी आणि आईने स्वत:ची नाकं दाबून ठेवली होती. खाली तळघरात पोहोचलो.

“आसपास नजर टाकूया जरा,” वडील म्हणाले.

“काय आहे काय इकडे?” मी विचारलं.

“प्रत्येक इमारतीच्या तळघरात काही खेळ खेळण्यास, कार्यक्रम करण्यास जागा ठेवली आहे असं ऐकलंय,” त्यांनी सांगितलं. पण तिथे पोहोचल्यानंतर ते बंद असल्याची पाटी दिसली. तिच्यावर लिहिलं होतं की ती जागा शनिवारी रात्रीच सर्वांसाठी खुली होईल. मोफत कार्यक्रमांची यादीसुद्धा लिहून ठेवली होती. त्यापैकी उद्या दहा ते सोळा वयोगटातल्या मुलांसाठी गिटार शिकवण्याचा वर्ग होणार होता.

“बघ म्हटलं नव्हतं, संगीताचे वर्गही होतात इकडे,” वडील म्हणाले.

“वा, छान आहे, पण आता भूक खूप लागलीय,” मी उत्तरलो.

“थोडा वेळ जरा अजून फिरूया आणि मग खायला जाऊया,” तळघरातून वर आलो. तशी मी मान वर करून सर्व इमारतींच्या सर्वांत वरच्या भागाकडे पाहिलं. सर्व इमारती म्हणजे कॉंक्रिटचे सरळसोट उंच ठोकळे दिसत होते. माझ्यामते त्या डब्लिनमधल्या सर्वांत उंच इमारती असू शकतील. जणू काही त्यांना ढगांमधले पाणी थेट तोंड लावून प्यायचे होते किंवा ते अंगावर घेऊन अंघोळ करायची होती.

आम्ही त्या सर्व इमारतींच्या मधल्या मोकळ्या जागांमधून हिंडलो. त्यांना जोडणाऱ्या कळकट रंगाच्या बैठ्या भिंतींवरूनही चाललो. त्या भिंती म्हणजे अक्षरश: अंगावर फुटलेल्या फोडाप्रमाणे दिसत होत्या. रंगाची म्हणावी अशी ओळख फक्त दोन ठिकाणीच जाणवली. खिडक्यांच्या खालच्या चौकटीला हिरवा रंग होता, त्याचे पोपडे पडलेले दिसत होते. तळमजल्याच्या भिंतीवर कोणीतरी लाल काळ्या रंगात लिहिलेला काहीबाही मजकूर होता. या व्यतिरिक्त तिसरीकडे कुठेही रंग नावाचा प्रकारच अस्तित्वात नव्हता. लोकांनी आपापल्या बाल्कनीत

कपडे वाळत घातलेले दिसत होते. जिन्यांच्या बाजूला तर घरातून फेकून दिलेल्या मोडक्यातोडक्या वस्तूंचा ढीगच होता. आजूबाजूला एकही झाड नव्हतं. इमारतींच्या मागच्या बाजूला फक्त हिरवळीचा एक अरुंद पट्टा होता. त्याला लागूनच उंच तारांचं कुंपण होतं. त्याच्या पलीकडे काही बैठ्या इमारती होत्या. आसपासचा कलकलाट तर काही विचारूच नका. एवढा गोंगाट आयुष्यात प्रथमच माझ्या कानावर पडला होता. हातात प्लॅस्टिकच्या पिशव्यांतून खरेदी केलेल्या वस्तू घेऊन कळकट जिन्यांतून खालीवर करणारी माणसं जिकडेतिकडे दिसत होती.

"इकडची प्रत्येक बाई आईशी तुलना केली तर कुरूपच आहे," मी म्हणालो.

आई थबकली आणि म्हणाली, "असं बोलणं बरं नाही."

वडील चालतचालत आमच्या पुढे गेले आणि मग मागे वळून म्हणाले, "तुझं म्हणणं खरं आहे जॉन! तुझी आई खरोखरच सुंदर आहे. तिच्यापुढं इतर सर्व जणी कुरूप दिसतात." आईने मान खाली घातली. आम्ही चालत पुढे शाळेकडे वळलो.

वडिलांनी खुणेने 'ही बघ' असं म्हटलं. शाळेच्या पुढे एक पब होता. त्याच्यावरून जाताना आतमधून तळणाचा खमंग वास आला आणि मला कडकडून भूक लागली.

"माझ्या पोटात कावळे ओरडतायत," मी बोललो.

"अरे आपण भटकून तर घेऊ मग खायचंच आहे," वडील बोलले.

"नको, आपण पहिलं खाऊन घेऊया," आई म्हणाली.

मग आम्ही समोर दिसणाऱ्या तीन पब्सपैकी *'द सिल्व्हर'* नावाच्या पबमध्ये शिरलो. आत संगीताचा आणि स्त्री पुरुषांचा असा एकत्रित बराच गोंगाट होता. भिंतीवर सर्वत्र वेगवेगळ्या विमानांची चित्रं लावली होती. "जंबो-७४७ या विमानाला किती इंजिने असतात," असं मी वडिलांना विचारलं, तेव्हा ते म्हणाले पुरेशी असतात आणि मग आम्ही सर्व जण हसू लागलो.

२५

आमचा पहिला दिवस सामानसुमान लावण्यातच गेला. दुसऱ्या दिवशी आम्ही वाणसामान खरेदी केलं. अगदी मीठ, मिरचीपासून शेवयांपर्यंत आणि भांडी, बल्ब बॅटऱ्यांपासून शेजाऱ्यांनी उदार मनाने दिलेल्या त्यांच्या न वापरातल्या मोडक्या वस्तू दुरुस्त करण्यासाठी लागणाऱ्या उपकरणांपर्यंत!

ती सर्व खरेदी चालू असताना सुपर मार्केटमध्ये वडिलांच्या हातून टोमॅटो सॉसची बाटली पडून फुटली. त्यातून उडालेल्या सॉसने आईची पांढरी पँट रंगून निघाली. आई जोरात ओरडली, "मायकल, माझं जर लक्ष नसतं तर तू हे मुद्दामच

केलंस असंच मला वाटलं असतं.''

''तुझं लक्ष नसतंच कुठं आणि आम्हा सर्वांना ते चांगलं माहिती आहे,'' त्या फुटलेल्या बाटलीपासून दूर होत वडील म्हणाले.

''तू माझ्याशी असं बोलत जाऊ नकोस हं,'' आई भडकून म्हणाली. रागावल्यामुळे तिचं लक्ष आसपास गेलं नाही. जवळच उभ्या असलेल्या दोन म्हाताऱ्या तिच्याकडे टवकारून बघत होत्या.

''मला वाटतं, ते मी बोलणारच,'' वडील म्हणाले.

आईने आता त्यांच्याकडे पूर्णपणे मोहरा वळवला आणि हातांची घडी घालून ठाम सुरात ती म्हणाली, ''हे बघ मायकल, माझी सहनशक्ती आता संपुष्टात येत चालली आहे. तिचा कडेलोट होऊ देऊ नकोस. एखादा ओला कपडा घेऊन तू जर माझ्या पँटवरचे डाग पुसून काढलेस तर उपकार होतील,'' यावर वडील त्यांचे ठेवणीतले छानसं हसले आणि आईही मघाचे सर्व विसरून गेल्यासारखं हसली. तिचं असं का होतं, तेच मला कळत नाही. ती नेहमीच त्यांना असं सहज माफ करत आली आहे. या गोष्टीचं गूढ मला आजपर्यंत उकललेलं नाही. ती एवढी स्नेहार्द्र नजरेनं त्यांच्यासारख्या माणसाकडे कशी काय बघू शकते, या गोष्टीचंही मला राहूनराहून नवल वाटायचं. वडील कुठूनतरी शोधून ओला फडका घेऊन आले, तेव्हा आईचा पूर्वीचा राग कुठल्याकुठे पळून गेला होता. दोघांनी मग एकमेकांचं चुंबन घेतलं आणि सामानाचे पैसे चुकते करून आम्ही बाहेर पडलो.

बॅलीमनमधल्या आमच्या तिसऱ्या दिवशीची सकाळ उजाडली ती माझ्यासाठी दातदुखी घेऊनच! वेदना एवढ्या तीव्र होत्या, की दरवेळी श्वास घेताना माझ्या जबड्यात डाव्या बाजूला काचेचा तुकडा घुसल्यागत दुखायचं. आईने मला तयार व्हायला सांगितलं. ''मी तुला दातांच्या डॉक्टरकडे घेऊन जाते. आपण इथल्या सार्वजनिक दवाखान्यात जाऊया!'' ती म्हणाली. हा दवाखाना कोपऱ्यावरच, दुकानांच्या ओळीनंतर लगेचच होता. दुकानांसमोरच्या कमानीखालून जाणारा रस्ता स्वच्छ आणि भरपूर प्रकाश पसरलेला होता. त्यामुळेच तिथे प्रसन्न वाटत होतं. भिंतींवर लाल आणि निळ्या रंगांचे पट्टे मारलेले होते. आम्ही राहत असलेल्या ठिकाणी सूर्यप्रकाशाला सुद्धा जायला वाव नव्हता. त्या सरळसोट इमारतींमध्ये त्यांच्या मागेपुढे आसपास प्रकाशाला जायला जणू पूर्णपणे बंदीच होती. त्या पार्श्वभूमीवर इथला भाग म्हणजे मला जणू वेगळं जगच भासत होतं. त्यामुळे थोडावेळ मी माझा दुखरा दात विसरून सुटी घालवायला आलेल्या प्रवाशासारखा तिकडून चालत होतो. त्या दुकानांमध्ये बेकरीसुद्धा होती. तिथल्या ताज्या डोनट्सचा दरवळ नाकाला सुखावत होता.

सार्वजनिक दवाखान्यात, एक डॉक्टर, एक दातांचा डॉक्टर आणि एक औषधे

देणारा माणूस असे तिघे होते. बसण्याच्या जागा विविध मासिके वाचणाऱ्या माणसांनी भरून गेली होती. येणाऱ्या माणसांची नोंद करणाऱ्या बाईकडे जाऊन आईने मला होणाऱ्या वेदनांची कल्पना दिली. आम्हाला फक्त पाच मिनिटेच वाट पाहावी लागली. दातांच्या डॉक्टरांचे नाव ओकॉनर होतं. रूंद खांद्यांची उंच व्यक्ती होती ती. त्यांनी गडद रंगाचा सूट घातला होता. त्यांच्या कोटाच्या वरच्या खिशातून लाल रंगाचा रुमाल डोकावत होता. मी त्यांना माझ्या दुखऱ्या दाताबद्दल सांगितलं. त्यांनी माझ्या तोंडात एक टोकाला आरसा बसवलेली काठी घालून आतलं परीक्षण केलं. नंतर काहीच न बोलता माझा ओठ खाली ओढून हिरड्यांमध्ये एक सुई घुसवली. 'याच्यामुळे तुझं दुखणं थांबेल. आता एक मिनिट शांत बस म्हणजे तुझा तो दात मी काढून टाकतो,'' ते म्हणाले.

तक्तपोशीवर एक मोठं चित्र रंगवलेलं होतं. डॉक्टरांनी ते ब्रुगेल या कलाकाराची कलाकृती असल्याचं सांगितलं. ते माझा दात उपटून काढण्याच्या कामात गर्क झाले असताना मी त्या चित्राकडे बारकाईने बघत बसलो होतो. मी त्या कलाकाराचे नाव तसंच त्याच्या त्या चित्रातल्या माणसाचे बारकावे मनात साठवून ठेवत होतो. चित्रातील माणसांनी आणि बायकामुलांनी तपकिरी रंगाचे कपडे घातले होते. हातमोजे किंवा टोप्या असलं काही न घालता बर्फामध्ये बटाटे शोधण्याचं काम ते खेडूत करत होते.

''काय बघतोस रे तिकडे? आपल्यापेक्षा वाईट स्थितीतल्या लोकांकडे पाहून आपलं दु:ख थोडं हलकं होतं ना!'' डॉक्टरांनी हातातलं काम संपवत विचारलं.

''छे, मला काहीच दु:ख नाही,'' मी उत्तरलो.

माझा हात हातात घेऊन मोकळेपणाने हसत डॉक्टर उद्‌गारले, ''चांगला मुलगा आहेस. मला वाटत होतं की कदाचित तुला अजून एक वेदनाशामक इंजेक्शन द्यावं लागेल की काय.''

मला ते डॉक्टर आवडून गेले. माझे वडील जर त्यांच्यासारखे असते तर मी सुद्धा कदाचित वेगळा झालो असतो, असं पटकन वाटून गेलं.

घरी आल्यावर मी जरा दिवाणावर पहुडलो. आई स्वयंपाकखोलीत कामाला लागली. वडिलांचा पत्ताच नव्हता.

डॉक्टरांच्या सल्ल्यानुसार, थोड्या वेळानंतर आईने लगेचच मश्रूम्स आणि सॉसेजिस तळले. मग आम्ही रेडिओ ऐकत खाऊन घेतलं. शेजारच्या घरातून भांडणाचा आणि दार आपटण्याचा आवाजही अधूनमधून येत होता. तो कानाआड करावा म्हणून आम्ही रेडिओचा आवाज मोठा केला होता.

साडेचार वाजता वडील घरी आले. ''दोन दिवसात माझं काम सुरू होईल,'' त्यांनी आल्याआल्या जाहीर केलं. आईने त्यांचा हात धरून थोपटला. तिच्या

हाताकडे पाहत त्यांनी टोमणा मारला, ''काही काळजी करू नकोस. एवढ्यात काही मी मरत नाही,''

''कसलं काम? ट्रिनिटीमध्ये प्रवेश मिळाला का?'' मी विचारलं.

''नाही, सध्या एका धातूकामाच्या कारखान्यात शिष्यवृत्ती मिळाली आहे.''

''मग तुम्ही ट्रिनिटीच्या परीक्षेला बसणार नाही का?'' मी पृच्छा केली.

''ते नंतर बघता येईल. सध्या रोजच्या ब्रेडची समस्या आहे,'' ते म्हणाले.

''काय?'' मी विचारलं.

''तू तो अर्थ नंतर लावत बस. आधी, जरा जाऊन थोडं दूध आणि जांभळ्या 'सिल्क कट' सिगरेटचं पाकीट घेऊन ये.''

''तुम्हाला दर आठवड्याला किती पगार मिळणार?'' मी विचारलं.

''तुला सांगितलेलं काम आधी कर आणि मग पुढच्या चौकशा करत बस.'' ते रागारागाने बोलले.

मी जायला उठलो तेवढ्यात माझ्या मनातलं ओळखल्यागत आई म्हणाली, ''आपण उद्याचा दिवस शहरात फेरफटका मारायला जायचं का? जरा फिरू पर्यटक फिरतात तसं.''

उत्तरादाखल वडिलांनी आईचे दोन्ही हात हातात घेतले. दोन्ही हातांचे आळीपाळीने चुंबन घेतले आणि मग अतिशय हळुवारपणे ते हातातून सोडले. आईने मग ते आपल्या एप्रनच्या खिशात लपवले. मला ते थरथरत असल्यासारखं वाटलं.

मी खाली जाऊन वडिलांनी सांगितलेल्या वस्तू घेतल्या. परत येऊन बघतो तर लिफ्ट बिघडलेली होती. एव्हाना हे माझ्या सवयीचं होत चाललं होतं. मग मी नाक दाबून लघवीचा वास मारत असलेला जिना चढू लागलो.

आज डब्लिनवर सूर्य प्रसन्न झाला होता. त्याने पूर्ण दर्शन दिलं होतं. त्यामुळे वातावरण उबदार होतं. वडिलांनी डोळ्यांवर चढवलेल्या गॉगलचे मला क्षणभर गाडीच्या पुढच्या काचेशी साधर्म्य वाटलं. आईने गुडघ्यापर्यंत गुलाबी ड्रेस आणि सफेद बूट घातले होते. दोघांची जोडी अगदी चित्रपटातल्या हिरो-हिरॉईनसारखी भासत होती.

आम्ही ओ'कॉनेल स्ट्रीट ते ग्रॅफ्टन स्ट्रीटपर्यंत पसरलेल्या रुंद फुटपाथवरून सावकाश चालत होतो. तो मार्ग मध्येच स्टीफन्स ग्रीन नावाच्या बागेकडे वळत होता आणि शेवटी डेन्डेलिअन मार्केटकडे संपत होता. रस्त्यावर सर्वत्र माणसंच माणसं होती; काही खरेदी करत होती तर काही खातपीत होती. बसेस तर विचारूच नका. शेकडो पत्र्याचे हत्तीच रस्त्यावरून जणू फिरत असावेत, तशा एकामागून एक बसेस धावत होत्या. त्या बसेसच्या आत असंख्य डोळे, बाहेरच्या जगावर नजर ठेवत चालले होते. छानछोकीचे कपडे घातलेली माणसं टॅक्सीतून चढत, उतरत होती.

काहीजण सूटकेस घेऊन हॉटेलांच्या आतबाहेर करत होते. प्रत्येकजण कशात ना कशात तरी गुंतलेला होता.

आम्ही दुपारचं जेवण 'बेवली' नावाच्या रेस्टॉरंटमध्ये केलं आणि मग चालत चालत स्टीफन्स ग्रीन बागेत गेलो. तिकडे बदकांना खाऊ घालणाऱ्या लहान मुलांना बघत आम्ही आईस्क्रीम खाल्लं. अंधार पडला तसं आम्ही मग परत फिरलो. ग्रॅफ्टन स्ट्रीटवरच्या दिव्यांचा सुरेख पांढरा प्रकाश पसरला होता. दिवे सफेद कांद्यासारखेच दिसत होते. मूर स्ट्रीट ओलांडतानाच माझी नजर खाली गेली. तिथल्या गटारांमधून आजच्या बाजारात वाया गेलेला भाजीपाला धुऊन काढण्यासाठी वापरलं गेलेलं साबणाचे पाणी वाहताना दिसत होतं. बाजूला काहीजण गाणी गात भीक मागत होते. बॅलीमनच्या गलिच्छ वातावरणाशी तुलना करता मला या रस्त्यांवर राहणंही एकवेळ चाललं असतं!

मी आईचा हात पकडला. वडील शीळ घालत चालले होते. आम्ही परत ओ'कॉनेल स्ट्रीटवर येऊन पोहोचलो होतो. चालताना शेजारी सिनेमा हॉल लागला. तसे मी थांबून विचारलं, "आपण सिनेमा बघूया का?" वडील खांदे उडवत म्हणाले, "बघूया की, चल!" तिथे *'बुच कॅसिडी अँड दि सनडान्स किड'* हा सिनेमा लागला होता. पण सोळा वर्षांखालच्या मुलांना प्रवेश नव्हता.

"इकडेतिकडे न बघता तू फक्त माझ्या मागून सरळ आत चल," वडील हळूच बोलले. आईनेही संमतीदर्शक मान डोलावली.

आम्ही तिकिटे काढली. खेळ सुरू होऊन बारा मिनिटं झाली होती. पुढून तरीही सातव्या रांगेत जागा मिळाली. आईवडिलांच्यामध्ये बसून सिनेमा बघायला मजा आली. आतापर्यंत पाहिलेल्यापैकी हा सर्वोत्कृष्ट सिनेमा होता.

सिनेमा संपल्यानंतर आम्ही ट्रिनिटी कॉलेजच्या मैदानातल्या बाकावर बसून फिश आणि चिप्स खाल्ले. आता हवेत थोडा गारवा आला होता. तरीही कॉलेजचे काही विद्यार्थी मैदानातल्या हिरवळीवर त्यांचे कोट अंथरून बसले होते. काहीजण फिरत होते, तर काहीजण मधून काढलेल्या दगडी रस्त्यावरून सायकल फिरवत होते. ती सर्व मुले आम्हाला अनोळखीच होती. तरीही जेव्हा ती जिन्यावरून खाली उतरत होती किंवा आमच्यामागे असलेल्या दरवाजातून आतबाहेर करत होती किंवा सायकल घेऊन बाहेर पडत होती, तेव्हा वडील त्यांच्याकडे वळून बघत आणि स्मित करत होते. मधूनच ते वर नजर करून दिव्यांनी उजळलेल्या त्यांच्या वर्गांकडे बघून मान हलवत होते.

"तुम्हीसुद्धा एक दिवस या वर्गांमध्ये बसलेले दिसाल," मी म्हटलं.

"हो ना, माझी तरी तशी प्रबळ इच्छा आहे," ते म्हणाले. आईने त्यांच्या गालावर ओठ टेकवले आणि त्यांचा हात पकडला.

“खाणं बरं होतं पण त्याचा वास त्याच्या चवीपेक्षा अधिक चांगला होता. तसंच जर खाता आलं असतं तर किती बरं झालं असतं,” मी म्हणालो. सगळे हसले.

“चला आता निघू या,” म्हणत आई उठली. आणि उठताउठता मलाही उठवण्याचा तिने प्रयत्न केला. मी तिच्या त्या प्रयत्नांच्या मानाने पुष्कळच जड असल्यामुळे ती थोडी लटपटली. पण मी पटकन तिला सावरलं.

“अजब जोडी आहे,” आमच्याकडे पाहून हसत वडील उद्गारले.

घरी परतताना आम्ही बसच्या वरच्या मजल्यावर बसलो होतो. मधल्या एका स्टॉपवर चार दारुडे चढले आणि आपापसात मोठमोठ्याने ओरडत ते वर आले. मी वळून त्यांच्याकडे बघितलं. त्यांना धड चालताही येत नव्हते. ते भसाड्या आवाजात बरळत, शिव्या देत, गाणी गात आणि रिकाम्या सीट्सना बुक्के मारत चालत होते. आम्ही बसलो होतो तिथून पुढे जाताना त्यांच्यापैकी एकाच्या हातून बाटली खाली पडली. तिच्यातलं द्रावण आईच्या पायावर उडाले. पण काही न बोलता तिने ते पायावरून निपटून काढलं. ते सर्व आमच्या पुढच्या रांगेत जाऊन बसले. थोडावेळ ते आपापसात त्यांच्या रात्रभराच्या कार्यक्रमाबद्दल चर्चा करत होते. नंतर त्यांच्यापैकी एकाने आमच्याकडे वळून पाहिलं. तो आईला बराच वेळ निरखत राहिला. वडिलांनी हाताची घडी घातली खरी, पण बसल्या जागेवरून खालीवर होणारी त्यांच्या गुडघ्यांची हालचाल पाहून त्यांच्या अस्वस्थतेची कल्पना येत होती.

आई उठली, तसा मीही उठलो. आमच्याकडे बघत तो दारुडा बरळला, “अरे वा, राक्षस कुटुंब आलेलं दिसतंय फिरायला! आणि ही सुंदर राक्षसीण पाहिलीत का?” वडीलही जागेवरून उठले. त्याबरोबर दुसरा दारुडा किंचाळला, “बास्केटबॉल खेळायला चाललात की काय? तुमच्या टीमचं नाव काय? ताडमाड किंवा अवाढव्य असंच काहीतरी असणार नक्की!”

“चला आपण खाली जाऊ या,” वडील म्हणाले आणि त्यांनी घाई करत मला लवकर चालण्यासाठी मागून ढकललं. आम्ही खाली ड्रायव्हरजवळ जाऊन बसलो. ड्रायव्हरने आमच्याकडे सहानुभूतिपूर्वक बघत म्हटलं, “हा जवळजवळ रोजचा रात्रीचा तमाशा आहे,” आम्ही मान डोलावली तसा तो त्याच्या पुढच्या आरशात बघून हसला. ते सर्व दारूडे जरी वर असले तरी दारूचा दर्प सर्वत्र असा भरून राहिला होता की जणू त्यांच्या अंगातून ती पाझरून बसमध्ये पसरली होती.

अचानक वडिलांनी पाठीमागून जोराने माझ्या डोक्यात मारलं आणि ओरडले, “साल्या, पहिलं ते डोकं खाजवणं थांबव तू.” माझ्या मनात नव्हतं, तरीही मी सॉरी म्हणालो. माझ्या डोकं खाजवण्यामुळे नाही, तर त्या दारुड्यांच्या वर्तनामुळे वडील संतापलेले होते. आई खिडकीबाहेर बघू लागली. जर वडील सोबत नसते तर ती

निदान माझ्याशी काहीतरी बोलली तरी असती. आता मात्र तिने फक्त "काय हा मूर्खपणा" अशा अर्थाने मान हलवली. पण तो मूर्खपणा माझा की वडिलांचा, ते मात्र मला कळलं नाही.

बॅलीमनमध्यला आमचा दुसरा शनिवार उजाडला. एका आठवड्याहून अधिक काळ गेला होता. मी खालच्या दुकानातून दुधाच्या दोन बाटल्या, साखर आणि पाव घेऊन येत होतो. मी इमारतीजवळ आलो तेव्हा जिन्याखाली जमलेलं एक टोळकं मला दिसलं. सर्व मुले माझ्यापेक्षा थोडी मोठी, पण विशीच्या आतली होती. ते भिंतींला टेकून सिगरेट ओढत, हसत, शिव्या देत उभी होते. येणाऱ्याजाणाऱ्यांची काहीतरी बिभत्स बोलून टिंगल करणं चालू होतं. ती सर्व मुलं माझ्या तुलनेत शरीराने किरकोळ होती. तरी मी मुकाटपणे लिफ्टकडे वळलो.

मी लिफ्टची वाट पाहत उभा होतो. बऱ्याचदा लिफ्टच्या आतल्या भिंतीवर ओकारीचा आणि लघवीचा शिडकावा असायचा. काही काही वेळेला ती घाण अनेक दिवसानंतर बादलीभर पाणी ओतून साफ केली जायची. कधीकधी कुत्रे ती चाटून स्वच्छ करायचे.

लघवी शक्यतो कुठेतरी कोपऱ्यात केलेली असायची. ती पण दाट आणि चिकट असायची. त्यामुळे कोपऱ्याच्या आसपासच असायची. यापूर्वी कधीही एवढी पिवळीजर्द, घट्ट आणि चिकट लघवी मी पाहिलेली नव्हती. लिफ्ट खाली आली तशी मी माझी पिशवी उचलली आणि आत शिरलो. आतमध्ये एक मुलगी संडासात बसावं तशी बसली होती. साधारण माझ्याच वयाची ती दिसत होती. ती वर बघून माझ्याशी हसली. मला प्रथम वाटलं की ही आता उठेल, पँट वर नीट ओढेल आणि लिफ्टमधून बाहेर पडेल. पण ती तशीच बसून राहिली. लिफ्ट वर जाऊ लागली तेव्हा मी खाली पाहिलं, तिने पँट गुडघ्यापर्यंत ओढली होती. तिच्या गुडघ्यांना कसलीशी जखम झाली होती. तिची आतली पांढरी चड्डी गुडघ्यावर ताणली होती. त्या चड्डीवर तपकिरी रंगाचे डाग पडले होते. ते पाहून मी थोडा चपापलो. पण नंतर लक्षात आलं की तिला त्याचं फारसं काही वाटलेलं दिसत नव्हतं. ते जाणवल्यामुळे मला अधिकच शरम वाटली. अकराव्या मजल्यावरचं बटण दाबून एकदाची ती उठली. कपडे नीट केले आणि माझ्याकडे बघून हसली. मीही हसून प्रतिसाद दिला. अकराव्या मजल्यावर लिफ्ट थांबली तशी ती बाहेर पडून धावत गेली. मी खाली पाहिले तर लिफ्टमध्ये त्या जागेवर काळ्या रंगाची विष्ठा पडली होती.

रात्र झाली नव्हती; अंधारही पडला नव्हता. तरीही आई पलंगावर निजली होती. ती झोपेत नव्हती, पण उताणी पडून वर आढ्याकडे पाहत होती. आत शिरल्याशिरल्या दारातच मी तिला त्या लिफ्टमध्ये संडास करणाऱ्या मुलीबद्दल सांगितलं.

"ती कशी दिसत होती?" आईने विचारलं.

"तिचे दात स्वच्छ, सफेद होते," मी उत्तरलो. बोलल्यानंतर लगेच मनात विचार चमकला की कदाचित तिच्या रंगवलेल्या लाल ओठांआडून तिचे दात अधिक उठून दिसले असावेत.

"असं का!" आई उद्‌गारली आणि तिने डोळे मिटून घेतले.

चहा घेताना वरच्या मजल्यावरून शिवणयंत्राचा आवाज ऐकू येत होता. आमच्या फ्लॅटच्या बरोबर वरच्या फ्लॅटमध्ये तीन तरुण मुली राहायच्या. त्यापैकी एक अधूनमधून संध्याकाळी पाच ते रात्री उशिरापर्यंत, कधी कधी मी झोपल्यानंतरसुद्धा शिवणयंत्र चालवायची.

"त्या तिघी आहेत ना, त्या जवळजवळ आंधळ्या आहेत," वडील हसून म्हणाले.

"खरं की काय," आईने आश्चर्याने विचारले.

"हो आणि त्या बहिणी आहेत. त्यांना अगदी जवळचं तेवढंच जेमतेम दिसतं."

"पण तसं असेल तर मग त्या शिवणयंत्र कसं काय चालवतात," आईचं आश्चर्य अजून संपलं नव्हतं.

"अगं त्यांच्यापैकी एकीलाच त्यातल्या त्यात बऱ्यापैकी दृष्टी आहे. दुसरं म्हणजे ती फक्त टेबलावर पसरण्याचे अभ्रे शिवते. त्याला काही फारसं कौशल्य लागत नाही," वडील म्हणाले.

"हे तुम्हाला कसं काय माहीत?" मी विचारलं.

"मी ज्यांच्याबरोबर काम करतो त्या माणसाने मला सांगितलं. या तिघींना इकडे तसे बरेच लोक ओळखतात. कोण म्हणतं की त्यांचे आईवडील एकमेकींची चुलत भावंडं होती."

"पण मग त्या आंधळ्या आहेत आणि त्यांची लग्नही झालेली नाहीत. मग त्यांचं भागतं तरी कसं?" मी विचारले.

"ते मला कसं माहीत असणार? आता या तथाकथित पुरुषी वर्चस्वाच्या दुनियेत बाई कुठला मार्ग निवडत असेल?" त्यांनी प्रतिप्रश्न केला.

आईने लगेच हातातला चमचा कपाळावर आपटला. तसा घसा खाकरत वडील म्हणाले, "मी आपलं सहज मजेत बोललो, अगदी सहज!"

काही वेळानंतर त्या तिघींचा मोठ्याने आवाज ऐकू येऊ लागला. तसे वडील वर बघत मुलांचं *'थ्री ब्लाईंड माईस'* हे बडबडगीत गुणगुणू लागले.

दुसऱ्या दिवशी सकाळी नाश्ता करताना, वरच्या फ्लॅटमधून जमिनीवर जोरजोराने झाडू आपटल्यासारखा आवाज येऊ लागला. "वा, तीन अंधकुमारी काठ्या आपटत घरात चालताहेत की काय," वडील म्हणाले.

मला मात्र काल त्या तिघींना लिफ्टमधून बाहेर पडताना पाहिल्याचं स्मरत होतं. त्या विशीतल्या दिसत होत्या. तिघींचेही डोळे काळे आणि केस लांब काळे होते. सेंटचा भपकारा नाकाला जाणवत होता. त्यांच्या डोळ्यांवर अंध व्यक्ती वापरतात तसे चष्मेही नव्हते किंवा हातात काठ्याही नव्हत्या. त्या तशा मला इतर कोणत्याही अपंग माणसांप्रमाणेच वाटल्या. त्यांच्यापैकी दोघींनी तर स्टायलिश उंच टाचांच्या चपला घातल्या होत्या. ते आठवून माझ्या कपाळाला आठ्या पडल्या. आई खाणं थांबवून ऐकत होती.

"त्या तांत्रिकदृष्ट्या आणि म्हणूनच कायद्याने आंधळ्या नसाव्यात. कारण त्या तशा असत्या तर त्या मग इथे न राहता अपंगगृहात, अंधांच्या मदतीला असणाऱ्या कुत्र्यांच्या सोबतीने राहिल्या असत्या." वडिलांनी खुलासा केला.

दुपार झाली होती. मी वडिलांबरोबर घराच्या दरवाजाबाहेर उभा होतो. वडील दरवाजाला रंग लावत होते. मी हातात रंगाचा डबा घेऊन त्यांना मदत करत होतो. तेवढ्यात त्या तिघीजणी जिन्यावरून खाली आमच्या फ्लॅटसमोरच्या जागेत उतरल्या. वडिलांनी हातातलं काम थांबवलं आणि माझा खांदा दाबून म्हणाले,

"भर दुपारी... तीन अंधकुमारी?"

"काय?" मी म्हणालो.

"त्या बघ, त्या तिघीजणी जिना उतरतायत," ते कुजबुजले. त्या तिघीजणी खाली जात असताना त्या बडबडगीताच्या चालीवर वडील शीळ घालत होते.

"आपण त्यांचा पाठलाग करू या का?" मी विचारलं. हे नेमके त्या तिघींपैकी एकीने ऐकलं. तशी ती थांबली आणि तिने वळून आमच्याकडे पाहिलं. तिच्या चेहऱ्यावर राग नाही पण आश्चर्य होतं. मी वडिलांकडे पाहिलं. ते तिच्याकडे रोखून बघत होते आणि त्यांची शीळ घालणं चालूच होतं. शेवटी ती वळली आणि इतर पोरींच्या मागोमाग चालत निघून गेली. त्या नजरेच्या टप्प्याबाहेर जाईपर्यंत वडील त्यांच्याकडे पाहातच होते.

इव्हलिनमावशी भेटायला घरी आली. येताना ती क्रीम केक आणि भिंतीवर लावण्यासाठी एक चित्र घेऊन आली होती. तिने आल्याआल्या घरातल्या प्रत्येक गोष्टींचं बारकाईने निरीक्षण केलं आणि ते झाल्यानंतर ती स्वयंपाकखोलीच्या दरवाजाशेजारच्या कपाटावर ठेवलेल्या माझ्या आईवडिलांच्या लग्नाच्या फोटोशेजारी उभी राहिली.

"तू इथे येताना या गतवैभवाच्या खुणा घेऊन आलेली दिसतेस," तिने टोमणा मारला.

"तू तुझ्या लग्नाचा फोटो ठेवला नाहीस का?" आईने फक्त विचारलं.

"छे, बिलकुल नाही. काय करायचं आहे ती सोंगं नाचवून!" कमरेवर दोन्ही

हात ठेवून इव्हलिनमावशी ठसक्यात बोलली.

मग विषय बदलून ती म्हणाली, ''त्या वॉलपेपरवर वापरलेली गुलाबी छटा छान आहे, त्यावरचा तो पिवळा रंग आणि ते... ते उभट काहीतरी आहे ते... ते पण छान आहे.''

''त्याला ना, फुलांमधले पुंकेसर म्हणतात,'' मी शांतपणे माहिती पुरवली.

आम्ही मग स्वयंपाकखोलीत चहा घेत बसलो. वडिलांच्या मांडीवर *'मनाचं औदासिन्य उकलण्याचं शास्त्र'* नावाचं पुस्तक पडलं होतं. आम्ही तिथे बसल्यापासून ते तसंच पडलेलं होतं. वडिलांनी ते उघडलंही नव्हतं. मला वाटतं हातांना काहीतरी चाळा असावा, म्हणून ते त्यांनी सोबत ठेवलं असावं.

आईने जांभई दिली. इव्हलिनमावशीची बडबड आटोपत नव्हती. ''तुला माहीत आहे का, डॉ. बेहन गेल्या आठवड्यात वारले ते? देवाघरी गेले बिचारे. रुग्णांचा चुकूनही विनयभंग होऊ नये म्हणून ते जपायचे. सोळा वर्षांखालच्या मुला-मुलींना तपासताना त्यांची आई समोर हजर असेल याची ते नेहमी दक्षता बाळगायचे,'' ती सांगत होती.

आईने काही न बोलता आणखी एक जांभई दिली. ''तुझं डोकं खाजवणं थांबव जॉन,'' वडील मला ओरडले. तेवढ्यात शेजारच्या फ्लॅटमधून आरडाओरड्याचा आणि एका बाईच्या किंचाळण्याचा आवाज आला. इव्हलिनमावशी दचकून आईकडे बघू लागली.

''या अशा गोंगाटाची सवय जर तुम्ही करून घेतली असेल तर मग काहीच प्रश्न नाही. उष्णतासुद्धा जरा जास्तच आहे पण तरीसुद्धा एकंदरीत बरं आहे; तुम्ही घर चांगलं ठेवलंय,'' ती म्हणाली.

मी आईच्या मुद्रेकडे पाहत होतो. तिच्या कपाळावरची ती आठी मी ओळखली. इव्हलिनमावशीचे हे आमच्या समाधानासाठी खोटं बोलणं तिला कळलं होतं. पहिल्यांदाच मनात विचार चमकून गेला की मला जी अद्‌भुतशक्ती प्राप्त झाली आहे ती मुळात अंशरुपाने आईकडून माझ्याकडे आली असावी का? आतासुद्धा मावशीचं हे खोटं बोलणं समजलं होतं. कदाचित आम्ही एकाचवेळी ते ओळखलं होतं.

''तुम्ही खरंच छान ठेवलं आहे गं घर!'' इव्हलिनमावशी खांदे उडवत परत तेच बोलली. तिच्या उद्‌गारात आणि देहबोलीत प्रचंड तफावत होती.

माझे 'ते' कौशल्य आता चांगलंच आकार घेऊ लागलं होतं. खोटं बोलताना मी कोणाला पकडले तर हल्ली फक्त माझी कानशिले गरम व्हायची आणि घशात खवखव व्हायची. पण हल्ली मळमळणं बंद झालं होतं. मी भविष्यात या शास्त्रात उस्ताद बनणार हे नक्की! मी या विषयावरचं वाचन वाढवलं होतं आणि पाठांतरही चांगलं केलं होतं. त्यापैकी माझा एक आवडता उतारा आता मला आठवला.

"खोटं बोलणाऱ्याच्या मुद्रेवर खोटं बोलताना जे भाव दिसतात किंवा ज्या खुणा दृग्गोचर होतात, त्यांची संगती लावणं बहुतेकांना शक्य होत नाही. हे भाव आणि त्यासोबत देहबोली हे अभावितपणाने समोर येत असतात. त्यांचं दिसणं आणि लुप्त होणं हे इतक्या वेगानं होत असतं की तीक्ष्ण नजर किंवा तरल संवेदनशक्तीच्या अभावी कोणालाही ते टिपणं अशक्यप्राय होऊन बसतं.''

इव्हलिनमावशीची टकळी अथकपणे चालूच होती. ती आता वडिलांना त्यांच्या नोकरीसंदर्भात प्रश्न विचारत होती. वास्तविक, ते कारखान्यात जाऊन धातूंचे तुकडे एकमेकांना जोडण्याच्या कामाव्यतिरिक्त काही करत नव्हते. तरीसुद्धा तिला भारी औत्सुक्य वाटत होतं.

"काय करणार? सध्याच्या कठीण काळावर उपाय म्हणून अशा कामांचा तात्पुरता विचार करायला हरकत नाही.'' ती सांत्वन केल्यासारखं बोलली. वडील तिरमिरीने उठत म्हणाले, "थोडेफार शारीरिक श्रम करून कोणी मरत नाही. तुम्ही अशाप्रकारे बोलता आहात की कारखान्यात काम करणं म्हणजे जणू काही वास मारणाऱ्या पार्श्वनाडीव्रणाचा शाप असावा.''

"पार्श्वनाडीव्रण हे काय प्रकरण आहे?'' इव्हलिनमावशीला प्रश्न पडला. सर्व जण वडिलांकडे बघू लागले. कोणी बोललं मात्र नाही. मी लगेच उठलो आणि शब्दकोश घेऊन परत आलो.

"थांबा, मी सांगतो,'' मी म्हणालो. शब्दकोश उघडून मी एकदा अर्थ वाचला. मग तो बंद करून छातीशी धरून आठवत आठवत मोठ्याने बोललो, "पार्श्वनाडीव्रण म्हणजे मोठ्या आतड्यातून निघालेल्या मलमार्गाला पडलेलं भोक. त्यातून दिवसभर सतत घाणेरडा वास मारणारा पू आणि विष्ठा गळत असते.''

"अशा वेळेला मला तुझं फार कौतुक वाटतं,'' वडील हसत म्हणाले आणि मग हसतच सुटले. इव्हलिनमावशी लालेलाल झाली. तिचे कान आणि मान तर बाटलीतल्या खोकल्याच्या औषधासारखे लाल दिसू लागले. ती म्हणाली, "मी चांगल्या उद्देशाने काही गोष्टी सांगायला बघत होते. त्यात मी काही बोलून बसले आणि आता सगळे मिळून माझी चेष्टा करता काय?''

"अगं मला माहीत आहे गं. तू काही वाईट वाटून घेऊ नकोस,'' आई तिला म्हणाली. एक दीर्घ श्वास घेत इव्हलिनमावशीने मग मनाशी योजून ठेवलेलं रेटणं सुरूच ठेवलं. "तुला एकच मुलगा आहे, हे बरं आहे. हे बघ हेलन, आपण ही एक इष्टापत्तीच समजूया.''

आईने डोळे विस्फारत विचारलं, "म्हणजे, काय म्हणायचंय तुला?''

"म्हणजे गं, तुला हा एकटा जॉनच आहे म्हणून ठीक आहे. म्हणजे अशा जागेत दुसरं एखादं मूल असणं म्हणजे जरा जिकिरीचंच झालं असतं ना!''

आई तिथून उठली आणि मोरीकडे गेली. पाठमोरी राहून तिने एक ओला फडका उचलून त्यानं शेजारच्या ओट्यावर बरोब्बर दहावेळा मागेपुढे करत पुसलं. ती मनात तिच्या जोडीने शंभर आकडे मोजत होतो.

वडील उठून तरातरा बाहेर निघून गेले. परत एकदा शांतता पसरली. इव्हलिनमावशी हातातल्या चमच्याबरोबर खेळत समोरची रिकामी बाटली गोलगोल फिरवत बसली. खिडकी शेजारच्या घड्याळाकडे माझी नजर गेली. मोजून तीन मिनिटं तशी शांतता होती. पण असं वाटलं की आसमंतात आता कायमचीच शांतता पसरली आहे आणि सर्वांचीच वाचा गेली आहे. माझ्या घशात तर धुळीचा बकाणा भरावा, तसा आवंढा आला होता.

"चला, चहाचा पसारा आटोपण्याची वेळ झाली," आईने तिच्या बहिणीकडे पाहत म्हटलं.

"अगं बाई, किती वेळ गेला बघ!" इव्हलिनमावशीने घड्याळाकडे बघत म्हटलं.

"नेहमी वाजतात तेवढे आणि तितकेच!" आई म्हणाली.

"मग तुम्ही रविवारी येताय ना?" आईबरोबर दारापर्यंत चालताना इव्हलिनमावशीने विचारलं.

"हो, रविवारी भेटू या."

दरवाजा बंद होण्याचा आवाज झाला. मग मी आईला प्रश्न विचारत सुटलो, "का गं आई ती अशी म्हणाली? सांग ना, तुला एकच मूल झालं ते बरं झालं, असं ती का म्हणाली? तुला खरं तर एकच मूल हवं होतं ना?"

"तिनं असं बोलण्याची गरजच नव्हती. खरं म्हणजे ती तुझ्या वडिलांवर खूप संतापली होती. म्हणून कदाचित तोल जाऊन ती अशी बोलली असेल," आई चटकन म्हणाली. तिच्या चेहऱ्यावर उद्वेग होता.

"पण काही झालं तरी ती जे बोलली ते फारच भयंकर होतं."

"असू दे रे, मी तिकडे फारसं लक्षच देत नाही," म्हणत तिने हात पसरून मला कवेत घेतलं. "छान, चल आता जा आणि हात धुऊन ये; आपण चहा घेऊ या." ती म्हणाली.

टीव्हीवर बातम्या चालू होत्या. त्यामध्ये आफ्रिकेतली कुपोषणग्रस्त मुलं दाखवत होते. ते बघून शहारा आल्यासारखं करून आई म्हणाली, "भयंकरच आहे हे. या बिचाऱ्या मुलांनी उद्या प्राण सोडला तर त्यांना ढकलगाडीतून उचलून कुठंतरी फेकून देत असतील."

"टीव्ही बंद करू का?" मी विचारलं.

"नको, राहू दे," ती म्हणाली.

बातम्या संपल्या. आम्ही चहाचे घोट घेत बसलो होतो. काही मिनिटं शांततेत गेली. अचानक वडील म्हणाले, "हे बघा, ते तीन आंधळे उंदीर वर वावरतायत. त्यांचा आवाज येतोय बघा."

वरून शिवणयंत्राचा आवाज येत होता आणि काही वेळाने उंच टाचांच्या चपलांनी चालण्याचा आवाज आला.

"हा बघा त्यांच्या चालण्याच्या काठ्यांचा आवाज," वडील म्हणाले आणि मग त्यांच्या आवडीच्या त्या बडबडगीतावर ते शीळ घालू लागले.

आई हळू आवाजात वडिलांना उद्देशून काहीतरी पुटपुटली. तिच्या डोळ्यात पाणी आल्याचा भास मला झाला.

"काय बोलतेस तू?" मी तिला विचारलं.

"तुझे प्रश्न पहिले थांबव. मी तुला मग सांगेन."

"मी तुला खोटं सांगणार नाही याची खात्री बाळग." वडील म्हणाले.

"पण तुम्ही खोटं बोलताच!" मी पिच्छा पुरवला.

त्यांनी ऐकलं न ऐकल्यासारखं केलं. माझ्या चेहऱ्यावर त्याविषयीचा राग दिसला असावा. आईने अंड्याच्या बलकात बटाट्याचा काप घुसवला आणि वडिलांनी आपलं लक्ष नाही असं भासवलं. दुर्लक्ष केलेलं मला अजिबात आवडलं नव्हतं. संतापाने माझा पारा चढला. यावेळेला हा अपमान गिळणंही शक्य झालं नाही.

काहीतरी चुकीच्या गोष्टी घडतायत, हे जाणवत होतं. त्याबाबत अधिक जाणून घेण्याची इच्छा होती, पण ते शक्य होत नव्हतं. मी समोरचं खाणं सोडून टेबलावरून उठलो. त्यांनी माझ्या या तडकाफडकी टेबलावरून उठण्याचीही दखल घेतली नाही. एका चकार शब्दाने त्यांनी मला त्याबद्दल विचारलं नाही. मला आता त्या गोष्टीचंही आश्चर्य वाटेनासं झालं होतं. मी माझ्या खोलीत निघून गेलो आणि *'गिनेस बुक'*ला अजून एक पत्र लिहायला घेतलं. पत्र लिहून झाल्यानंतर आपला बॅलीमनचा पत्ता पाहून त्यांचा माझ्याबद्दल काही गैरसमज तर होणार नाही ना, या शंकेनं मग खाली ताजा कलम लिहून टाकला. त्यात मी लिहिलं, की सध्या आम्ही तात्पुरते डब्लिनमध्ये बॅलीमन या ठिकाणी राहत आहोत. ही व्यवस्था जोपर्यंत डॉनीब्रुकमध्ये आम्ही बांधायला काढलेले घर पूर्ण होत नाही, तोपर्यंतच्या फक्त काही महिन्यांपुरतीच आहे.

रविवारी आम्ही इव्हलिनमावशीच्या संपूर्ण कुटुंबाबरोबर चर्चमध्ये सार्वजनिक प्रार्थनेला हजर राहून आलो. आमच्या जेवणाचा कार्यक्रम तिच्याच घरी होता. आमचं जेवण आटोपलं. त्यानंतर मी आणि आई स्वयंपाकखोलीत बसून रेडिओ ऐकत काहीतरी खात होतो.

"आई, मला माझ्या खोलीत रेडिओ हवाय,'' मी तिला म्हटलं.

"कशासाठी?''

"खोलीशेजारच्या त्या नळकांड्यांमधून कचरा फेकण्याचा आवाज सतत येत असतो. वासही मारत असतो. पण रेडिओ लावला तर निदान तो आवाज तरी टाळता येईल.''

"तू अगदी उच्चभ्रू लोकांसारखा विचार करायला लागला आहेस. त्यांचं पण म्हणणं असंच असतं, की त्यांची घरं जिथून कारखान्यांतून धूर बाहेर पडतो त्याच्या विरुद्ध दिशेला असावीत,'' ती म्हणाली.

तेवढ्यात बाहेरच्या दिवाणावर पहुडलेले वडील आत आले. ते आमच्याबरोबर चर्चमध्ये आले नव्हते. "आपल्याला दुसरा रेडिओ विकत घेणं परवडणार नाही,'' ते म्हणाले.

"पण मला त्या आवाजाचा आणि वासाचा अगदी कंटाळा आलाय. मी तिथं झोपू शकत नाही.'' मी अगदी त्राग्याने म्हणालो.

वडिलांनी आईकडे क्षणभर पाहिलं आणि म्हणाले, "बरं मग तू हवं असल्यास आईजवळ झोप.''

"मग तुम्ही कुठे झोपणार?'' मी विचारलं.

"मी झोपेन त्या बाहेरच्या दिवाणावर. मला हल्ली त्याचा लळा लागलाय.''

"वा, मग चांगलं आहे,'' मी म्हटलं.

"दिवाणावर कोणी झोपण्याची गरज नाही,'' आई म्हणाली.

"बरं ठीक आहे. आपण नवीन घर शोधेपर्यंत तू तुझ्या आईजवळ झोप आणि मी तुझ्या त्या वासाच्या खोलीत झोपेन.'' वडील आपली नव्याने वाढलेली दाढी खाजवत बोलले. त्यांची दाढी पूर्वीपेक्षा जाड आणि काळीभोर दिसत होती.

त्यांनी हसून मला डोळा मारला. आईच्या मनात काहीतरी चलबिचल चालू असावी. "आपण या विषयावर थोड्याच वेळानंतर बोलू या,'' ती म्हणाली.

"त्यात एवढं अवघड काय आहे. मी झोपेन त्या लहान खोलीमध्ये आणि तुम्ही हा मोठा पलंग वापरा,'' वडील म्हणाले.

"पण मग त्यापेक्षा... त्यापेक्षा कोणीतरी दिवाणावर झोपणं बरं नाही का?'' तिने म्हटलं.

"मी नाही झोपणार त्याच्यावर,'' मी ठामपणे म्हणालो.

"मीही नाही,'' वडील म्हणाले.

आईने डोळे बारीक करून वडिलांकडे पाहिलं आणि म्हणाली, "अरे देवा, मायकल, तूच तर म्हणाला होतास ना तुला या दिवाणाचा लळा लागलाय म्हणून?''

"हो, पण मी ते असंच म्हटलं होतं," वडिलांनी उत्तर दिलं.

"बरं ठरलं मग. आता याच्यात बदल नाही," असं बोलून ती तिथून निघाली.

एवढी सगळी चर्चा झाल्यानंतर शेवटी वडील त्या रात्री दिवाणावरच झोपले. दुसऱ्या दिवशी सकाळी नाश्त्याच्या वेळेपूर्वी आम्ही तिघेही बाहेरच्या खोलीत उभे होतो. रात्रीच्या वास्तव्यात वडिलांनी बरीच घाण करून ठेवली होती. उशा, पांघरूण अस्ताव्यस्त पसरली होती. टॉफीची वेष्टणं आणि कागदाचे बोळे जमिनीवर विखुरलेले होते.

आईने वडिलांना सर्व आवरून ठेवायला सांगितलं.

"या निकृष्ट जागेतल्या घरात आवराआवरी केली काय आणि नाही काय, त्यानं काय फरक पडणार आहे?" ते उद्गारले.

आईने त्यावर मान हलवली आणि हसण्याचा क्षीण प्रयत्न केला. "एवढं काय वाईट नाही आहे हं; त्याची चांगली बाजू पण पाहिली पाहिजे," ती म्हणाली.

"कुठे आहे ती चांगली बाजू? या चौकोनी इमारतीला अजून कुठली पाचवी बाजू आहे ते आजवर मला तरी माहीत नाही." मी उपरोधाने म्हणालो.

"वा, हुशार आहेस!" असा अर्थ जाणवेल अशा पद्धतीने वडिलांनी माझ्या दंडावर हलकेच गुद्दा मारला. आईने मात्र सुस्कारा सोडला. कालच्या रात्री मला आईच्या पलंगावर छान गाढ झोप लागली. ती पण शांत झोपली होती. त्यामुळे कुठलाही व्यत्यय न येता ठाशीव स्वप्नांच्या दुनियेत मी प्रदीर्घकाळ विहरत होतो. अजून एक फायद्याची गोष्ट म्हणजे दिवे मालवण्याअगोदर आम्ही भरपूर गप्पा मारल्या. डोळ्यात झोप दाटली असताना, गप्पा मारताना आईचा स्वरही छानपैकी मृदू होता.

वडील कामावरून घरी परत आल्यानंतर मी त्यांच्या कारखान्याबद्दल थोडी चौकशी केली.

"सध्या तरी त्यामुळे अडचणीतून मार्ग निघाला आहे," खांदे उडवत ते म्हणाले. हे त्यांचे ते उद्गार त्यांच्या मला परिचित असलेल्या शैलीशी विसंगत भासले.

"प्रवासात तुम्ही वाचन करून, ट्रिनिटीसाठीच्या परीक्षेची तयारी करू शकता की," मी म्हणालो.

"हो. मी तेच करतो," ते म्हणाले.

ही मात्र त्यांची थाप होती. ते न्हाणीघरात असताना मी त्यांची बॅग तपासली होती; त्यात मला एकही पुस्तक सापडलं नव्हतं. कदाचित आम्ही झोपल्यानंतर रात्री ते वाचन करत असतील. पण कदाचित ते तेव्हा टीव्ही बघत असतील हीच शक्यता मला जास्त वाटली.

त्या रात्री मी मुद्दामहून जागा राहिलो आणि मध्यरात्री जाऊन पाहिलं, तर स्वारी टीव्हीकडे बघत दिवाणावर बसली होती.

"काय रे, तू जागा आहेस!" मला पाहून ते म्हणाले.

"झोप येत नव्हती."

"तू झोपेत तर चालत नाहीस ना?"

"छे, चक्क जागा आहे," मी हसून उत्तरलो.

"बस इकडे, टीव्ही बघूया."

मध्यरात्र उलटून गेली होती. टीव्हीवरचा शेवटचा कार्यक्रम *'एंजल बेल्स'* सुद्धा संपला होता. "पण टीव्ही तर बंद आहे," मी म्हणालो.

"मला दिसतंय रे, पण टीव्हीच्या त्या रिकाम्या काचेकडे बघत माझं विचारचक्र सुरू राहतं. तुला आठवतं ना, क्रिटोला टीव्हीच्या काचेत स्वत:चं प्रतिबिंब निरखायला आवडायचं."

क्रिटोचा उल्लेख ऐकून मी उडालोच. "क्रिटो? कोणी आणलंय का तिला इकडे? कुठे आहे ती?" मी प्रश्नांची सरबत्तीच केली.

"थांब, शांत बस. क्रिटो नाही इकडे."

"मग तुम्ही असं का बोललात? तुमच्या बोलण्यावरून मला वाटलं तसं," मी तिला कल्पनेनं पाहत होतो.

"बघ समोर, दिसतंय की नाही," म्हणत त्यांनी हवेत हाताने मांजरीचा आकार काढला. मांडीवर हात आपटून तिला जणू काही तिथे येऊन बसण्याचा इशारा केला. ती जणू उडी मारून बसली असावी अशा अर्थाचा 'उफ्' असा तोंडातून अस्फुट उद्‌गार काढला आणि मग त्या काल्पनिक जगात ते तिला कुरवाळू लागले.

"पाहिलं, ती इथंच आहे असं वाटत नाही?" त्यांनी विचारलं. मी दोनदा आवंढे गिळले तरी घसा कोरडाच राहिला. मी समोरच्या पडद्याकडे बघत म्हणालो, "हा तर शुद्ध वेडेपणा आहे बाबा; तुम्ही असं डोकं फिरल्यासारखं कराल, असं मला वाटलं नव्हतं."

"तू आता ऊठ आणि जाऊन झोप. नाहीतर उद्या शाळेत झोपशील."

मी उठलो आणि म्हणालो, "अजून शाळा तरी कुठं सुरू झाली आहे? बॅलीमन शाळेत जावं लागू नये म्हणून आई दुसरीकडे प्रयत्न करतेय."

इव्हलिनमावशीच्या दुकानापासून जवळ एक चांगली कॉन्व्हेंट शाळा होती. त्या शाळेच्या आवाराला वेढणारी उंच भिंत होती. सजावट पण छान होती. एक कृत्रिम गुहा बनवून त्यात कुमारीमाता मेरीची मूर्ति स्थापली होती. समोरच्या बागेत पवित्र पाण्याचा अभिषेक करणारं कारंजं होतं. अशा एखाद्या शाळेत मला प्रवेश मिळावा म्हणून आईची धडपड सुरू होती.

"ठीक आहे, पण तू आता जा आणि झोप. आपण उद्या सकाळी बोलू या."

"गुडनाईट बाबा."

"गुडनाईट जॉन," म्हणून त्यांनी विनोदानं माझ्या हाताचं चुंबन घेतलं. मी हसलो.

आम्हाला बॅलीमनमध्ये येऊन दोन आठवडे लोटले होते. आता मला शाळेचे वेध लागले होते. इमारतीच्या आवारात भटकून वेळ घालवण्याचा कंटाळा आला होता. मला नवीन शाळेत जाऊन नवीन मित्र जोडायचे होते. इथे मी नवीन नोंदवही लिहायला सुरुवात केली होती. पण संग्रहात असलेली सर्व पुस्तके वाचून झाली असल्यामुळे नोंदवण्यासारखा मजकूरच माझ्या हातात नव्हता. सफरचंदाच्या रिकाम्या पेटीला मी आईच्या बोलक्या बाहुल्यांच्या खेळासाठी नवीन रंगभूमी बनवून टाकली होती. अजून करण्यासारखं काही काम शिल्लक नव्हतं. मग मी काय केलं, तर सातही इमारतींमध्ये खालून वर चढलो आणि उतरलो. ते केल्यानंतर थकवा आला तसा मग मी खिडकीतून बाहेर बघत बॅलीमनचा दिनक्रम न्याहाळू लागलो. थोडा वेळ आईच्या पलंगावर पडून पुस्तकं चाळली. ते डागाळलेले आरसे आईने उरलेल्या वॉलपेपरने झाकून चांगलं काम केलं होतं. खोली आता बरी दिसत होती.

आमच्या शेजारी राहणाऱ्या लोकांच्या सतत मारामाऱ्या, भांडणं सुरू होती. लागोपाठच्या तीन दिवसात मिळून एकूण चार रुग्णवाहिका आणि चार पोलिसांच्या गाड्या पाहिल्या. आपापसात मारामाऱ्या करून जखमी झालेली माणसं एकाच रुग्णवाहिकेतून जाताना मी पाहिली. काही प्रसंगात बाईने पुरुषाला मारलेलं असायचं तर कधी एका बाईने दुसऱ्या बाईला. कधीकधी दारू पिऊन झिंगलेल्या पुरुषांनी बराच वेळ आदळआपट करून नंतर हल्ला करून बायकांना जखमी केलेलं असायचं. परंतु एक गोष्ट नक्की होती; आरडाओरडीच्या बाबतीत बायका पुरुषांहून सरसच होत्या.

एकदा एका बेशुद्धावस्थेतल्या बाईला स्ट्रेचरवरून रुग्णवाहिकेत ठेवत होते. ज्या पद्धतीने आतला कर्मचारी खाली उतरला आणि स्ट्रेचर सरळ करून त्याने मग तो हळूच पुढे सरकवला, ते पाहून त्याही अवस्थेत मला हॉटेलांमधले बल्लवाचार्य आठवले. तेही फार काळजीपूर्वक ट्रे लावून कुकरमध्ये शिजवण्यासाठी पदार्थ ढकलत असतात.

आमच्या शेजाऱ्यांची अजून एक गंमत म्हणजे तळमजल्यावरच्या बाल्कनीमध्ये त्या त्या घरातल्या लोकांनी वाळत घातलेले कपडे, कधीकधी ते कपडे टांगलेल्या दोरीवरून खाली पडायचे, नाहीतर जोराच्या वाऱ्याने उडून जायचे. त्यातून वाचलेच तर खोडसाळ मुले ते कपडे लांबवायची. या अशा कारणांमुळे तळमजल्यावरचे फ्लॅट्स कोणालाच नको असायचे. एकूण अशा फ्लॅट्सपैकी जवळजवळ निम्मे फ्लॅट त्यामुळे रिकामेच पडले होते.

२६

बॅलीमन नॅशनल स्कूलमध्ये माझ्या दाखल्यासंबंधीचं पत्र काल घरी येऊन पडलं. ती शाळा जवळच होती; रस्ता ओलांडला की लगेच शाळा! घरातून निघून तिकडे पोहोचण्यासाठी दोन मिनिटांपेक्षा कमी वेळ लागला असता. शाळेच्या खिडकीतून आमचा प्लंकेट टॉवरही दिसू शकला असता. उद्यापासून शाळा सुरू होणार होती. म्हणजेच आजचा दिवस माझ्या मुक्त विहारण्याचा शेवटचा दिवस होता. मी उशिरा उठलो आणि सरळ स्वयंपाकखोलीत नाश्त्यासाठी गेलो. आई अजून झोपलीच होती. पण टेबलावर नव्याकोऱ्या वह्या कोणीतरी ठेवल्या होत्या. मी खणातून सुरी काढून तिने कपाट आणि फ्रिजमधल्या जागेत लावलेला वॉलपेपर कापून काढला. त्याने मग मी त्या वह्यांना कव्हरे बनवली. मग माझी नजर एका चिठ्ठीवर पडली. ती टेबलावरून खाली पडली होती. ती वडिलांनी मला लिहिली होती आणि तिच्यामागे पाच पौंड चिकटवून ठेवले होते.

त्यात लिहिले होते....

प्रिय जॉन,

उद्याचा तुझा शाळेतला पहिला दिवस चांगला जावो. ठेवलेल्या पैशांमधून तू स्वत:साठी काहीतरी भेटवस्तू खरेदी कर. त्यामुळे तुला बरं वाटेल.

तुझे बाबा

मी रस्ता ओलांडून पलीकडच्या दुकानांच्या रांगांमध्ये असलेल्या एका खेळण्यांच्या दुकानात शिरलो. मी पहिल्यांदाच इतक्या मोठ्या प्रशस्त दुकानात पाऊल ठेवत होतो. जवळजवळ एक तास मी आतमध्ये नुसता फिरत होतो. शेवटी मी टॉपर टॉईज या कंपनीच्या जॉनी स्पीड नावाच्या रिमोटवर चालणाऱ्या शर्यतीच्या गाडीजवळ येऊन थबकलो. कंपनीच्या मते ती गाडी आजपावेतो बनवल्या गेलेल्या गाड्यांपैकी सर्वोत्तम होती. मी ती गाडी ठेवलेलं खोकं उलटं करून तिथे लिहिलेलं अक्षर न अक्षर वाचलं. मग बराच वेळ त्या खोक्यावर छापलेला गाडीचा फोटो बघत उभा होतो. गाडीचा लाल रंग छान चमकत होता आणि ती 'जॅग्वॉर एक्स-केई' बनावटीची होती. पुढच्या सीटवर पांढऱ्या-गुलाबी रंगाच्या प्लॅस्टिकचा ड्रायव्हर बसला होता. गाडी मागेपुढे करता येऊ शकत होती आणि चाकं वळवून गाडीला वळतापण येत होतं. अशी गाडी इतर कोणाकडे मी अजून पाहिली नव्हती. मी ती

विकत घेऊन आमच्या आवारात सगळीकडे फिरवत राहिलो असतो. कोणी मला थांबवून तिच्याबद्दल माहिती विचारली असती तर मग मी त्यांना ती कशी चालवायची ते शिकवलंही असतं.

उचललेले आजीचे पैसे माझ्याजवळ असते, तर मी इतरही संबंधित वस्तू विकत घेतल्या असत्या. एकतर गाडीला धावण्यासाठी शर्यतीची धावपट्टी, गाडीला रसद पुरवणारे डगले आणि टोप्या घातलेली माणसं, प्रेक्षकांसाठी भव्य आसनव्यवस्था आणि गाडीने लक्ष्य गाठताच तिला काळा-पांढरा झेंडा दाखवणारा माणूस असे सगळे मिळाले असते तर छान झाले असते.

गाडी विकत घेऊनही बॅटऱ्या, चॉकलेट आणि शीतपेय घेण्यापुरते पैसे उरले होते. त्या वस्तू घेऊन मग मी त्या उबदार दुकानातच बाकावर बसलो. तिथे बसून सर्व सूचना बारकाईने वाचल्या. त्या समजून घेतल्यावरच मग मी गाडी खोक्यातून बाहेर काढली आणि दुकानाबाहेरच्या सपाट, गुळगुळीत रस्त्यावर चालवून पाहिली.

गाडी छानपैकी वेगात पळत होती. दोन बायका चालताना थांबल्या आणि बघू लागल्या. रिमोटला गाडीशी जोडणारी तार चांगली तीस फूट लांब होती. त्यामुळे तेवढ्या अंतरावरून गाडी नियंत्रित करता येत होती.

''वा, जादूच आहे ना!'' त्या दोघींपैकी एक चकित होत म्हणाली.

''हो ना, हे माझ्या वाढदिवसाचं बक्षीस आहे,'' मी म्हणालो.

''वाढदिवसाच्या शुभेच्छा! किती सुंदर बक्षीस मिळालंय.''

''मलाही फार आवडलंय; धन्यवाद!''

''बरंय मग,'' एकीने मला टाटा केला. तशी दुसरी म्हणाली, ''आम्हाला अजून बरीच खरेदी करायचीय.'' मग त्या दोघी निघून गेल्या. अजूनही इतर बऱ्याच लोकांनी गाडीचं कौतुक करावं, असं मला वाटलं. म्हणून मी तिथेच आसपास गाडी फिरवत राहिलो. एकदा त्याची तार तिथल्या बाकात अडकली. मी ती सोडवली आणि गाडी परत सुरू केली. दुसऱ्या वेळेला मात्र तसं झालं नाही.

मी घराजवळ आलो. त्या दिवशीचं ते टोळकं लिफ्टशेजारी कोंडाळं करून उभं होतं. मी जिन्यावरून वर जाण्याचा निर्णय घेतला. त्यांच्यापैकी कोणी जर आडवं आलं आणि बोलण्याचा प्रसंग उद्‌भवला तर काही बोलण्यापूर्वी दीर्घ श्वास घ्यायचा म्हणजे मग आपण घाबरलोय असं वाटणार नाही, असं मी मनाशी पक्कं ठरवलं.

जसा मी पहिल्या मजल्यावर पोहोचलो तसा त्यांच्यापैकी एकजण माझ्यामागे धावत आला. मी चालत होतो. पण तो जवळ येऊन पोहोचला. ''ए, माझ्या वाटेतून बाजूला हो,'' तो ओरडला. मी काही त्याच्या वाटेत येत नव्हतोच म्हणून मी अधिकच डावीकडून जिना चढू लागलो.

''तुला सांगितलं ना, बाजूला हो म्हणून,'' तो परत ओरडला. मी जिना चढून

दुसऱ्या मजल्यावर पोहोचलो. मी तिथेच राहतो असं भासवण्यासाठी उजवीकडे वळलो. आता संपूर्ण टोळकं तिकडे येऊन पोहोचलं होतं. मी थांबलो आणि वळून पाहिलं. डब्लिनशैलीत, ''काय कसं काय! मी नुकताच गॉरीहून इकडे आलोय,'' असं बोललो.

''थांब तुला गॉरी दाखवतो इकडेच,'' त्यांच्यातला सर्वांत उंच मुलगा बोलला. एकूण पाचजण होते. माझ्या कल्पनेपेक्षा फारच कमी मुलं होती. मी साधारण डझनभर मुलांची कल्पना केली होती.

''तुझं वय काय?'' एकानं विचारलं.

''अकरा.'' मी सांगितलं.

''मग शाळेत का नाही गेलास?'' जिन्यावर उभा असलेल्यांपैकी एकानं विचारलं. त्याचा एक डोळा निळा व दुसरा धुरकट रंगाचा दिसत होता. हे संभाषण चालू असताना आम्ही २९ क्रमांकाच्या फ्लॅटसमोर उभे होतो. जर काही गडबड झाली असती तर आतमध्ये नक्कीच ऐकू जाईल अशी आशा वाटली.

''आज जावंसंच वाटलं नाही,'' मी खोटंच सांगितलं.

''तुमचं काय?'' मी पुढे अवसान आणून विचारलं. त्यांनाही आज शाळेत जाऊ नये असं वाटलं होतं म्हणे. असं चालतं तरी कसं, हा प्रश्न माझ्या मनात आला. पण मी तो विचारण्याचं धाडस केलं नाही. ते सर्व साधारण तेरा चौदा वर्षांचे वाटत होते. माझ्याएवढी उंची त्यांच्यापैकी एकाचीही नव्हती. मला मघाशी जेवढी मार खाण्याबद्दल भीती वाटत होती तेवढी आता वाटत नव्हती. तरीसुद्धा काही वेडंवाकडं न होता मला त्यांनी माझ्या गाडीसकट सुखरूप जाऊ द्यावं असंच वाटत होतं.

''तुझ्या हातातल्या पिशवीत काय आहे?'' त्या सर्वांत उंच मुलाने विचारलं. त्याचे केस सोनेरी होते आणि त्यांची खालची टोकं कुठल्याशा तेलकट रंगात बुचकळलेली होती.

''खरेदी केलीय,'' मी म्हणालो.

''नेहमीची खरेदी वाटत नाही. काहीतरी रंगीबेरंगी खोकं दिसतंय आतमध्ये,'' मी नकळत दोन पावलं मागे सरकलो आणि बाल्कनीच्या भिंतीला टेकलो. पण या नकळत झालेल्या हालचालीमुळे त्यांचं कुतूहल अधिक चाळवलं गेल्याची जाणीव मला झाली.

''रिमोट कंट्रोलची गाडी आहे,'' मी सांगून टाकलं.

''दे ती इकडे,'' दुरंगी डोळ्याचा मुलगा दरडावून बोलला.

''ठीक आहे, मी पहिल्यांदा तुम्हाला ती सुरू करून चालवून दाखवतो,'' मी म्हटलं. मी खोक्यातून गाडी बाहेर काढली. तसं करत असताना माझे हात थरथरत

होते. पण ते त्यांना दिसू नयेत, याची मी काळजी घेतली. आता काय करता येईल याचा अंदाज घेत गाडीत बॅटऱ्या घातल्या. मी मग त्यांना ती मोकळ्या जागेत फिरवून दाखवली. ती जिन्याजवळ पोहोचली तशी नंतर तिला वळवून दाखवली. सगळे बघत होते.

"एक सिगरेट द्या जरा, गंमत दाखवतो." मी म्हणालो.

अखेर त्याने मला सिगरेट दिली. ती मी गाडीच्या मागच्या सीटवर ठेवली आणि मग दहा फुटांवरून गाडी फिरवून त्यांच्याजवळ नेऊन उभी केली.

"भेंचोद, मला सिगरेटची सेवा कशी मिळाली बघा," तो म्हणाला.

लगेच "हो भेंचोद," मी पण म्हणालो. मला तो शब्द वापरल्याबद्दल पश्चात्ताप झाला. ते सर्व मला न्याहाळत होते. त्यांनी नंतर मला बाल्कनीच्या दुसऱ्या टोकाला जाण्यासाठी फर्मावलं. मी त्यांच्या देखत गाडीतली सिगरेट आणली आणि खिशात टाकली. त्यांनी मला त्यांच्याकडे बोलावून घेतलं.

"काय, आमच्यात येणार का?" परत त्या शेपटीवाल्यानेच विचारलं.

"हो," मी म्हणालो.

"पण त्यासाठी तुला ही गाडी आम्हाला द्यावी लागेल. तसं केलं तर मग सदस्यशुल्क माफ," एक बुटका मुलगा बोलला. मी गाडी परत खोक्यात भरण्याच्या निमित्ताने वाकलो. मला रडू येत होतं. पण मी ते प्रयत्नपूर्वक आवरलं. गाडीतल्या बॅटऱ्या मुद्दामहून खाली पडू दिल्या, त्या उचलेपर्यंत मला माझ्या भावनांना आवर घालण्यासाठी अधिक वेळ मिळाला. वर मान करून त्यांच्याकडे बघण्यापूर्वी मी अनेक आवंढे गिळले.

"तुमच्या टोळीचं नाव काय?" मी विचारलं.

"आमचं नाव टपोरी टोळी," बाल्कनीला टेकून उभ्या असणाऱ्याने सांगितलं. त्याच्या कानामागे सिगरेटच्या धुराचा ढग जमला होता. तो तसे बोलल्यानंतर सर्व हसले. ते मला हसताहेत हे माहिती असून मीही त्यांच्या हसण्यात सहभागी झालो. त्यांचं नाव टपोरी टोळी वगैरे काही नव्हतं. मी त्यांना गाडी देऊन टाकली. आम्ही हस्तांदोलन केलं. मग त्यांनी मला त्यांची नावं सांगितली. सर्वांत उंच आणि शेपूटवाले केस असलेला त्यांचा म्होरक्या होता. त्याचं नाव होतं मार्क आणि दुरंगी डोळेवाल्याचं नाव कोलमन.

"अजून एक गोष्ट तुला सांगायचीय. खऱ्या अर्थाने तुला आमच्या टोळीचा सदस्य बनायचं असेल तर तुला एक कामगिरी पार पाडावी लागेल," मार्क बोलला.

"कसली कामगिरी?"

"पलीकडे जे नवीन घराचं बांधकाम चालू आहे तिथून एक नवंकोरं वॉशबेसीन उचलून आणायचं."

"हो आणि ते सुद्धा उद्या संध्याकाळी पाच वाजेपर्यंत," कोलमनने पुस्ती जोडली. नंतर त्यांनी मला शपथ घ्यायला लावली की कामगिरी पार पाडताना जर मी पकडलो गेलो तर मी त्यांच्यापैकी कोणाची नावं घ्यायची नाहीत आणि ते सुद्धा मला ओळख दाखवणार नाहीत.

"नक्कीच." मी म्हणालो. आणि मग आम्ही परत हस्तांदोलन केलं. माझ्या हाताच्या तळव्याला वाजवीपेक्षा जास्त घाम फुटला नव्हता. त्यांचेही तळवे माझ्याएवढेच घामेजलेले होते. मी कुठल्या इमारतीत, कोणत्या फ्लॅटमध्ये राहतो ते त्यांनी विचारून घेतलं. मी इमारत बरोबर सांगितली. पण फ्लॅट क्रमांक मात्र मिसेस मॅकगॅहर्नचा दिला. खरं तर दुसऱ्याच कुठल्यातरी मजल्यावरचा तोंडाला येईल तो क्रमांक ठोकून द्यायला हवा होता, असंही वाटून गेलं.

"पण तुम्ही कृपा करून घरी येऊ नका. माझी आई आंधळी आणि बहिरी आहे. घरी कोणी आलं की मग तिला त्रास होतो," मी मग सावरून घेतलं. हे खोटं बोलणं मी सहज जुळवलं. माझी प्रगती चालली होती म्हणायची. माझा चेहरा तापला नाही किंवा शरीरातही कंप जाणवला नाही. पायसुद्धा न लटपटता मी ठामपणे स्थिर उभा होतो. मार्कने मला बांधकाम चालू असलेल्या जागेचा कारभार कसा चालतो त्याबद्दल माहिती पुरवली. सर्वप्रथम जागेचं सर्वेक्षण केलं जातं. त्यानंतर चर खणले जातात. त्या चरांमध्ये मग कॉंक्रीट ओतलं जातं.

"कॉंक्रीट ओतलं जात असताना त्यात कोणी आजपर्यंत अडकलं होतं का?" मी विचारले.

माझ्या या प्रश्नावर त्यांची एकमेकांत नेत्रपल्लवी झाली आणि मग सर्व हसले. "ते तुझं तूच शोधून काढ." कोलमन म्हणाला आणि मग त्याच्या इशाऱ्यावर सर्व जण पांगले.

काही मिनिटांनंतर मार्क परत आला आणि मला आठवण देऊन गेला, "उद्या संध्याकाळी पाच वाजता जिन्याखाली." त्याच्या काखेत दाबलेलं माझ्या नवीन गाडीचं खोकं माझ्या नजरेतून सुटलं नाही.

मी त्यांना घाबरत नव्हतो पण त्यांच्याकडून होणाऱ्या संभाव्य कुचेष्टेला, टिंगलीला घाबरायचो. नवीन बांधलेल्या आणि विकलं न गेलेल्या घरातलं वॉशबेसीन चोरून आणून मी त्यांना दिलेला शब्द पाळणार होतो.

संध्याकाळी कामावरचे कामगार निघून गेल्यानंतर मी त्या बांधकाम चालू असलेल्या जागेवर गेलो. अर्धवट बांधलेल्या भिंतीवरून थोडावेळ चालत फिरलो आणि मनाची तयारी केली. नंतर नुकत्याच बांधलेल्या एका नवीन घराच्या मागच्या बाजूच्या खिडकीतून चढून आत प्रवेश मिळवला. त्या खिडकीला लावलेला पांढरा रंग अजून ओला होता. तो माझ्या हातांना आणि पँटीला लागला. ओल्या रंगाचा

वास काहीसा मार्झिपॅनसारखा वाटत होता. तो नाकात भरून डोकं जड होऊ नये, म्हणून मी तोंडाने श्वास घेण्यास सुरुवात केली.

मी दिवाणखान्यात शिरलो आणि तिकडे पसरलेल्या नवीन मऊसूत गुबगुबीत गालिचावर बसलो. किती ऐसपैस आणि स्वच्छ वाटत होतं तिकडे! मी पालथा पडलो आणि त्या गालिचावर लोळलो. मग मी पँट काढून नुसत्या पायाला त्या गालिच्याचा स्पर्श कसा भासतो ते पाहिलं. त्यानंतर मी आतली चड्डीसुद्धा काढून टाकली आणि ढुंगणाला गालिचा कसा वाटतो ते अनुभवलं.

मग मी कपडे चढवून न्हाणीघरात मोर्चा वळवला. तिथल्या नवीन बसवलेल्या फरशीवर बसलो आणि डॉल्फिनच्या आकाराच्या नळांशी खेळलो. ते एक सुंदर आणि प्रशस्त घर होतं. मलाही अशाच एखाद्या नवीन, आतापर्यंत इतर कोणीही न वापरलेल्या घरात राहायचं होतं.

मी वॉशबेसीन खेचून उखडून काढण्याचा प्रयत्न केला, पण ते शक्य झालं नाही. भिंतीमध्ये ते पक्कं बसवलेलं होतं. मग मी तिथून निघालो. अंधार पडला होता. त्यामुळे त्या चरांमधून चालणं जिकिरीचं झालं होतं. तिथल्या ओल्या काँक्रीटमध्ये मी काही अक्षरं गिरवली आणि बांधल्या जाणाऱ्या घरातल्या खोल्यांची आखणी करण्यासाठी लावलेल्या दोऱ्यांपैकी एकीचा तुकडा तोडून काढला. ते टोळकं माझ्यावर नजर ठेवून तर नसेल ना अशी अर्धवट शंका माझ्या मनात होती. चालताचालता स्वत:साठी अशाच एखाद्या नव्याकोऱ्या घराची स्वप्नं बघत होतो. मला आमच्या फ्लॅटहून मोठं आणि स्वच्छ घर हवं होतं. तिथे मोठ्या खिडक्या आणि आतमध्ये जिनासुद्धा असायला हवा होता. आजीच्या घरातल्या, आईवडिलांच्या झोपण्याच्या खोलीपर्यंत घेऊन जाणाऱ्या जिन्याची आठवण ताजीच होती.

जवळजवळ सहा वाजले होते. वॉशबेसीन तर मिळालं नव्हतंच. पण मी दमलो होतो आणि भूकही लागली होती. कामगिरी फत्ते करण्यासाठी मी उद्या परत यायचं ठरवलं.

आई स्वयंपाकखोलीतल्या जमिनीवर मांडी घालून गुडघ्यांवर हात ठेवून बसली होती. फुटलेल्या काचेच्या बशांचे तुकडे जमिनीवर विखुरले होते. ती आधी रडली असली पाहिजे. कारण तिचे केस ओले होऊन चेहऱ्यावर चिकटलेले होते.

"काय झालं गं," मी विचारलं.

तिने मान वर करून मला खालपासून वरपर्यंत न्याहाळलं आणि विचारलं, "तुला काय झालंय?"

"काही नाही!"

"तुझ्या पँटीला सगळीकडे रंग लागलाय."

तिला सर्व सांगून टाकावंसं वाटून गेलं. अगदी नवीन घरापासून त्या टोळक्यापर्यंत

सर्व काही. पण त्याआधी मला तिच्या रडण्याचं कारण जाणून घ्यायचं होतं.

"मी ना खाली सार्वजनिक केंद्रातल्या काही माणसांबरोबर एकाला भिंत रंगवण्यासाठी मदत करत होतो," मी काहीतरी खुलासा केला.

"कपडे काढ आणि भिजत ठेव."

"पण तू मला पहिल्यांदा सांग की, जमिनीवर बसून तू काय करतेयस आणि तू का रडत होतीस?"

"बस, मग सांगते." ती म्हणाली.

तिला बहुधा टेबलावर बस असंच म्हणायचं असणार. पण मी मात्र जमिनीवरचे काचेचे तुकडे बाजूला करून तिथेच फतकल मारली.

"काही नाही रे, मी लिंबू पिळत होते. त्या लिंबामध्ये रसच नव्हता. ते पिळतापिळता मला असं वाटून गेलं की मी थोड्याशा रसाकरिता कोणाचा गळा तर आवळत नाही आहे ना."

मी तिच्या नजरेला नजर भिडवली. ती दुसरीकडे पाहू लागली.

"मग मी तो लिंबावरचा राग तुझ्या बाबांनी सकाळी बाजूला ठेवलेल्या त्या बशीवर काढला. मी ती भिंतीवरच भिरकावली."

"तुला काही मदत करू का?"

माझा हात पकडून भावनावेगाने ती म्हणाली, "हो तुझ्या मदतीची खूप खूप गरज आहे. तू चांगला अभ्यास कर. चांगल्या मार्कांनी पास हो. दातांचा डॉक्टर किंवा वैमानिक कोणीतरी बन. एखाद्या हुशार मुलीशी लग्न कर आणि कमीतकमी चार मुलांचा बाप हो. शेवटी मग माझ्या अंत्यविधीच्या वेळी मोकळ्या गळ्याने गाणे गा."

"पण मला गाता येत नाही," मी अडचण सांगितली.

"गाण्याची ध्वनिफित लाव मग." ती म्हणाली.

"तो सगळा सरंजाम शवपेटीत मावणार नाही."

मग आम्ही थोडावेळ शांत बसून राहिलो. आईने संभाषण पुन्हा सुरू केलं. "तुझ्यावर मी नेहमीच वाजवीपेक्षा जास्त प्रेम केलंय. तू कसाही वागलास तरी माझं तुझ्यावरचं प्रेम कायम राहील बाळा आणि नेमकी हीच गोष्ट तुझ्या लक्षात येत नाही," ती म्हणाली.

"मी ती लक्षात ठेवेन," म्हणत मी तिच्या मांडीवर डोकं ठेवलं.

"जॉन उठ. मी दमले आहे; मला जाऊन झोपायचंय."

"परत झोपायचंय? तू हल्ली कायम दमलेली दिसतेस!" तिने उभ्या उभ्या जांभई दिली आणि माझ्यासमोरून निघून गेली.

२७

बॅलीमन नॅशनल स्कूलमधला आज माझा पहिला दिवस होता. आई खाली झेब्राक्रॉसिंगपर्यंत माझ्या सोबत आली आणि तिने हसत आपल्या लांबसडक हाताने समोरच्या राखाडी रंगाच्या इमारतीकडे अंगुलिनिर्देश केला. घरापासून आम्ही अवघ्या पन्नास फुटांवर होतो.

आईच्या अशा या कृतीमुळे ती एखादी असामान्य गोष्ट मला दाखवते आहे, असं वाटत होतं. मला आम्ही दोघांनी गॉरीच्या त्या भव्य घरांचा फेरफटका मारलेल्या त्या दिवसाची आठवण झाली.

"मी एकट्याने हे सहज शोधून काढलं असतं," मी म्हणालो.

"मला माहीत आहे, पण मला तुला सोडायला यायचं होतं," ती म्हणाली.

"बरं, नंतर भेटू या."

अचानक तिचा चेहरा पडल्यासारखा दिसला. तिला आतून खूप वाईट वाटत असावं असं वाटलं. मला टाटा न करता तिने पाठ फिरवली. मी मग रस्ता ओलांडला.

शिक्षिकेने मला वर्गासमोर उभं करून माझा परिचय करून दिला. "काल मी तुम्हाला त्या नवीन मुलाबद्दल सांगत होते तो हा जॉन ईगन. तो गॉरीहून डब्लिनमध्ये राहण्यासाठी आला आहे. तुम्ही त्याला तुमच्यात सामावून घ्याल अशी अपेक्षा मी व्यक्त करते."

"गुड मॉर्निंग जॉन ईगन," संपूर्ण वर्गाने एका सुरात माझं स्वागत केलं.

मी काहीच बोललो नाही. काहीतरी बोलावं असं वाटलं, पण चांगलं काही सुचलं नाही; म्हणून मी त्या फंदात पडलो नाही.

हा वर्ग गॉरीच्या शाळेच्या वर्गाहून मोठा होता. गॉरी नक्की कुठे आहे, ते शिक्षिका वर्गाला समजावून देत असताना मी डोकी मोजली. दहा मुली आणि सात मुलगे होते. मधल्या रांगेत एक जागा रिकामी होती; त्या बाकावर पूर्वीचं काही खरडलेलं आता नव्याने साफ केल्याच्या खुणा स्पष्टपणे दिसत होत्या.

मी माझ्या जागेवर बसलो आणि वर्गात चाललेल्या शिकवण्याकडे लक्ष देण्याचा प्रयत्न केला. खरंतर माझी अर्धवट झोपाळल्यासारखी अवस्था झाली होती. एक लहानशी खिडकी होती, त्यातून बाहेर बघता येत होतं. पण वर्गात एकूणच खूप गरम होत होतं. आमची शिक्षिका बुटकी आणि लठ्ठ होती. तिचे तपकिरी केस पुरुषी ठेवणीतले होते. तिला चष्मा होता आणि कोणाला मध्येच प्रश्न विचारताना ती तो आपल्या गुबगुबीत हाताने काढून हलवत राहायची. तिच्या वर्गात मला एकमेव छंद जडला होता, तो म्हणजे तिला खोटं बोलताना पकडणं. वर्गात प्रत्येक

बाकावर ठेवलेल्या वह्यांकडे ती नजर टाकत फिरायची. एखाद्या विद्यार्थ्याशी जर ती खोटं बोलत असेल, तर तिचा स्वर खालच्या पट्टीतला असायचा.

उदाहरण द्यायचं झालं, तर माझ्या शेजारी एक अभ्यासात मंद असलेला मुलगा बसायचा. त्याने नेहमीच भरपूर चुका केलेल्या असायच्या. पण त्याच्याशी बोलताना आमची शिक्षिका त्याच्या अभ्यासाबद्दल कौतुकाने बोलायची. त्या वेळेला तिच्या आवाजाची पट्टी एवढी खालची असायची की श्रवणयंत्रावर ताण देऊन तो ऐकावा लागायचा.

मधल्या सुटीत दुधाच्या लहान बाटल्यांनी भरलेली तीन खोकी आणि जॅम सँडविच भरलेलं एक खोकं आमच्या वर्गात पाठवलं गेलं. दूध गरम होतं पण सँडविचमधला जॅम सुकलेला होता. मी वर्गात बसून वाचन करणं पसंत केलं.

जेवणाच्या वेळेला मी कोणाबरोबर जावं याचा विचार करत होतो. तेवढ्यात मला चष्मा लावलेले दोन मुलगे दिसले. ते वर्गातल्या एका खिडकीखाली डोकी खाली करून खात बसले होते. मी त्यांच्याशेजारी "मी इथे बसलो तर चालेल काय?" असं विचारून जाऊन बसलो. जागा भरपूर होती. तरीसुद्धा ते दोघेही जरा हलले आणि सावरून बसले. मी बसल्यानंतर त्यांनी त्यांचे डबे आपापल्या मांडीवर घेतले. मग पँटींना हात पुसले. ते दोघेही बुटके असावेत, कारण माझ्याकडे पाहताना त्यांच्या माना ताणलेल्या दिसत होत्या.

खाताखाता त्यांच्याकडे मी शाळेबद्दल जुजबी चौकशी केली आणि ईस्टरच्या सुटीमध्ये काय काय धमाल केली ते विचारलं. त्यांच्यापैकी एकाला मी खोटं बोलताना पकडलं. तो सांगत होता की ईस्टरला तो लंडनला गेला होता. तिथे त्याच्या काकांच्या लाल एमजी गाडीतून त्याच्या वडिलांनी त्याला फिरवलं. त्याच्या गाडीचा वेग ताशी सत्तर मैल होता आणि त्या वेगामुळे त्याच्या आईच्या डोक्यावरची टोपी उडूनच गेली. तो खरोखरच लंडनला जाऊन स्पोर्टस कारमध्ये फिरला असेल त्याबद्दल मला शंका नव्हती पण त्याच्या आईच्या टोपीची कथा ही मला थाप वाटत होती. माझ्यामते एकतर त्याची आई त्या गाडीत बसलेलीच नव्हती किंवा तिने टोपीच घातली नव्हती.

मला या विषयावर वाचलेल्या एका पुस्तकाचं स्मरण झालं. त्यात लिहिलं होतं, 'असत्यशोधनातला सर्वांत अवघड भाग म्हणजे अर्धसत्यातील, सत्य शोधणे. हे काम अत्यंत आव्हानात्मक असतं.'

माझ्या निरीक्षणानुसार एखादी व्यक्ती जेव्हा खोटं बोलते, तेव्हा त्या व्यक्तीच्या चेहऱ्यात असे काही बदल होतात की ती व्यक्ती काही क्षण तुम्हाला काहीशी अपरिचित वाटते. तिच्यात आणि तुमच्यात एक अदृश्य पडदाच जणू उभा राहतो. ते बदल इतके सूक्ष्म असतात की ते नेमक्या शब्दांत मांडणे कठीण आहे. पण मी

ते बदल ओळखू शकत होतो.

शाळा सुटण्यापूर्वी आमच्या शिक्षिकेने सांगितलं, की पुढच्या आठवड्यात सर्व विद्यार्थ्यांसाठी निर्जंतुकीकरण मोहीम राबवली जाणार आहे. त्यामध्ये मुलामुलींनी वेगवेगळ्या खोल्यांमध्ये आतली चड्डी वगळता सर्व कपडे काढून रांगेत उभं राहायचंय. मग उवा आणि लिखा मारण्यासाठी आमच्या अंगावर विशिष्ट फवारा मारला जाणार होता. त्यानंतर कोणाच्या अंगावर गजकर्ण वगैरे उठले का याचीही तपासणी होणार होती.

शाळा सुटल्यानंतर त्या टोळक्याशी भेट होईपर्यंत दीडेक तासाचा अवधी माझ्या हाताशी होता. त्यावेळेत ते वॉशबेसीन ठरल्याप्रमाणे आणायचं होतं. पण त्या नवीन घरांच्या परिसरात अर्धातास भटकंती केल्यानंतर मी तो नाद सोडून दिला. त्या टोळक्याची जास्त पत्रास बाळगायची नाही आणि त्यांना भेटणंही टाळायचं, असं मी ठरवलं.

मग मी बॅलीमनच्या काळोख्या रस्त्यांवरून फिरून वेळ घालवणं पसंत केलं. एका बाजूला छोट्याशा खिडक्या आणि हिरव्या रंगाची दारे असलेली लहानशी घरं होती. एका ठिकाणी मोकळ्या मैदानात काही वेळापूर्वी पेटवलेली होळी धुमसत होती. त्यात जाळलेल्या गाद्या, बाबागाड्या इत्यादींचे अवशेष दिसत होते. फिरता फिरता त्या त्या गल्ल्यांची नावं आणि ठिकठिकाणी उभ्या असलेल्या गाड्यांचे नोंदणी क्रमांक पाठ करणं चालूच होतं. कुठलेतरी मित्र जमवण्याच्या फंदात न पडता माझी 'ती' शक्ती जोपासणं माझ्या दृष्टीने अधिक महत्त्वाचं होतं.

घरी आलो आणि स्वत:साठी एक हॅम सँडविच बनवला. वडील घरात नव्हते आणि रात्र झाली नसली तरी आई झोपली होती. मी तिला उठवलं नाही. मी अर्धा सँडविच खाऊन कपडे बदलले आणि पलंगावर जाऊन तुरुंगातून पलायन केलेल्या कैद्यांचे *'गिनेस बुक'*मधील प्रकरण वाचत बसलो. त्यापैकी जेम्स केली नामक कैद्यांच्या ब्रॉडमूर तुरुंगातून २८ जानेवारी १९८८ ला केलेल्या पलायनाची चित्तरकथा मला फारच चित्तथरारक वाटली. त्या पठ्ठ्याने एका काचोळीमध्ये वापरण्यात आलेल्या दाबखिळीचीच चावी बनवली आणि तिचा उपयोग करून तो पसार झाला. त्यानंतर पुढची एकोणचाळीस वर्षं तो पॅरिस, न्यूयॉर्क आणि इतरही कुठे कुठे राहिला. १९२७ मध्ये त्याला ब्रॉडमूरला परत आणून उरलेली शिक्षा भोगण्यासाठी डांबलं. त्याला ती शिक्षा मुळात स्वत:च्या बायकोचा खून करण्याबद्दल ठोठावण्यात आली होती.

आता मला एकच ध्यास लागला होता तो म्हणजे कसंही करून 'गिनेस बुक'वाल्यांचं लक्ष वेधून घेणं. त्यासाठी काय करता येऊ शकेल? या वेळेला समजा, एक प्रयोग करून त्याची ध्वनिचित्रफित बनवून जर त्यांना पाठवली तर?

मला वाटलं, की आईला सोबत घेऊन तसा एक प्रयोग करता येईल. नंतर मनात अशीही शंका आली की, कदाचित त्यांनी एव्हाना माझ्या आधीच्या पत्राला उत्तर पाठवलंही असेल आणि ते कदाचित गॉरीच्या घरात पडून असेल. एक तासभर असा खल करत बसलो होतो. नंतर मला त्या शांत वातावरणातला ताण असह्य झाला. आईला झोपेतून उठवण्यासाठी मी तिच्या दंडावर हलकेच थापटी मारली.

"मला झोपू दे. तू तुझ्या जागेवर जाऊन पड नाहीतर चिरडून टाकशील मला," ती डोळे मिटूनच बोलली.

"माझ्या नावाचं टपाल मला कसं मिळेल?" मी तिला विचारलं.

"कसलं टपाल?" आलेली जांभई पालथ्या हाताने झाकत तिने मला विचारलं.

"गिनेस बुक'कडून येणाऱ्या पत्राची मी वाट पाहतोय," मी म्हणालो.

"कसलं पत्र?"

"मी पूर्वीच सांगितलंय तुला याबद्दल. मी त्यांना माझ्या असत्यशोधनाच्या शक्तीबद्दल पत्र लिहिलं आहे."

ती उठून बसली आणि डोक्यामागे आधारासाठी उशी सरकवत बोलली, "एक कप चहा कर माझ्यासाठी आणि पुन्हा एकदा त्याच्याबद्दल नीट सांग."

मी एक भांडंभर चहा केला आणि तो डायजेस्टिव्ह बिस्किटांच्या पुड्याबरोबर ट्रेमध्ये ठेवून आईसाठी घेऊन गेलो.

मग मी पलंगाच्या कडेवर बसून तिला माझी शक्ती आणि त्या पत्राबद्दल साग्रसंगीत सांगितलं. तिने ते परत विसरू नये, म्हणून मी तिला मुद्दामच हे सर्व अगदी तपशीलवार सांगितलं.

"आलं लक्षात. पण मला एक सांग की हे जे खोटं बोलण्याचे किस्से तू सांगितलेस ते तसे निरुपद्रवीच आहेत, नाही का! त्यामध्ये कोणाचा कोणाला त्रास देण्याचा उद्देश नव्हता. तुझ्या बाबांनी तुला दिलेली कार्ड स्वस्तात घाऊक खरेदी केलेली होती हे मान्य करण्याची त्यांना लाज वाटली असावी. आजी खोटं बोलली असं तुला वाटलं कारण नातवाबरोबर पैशाबद्दल चर्चा टाळावी असं तिला वाटलं असेल. त्यालासुद्धा सध्याची आपली परिस्थिती कारणीभूत असण्याची शक्यता आहे."

पैशांबद्दल चर्चा करण्यात काय गैर आहे, हे मला उमजत नव्हतं. आई खोटे बोलत नव्हती पण तिचे ते विचार ऐकून मला तिची कीव येत होती. त्याहूनही अधिक म्हणजे हे सगळं बोलताना ती यंत्रमानवासारखी भासत होती. तिचे फक्त ओठ हलत होते आणि बाकीचा चेहरा ताणल्यासारखा, निर्जीव भासत होता. मला त्याच गोष्टीचा जास्त राग आला. तिला माझ्या एवढ्या मोठ्या शक्तीबद्दल काहीच वाटत नव्हतं.

मी रागाने म्हणालो, "ते का खोटं बोलले, त्याच्याशी मला देणंघेणं नाही. मला फक्त एवढंच सिद्ध करायचं आहे की मी खोटं बोलणं शोधून काढू शकतो. तुला कळतंय का मी काय बोलतोय ते?"

माझ्या त्या आरडाओरडीमध्ये पलंग हलला आणि अर्धवट खाल्लेला हॅम सँडविच ताटलीतून बाहेर कलंडला. त्यामुळे वरचा ब्रेड बाजूला होऊन आतलं हॅम उडालं आणि पांघरुणाला चिकटलं.

"जॉन एवढ्या मोठ्यानं ओरडण्याची काही गरज नाही. माझ्यामते तुझ्या वयाच्या मुलांमध्ये जेवढी सरासरी समज असते, त्या तुलनेत तुला जास्त समज आहे. तुझी आकलनशक्ती चांगली आहे. हे तुझं वैशिष्ट्य आहे आणि मला त्या गोष्टीचं कौतुक आहे. पण ते काही अगदी अकल्पित वगैरे नाही. निव्वळ त्याच्याआधारे सुतावरून स्वर्ग गाठण्याचा प्रयत्न करणं अगदीच चुकीचं आहे. कळलं?"

मी पलंगावरून उडी मारून उतरलो आणि तिच्या जवळ जाण्यासाठी तिच्या बाजूच्या टेबलाजवळ गेलो. मी तिथे पडलेलं एक पुस्तक उचललं आणि ते जोरजोराने हवेत हलवत तिला उद्देशून ओरडलो, "म्हणजे तुला म्हणायचंय काय? मी हे सर्व विसरून इतर सामान्य मुलांसारखा वागू?" माझ्याकडून अभावितपणे घडलेली ती कृती होती. पुस्तकांऐवजी दुसरं काहीतरी हातात मिळायला हवं होतं, असं वाटलं. पण दुसरं काहीच आसपास नव्हतं. अंगाचा तिळपापड झाला होता. पण त्याचबरोबर शक्तिपात झाल्यासारखंही वाटत होतं. मला कशाचा तरी आधार हवा होता. तोंडसुद्धा कोरडं पडलं होतं. "मी माझ्याकडे ती शक्ती नाहीच, असं मानून घेऊ?" मी परत तिला विचारलं.

ती उठून बसली आणि हातांनी गुडघ्यांना मिठी घालत म्हणाली, "हे बघ, तू पहिला शांत हो."

"नाही. तू एक मूर्ख बाई आहेस," मी जोराने ओरडलो.

"कृपा करून पहिला शांत हो आणि माझ्यावर ओरडू नकोस. मी बहिरी नाही," ती म्हणाली. बोलताना तिच्या चेहऱ्यावर काळजी दिसत होती.

मला ती काय बेअक्कल समजत होती की काय? माझ्याविषयी ती पुरेशा गांभीर्याने का विचार करू शकत नव्हती? पण मी आता त्याविषयी न बोलण्याचं ठरवलं. तिचं तिलाच ते कधीतरी कळू दे.

मी दरवाजापाशी जाऊन बोललो, "मी टीव्ही बघायला चाललोय."

"बरं मला सांग, तू तुझ्या शक्तीचा प्रयोग माझ्यावर कधी केला आहेस का? त्या बाबतीत तुझं काय मत आहे?" पुढे होत तिने विचारलं.

"हो, केलाय ना. तू सुद्धा माझ्यामते जेव्हा निरुपद्रवी असत्यकथन करतेस तेव्हा तुझा चेहरा लाल होतो."

"खरं की काय, सार्जंट ईगन?"

तिच्या प्रश्नातला उपहास मला जाणवला. मी प्रयत्नपूर्वक राग गिळला. तसं जर केले नसते तर प्रकरण हाताबाहेर गेलं असतं आणि माझ्या हातून काहीतरी वाईट घडले असते. मी हसून तिच्या 'विनोदाला' दाद देण्याचा प्रयत्न केला.

"सॉरी माझा आवाज खूप चढला, त्याबद्दल माफ कर," मी म्हणालो.

"इकडे ये," तिने बोलावलं. मी गेलो. तिने माझा गालगुच्चा घेतला. मी पण तिची पापी घेतली. त्या वेळी तिचा नाईट ड्रेस कोपराकडे फाटलेला दिसला. काखेकडेही त्याला मोठं भोक पडलं होतं. त्या भोकातून तिच्या छातीचा थोडा भाग दिसत होता. मी मान वळवली.

"मी यामुळे प्रसिद्ध झालो असतो," मी तिला म्हणालो.

का कोण जाणे माझा आवाज मला स्वत:लाच वडिलांसारखा भासला आणि त्यामुळे तिला कसं वाटेल, या विचाराने थोडासा दचकलो. माझा आवाज जर अधिक घोगरा झाला तर तो कसा वाटेल? तो अगदी वडिलांच्या आवाजासारखाच वाटेल का, असा विचार मनात चाटून गेला.

"होऊ शकशील," ती म्हणाली. पण तिच्या आवाजात जान नव्हती.

"त्यामुळे मी पुरेसे पैसे मिळवू शकेन आणि त्यामुळे आपण एकत्र नायगारा धबधबा बघून येऊ शकू," मी म्हणालो.

"तसंही होऊ शकेल."

मी आणलेल्या बिस्किटांना तिने स्पर्शही केला नव्हता. मी एक उचलून त्याचा तुकडा मोडला आणि तिला दिला. तिने तो यांत्रिकपणे चघळला. मी दुसरा तुकडा चहात बुडवला आणि तिला दिला. तो मऊ तुकडा तिने दात न लावता ओठांनी दाबून खाल्ला. ओठांचा 'चक' असा आवाज आला.

"तू तुझी शक्ती कशी बरं सिद्ध करून दाखवशील?" तिनं विचारलं. तिला आता माझ्या म्हणण्यात तथ्य वाटत असावं असं वाटलं.

"संबंधित माणसं प्रयोग करवतील आणि चाचण्या घेतील."

"मग तुला ते सोन्यानं मढवतील आणि मग आपण विमानाची पहिल्या श्रेणीची तिकीटं काढून अमेरिकेला जाऊ," ती हसून म्हणाली.

"तुझा माझ्यावर विश्वास नाही का?"

"तसं नाही रे, पण एकूणच जरा हे वेगळं प्रकरण आहे. त्यामुळे पचनी पडणं थोडं कठीण आहे, एवढंच."

तिला अजून माझा मुद्दा पटलेला दिसत नव्हता. तिला मी बावळट वाटलो असेन. पण ठीक आहे येणारा काळच ठरवेल मी बरोबर आहे की चूक ते. ती स्वत:च्या डोळ्यांनी बघेलच ते! मी असाच हातावर हात ठेवून 'ठेविले अनंते तैसेचि

राहावे' म्हणत बसून राहणार नाही.

"चल, खाऊन घेऊ या," ती म्हणाली.

काय प्रसंग आहे हे न पाहता खाणं-पिणं कसं काय लोकांना भावतं, कोण जाणे. मला असलं काही आवडत नाही.

आम्ही मग स्वयंपाकखोलीत गेलो. आईने बटाट्याचे काप आणि अंडी तळली. ती ते करत असताना मी बोललोच नाही. बोलण्याने तरी असा काय फरक पडणार होता म्हणा! वडील अजून घरी पोहोचले नव्हते. आई त्याबद्दलही काही बोलली नाही. बॅलीमन नॅशनल स्कूलमध्ये काही सेवाभावी काम करण्याचा आईचा विचार होता हे तिने मला थोड्यावेळानं सांगितलं. मधल्या सुट्टीमध्ये जॅम सँडविचेस आणि दुधाचं वाटप करण्याचं काम ती करणार होती. मी आज सकाळी खाल्लेला जॅम सँडविच कसा सुकासुका लागत होता, ते मी तिला सांगितलं. त्यावर तिने सँडविचमध्ये अधिक प्रमाणात लोणी लावण्याचं कबूल केलं.

"तुझ्या वर्गावरून जाताना मी तुला हात करेन," ती म्हणाली.

"मी सुद्धा मग तुला हात करेन," मी म्हणालो.

मग परत आमचं बोलणं थांबलं. आम्ही रेडिओ लावून खाणं आटोपलं आणि नंतर बाहेरच्या खोलीत जाऊन दिवाणावर बसलो. मग आम्ही टीव्हीवरचा सिनेमा बघताबघता केक खायला काढला. आईने माझ्या खांद्यावर हात टाकला. मला आनंद तर वाटत होताच, पण मगाचा प्रसंग आठवून मनोमन लाजही वाटत होती.

तिने माझ्या गालाची पापी घेतल्यावर न राहवून मी तिची माफी मागितली. मी तिला रागाच्या भरात एकूण तीनदा मूर्ख म्हणालो होतो. म्हणून तीनदा 'सॉरी' बोललो. त्यावर ती म्हणाली, "काळजी करू नकोस, मला माहिती आहे की तू चांगला मुलगा आहेस."

"इथं आपलं कुत्र्यासारखं जिणं पाहून माझं माझ्यावरचं नियंत्रण सुटलं होतं. गॉरीमध्ये निदान आपण कुत्र्यांपेक्षा चांगल्या स्थितीत होतो," मी म्हणालो. मी मनातली मळमळ ओकली पण नकळत विनोदही केला असावा. आई हसली आणि यावेळेला तिने हसताना हातांनी चेहरा झाकून घेतला नाही. त्यामुळे ते हसणं खुलून दिसलं.

आम्ही वडिलांची वाट बघतच होतो. त्यांना आजही कामांमुळे उशीर झालेला दिसत होता. शेवटी, टीव्हीवरचा शेवटचा कार्यक्रम संपला आणि एकदाचे ते आले.

आम्हा दोघांना पांघरूण गुंडाळून दिवाणावर बसलेलं पाहून त्यांनी स्मित केलं. मग माझ्या केसांमध्ये हात घालून ते विस्कटले आणि विचारपूस केली, "काय ठीक आहे ना?"

"हो," मी म्हणालो.

"चहा घेणार ना?" आईने विचारलं.

"माझा मी करून घेईन," ते म्हणाले.

"भूक आहे का?" आईने विचारलं.

"नाही, येताना मी कंपनीच्या कँटीनमध्ये स्टीक सँडविच खाल्लं होतं."

मी माझ्या खोलीत जाऊन सफरचंदाच्या खोक्याचा रंगमंच घेऊन आलो. त्याच्या दोन्ही बाजूचे पडदे खाली ओढले होते.

वडील त्यांचा चहाचा कप घेऊन दिवाणावर बसल्यानंतर मी त्यांच्या पुढ्यात जाऊन उभा राहिलो.

"मी तुम्हाला पाच मिनिटांचा बोलक्या बाहुल्यांचा खेळ करून दाखवणार आहे," मी त्यांना म्हणालो.

ते हसून म्हणाले, "ठीक आहे. बघूया काय आहे ते." त्यांचा मूड आज चांगला दिसत होता.

"त्यासाठी तुम्हाला आधी टीव्ही बंद करावा लागेल."

"ए, तू त्या डब्लिन पद्धतीने बोलू नकोस रे, कंटाळा येतो." ते म्हणाले.

मी मग तो रंगमंच टेबलावर ठेवला, एका काळ्या कपड्याने डोके झाकले आणि खाली वाकून बोलू लागलो, "बंधू-भगिनींनो, बाहुल्यांच्या आजच्या विशेष खेळामध्ये आपलं स्वागत असो. आजच्या खेळाचं नाव आहे, जगातील तत्त्ववेत्त्या बाहुल्या!"

"आता आपल्यासमोर एकेक करून चार सुप्रसिद्ध तत्त्ववेत्ते वेष पालटून येणार आहेत आणि तुम्ही त्यांना ओळखून दाखवायचंय. तुम्ही जर त्यांना अचूक ओळखलंत, तर तुम्हाला एक चॉकलेट बक्षीस देण्यात येईल."

सुरुवातीला मी एका सफेद मोज्यावर एक चेहरा रंगवला आणि तो हातावर चढवून लांब झगा घातलेल्या व्यक्तीचे सोंग आणले. तो मोजा दुसऱ्या मोज्याच्या अंगावर डाफरत, 'ए, तू दूर हो. तुझ्या अंगाला वास मारतोय, तुझा त्रास होतोय मला.'

"मान्यवर प्रेक्षकांपैकी कोणी याला ओळखू शकेल का?" मी विचारलं.

"मी ओळखलं त्याला! या लठ्ठंभारतीला मी कुठेही ओळखून दाखवेन," वडील हसतहसत ओरडले. त्यांचा आवाज फारच मोठा होता. कदाचित त्यांना असं वाटलं असलं की माझं डोकं कपड्याखाली झाकलं असल्यामुळे नेहमीच्या आवाजात बोललेलं मला ऐकू येणार नाही.

"त्याचं नाव सॉक्रेटिस," ते ओरडले.

"बरोबर, अगदी अचूक उत्तर! आणि चतुराईनं दिलेलं! सॉक मोजावाला तो सॉक-रे-टिस" मी म्हणालो.

मी उरलेल्या तीन तत्त्ववेत्त्यांनाही सादर केले. त्यात प्लेटोसुद्धा होता. त्याच्या

वेळेला मी एका छोट्या पुठ्ठ्याच्या खड्याभोवती सूत गुंडाळून त्याचा फुटबॉल बनवला आणि अंगठ्याने (टो ने) खेळवला. आतापर्यंत वडिलांनी दोन आणि आईने एक उत्तर दिलं होतं.

या खेळात आता रंगत येत चालली होती. चौथ्या तत्त्ववेत्त्याचं नावसुद्धा मी इतर तिघांप्रमाणे वडिलांच्या पुस्तकामधूनच उचललं होतं.

एका बाजूला काड्यांचा एक ढीग लावला होता आणि माझा हा चौथा तत्त्ववेत्ता हातात फावडं घेऊन तो ढिगारा हलवण्याचा प्रयत्न करत होता.

''कोणी याला ओळखू शकतं का?'' मी विचारलं.

उत्तर आलं नाही.

''चला तुम्हाला एक खूण सांगतो. तो बघा, फावड्याने खणण्यासारखं करतोय,'' मी म्हणालो.

तरीही शांतताच होती.

''सांगा अजून ओळखू शकत नाही? विचार करा, ओळख पटू शकेल,'' मी म्हणालो.

''आम्हाला ओळखता येत नाही, तूच सांगून टाक.'' आई म्हणाली.

''एवढ्यातच हार मानू नका, थोडं डोकं चालवा, अजून विचार करा.'' मी म्हणालो.

बराच वेळ झाकल्यामुळे काळ्या कपड्याखाली मला आता गरम होऊ लागलं होतं.

''जमत नाही,'' आई म्हणाली.

''आज रात्रीपुरतं खूप डोकं चालवलं बुवा,'' वडील म्हणाले आणि त्यांनी चक्क टीव्ही सुरू केला.

मी डोक्यावरचा कपडा हटवला आणि म्हणालो, ''त्याचं नाव हेडेगर; खूण होती हे-डिगर अशी.'' बोलताबोलता मी लाथेनं तो खोका उडवून माझा संताप व्यक्त केला. तेव्हा कुठे वडिलांनी टीव्हीवरच्या गाय बायरनच्या चेहऱ्यावरून नजर काढून माझ्याकडे पाहिलं आणि म्हणाले, ''वा, हुशार आहेस; शेवटचं चॉकलेट तुला बक्षीस.''

मी तसाच माझ्या खोलीत निघून गेलो. त्यामुळे माझा पडलेला चेहरा त्यांना दिसला नाही.

२८

दुसऱ्या दिवशी शाळेतून घरी येताना ते टोळकं मला जिन्याखाली दिसलं. कोणाच्यातरी किराणामालाच्या ट्रॉलीतून वस्तू लांबवणं चालू होतं. मी उलट फिरलो

आणि बाहेर जाऊन आसपास चकरा मारल्या. परत येऊन पाहतो, तर ते तिकडून गायब झाले होते.

बाहेरच्या खोलीत आई मोज्यांना रफू करत बसली होती. आज तिने तिच्या ठेवणीतल्या कपड्यांपैकी गुलाबी आणि काळ्या रंगातला ड्रेस घातला होता. तोच तिने इस्टरच्या रविवारी चर्चला जाताना घातला होता. रेडिओ ऐकत, रफू करत बसलेली आई त्या कपड्यांमध्ये सुंदर दिसत होती.

मी तिला 'हॅलो' म्हणून सरळ माझ्या खोलीत गेलो. पलंगावर पोटावर पालथा पडून त्या टोळक्याबद्दल आणि पुढे त्यांच्याशी कसा व्यवहार ठेवायचा याचा विचार करू लागलो.

चहाची वेळ झाली तशी आई आत आली आणि तिने मला काय चाललंय? म्हणून विचारलं. मी ठोकून दिलं की *'गिनेस बुक'*मध्ये वाचलेल्या गोष्टींबद्दल विचार करतोय म्हणून.

केसांची पोनीटेल बांधत ती म्हणाली, ''चल, चहाची वेळ झालीय.''

''मला भूक नाही. मी नाही आलो तर चालेल ना?''

''ते तू ठरव.'' म्हणून ती निघून गेली.

मी माझं डोकं त्या नेहमीच्याच जागेवर खाजवत राहिलो आणि नेहमीप्रमाणेच त्यातून रक्त निघालं. मी पँटीला बोटं पुसली आणि डोळे बंद करून विचार करणं आणि खाजवणं चालूच ठेवलं.

थोड्या वेळानंतर आई माझ्यासाठी एक हॅम सँडविच घेऊन आली. पलंगाच्या कडेवर बसून ती म्हणाली, ''हे घे, काहीतरी खायला लागेलच ना तुला.''

मी ती ताटली हातात घेतली पण सँडविचला हात लावला नाही.

''काय रे, काय होतंय का तुला?''

''नाही, सर्व ठीक आहे.''

मला तिला त्या टोळक्याबद्दल सांगावंसं वाटत होतं. अगदी त्या वॉशबेसिन प्रकरणापासून ते दर संध्याकाळी घरी परतताना त्यांना टाळण्यासाठी कराव्या लागणाऱ्या क्लृप्त्यांपर्यंत!

पलंगाच्या बाजूला उभं राहून तिने माझ्या डोक्याकडे पाहिलं आणि म्हणाली, ''अरे, तुझ्या डोक्यातून केवढं रक्त येतंय!''

''माझं लक्षच नव्हतं.''

''थांब त्याच्यावर थोडं डेटॉल लावते.''

ती डेटॉलची बाटली आणि कापसाचा बोळा घेऊन आली. माझ्या शेजारी बसून तिने माझ्या जखमेवर ते लावलं.

''कसला त्रास होतोय रे तुला?'' तिने विचारलं.

"नाही गं, मी विचार करत होतो; बराच विचार करत होतो."

"त्या नायगारामधल्या बागेबद्दल तर नाही ना?"

तिला माझं दु:ख कळलं नसलं तरी माझ्यासाठी महत्त्वाच्या असलेल्या गोष्टींपैकी एक तरी तिला आठवत होती हे कळल्यामुळे मला समाधान वाटलं. त्या समाधानातच मी 'हो' म्हटलं.

मग आम्ही आढ्याकडे पाहत शांतपणे पलंगावर पडून राहिलो. थोड्या वेळाने आम्हाला, एखादं विमान खालून उडताना जसा आवाज येईल, तसा आवाज ऐकू आला. कोणतं तरी विमान डब्लिनच्या विमानतळावर उतरत असावं, त्या आवाजापाठोपाठ जमिनीवर उतरण्याच्या तयारीत असलेल्या विमानाचा आवाज आला.

मी पटकन जाऊन खिडकीतून बाहेर पाहिलं आणि आईला म्हणालो, "किती खालून उडत होतं गं! मला त्याच्या पंखाचं टोक दिसलं." खरं तर मला ते विमान दिसलंच नव्हतं; मी चक्क खोटं बोलत होतो. पण काय करू, मला विमानाच्या कल्पनेनेच पिसे भरल्यासारखं झालं होतं. एक गोष्ट मात्र नक्की होती, ती म्हणजे खोटं बोलण्यात डब्लिनमध्ये आल्यानंतर मी बरीच मजल मारली होती. आता तर मला असं वाटू लागलं होतं, की असत्यशोधनाबरोबरच असत्यकथनाच्या क्षेत्रातही मी नाव कमावू शकेन. खोटं बोलण्यामागे माझा अर्थातच काही वाईट हेतू नसेल किंवा मी काही गुन्हेगार होणार नाही. पण पॉलिग्राफ चाचणीमध्ये उत्तीर्ण होण्याचं मर्यादित उद्दिष्ट साध्य करण्याइतपत ही कला मला प्राप्त होईलच. त्याहून महत्त्वाचं म्हणजे या दोन एकमेकींना पूरक कलांची अजोड सांगड असली तर प्रसिद्धीचे अधिक दरवाजे खुले होतील.

मी तसाच उभा राहून खिडकीबाहेरचं आकाश बघत राहिलो. आकाशात फक्त राखाडी रंगाचे ढग होते. तरीपण मी बोलून गेलो, "आई, बघ इथून विमान दिसतंय."

मी कल्पनेनं केव्हाच विमानात जाऊन बसलो होतो. नजरेसमोर मला विमानातलं रात्रीचं जेवण आणि त्यानंतर मला पांघरण्यासाठी दिलेलं ब्लँकेट दिसत होतं. मी प्रथम श्रेणीच्या प्रवाशांना हेडफोन्स, सपाता आणि आय-मास्क वगैरे दिले जातं असं आईला सांगत होतो.

ते ऐकून आई नवल दाखवत म्हणाली, "यापूर्वी कधीही विमानातून न जातासुद्धा तू बरीच माहिती गोळा केलेली दिसतेयस."

"कारण आज नाही तर उद्या मी ते करणार आहे याची मला खात्री आहे. मी काही बाबांसारखा नुसत्या गमजा मारत बसणाऱ्यांपैकी नाही. मला जे वाटते, ते मी करून दाखवणारच आहे."

तिने पडल्यापडल्या पांघरूण गळ्यापर्यंत ओढून घेतलं आणि म्हणाली, ''जॉन, जर आपल्याला एखाद्याबद्दल काही चांगलं बोलता येत नसेल ना, तर मग काहीच बोलू नये.''

''म्हणजे, ते खरं असलं तरी?''

''तू निरपेक्षपणे विचार करत नाहीस जॉन. सर्वप्रथम तुला अंगात सहनशीलता बाणवण्याची गरज आहे. इतरांनी तुझ्याशी जसा व्यवहार करावा, असं तुला वाटतं ना, तसाच व्यवहार तूही इतरांशी केला पाहिजेस.''

व्वा! हिला आता बायबलची आठवण झालेली दिसतेय. मला त्यावर काहीच बोलणं न सुचल्यामुळे मी नुसता चडफडत राहिलो आणि भुंकल्यासारखा ओरडलो.

''जॉन, तुला झालंय तरी काय?''

आईचा आवाज वेगळाच भासला. गॉरीमध्ये असताना ती अशी नव्हती. ती पुस्तकं वाचायची आणि नवनवीन गंमतीशीर शब्द शोधून ते वापरायची. बाहुल्यांबद्दल बोलत बसायची. आता ती कायम दुर्मुखलेली आणि ढेपाळलेलीच दिसत होती.

''तू मूर्खासारखं बरळू लागली आहेस, हे तुझ्याच लक्षात येत नाही,'' मी ओरडलो, ''तुझ्यात केवढा बदल झालाय! एक निर्जीव पुतळा झाली आहेस तू. तुझा हा शहाणपणा तू मलाच का शिकवत असतेस? काही जीवच उरलेला नाही तुझ्यात.''

''तुझं बोलणं अन्यायकारक आहे जॉन,'' ती डोळे मिटत म्हणाली.

''अजिबात नाही. ते सत्य आहे आणि पूर्णपणे न्याय्य आहे. आपण इथं आल्यापासून तर तू भूतासारखीच वावरतेयंस.''

तिने डोळे उघडले आणि म्हणाली, ''सध्याचा काळ आपल्या सर्वांसाठी फार खडतर आहे.'' तिचे ते शब्द मला ऐकवले नाहीत. स्वत:ला नकळत मी पलंगावर गुडघ्यांवर बसलो आणि तिच्या तोंडावर माझा हात दाबला. तिच्या तोंडून मला अजून काही ऐकायचं नव्हतं. स्वत:ची बुद्धी न वापरता कानावर पडणाऱ्या गोष्टीच ती हल्ली उच्चारत असायची. मला या तिच्या असहाय वागणुकीचा संताप आला होता.

''तू आता गप्प, गप्प बस.'' मी मोठमोठ्याने तेच तेच ओरडत होतो. तिने हिसकाहिसकी केली, त्यामुळे मी क्षणभर भांबावलो. पण माझ्यात ताकद होती, त्यामुळे तिने कितीही प्रयत्न केला तरी मी तिच्या तोंडावरची माझ्या हाताची पकड ढिली होऊ दिली नाही.

''गप्प बस, काही बोलूच नकोस,'' मी परत ओरडलो. तिच्याकडून प्रतिकाराचं कोणतेही चिन्ह दिसेना तेव्हा मी तिच्या तोंडावरून हात काढला आणि तिच्या शेजारी बसलो. ती पलंगावरून उठली नाही पण माझ्यापासून लांब सरकली. तिने

माझ्याकडे शुष्क आणि अलिप्त नजरेनं पाहिलं.

"काही बोलू नकोस माझ्याशी, शांत पडून राहा," ती काही बोलण्याच्या अगोदर मीच तिला सुनावलं.

तिच्या डोळ्यात अश्रू नव्हते की नजरेत भीती नव्हती; कोणतीच भावना नव्हती. "असं रोखून बघत राहू नकोस माझ्याकडे; फक्त शांत राहा," मी म्हणालो.

"मी शांतच आहे," तिने उत्तर दिलं आणि कसली तरी वाट पाहत असल्यासारखे डोळे मिटून घेतले. मीही शांत झालो होतो. छातीतली धडधडही थांबली होती. पण तोंड कडुशार झालं होतं.

"मी टीव्ही बघायला बाहेरच्या खोलीत जातोय," मी तिला म्हणालो.

तिने उत्तरादाखल फक्त डोळे उघडून माझ्यावर रोखले. मी खोलीतून बाहेर पडलो. माझ्याकडून झालेल्या कृत्याचा मला पश्चात्ताप झालेला नव्हता. पण राहूनराहून नवल वाटत होतं. हे सर्व स्वप्नात तर घडलं नाहीना, असंच वाटत होतं. ती पाच मिनिटं मी माझ्यात नव्हतोच. मग मी कुठे होतो?... मी बाहेर जाऊन बसलो. वडील नव्हतेच आणि ते कुठे असतील याची फिकीरही करण्याची मला गरज वाटत नव्हती.

मी स्वयंपाकखोलीत जाऊन खाण्यासाठी थोडी बिस्किटे घेतली आणि टेबलावर कागद, पेन घेऊन *'गिनेस बुक'* ला अजून एक पत्र लिहायला बसलो. दहा वाजण्याच्या सुमाराला आई तिकडे आली. मला बघून ती दारातच किंचित अवघडल्यासारखी उभी राहिली. यावेळेला तिला मी कदाचित नजरेसमोर नको असेन. "जे काही झालं त्याबद्दल मला खेद वाटतोय; तुझ्याकडे पोस्टाचं तिकिट आहे का?" मी एकाच दमात बोललो.

ती प्रचंड ताणाखाली असल्यासारखी वाटत होती. तिचे खांदे पडले होते. डोळ्यांच्या बाहुल्या काळ्या आणि नेहमीपेक्षा मोठ्या दिसत होत्या. तिची उंची नेहमीपेक्षा कमी भासत होती. तोंड नेहमीच्या उत्फुल्लतेचा लवलेश नसलेले, सुकलेले दिसत होते. जिवणी घट्ट मिटली होती.

"तुला चांगलं झोडून काढण्याचा विचार माझ्या मनात आला होता, पण तसं माझ्या हातून होऊ नये म्हणून माझीच समजूत घालून शांत होण्यात मी काही तास खर्ची घातले," ती खालच्या आवाजात म्हणाली.

मी पुढे होऊन तिच्यासमोर उभा राहिलो आणि म्हणालो, "ठीक आहे, मार मला." तिने क्षणाचाही विलंब न करता हात वर उचलला आणि थाडकन माझ्या थोबाडीत ठेवून दिली. थंडीच्या दिवसात पायांवर फुटबॉल आदळल्यावर जसे झोंबायचे तसे आता मला झोंबले. ती टेबलाच्याशेजारी जाऊन बसली. मीही तिच्या शेजारी बसलो.

“आज एकदा झालं. पण पुन्हा कधी माझ्या अंगावर हात उगारलास तर बघ जॉन!” तिने कडक सुरात सांगितलं.

“सॉरी, मी परत कधी असं करणार नाही.”

टेबलाकडे बघत आम्ही दोघं एक मिनिटभर बसलो. मग ती उठली आणि फ्रीज उघडून मक्यांच्या दाण्यांमध्ये शिजवलेले बीफ तिने बाहेर काढलं. तिने त्याचे काप काढले आणि नंतर ब्रुसेल्सचे कडधान्य आणि गाजरांचे तुकडे एकत्र करून उकडत टाकले.

मी तिच्याकडे पाहत बसलो होतो. तिने एक सँडविच बनवून माझ्या हातात दिला.

“मला भूक नाही,” असं मी तिला सांगितलं.

“ते पोस्टाचं तिकीट तू मागत होतास ते त्या *‘गिनेस बुक’*ला पाठवायच्या पत्रासाठी का?”

“हो.”

“मला वाटतं आता बस झालं. हे धंदे सोड तू आता.”

“तू मला दरवेळी हेच तर सांगत आलीस. तू समजून का घेत नाहीस? यापूर्वी मी तुला दोनदा सर्वकाही खुलासेवार सांगितलं, तरी आता परत तू तेच बोलतेयस! तुला खरोखर काहीच कळत नाही आहे का?”

“मी थकले आहे रे, फार थकलेय,” ती एवढंच म्हणाली आणि उठून तिकीट काढून त्याच्यामागे थुंकी लावून तिने ते मला दिलं. ते करताना तिची जीभ मला सुजल्यासारखी आणि जास्तच लाल दिसली.

मी तिचे आभार मानले.

“मी आत जाऊन झोपतेय. तुझे बाबा घरी आले की त्यांना म्हणावं त्यांना चहा वगैरे सर्व ओव्हनमध्ये ठेवलंय.”

२१

अजून दोन दिवस उलटले आणि हवीहवीशी वाटणारी आठवडा अखेर आली. सूर्यप्रकाश भरपूर होता, पण त्या टोळक्याच्या भीतीमुळे मी बाहेर पडू शकत नव्हतो. ते मला शोधत असणारच. सापडल्यानंतर ठोकूनही काढतील कदाचित! त्यांच्या माराच्या कल्पनेपेक्षा माझी अब्रू जाईल, या भीतीने मी त्रस्त होतो. माझी टिंगलटवाळी होऊ नये असे मला वाटत होतं.

आईला सांगताना ‘बरं वाटत नाही’ अशी थाप ठोकून घरीच बसून राहिलो. “प्राणिसंग्रहालयात जाऊन यायचं का?” असं तिने मला विचारलं. त्यामागे कदाचित

तिचा हेतू मी खरं बोलतोय की नाही हे तपासून पाहण्याचा असू शकेल.

पण मी ठामपणे सांगितलं, "नाही, मला खरंच बरं वाटत नाही."

ताप आहे का आणि किती ते पाहण्यासाठी ती थर्मामीटर शोधू लागली. पण मी तिला म्हणालो, की काही काळजी करण्याचं कारण नाही.

"ठीक आहे, मी मात्र इथून बस पकडून स्टीफन्स ग्रीन बागेत जाऊन चालणार आहे आणि भरपूर मोकळी हवा खाऊन येणार आहे. येण्यापूर्वी कदाचित सिनेमासुद्धा बघेन," आईने जाहीर केले.

"बाबा कुठे आहेत?"

"ते कामात आहेत. आज ते जॅककाकांबरोबर कसल्यातरी कामात गुंतले आहेत. संध्याकाळी चहापूर्वी परत येतील."

मी दिवाणावर लवंडून टोस्टवर शिजलेलं अंडं ठेवून खात होतो. टीव्हीवरच्या सिनेमामध्ये इंग्लंडमधल्या एका शाळकरी मुलाची गोष्ट दाखवत होते. शिक्षकाची भूमिका करणाऱ्याचा आवाज ऐकून आणि त्याची संवादशैली पाहून मला मिस्टर रोशची आठवण आली.

सिनेमा संपल्यानंतर मी मिस्टर रोशचा दूरध्वनी क्रमांक शोधू लागलो. मिस्टर रोश डब्लिनकर होते असं हेडमास्तरांनी सांगितल्याचं मला आठवलं. मग मी डब्लिनची दूरध्वनी क्रमांकाची यादी उघडली. त्यात बरेच रोश मला आढळले पण मिस्टर रोशचे पहिलं नाव मला माहीत नसल्यामुळे काहीच करता आलं नाही. मग मी गॉरी नॅशनल स्कूलचाच नंबर शोधून काढला आणि तो फिरवला. आज शनिवार असल्यामुळे कोणी उचलंल असं वाटत नव्हतं, पण दोन वेळा वाजल्यानंतर एका बाईचा पलीकडून आवाज ऐकू आला.

मी माझी ओळख दिली आणि मिस्टर रोशचा माजी विद्यार्थी असल्यामुळे मला त्यांच्याशी बोलायचं आहे असं सांगितलं.

"अरे, तू हेलन ईगनचा मुलगा आहेस ना!"

"होय."

तिने मला मिस्टर रोशचा नंबर दिला आणि विचारलं, "आई कशी आहे रे?"

"मजेत आहे," मी म्हटलं.

"नशिबवान आहेस. मी कुलूप लावणार इतक्यात तुझा फोन आला. बरं, आईला विचारलं म्हणून सांग."

"हो नक्की. फोन ठेवतो आता. मला बाहेर जायचंय," मी म्हणालो. फोन खाली ठेवून मी मिस्टर रोशचा नंबर फिरवण्याआधी काही दीर्घ श्वास घेतले. पलीकडून त्यांचा मृदू आणि गंभीर आवाज ऐकू आला, "हॅलो, मी डेव्हिड रोश बोलतोय." तो ऐकल्यावर माझा घसा कोरडा पडला आणि हात थरथरू लागले.

माझ्या मनात तसं काही नसतानासुद्धा अनवधानाने एक विनोद घडला. मी म्हणालो, "हॅलो, मी मिस्टर रोश बोलतोय." तेही तिथून ठासून म्हणाले, "मिस्टर रोश मी आहे. मी तुमचा एक लांबचा नातेवाईक आहे आणि तुमच्या घरी येऊन चहा घेण्याची इच्छा आहे."

ते ऐकून त्यांनी फोन ठेवून दिला.

मला कळेना हे असं कसं झालं! तरी मी परत फोन उचलला. थांबलो असतो तर उरलंसुरलं अवसान गळालं असतं आणि मग मी फोनच केला नसता. मघासारखी फजिती होऊ नये, म्हणून या वेळी मी घाईतच बोललो, "हॅलो मिस्टर रोश, मी जॉन ईगन बोलतोय. मी गॉरी नॅशनल स्कूलमध्ये तुमच्या वर्गात शिकत होतो." पलीकडून लगेच उत्तर आलं नाही. काही कागद चाळण्याचा आवाज आला. ते बोलू लागल्यानंतर कळलं की ते काहीतरी खात आहेत.

त्यांनी विचारलं, "हं, रातोरात इकडून पळून गेला, तोच तू मुलगा ना?"

"हो," मी म्हणालो. मी त्यांच्या लक्षात होतो तर! प्रसिद्ध व्यक्ती म्हणून नावारूपाला यायचं जे माझ्या मनात होतं ते मिस्टर रोशच्या मदतीने शक्य होऊ शकेल असं मला वाटलं. *गिनेस बुक*वाल्यांचं लक्ष वेधून घेण्यासाठी तरी ते मला मदत करतीलच असंही वाटलं.

"आम्ही डब्लिनमध्ये राहतोय सर, बॅलीमनला." मी त्यांना सांगितलं. पलीकडे परत शांतता पसरली. माझ्या हृदयाची स्पंदनं वाढली.

"तू काही मिनिटांपूर्वी फोन केला होतास का?" त्यांनी विचारलं.

"नाही, मी आताच पहिल्यांदा फोन केला," मी घाईघाईत खोटं बोललो.

"अच्छा? मगाशी ज्याने फोन केला, त्याचा आवाज तुझ्यासारखाच वाटला."

"तो मी नव्हतो सर, कोणीतरी दुसरं असणार. तुम्हाला भास झाला असेल." हे सर्व खोटं बोलत असताना त्याचा माझ्या शरीरावर काय परिणाम होत होता, त्यांची नोंद माझं मन घेत होतं. माझ्या डाव्या हाताची मूठ वळली गेली होती. उजव्या हाताची नेमकी अवस्था काय होती ते सांगणं शक्य नव्हतं. कारण त्या हातात फोन होता. माझ्या बोलण्याची गतीही वाढली होती.

"अच्छा, तू बॅलीमनला राहतोयस."

त्यांचा हा प्रश्न होता की सहज केलेलं विधान होतं ते मला कळलं नाही. पण मी उत्तर दिलं, "हो. एकदा इथली सवय झाली की ठीक वाटतं." त्यांचा खाण्याचा आवाज फोनवरून येत होता. मी त्यांनी तोंडातलं खाणं चावून गिळेपर्यंत थांबलो. मग ते बोलले, "तुला उलट तिथली सवय होऊ नये, अशी मी प्रार्थना करेन. लवकरात लवकर संधी मिळेल तसा तू तिथून बाहेर पडण्याचा प्रयत्न कर."

"हो, तुम्ही म्हणताय ते बरोबर आहे आणि...."

माझं बोलणं मध्येच तोडत ते पुढे म्हणाले, ''आणि एक लक्षात ठेव, तू स्वत: चांगला राहा. महत्त्वाचं म्हणजे तुला माझ्या शुभेच्छा.''

एवढं बोलून त्यांनी फोन ठेवून दिला. मला यापूर्वी फोनवरच्या संभाषणाच्या अखेरीस निरोप देण्याघेण्याची सवय होती. स्वत:चं बोलणं संपलं की फोन ठेवून दिला जाण्याचा माझा हा पहिलाच अनुभव होता. मी फोन हातात घेऊन इकडेतिकडे पाहत विषण्णपणे उभा राहिलो.

थोडा वेळ मी बाहेरच्या खोलीत येरझार्‍या घातल्या आणि पुन्हा त्यांना फोन लावला, ''सर, मी जॉन ईगन बोलतोय,'' मी म्हणालो.

''बोल.''

''मगाशी तुम्हाला सांगायचं राहून गेलं की माझ्याकडे एक देणगी आहे.''

''मला कुठल्याही देणगीची गरज नाही.''

''तसं नाही सर, मला म्हणायचंय की मला एक ईश्वरदत्त देणगी मिळाली आहे.''

त्यांनी खोल श्वास घेतल्याचा आवाज आला. मी थांबलो.

''कसली देणगी म्हणतोस?'' त्यांच्या त्या प्रश्नामागची कंटाळलेपणाची भावना लपत नव्हती. क्षणभर मला त्यांना मी पुढचं काही सांगू की नको असा प्रश्न पडला.

''मी आत्ताच सांगू शकत नाही पण ही एक मोठी देणगी आहे आणि तुम्ही जर मला पत्र लिहिण्यासाठी मदत....''

''कसली देणगी ते जर मला सांगू शकला नाहीस तर मग तिचा उल्लेख तरी का करतोस?''

मला माझाच राग आला. जे मनाशी मी योजलं होतं ते व्यवस्थितपणे समोरच्याला सांगू का शकत नाही? एवढंही स्वत:वर नियंत्रण मला ठेवता येऊ नये? माझी अशी सहज फे, फे का उडते?

''त्याचं असं आहे, सर मला वाटतं की मी मानवी असत्यशोधक आहे. या गोष्टीला लवकरच योग्य ती प्रसिद्धी लाभेल अशी माझी खात्री आहे. पण मला मदतीची गरज आहे....''

मिस्टर रोश थोडे खाकरले आणि म्हणाले, ''हं बोल. मी ऐकतोय.''

मी त्यांना मग अथपासून इतिपर्यंत सांगितलं. अगदी वडील आणि आजीच्या खोटं बोलण्याच्या प्रसंगापासून ते त्या विषयावर मी केलेल्या वाचनापर्यंत तसंच माझ्या नोंदवहीपर्यंत.

''मला नीट खुलासेवार सांग बरं,'' ते म्हणाले.

आतापर्यंत शोधत असलेली, लोकांना माझं म्हणणं पटवून देण्याची संधी हीच

आहे हे मी ताडलं. मी लगेच पुढे म्हणालो, ''सर्वांना मी अंत:प्रेरणेने जाणतो. एखादी व्यक्ती खोटे बोलत असताना तिच्या नकळत तिच्या भावभावना चेततात आणि अशा चेतलेल्या भावनाविष्काराला तुम्ही कितीही झाकायचं म्हटलं तरी पूर्ण झाकू शकत नाही.''

बोलताना मला जाणवलं की मिस्टर रोशनी खाणं थांबवलं होतं. मी बोलणं चालू ठेवले. ''हा भावनाविष्कार त्या व्यक्तीच्या चेहऱ्यावर तर प्रतिबिंबित होतोच, पण तिच्या नकळत तिच्या शरीराच्याही काही विशिष्ट हालचाली होत असतात. एखाद्या सराईत खोटं बोलणाऱ्याला त्याच्या बोलण्यात आणि देहबोलीमध्ये आढळणाऱ्या विसंगतीमुळे मी अचूक शोधून काढू शकतो.''

''वा, बरंच काही सांगितलंस. तू या विषयावर बराच चांगला अभ्यास केलेला दिसतोस. पण मला एक सांग, या ज्या काही जाणिवा तुला होतात, त्यांचा उगम कशावरून दु:ख आणि शरमेची भावना यात नाही? कारण जेव्हा आपली कोणी जवळची व्यक्ती खोटं बोलते तेव्हा सर्वप्रथम याच भावना मनावर आघात करतात.''

''माझ्याकडे पुरावा आहे. मी याचा यशस्वी प्रयोग ब्रेन्डनवर केला होता. त्या प्रयोगाच्या निरीक्षणाच्या नोंदी माझ्याकडे आहेत.''

मिस्टर रोश हसले आणि म्हणाले, ''कुठं बोलू नकोस. तुला सांगायला मला आनंद होतोय की ब्रेन्डन हा आतापर्यंत माझ्या पाहण्यात आलेल्या लहान वयाच्या खोटारड्यांपैकी एक आहे. एकतर वारंवार खोटं बोलण्याची त्याला सवय आहे आणि दुसरं म्हणजे शेंडा ना बुडखा या तऱ्हेनं तो खोटं बोलू शकतो.''

या मध्येच आलेल्या अडथळ्यामुळे माझं बोलणं अर्धवट राहिलं होतं. त्यामुळे माझा श्वास जोरात चालू झाला होता, अगदी जणू काही पळत असल्याप्रमाणे. मला राग आला होता, पण मी तो जाणवू दिला नाही. त्यांनी थोड्यावेळापूर्वी थांबवलेलं खाणं परत सुरू केलं होतं. खातखात ते म्हणाले, ''तुला कदाचित सराईत खोटारड्या असलेल्या तुझ्या इतर काही मित्रांवर हे प्रयोग करून बघावे लागतील.''

''मध्यंतरी माझी गाठ एका मवाली टोळक्याशी पडली होती. त्यांच्यावर हे प्रयोग करून बघायला हरकत नाही. कदाचित पुढच्या वेळी....''

पलीकडून जोराने खोकण्याचा आवाज आला. माझं पुराण ऐकण्याचा त्यांना कंटाळा आल्यामुळे तर त्यांनी ते मध्येच थांबवण्यासाठी ही खोकल्याची युक्ती योजली नसेल ना, अशा संशयाने डोक्यात काहूर माजलं. हे जर असंच होत राहिलं तर मग माझा पारा चढत जाईल आणि मला पुढे बोलणं शक्य होणार नाही. मी एक दीर्घ श्वास घेतला आणि दहा अंक मोजले.

''बरं जॉन, माझं औत्सुक्य वाढलंय. शाळेतून उत्तीर्ण होऊन बाहेर पडेपर्यंत तुझी ही देणगी तशीच राहिली तर मला अवश्य कळव.''

"ठीक आहे सर."

"तुला कसलातरी योग्य आधार मिळून त्याद्वारे तू त्या टाकाऊ वस्तीतून बाहेर पडावं असं मात्र मला अगदी मनापासून वाटतंय."

त्यांच्या त्या शेवटच्या वाक्यामध्ये जो एक उबदार आणि आश्वासक स्पर्श होता त्याने मी भारावून गेलो आणि माझ्या मनात भावनाकल्लोळ झाला. त्यांच्या त्या प्रेमळ शब्दांनी मला एकाचवेळी रडू कोसळणार होतं. तसंच आनंदाने बागडावंसंही वाटत होतं. ते इतरांप्रमाणे माझा राग करत नव्हते.

"मलासुद्धा तसंच वाटतंय आणि मीही तीच आशा धरून आहे," मी म्हणालो. मी खणातलं काळं पेन शोधून काढलं. या पेननं लिहिलेलं पुसता येत नव्हतं. त्यानेच आई माझ्या कपड्यांवर माझं नाव लिहायची. मी अंगातली जर्सी काढली आणि त्या पेनाने डाव्या दंडाखाली काखेत मिस्टर रोशचा फोन नंबर लिहिला. अंघोळ केल्यानंतर जर तो पुसट दिसू लागला तर पुन्हा तो गिरवायचा असेही मी ठरवून टाकले. कारण मला त्या नंबरची कायम सोबत हवी होती.

३०

मध्यरात्री आम्ही झोपेत असताना वडील खोलीच्या दरवाज्यात आले आणि दबक्या आवाजात मला हाक मारली. मी जागा झालो पण झोपेचं सोंग घेऊन पडून राहिलो. मग चोर पावलांनी पुढे येऊन त्यांनी माझा खांदा हलवला. "जागा हो आणि आईला उठवू नकोस," ते म्हणाले. बॅलीमनमध्ये आल्यापासून जवळजवळ रोज त्यांच्या अंगावर दिसणारी मळकी पिवळी जर्सी आजही त्यांनी घातली होती.

"मला खूप झोप येतेय."

"उठ, मला तुझ्याशी काहीतरी बोलायचंय."

मी उठून त्यांच्याबरोबर मी आधी झोपायचो, त्या छोट्या खोलीत गेलो. तिथे गेल्यागेल्या घाणीचा भपकारा आला आणि माझ्या पोटात ढवळून आलं. सव्वातीन वाजले होते. पलंगाच्या बाजूच्या घड्याळामध्ये दोन्ही काळे काटे एकाच आकड्यावर जुळले गेल्याने भेसूर दिसत होते.

ते पलंगावर पडले आणि मी कडेला बसलो. त्यांच्या कानशिलावरची निळी नस दर सेकंदाला घड्याळकाट्याबर हुकूम उडत होती. त्यांच्या केसांच्या बटांनी ती नस झाकली जावो, असे स्वत:शी म्हणत मी मान दुसरीकडे वळवली.

"तू पूर्ण जागा आहेस का?" त्यांनी विचारलं.

"हो, अगदी टक्क जागा आहे."

"बरं झालं, कारण तुला नीट लक्ष द्यावं लागणार आहे."

"का?"

"कारण घरातला वॉलपेपर सोलून काढण्याचे तुझे उद्योग तू थांबव, हे मला सांगायचं आहे. आईसुद्धा सांगत होती की हल्ली तू फारच उद्धटपणानं वागतोयस."

"मी नाही उद्धटपणानं वागत."

"तू तसा वागतो आहेस असं मला कळलंय आणि तसं तू करू नयेस हे मला तुला सांगायचंय."

"का?"

"कारण मी तुझा बाप आहे."

"बरं, बोलून झालं का?"

हात उशाला घेत ते म्हणाले, "आज मला थोडी जास्त झाली आहे. घरी यायलाही उशीर झाला. म्हटलं जरा माझ्या एकुलत्या एका मुलाची भेट घ्यावी." आता त्यांची ती नस सेकंदाला दोन वेळा अशा गतीने उडत होती.

"तुम्ही कुठे गेला होतात?" मी विचारले.

"काम संपल्यावर थोडी घ्यावी, म्हणून एक जवळच्याच पबमध्ये गेलो होतो."

"कोणाबरोबर?"

"कारखान्यात बरोबर काम करणारे काहीजण होते."

ते खोटं बोलत होते असं मला माझं मन सांगत होतं.

"कुठल्या पबमध्ये गेला होतात?" मी विचारलं.

"टर्मिनल नावाच्या."

"पण एवढ्या उशीरापर्यंत कसे काय राहिलात तुम्ही?"

"आम्हाला बरंच बोलायचं होतं. हल्ली आमच्या बॉसचा त्रास फार वाढलाय. असला खडूस म्हातारा यापूर्वी कधीच भेटला नव्हता. आज त्यानं आम्हाला स्वयंपाकखोली साफ करायला लावली. आम्ही पाचहीजण गुडघ्यांवर बसून ओणवे होऊन जमीन घासत होतो."

खोटी गोष्ट रचून सांगताना होणारा मानसिक ताण त्यांच्या चेहऱ्यावर दिसत होता.

"तू कसा आहेस माझ्या मत्स्यमुद्रेच्या मुला?" त्यांनी विचारलं.

"मला अशी हाक मारू नका, मला आवडत नाही."

ते माझे वडील होते. वडिलांनी आपलं मूल दिसायला जरी चांगलं नसलं तरी, चांगलंच दिसतंय असं मानायचं असतं!

"तुझं तोंड आहेच माशाच्या तोंडासारखं." ते म्हणाले. त्यांची जीभ लडबडू लागली होती. माझ्या गुडघ्यावर हात ठेवून ते म्हणाले, "अरे जरा गंमत केली. तू काही खरोखरच माशासारखा दिसत नाहीस. तू फिशफिंगर्स जास्त खातोस ना,

म्हणून मी तुला तसं म्हटलं.''

''तुम्ही पण खाता की.'' मी म्हटलं.

''ठीक आहे रे, उगाच प्रत्येक बाबतीत कीस काढत बसू नकोस.''

मग थोडा वेळ कोणीच काही बोललं नाही. त्यांनी डोळे मिटून घेतले. मी पलंगाच्या कडेलाच बसून होतो. त्यांनी त्यांचे हात वर डोक्याजवळ घेतले. तेव्हा मला सेंटचा वास आला. ''बाबा, तुम्ही वरच्या मजल्यावरच्या त्या तीन आंधळ्या बायकांची नेहमी मस्करी का करता हो? तुम्ही त्यांना ओळखता का?''

''छे, मला जरा आवडतं, त्यांची मस्करी करायला.''

''पण तुमची आणि त्यांची ओळख आहे का?''

''छे रे, माझी त्यांच्याशी कशी काय ओळख असणार?'' हे बोलताना त्यांचा चेहरा थिजल्यासारखा वाटला, जणू काही त्यांना पक्षाघाताचा झटका आला असावा. आता मी गुप्तहेराचं काम करायचं ठरवलं. आणि त्यांना विचारलं, ''तुम्ही खरंच त्यांना ओळखत नाही का?''

''मी शेजारच्या मिसेस मॅकगॅहर्नला बघतो ना. माझ्यामते या बायका इथूनतिथून सारख्याच असतात. ओळख कशाला पाहिजे? त्या तिघीही तशाच असणार, आकाराने थोड्या लहान किंवा मोठ्या. एवढाच फरक असतो.''

''तुम्ही तेराव्या मजल्यावर कधी गेला होतात?''

ते उठून बसले आणि माझ्या गालाला स्पर्श करून म्हणाले, ''नाही बाळा, मला तिकडे जाण्याचं काही कारणच नव्हतं!''

त्यांनी यापूर्वी मला 'बाळा' अशी हाक मारली नव्हती किंवा माझ्या गालाला असा स्पर्शही केला नव्हता.

''तुम्ही त्या तीन अंधकुमारींच्या घरात कधीच गेला नव्हतात का?''

''तू काय ही सरबत्ती करतो आहेस? का असे प्रश्न विचारतोयस?''

''तुम्हाला त्या तिघींबद्दल बरीच माहिती आहे?''

त्यांनी थोडं थांबून, विचार करून उत्तर दिलं, ''मला वर जाण्याची कधीच गरज भासली नाही.'' ते नक्कीच खोटं बोलत होते याबद्दल आता माझी खात्रीच झाली होती. ते पलंगावरून उठू लागले.

''अच्छा, मग तुम्ही कधीच वरच्या मजल्यावर गेला नव्हतात ना?''

''एकदा मी कामावरून घरी येण्यापूर्वी पंधराव्या मजल्यावर, मार्कच्या घरी कॉफी पिण्यासाठी गेलो होतो. त्या अर्थानं एकदा मी वरच्या मजल्यावर गेलो होतो.''

''मला तुम्हाला एक महत्त्वाचा प्रश्न अजून विचारायचा आहे, विचारू का?''

''अर्थात, तुला काय हवं, ते तू विचारू शकतोस.''

"तुम्ही कधी त्यांच्याबरोबर तसलं काही घाणेरडं केलंय का?"

ते उठून मला भिडूनच उभे राहिले. त्यांचा चेहरा लाल झाला होता आणि श्वास फुलला होता. मला वाटलं की ते आता कमरेचा पट्टा काढून मला मारणार. पण मला त्यांची भीती वाटत नव्हती. माझं काही चुकलं नव्हतं. त्यांचंच पाऊल वाकडं पडलं होतं. ते त्या बायकांच्या घरात जाऊन आले होते यात काहीच संशय नव्हता. ते जरी खोटं बोलले असले तरी त्यातलं सत्य उघड झालं होतं.

त्यांनी लाथ उगारली आणि माझ्याऐवजी खोलीच्या दरवाजावर जोरात मारली. त्या आवाजाने आईची झोप मोडेल की काय, अशी भीती मला वाटली. ते खोलीतून तडक निघून जातील असं मला वाटलं, पण तसं न करता ते वळले आणि माझ्याकडे पाहत उभे राहिले. मीही काही न बोलता त्यांच्याकडे पाहिलं. त्यांनी काहीतरी बोलण्याकरता तोंड उघडलं, पण त्याऐवजी त्यांनी समोरच्या भिंतीपर्यंत खाली मान घालत दोनदा ये-जा केली आणि नंतर स्वगत बोलावं तसं म्हणाले, "मी हरलो, खरंच मी हरलो." नंतर एक शब्दही न बोलता ते तडक खोलीबाहेर पडले.

मी जाऊन परत आईच्या शेजारी तिला जवळजवळ चिकटून पहुडलो. तसंच तिच्या पाठीला माझी छाती भिडवून पडून राहावंसं वाटलं कारण काहीही झालं, तरी असा आईजवळ आलो, की शांत झोप लागते. तरीही थोड्यावेळाने मग मी दूर झालो आणि माझ्या नेहमीच्या जागेवर वळून झोपलो.

पुढचे पाच दिवस शाळेतून घरी परतल्यावर घरी बसून टीव्ही बघण्याऐवजी मी बाहेर फिरायला जायचो. मी खाली तळाला गिटार शिकायला जातोय, असं आईला सांगायचो; पण वस्तुतः वरच्या मजल्यावर जाऊन त्या तीन अंधकुमारिकांच्या फ्लॅटच्या आसपास जवळजवळ दहा वाजेपर्यंत दबा धरून बसायचो. जर वडील त्या फ्लॅटमधून बाहेर पडताना दिसले, तर त्यांना मुद्देमालासह पकडायचे हा माझा उद्देश होता.

चार दिवस असेच गेले. त्या फ्लॅटच्या दाराला कान भिडवूनसुद्धा काही फायदा झाला नाही. मला वाटत होतं की, आतून वडिलांचा निदान आवाज तरी ऐकू येईल. पण तसंही झालं नाही. दहा वाजल्यावर मग मी घरी परतलो.

पाचव्या दिवशी मात्र मी तेराव्या मजल्याऐवजी बाराव्या मजल्यावरच जिन्यावर खालच्या पायरीवर बसून राहिलो. त्या दिवशी मात्र माझी तपश्चर्या फळाला आली. निळ्या रंगाचा मळका ओव्हरकोट घालून आणि कामावर जाताना नेण्याची काळी बॅग हातात घेऊन वडील तेराव्या मजल्यावरून खाली उतरत होते. मला पाहून जसे काही घडलंच नाही, अशा सहजतेने ते म्हणाले, "हॅलो, तू इकडे कुठं?"

मी जिन्याचा कठ्ठा घट्ट पकडला आणि त्यांच्याकडे नजर रोखून त्यांना विचारलं,

"कुठे गेला होतात तुम्ही?"

"त्याच्याशी तुझा काही संबंध नाही. तरी पण सांगतो की, मी मार्कच्या घरी चहा प्यायला गेलो होतो."

"तुम्ही तिकडे गेला नव्हतात. मी तुम्हाला तेराव्या मजल्यावरून खाली उतरताना बघितलंय."

ते मला टाळून बाजूला सटकत म्हणाले, "तुझं काहीतरी वेगळंच आहे. तुझ्या डोक्यात जे चाललेलं असतं ना, तेच तुझ्या डोळ्यांना दिसतं." वर जाताना त्यांचा पाय माझ्या गुडघ्याला लागला.

ते घरात शिरून थोडा वेळ झाल्यानंतरच मी आत शिरलो. आत गेल्यागेल्या मी बाथरुममध्ये गेलो आणि पुष्कळ ओकलो. पोट पूर्ण रिकामं झालं. खरं पाहिलं तर हल्ली मला अशा ओकाऱ्या होत नसत, पण वडील आज जे खोटं बोलले, ते आत्तापर्यंतचं मी अनुभवलेलं सर्वांत घाणेरडं खोटं असावं आणि त्यामुळेच मला तसं झालं असावं. स्वयंपाकखोलीत बसून त्यांचं आईबरोबर चाललेलं नेहमीचं निर्भेळ बोलणं मी बाहेरून कान देऊन ऐकत होतो आणि त्यामुळे माझ्या छातीत संतापाने आगडोंब उसळला होता. त्यांचा दुटप्पीपणा मला सहन होत नव्हता.

दुसऱ्या दिवशी चहाची वेळ झाली तरी वडील घरी परतले नव्हते. मी स्वयंपाकखोलीत शेवया शिजवत होतो आणि आई टेबलावर बसून हेअरड्रायरने केस सुकवत बसली होती. त्या हेअरड्रायरला एक नळी जोडली होती. तिथून वीजप्रवाह सुरू झाला की मग त्या नळीतून गरम हवा येऊन त्या हेअरड्रायरच्या प्लॅस्टिक टोपीसदृश भाग फुलून त्याचा आईच्या डोक्यावर पिसारा व्हायचा.

"तुला हा जुना पुराणा हेअरड्रायर कसा वाटतो रे?" तिने मला विचारलं.

"मला चांगला वाटतो. त्याचं एक विशिष्ट व्यक्तिमत्त्व आहे, अगदी तुझ्यासारखं." मी उत्तरलो.

ती हसली आणि प्लॅस्टिकची टोपी उतरवून मांडीवर ठेवून म्हणाली, "तुला माहीत आहे, माझ्या आईने हा हेअरड्रायर एकदा ओल्या झालेल्या कोंबडीला सुकवण्यासाठी वापरला होता. तिनं कोंबड्या पाळल्या होत्या. त्यापैकी एक एकदा चिखलात पडली. तिनं मग तिला धुतलं आणि बाहेरच्या खोलीत बसून या हेअरड्रायरने तिचं अंग वाळवलं."

"आई, हे खरंच घडलं होतं का?"

"मला वाटलंच होतं की तू हे विचारणार. थांब, तुला दाखवते," ती म्हणाली. काही मिनिटांनी एक जुना काळ्या-पांढऱ्या रंगातला फोटो घेऊन आली. त्या फोटोत एक कोंबडी तिच्या चोचीसकट डोक्यावरचा भाग सोडून त्या हेअरड्रायरमध्ये बसलेली दिसत होती.

"तुला चिंतन करायला हा एक नवीन विषय मिळाला, ना? तुझ्या कल्पनेतल्या त्या मनोरंजक बागेमध्ये या फोटोला स्थान मिळेलच."

"धन्यवाद," मी म्हणालो.

"मला एक पापी दे," ती म्हणाली. मी तिच्या कपाळाचं चुंबन घेतलं, तेव्हा मला जणू काही मी तिचा नवरा आहे, असं वाटलं.

"आई, मला ना तुला एक खूप महत्त्वाची गोष्ट सांगायची आहे."

"तू आधी ते तुझं खाजवणं थांबव."

"सांगू का?"

"सांग."

"मला घाई नाही. तुला पूर्ण लक्ष देऊन ऐकण्यासाठी वेळ असेल, तरच मी सांगतो."

"मी पूर्ण लक्ष देऊन ऐकतेय. तेव्हा आत्ताच सांग."

"मला वाटतं, बाबांचं त्या वरच्या बायकांबरोबर काहीतरी चालू आहे."

"काय बोलतोस काय?"

"नीट ऐक. तुला हे सगळं माहीत असणं आवश्यक आहे, असं मला वाटतं," मी प्रौढ माणसांची लकब घेऊन बोललो. नंतर मी तिला मध्यरात्री एकदा सव्वातीन वाजता बाबा कसे दारू पिऊन आले होते आणि त्या दिवशी ते वरून खाली उतरताना मी त्यांना कसं पकडलं, ते सर्व सांगितलं.

"तुझं डोकं फिरलंय. तुला हे सर्व धंदे करायला कोणी सांगितलं?" ती ओरडली.

"जे सत्य आहे तेच मी तुला सांगतोय."

"माझा तुझ्यावर याबाबतीत विश्वास नाही. तुझे वडील असं कदापि करणार नाहीत. ते कुठं गेले होते त्याबद्दल कदाचित त्यांनी थापा मारल्या असतील, पण माझी याबद्दल खात्री आहे की असलं काही ते करणार नाहीत."

"तुझा माझ्यावर विश्वास नाही तर मग तू वर जाऊन त्या बायकांनाच विचारून शहानिशा का करत नाहीस? त्यांनाच विचार बाबा वर आले होते की नाही ते!"

उठून उभी राहत ती म्हणाली, "मी तसं करणार नाही आणि तू सुद्धा तुझं थोबाड आता बंद कर."

मी आदळआपट केली. 'माझ्यावर विश्वास ठेव' अशी विनवणीही केली. दोन्ही हातांनी तोंड झाकून ती म्हणाली, "तू आजपासून तुझ्या त्या जुन्या खोलीत झोपायचं. तुझ्यासारख्या घाणेरड्या मुलानं खोलीतल्या त्या घाण वासाबद्दल तक्रार करण्याचं काहीच कारण नाही. तुला तो घाणेरडा वास शोभतो."

"मी घाणेरडा नाही. मी उलट अंतर्बाह्य स्वच्छ आहे. मी सत्य जाणतो."

“गॉरीमध्ये असताना तू असा नव्हतास. इथं मात्र तू घाणेरडाच झाला आहेस.”

मी माझा कोट उचलला आणि खाली जाण्यासाठी निघालो.

खाली कदाचित ते टोळकं मला समोरासमोर भेटण्याची शक्यता होती. पण आता मला त्याची पर्वा नव्हती. मोठं गुपित उघड केल्यावर खूप काहीतरी नाट्यपूर्ण उलथापालथ घडावी, अशी माझी इच्छा होती. पण आईने ती सफल होऊ दिली नाही. खाली पोहोचल्यानंतर ते टोळके काही दिसलं नाही. मग मी एकटाच फिरतफिरत त्या नवीन बांधकाम चालू असणाऱ्या जागेवर फिरायला गेलो. कॉंक्रीटच्या चरांतून फिरताफिरता मला एक लहान आकाराचा, लाल रंगाचा, गुडघ्यापर्यंतचा बूट अडकून पडलेला दिसला.

घरी आलो तर वडील आणि आई स्वयंपाकखोलीत मक्याच्या दाण्यात शिजलेले बीफ, गाजर आणि उकडून पीठ केलेले बटाटे असं जेवण जेवत होते.

“तुझं खाणं बघ, तिकडे ठेवलंय,” मला पाहून आई म्हणाली.

माझं जेवण गरम राहावं म्हणून ती वाढलेली थाळी उकळतं पाणी भरलेल्या भांड्यावर ठेवून झाकली होती.

“कुठं गेला होतास?” वडिलांनी विचारलं.

“खाली तळघरात काही खेळ चालू आहेत का ते बघायला गेलो होतो.”

“काही होतं का तिकडे?” आईने मागे न बघताच विचारलं.

“एकीकडे चित्रं काढणं चालू होतं आणि दुसरीकडे काही छोटी मुलं पुठ्ठ्यांचे साप वगैरे बनवत होती.”

“आश्चर्य आहे! मी जेव्हा थोड्यावेळापूर्वी खाली गेलो होतो तेव्हा तर ते साफसफाईच्या कामामुळं बंद होतं. तशी पाटीसुद्धा लावली होती तिकडे,” वडील गरजले.

वडिलांनी माझं खोटं बोलणं पकडलं होतं, पण त्यांनी ते पुढे ताणून धरलं नाही. उलट हसतहसत ते म्हणाले, “नाहीतरी तसले साप-बिप बनवून खेळण्याइतका तू काही आता लहान राहिला नाहीस.”

“मलाही तसंच वाटतं.”

“तुला आठवतंय मायकल, जॉनला ती आकडे रंगवायची पुस्तकं किती आवडायची. त्याला तो ‘फझी फेल्ट’चा खेळ पण फार आवडायचा,” आईने आठवण काढली.

“मला तो फझी फेल्ट अजिबात आवडायचा नाही. मला उलट त्याचा राग यायचा,” मी म्हणालो.

दोघेही हसले.

“मला चांगलं आठवतंय मला काय आवडायचं आणि काय नाही ते! तुम्हाला

दुसऱ्याच कोणाची तरी आठवण येत असेल," मी म्हणालो.

दोघे अजूनही हसत होते. मला हसवण्यासाठी आई माझ्या काखेत गुदगुल्या करत होती.

"नको, करू नकोस," म्हणत मी तिला माझा मूड नसल्याचं दर्शवलं. माझी नाराजी स्पष्ट नोंदवून सुद्धा ती काय एवढी आनंदाने हसत होती, ते कोडं मला उलगडत नव्हतं.

माझं खाऊन संपल्यासंपल्या मी लगेच बाहेरच्या खोलीत जाऊन टीव्ही पाहत बसलो. आतलं दोघांचं संभाषण ऐकू यावं म्हणून टीव्हीचा आवाज मात्र मी मुद्दामच हळू ठेवला होता.

त्यांच्या गप्पा मी कान देऊन ऐकत होतो, पण त्या मध्यवर्ती उष्णता नियंत्रणामुळे घरात असताना किती गरम होतं, फ्रिज मध्येच कसा वास मारत असतो, पेट्रोलच्या किंमती कशा वाढल्या आहेत, भविष्यात खनिज तेलाचा तुटवडा पडेल का, शेजारचे फिनिक्स पार्क किती भव्य आहे, ते जगातले कोणत्याही शहरांपैकी पहिल्या क्रमांकाचं पार्क असेल का, इत्यादी विषयांभोवती फिरत होत्या. फिनिक्स पार्कच्या पहिल्या क्रमांकाबद्दल माझी तरी खात्री होती.

शेवटी मी कंटाळून, "आज काही गोडधोड नाही का खायला?" असं ओरडून विचारलं.

"हो, शेंगदाणे आहेत," वडिलांनी पण आतून ओरडून उत्तर दिलं आणि मग दोघेही परत जोरात हसले.

मी मग स्वयंपाकखोलीत गेलो आणि वडिलांना सहानुभूतिच्या अपेक्षेने म्हणालो, "माझा दुसरा एक दात दुखू लागलाय. पुढच्या आठवड्यात दातांच्या डॉक्टरकडे जायला हवं."

पण तशी काही सहानुभूती न दर्शवता वडील म्हणाले, "कमाल आहे, मला वाटतं की ज्याला स्वतःहून दातांच्या डॉक्टरकडे जावंसं वाटतं, असा तू पृथ्वीतलावरचा एकमेव मुलगा असावास."

"मला ते डॉक्टर आवडतात," मी म्हणालो.

"ते डॉक्टर ओ'कॉनर स्टाईलबाज सूट घालतात आणि छान बोलतात म्हणून मला वाटतं जॉनला ते आवडतात. ते डॉक्टर वाटण्यापेक्षा दातांचे वकील वाटतात," आई म्हणाली.

आईच्या या 'विनोदावर' दोघेही परत मनमुराद हसले. एकटा पडलोय असं वाटू नये, म्हणून मीसुद्धा बळेबळे हसलो.

"हो, ते वकीलच आहेत. ते आपल्या दातांना मोलाचा सल्ला देतात आणि त्याचं मूल्य दामदुप्पटीनं वसूल करतात," मी म्हणालो.

वडिलांनी यावर माझ्याकडे हसून पाहिलं आणि हस्तांदोलनासाठी हात पुढे केला. मी सुद्धा केला आणि मग बराच वेळ आम्ही एकमेकांचे हात धरून हलवले. यापूर्वी माझ्या लक्षात न आलेली एक विचित्र गोष्ट माझ्या आज लक्षात आली आणि ती म्हणजे वडिलांच्या हाताची चामडी आईसारखीच मऊ होती.

आजची रात्र त्या लहान, घाण वासाच्या खोलीतली माझ्या पुनरागमनाची रात्र होती. मी कूस बदलून पाहिली, उताणं, पालथं कसंही झोपून पाहिलं तरी तो वास माझा पिच्छा पुरवतच होता. त्यातच मला ब्रेन्डनची आठवण झाली. तो केटबरोबर कसा खिदळत बसला असेल आणि दोघे मिळून मला हसत असतील असं चित्र मनश्चक्षूंसमोर उभं राहिलं. त्या कल्पनेनं मला वाईट वाटलं. ब्रेन्डनसारख्या मित्राला मी मुकलो, या दु:खाचे सावटही त्यात बेमालूमपणे मिसळलं.

मी परत एकदा वळून पोटावर पडलो तेवढ्यात वडिलांनी दारावर मारलेली थाप ऐकू आली. ते आत अगदी चोर पावलांनी शिरले. त्यांचा चौर्यकर्माचा काही उद्देश नाही ना असं वाटून गेलं. त्यांनी दार हळूच लावून घेतलं आणि पलंगाच्या एका टोकाला बसले. शाळेचे पुस्तक उघडं होतं, ते मिटवून मी मांडी घालून बसलो.

"हे माझ्या मत्स्यमुद्रेच्या मुला, कसा आहेस तू? बरेच दिवस आपण अशा गप्पा मारल्या नाहीत," त्यांनी सुरुवात केली.

"काय म्हणताय! त्यादिवशी मध्यरात्री तर तुम्ही मला उठवलं होतं आणि त्यानंतर आपण बोललो होतो," मी त्यांना आठवण करून दिली.

"अरे त्या रात्री मला जरा जास्त झाली होती. आणि तुला माहीत आहे, मी कसा आहे ते... मी काय नेहमी घेणाऱ्यातला नाही. म्हणून त्यादिवशी तुला मी झोपेतून उठवलं त्याबद्दल माफी मागतो."

"ठीक आहे."

"मी यावेळेला न विसरता तुला भेटवस्तू घेऊन आलोय."

मी इकडेतिकडे पाहिलं, आजूबाजूला काहीच दिसत नव्हतं.

"मी तुला ती आता देणार आहे. पण त्याचबरोबर एक गोष्ट तू मला दिली पाहिजेस. ती म्हणजे, आतापर्यंत इतक्या वेळा आणेन म्हणून सांगून भेटवस्तू आणायला विसरल्याबद्दल माफी. काय, करशील ना मला माफ?"

मी मनात म्हटलं, आता या सगळ्याला खूप उशीर झालाय, तरी पण भेट काय आणली आहे, ते बघून ठरवावं. पण उघडपणे "बरं" म्हटलं.

मग त्यांनी एका कागदी पिशवीतून एका खूप मोठ्या आकाराच्या तपकिरी मोजांची जोडी बाहेर काढली.

"हे घे बाळा, तुझ्यासाठी मी हे प्रसिद्ध मोजे घेऊन आलोय. तू त्यांची आता बाहुली बनवून खेळ किंवा काहीही कर," ते हसतहसत म्हणाले. स्वतःच्या

निवडीवर ते खूप खूश दिसत होते.

मी ते मोजे पूर्ण उघडून समोर धरले. ते खूपच मोठ्या आकाराचे होते. पण ते दोन्ही अंगठ्याकडे फाटले होते. डावा मोजा टाचेवरही फाटला होता. त्याव्यतिरिक्त दोन्ही मोजे पावलांच्या भागात वापरून झिरझिरीत झाले होते.

"हे फाटके मोजे मला कशाला?" मी आश्चर्याने विचारलं.

"हे जगातल्या सर्वांत उंच माणसाने वापरलेले मोजे आहेत," वडिलांनी हळूच सांगितलं.

मला आश्चर्याचा धक्काच बसला. माझ्या तोंडाचा आ वासला आणि डोळ्यात पाणी तरळलं. "काय? हे मोजे रॉबर्ट पर्शिंग वॅडलोचे आहेत?" माझ्या तोंडून आश्चर्योद्गार बाहेर पडले.

"अगदी बरोबर. साडेअठरा इंच लांबीचे आहेत ते. वॅडलोने त्याच्या आयुष्याच्या अखेरच्या वर्षात ते वापरले होते. त्याच्या शेवटच्या आठवणींपैकी एक म्हणून त्याच्या वडिलांनी ते जपून ठेवले होते."

मी ताठ बसलो. आश्चर्य तर होतेच, पण आनंद जास्त झाला होता. दोन्ही हातात धरून मी मोजांचे निरीक्षण करू लागलो. एक मोजा जवळजवळ माझ्या एका हाताच्या लांबीएवढा होता.

"कशी वाटली माझी भेट? मोजे फार जुने आणि वापरलेले आहेत. पण ते बनावट नाहीत याची ती खूणच आहे," वडील म्हणाले. त्यांच्या या वाक्याने मला झालेल्या परमानंदाच्या पार ठिकऱ्या-ठिकऱ्या उडाल्या. ते चक्क खोटं बोलत होते. मला आश्चर्य वाटलं की ही गोष्ट माझ्या आधीच का लक्षात आली नाही! बहुधा उत्साहाच्या भरात माझं तिकडे लक्ष गेलं नसावं.

मला अजून पुरावा गोळा करण्याची गरज नव्हती. माझ्या आनंदावर विरजण पडलं होतं. मला फक्त एकाच गोष्टीचं पुनःपुन्हा खोटं बोलण्याच्या त्यांच्या या धारिष्ट्याचं नवल वाटत राहिलं. मला आता त्यांच्याशी बोलण्याची, त्यांचं तोंड पाहण्याचीही इच्छा उरली नव्हती. बिछान्यात शिरावं आणि डोक्यावर पांघरूण ओढून झोपावं, असं वाटत होतं. तरी बळेबळे ओठ विलग करून मी "हो, किती छान भेट आहे," म्हटले.

"हे मोजे मिळवणे सोपी गोष्ट नव्हती. ही भोकं आणि हा मळकेपणा बघून कळतं, की अस्सल चीजच आपल्या हाती लागली आहे." वडील बोलत होते. त्यांच्या बतावणीवर रडून मोकळं व्हावे की अधिक सखोल चिंतन करावं या पर्यायांपैकी मी दुसऱ्या पर्यायाची निवड केली.

खोटारड्या व्यक्तीला आपलं बोलणं खरं आहे हे ठसवण्याची आत्यंतिक गरज असते. म्हणूनच ती बोलताना टोकाची विशेषणे किंवा क्रियाविशेषणांची उधळण

करत असते. "प्राण गेला तरी बेहत्तर किंवा मृत आईची शपथ घेऊन सांगतो" वगैरे भावनिक शब्दोच्चारांची लयलूट असते. वडील मोजांचे खरेपण पटवण्यासाठी ज्याप्रमाणे त्यांच्या मळकेपणाची साक्ष देत होते, त्या प्रकाराच्या बोलण्याचं मी वाचलेल्या काही पुस्तकांमध्ये 'शपथपूर्वक खोटं बोलणं' असं वर्णन केलं होतं.

"तुम्ही ते कसे मिळवलेत ते सांगा," मी त्यांना म्हटलं.

"मी काही महिन्यांपासून हात धुवून त्यांच्यामागे लागलो होतो. माझ्या कारखान्यातल्या एका माणसाची, अमेरिकेतल्या एका माणसाशी ओळख होती. त्याने इलिनॉइस राज्यामध्ये एका लिलावामध्ये ते विकत घेतले होते," वडील रंगात येऊन सांगत होते. हे सांगताना वडील एकदा नव्हे अनेकदा खोटं बोलत होते. एखाद्याच्या नाकात मिरचीची पूड गेल्यावर त्याला जशा अनावर शिंका येत राहतात, तशी त्यांची गत झाली होती.

मला राग आला होताच, पण लाजही वाटत होती. "फार किंमत पडली असेल त्यासाठी," तरी मी त्यांना डिवचलं.

"हो ना! मला खरं तर त्याचे बूट घ्यायचे होते. पण ते विकत घ्यायला मला किमान दोन जन्म घ्यावे लागले असते. शेवटी मी मोजांवर समाधान मानायचं ठरवलं."

"माझ्यासाठी सुद्धा मोजेच पुरेसे आहेत, धन्यवाद," मी कोरडेपणाने म्हटलं.

"माझ्या एकुलत्या एका लेकासाठी एवढं करण्यात काय मोठंसं केलं मी!"

मला माझी असत्यशोधकाची भूमिका या प्रसंगात चांगलीच वठवायची होती. कोणत्याही प्रकारचा उतावीळपणा करून मला ही संधी हुकवायची नव्हती. जर माझ्या वर्तनाला पूर्वग्रहदूषितपणाचा वास आला असता तर त्यामुळे समोरच्या व्यक्तीच्या मनावरचा ताण वाढला असता आणि मग माझं काम अवघड झालं असतं. कारण अशावेळी तणावाखाली असतानाची लक्षणं आणि निव्वळ खोटं बोलतानाची लक्षणं यांची सरमिसळ किंवा गल्लत होण्याची शक्यता असते. असत्यशोधकाने आपल्या मनाचा थांग कोणालाच लागू द्यायचा नसतो. त्यामुळेच ते खोटं बोलत आहेत, हे मला कळल्याचं मला त्यांना समजू द्यायचं नव्हतं. मला आता त्यांचे लक्ष त्या बनावट मोजांवरून दुसरीकडे वळवायचं होतं. मी ते मोजे खाली टाकले.

"चला, तुला ते आवडले, हे बघून मला बरं वाटलं. आता मी निघतो म्हणजे तू तुझा गृहपाठ करायला मोकळा होशील, ठीक आहे?"

डोक्यामागे उशा घेऊन मी बसलो आणि म्हणालो, "थांबा बाबा, मला तुम्हाला तुमच्या शाळेबद्दल काहीतरी विचारायचं आहे."

"विचार ना."

"तुम्ही शाळेतून उत्तीर्ण होऊन बाहेर पडलात तेव्हा तुमच्या वर्गात पहिले आला होतात का? पुढच्या आठवड्यात आमच्या शाळेत आमची बुद्ध्यांकमापन चाचणी होणार आहे. आमच्या बाई म्हणत होत्या की, आम्हाला आमच्या पालकांचा बुद्ध्यांक माहीत असला तर बरं होईल."

"हो, मी तर अंगावरची कपड्यांची इस्त्री न बिघडू देता माझ्या प्रतिस्पर्ध्यांना अस्मान दाखवलं होतं. मी त्यांच्या इतका पुढं होतो."

त्यांना माझ्याविषयी शंका वाटू नये म्हणून मी स्मितहास्य करून त्यांना उत्तेजन देत विचारलं, "पण तुमचा बुद्ध्यांक काय आहे? गेल्या परीक्षेला तुम्ही बसला होतात त्या वेळी बुद्ध्यांकाच्या पात्रतेचे निकष काय होते?"

"तो तुला माहीत आहे. मला जेव्हा तो कळला तेव्हा मी तो तुम्हाला सांगितला होता." बोलताबोलता त्यांनी स्वतःचा पाय चोळला. अगदी त्याच पद्धतीने त्यांनी तो मला इस्टरच्या भेटकार्डाबद्दल खोटं बोलताना चोळला होता.

'असत्यकथनाची त्यांची ही लकब आहे तर!' मी मनाशी खूणगाठ बांधली.

"पुन्हा एकदा सांगा ना. माझ्या लक्षात नाही राहिला आणि आता मला त्याची गरज आहे."

"तो १४०च्या वरच होता. बहुधा १४५ होता. पात्रतानिकषानुसार फक्त एकशे तेहतीसचीच गरज होती." सांगताना त्यांचा आवाज फाटला होता. अशावेळी गप्प राहण्याचा शहाणपणा त्यांच्याकडे नव्हता. ते मी पसरलेल्या जाळ्यात बेमालूमपणे अडकत चालले होते. माझ्या धूर्तपणाचा त्यांना बहुधा अंदाजच नसावा.

"अर्थात त्या गोष्टीलासुद्धा बराच काळ लोटलाय. कदाचित कालमर्यादेनुसार मला परत एकदा चाचणी करून घेण्याची आवश्यकता असेल," त्यांनी पुस्ती जोडली. भविष्यात पितळ उघडे पडलं तर काय घ्या, असा विचार करून त्यांनी केलेली ही सारवासारव होती हे माझ्या लक्षात आलं.

खोटे बोलण्याची कला त्यांनी पूर्ण आत्मसात केली नव्हती तर! काहीतरी थातूरमातूर बोलून वेळ मारून नेण्याची त्यांनी सवय लावून घेतली होती. ते मला काय बेअक्कल समजत होते की काय? मला काही समजत नव्हतं. माझ्या मनात राग, संताप, गोंधळलेपणा याची सरमिसळ होत होती.

त्यांचं अस्तित्व माझं मन नाकारत होतं. जणू त्या क्षणाला मी खोलीत एकटाच आहे असंच मी मनाला बजावत होतो. अर्थात खरोखरच्या एकटेपणात जी शांततेची अनुभूती असते, तिचा मात्र अभाव होता. शेवटी मी यातून बाहेर पडण्याची युक्ती शोधली. "बाबा, मला थोडं दूध हवंय," म्हणून मी पलंगावरून उठलो आणि खोलीबाहेर पडलो. पूर्वी जशी क्रिटो माझ्या मागोमाग यायची, तसे तेही मागोमाग आले.

त्यांच्या चेहऱ्यावर थकव्याच्या आणि मनोमन वाईट वाटल्याच्या खुणा होत्या. त्यांनी माझ्या खांद्यावर थोपटून विचारलं,"बाकी सर्व ठीक आहे ना बाळा?" त्यांनी आता त्यांचं माझ्यावर खूप प्रेम आहे, वगैरे काही बोलण्याच्या फंदात पडू नये, असंच मला अगदी मनापासून वाटलं.

३१

दुसऱ्या दिवशी शाळेत मला नेहमीच्या वेळेला आई दिसली नाही तेव्हा मनात शंकेची पाल चुकचुकली. एरवी ती नेमकी साडेदहाला इतर मुलांच्या आयांबरोबर दूध आणि जॅम सँडविच घेऊन जाताना दिसायची. माझ्या वर्गावरून जाताना ती मला न चुकता हात करायची. मी पण बसल्याबसल्या हात उंचावून तिला प्रतिसाद द्यायचो.

मी दूध प्यायलो आणि जॅम सँडविच गुंडाळलेला कागद उघडून तो न खाता तसाच बसलो. घरी जाऊन आईला काय झालंय ते बघूया असा निर्णय मी घेऊन टाकला.

गणिताचा तास चालू असताना मी हात वर करून शिक्षिकेचं लक्ष वेधून घेत उठलो आणि सरळ तिच्या समोर जाऊन उभा राहिलो.

"मिस, मला बरं वाटत नाही आणि मला घरी जावंसं वाटतंय," मी भडाभडा बोललो.

तिचं काय उत्तर येतंय त्याची वाट न बघता मी तडक वर्गाबाहेर पडलो. माझ्या दुर्दैवाने तिने मात्र माझा पाठलाग करून मुख्य इमारतीतून बाहेर पडण्याआधीच मला गाठलं.

"जॉन ईगन, तुला असं वर्गातून उठून निघून जाण्याची परवानगी नाही. तू आत्ताच्या आत्ता मागे फिर आणि शाळेतल्या परिचारिकेला जाऊन भेट," तिने तिच्या पुरुषी आवाजात मला झापलं.

मी तिच्याकडे पाठ करून वेदनेने कळवळल्याप्रमाणे वाकलो आणि तर्जनी घशात घालून ओकारी काढली. सकाळी नाश्त्यामध्ये मी फक्त लापशी खाल्ली होती. तरीसुद्धा ओकारीत पडलेले पावाचे तुकडे पाहून मला नवल वाटलं. "मला घरी जायचंय," मी ओरडलो आणि जितक्या वेगाने पळता येईल तेवढा पळत बाहेर आलो.

माझी अवस्था पाहून सहानुभूती दाटलेल्या स्वरात शिक्षिका ओरडली, "देवा रे, या मुलावर कृपा कर."

घरी पोहोचल्यावर बघतो तर घराचे दार सताड उघडे होते आणि दाराच्या आत

जमिनीवर आई बसली होती. टेबलावरचा फोन तिच्या पायाशी होता आणि तो नीट ठेवलाही नव्हता.

झोपताना घातलेले कोपरावर आणि काखेत भोके पडलेले कपडेच तिने घातलेले होते. तिचे केस विस्कटलेले होते. मी आत येताना तिने मान वर करून माझ्याकडे पाहिलं. पण ती काहीच बोलली नाही. माझ्या अंगातून थंडीची शिरशिरी गेली.

थोडा वेळ गेल्यानंतर माझ्याकडे न पाहता ती म्हणाली, ''आता ऐक, तू त्या दिवशी जे सत्य सांगितलंस ना, त्याचा परिणाम म्हणजे तुला आजपासून वडील नाहीत.''

मी हादरलो. माझे डोके सुन्न झाले आणि हात थरथरू लागले. रक्त आतल्या आत घुसळल्याप्रमाणे होऊ लागले. खांद्यापासून खाली बोटापर्यंत थरथरणाऱ्या हातांवर माझं काही नियंत्रण उरलं नव्हतं.

''आता तुझी वाचा का बसली? कोणी तुझी जीभ हासडलीय का?'' आईने विचित्र सुरात विचारलं.

मी घाबरून गेलो आणि माझा घसा सुकला. आवंढा गिळून मी तो ओला करण्याचा प्रयत्न केला. मला तिच्याशेजारी जमिनीवर बसून तिला बरं वाटेल असं काहीतरी करावंसं वाटलं. प्रयत्नांती माझ्या तोंडून शब्द फुटले.

''काय झालं? बाबा कुठं आहेत?'' मी विचारलं.

तिने कपड्याच्या बाहीने नाक पुसले आणि म्हणाली, ''मी त्यांना फोन केला होता. कारखान्यातल्या पर्यवेक्षकाने फोन घेतला आणि म्हटलं की आणीबाणीची परिस्थिती असल्याखेरीज त्यांना कामाच्या ठिकाणाहून बोलावता येणार नाही. मग मी म्हटलं की परिस्थिती आणीबाणीचीच आहे.''

मी न राहवून मध्येच विचारलं, ''तू काय सांगितलंस? कशा प्रकारची आणीबाणी आहे म्हणालीस?''

''ते तू सोड. मी कल्पनेनंच काहीतरी गोष्ट रचली आणि त्या माणसाला सांगितली. मग त्यानं ध्वनिक्षेपकावरून मायकल ईगन नावाचा पुकारा केला. 'मायकल ईगन तुमच्यासाठी तातडीचा फोन!' हा त्याचा आवाज मला ऐकू आला. तुझे वडील धावतपळत फोन घ्यायला आले. त्यांनी फोन उचलल्यावर मी तुझ्याकडून काल जे ऐकलं होतं ते सर्व त्यांना ऐकवलं. तुला काय वाटलं, ते काय म्हणाले असतील?''

''मला नाही सांगता यायचं,'' मी या सर्व प्रकाराने थोडा घाबरलो होतो.

आई जमिनीवर अशी फाटक्या कपड्यात बसून राहिलेली बघून मला कसंसंच होत होतं. तिने उभे राहून बोलावं असं वाटत होतं.

"त्यांनी मला सांगितलं की तू जर याबाबतीत त्या मुलावर विश्वास ठेवणार असशील तर मग तो सांगतोय तसंच कर... त्या बायकांना तू स्वत: जाऊन विचार आणि शहानिशा करून घे,'' एवढंच बोलून त्यांनी फोन ठेवून दिला.

"मग काय झालं?'' मी विचारलं.

तिने मूठ वळून रागाने जमिनीवर आपटली. जमिनीवरच्या गालिच्यामुळे त्या आपटण्याचा फारसा आवाज जाणवला नाही.

"मग मी वर गेले. अशीच या कपड्यात गेले. त्या बायकांनी दरवाजा उघडल्या उघडल्याच दारूचा भपकारा आला. मी एकीला तुझ्या वडिलांबद्दल विचारलं. तुला माहीत आहे ती काय बोलली ते?''

"नाही.''

ती हसली आणि म्हणाली, "तुझ्या नवऱ्याबरोबर झोपायला मजा आली.''

या तिच्या सांगण्याने मी उडालोच. तिने हे सर्व इतक्या खुलेपणाने माझ्याशी बोलायला नको होतं. मी सैरभैर झालो. मागे होत मी दरवाजा हाताने पकडला. आता अजून ही काय बोलेल ते आपल्याला ऐकवेल का, असा विचार मनात येऊन मी धास्तावलो. तिचा त्या वेळचा तो रडवेला, संतापाने भरलेला, भयानक आवाज आणखी काही वेळ कानावर पडू नये असं वाटलं.

"मी शाळेत परत जातो,'' माझ्या तोंडून शब्द बाहेर पडले.

"तू आता कुठेही जायचं नाहीस. तुझ्यासाठी कामं पडली आहेत इकडे. आत जा आणि तुझ्या वडिलांच्या बॅगा भर. ते इथे तीन वाजता त्यांचं सामान न्यायला येतील.''

"का?''

"का?'' तिने मलाच प्रतिप्रश्न केला. तिच्या डोळ्यात अंगार फुलला होता. आम्ही दोघेही गप्प झालो. शेजारच्या घरातून लहान मुलाच्या रडण्याचा आवाज येत होता; तो आता वाढला आणि अधिक कळवळल्यासारखा येऊ लागला. मी आईच्या बाजूला असलेल्या फोनकडे तो आता वाजेल, या अपेक्षेने बघू लागलो. वरची बाई फोन करून गफलत झाली असं म्हणेल आणि या प्रकरणावर पडदा पडेल अशी आशा वाटू लागली. मी जे केलं ते योग्यच होतं, पण आता मी खोटा ठरलो तरी मला चाललं असतं.

"का पण, मी का त्यांची बॅग भरू?'' मी परत विचारलं.

"कारण त्यांनी घर सोडून चालतं व्हावं असं मी त्यांना सांगितलंय. मी तुझ्या बोलण्यावर विश्वास ठेवावा असं तुला वाटत होतं की नाही. मी तो ठेवला. तुला जे व्हावं असं वाटत होतं तेच झालंय याचा आता खरं तर तुला आनंद व्हायला हवा.''

"पण मला फक्त सत्य उजेडात यावं, एवढंच वाटत होतं," मी उत्तरलो. मला आता लघवीला जाण्याची निकड भासू लागली.

"सत्य उजेडात आल्यानंतर मग काय होतं याबद्दल तुझ्या डोक्यात काय विचार होता?"

"मला माहीत नाही," मी उत्तरलो. हा संवेदनशील विषय माझ्यामते असा बाहेरच्या बाहेर न बोलता स्वयंपाकखोलीत जाऊन शांतपणे बोलण्यासारखा होता.

"तुला माहीत नाही? काय म्हणालास, तुला माहीत नाही?" तिने उसळून विचारलं.

"सॉरी."

"सॉरी?" तिच्या स्वरातला संताप आणि आश्चर्य लपत नव्हतं.

पुढचा काही वेळ शांततेत गेला. दाराबाहेर कोणीतरी चालताचालता पत्र्याच्या डब्याला लाथ मारून उडवून गेलं, तेव्हा ती शांतता भंग पावली.

"जा आणि तुझ्या वडिलांची बॅग भर. तुलासुद्धा जायची इच्छा असेल तर तुझीही बॅग भर आणि जा त्यांच्याबरोबर!" असं म्हणून ती उठली आणि स्वतःच्या खोलीत जाऊन तिने दार बंद करून घेतलं.

मी संडासात जाऊन आलो आणि थोडा वेळ घरातच फिरलो. बाहेरच्या टेबलावर ठेवलेल्या आईवडिलांच्या लग्नाचा फोटो दिसत नव्हता. त्याच्याजागी कागदी रुमालांचं खोकं होतं. मला अजूनही आतून कुठून तरी वाटत होतं की, मी जर मनात आणलं तर परिस्थिती पूर्वपदावर आणता येईल. एकदा तर वाटलं की आजीला फोन करून तिने इकडे राहायला यावं अशी तिला गळ घालावी. तिने जर मागचं सगळं विसरून आम्हाला गॉरीला राहायला बोलावलं, तरी ते मला हवंच होतं.

मग मी मनाशी चित्र रंगवू लागलो. समजा, आम्ही गॉरीला जात असू, तर मग वाटेवर डफीची सर्कस बघायला थांबू. तिकडे वाफेवर चालणारी आगगाडीची छोटी प्रतिकृतीही बघायला मिळाली असती. शिंगराच्या पाठीवर बसणं, जनावरांचे सोंग घेतलेल्या माणसांना निरखणं असली धमाल पण होतीच. मग आम्ही चौघांनी म्हातारीचे केस खाल्ले असते. त्यानंतर दोरीवरच्या कसरती आणि सिंहाकडून खेळ करणाऱ्यांच्या कसरती वगैरे मी आई आणि वडिलांच्या मधल्या सीटवर बसून पाहिल्या असत्या. खेळ बघताबघता त्या दोघांनी माझ्या मांडीवर चुकून हात ठेवले, तर मी हळूच ते एकमेकांत गुंफले असते.

मग मी आजीला फोन लावला. तिकडून तो उचललाच गेला नाही. माझ्या डोळ्यासमोर अंधारी आली. मी हातांनी डोळे झाकून घेतले आणि भिंतीला टेकून उभा राहिलो. थोडं हलकं वाटल्यावर मी आईच्या खोलीच्या बाहेर थांबलो. तिला

खरोखरच मीही वडिलांबरोबर घराबाहेर पडावं असं वाटतंय का, असा विचार मनात आला. मग माझ्या खोलीत जाऊन मी पलंगावर बसलो आणि मुठी वळून पायावर जखमा व्हाव्यात म्हणून गुद्दे लगावले. बाहुल्यांच्या खेळासाठी मी वापरलेलं सफरचंदाचं खोकं नाहीसं झालं होतं. मी स्वयंपाकखोलीत जाऊन कचरा टाकण्याच्या डब्यात डोकावले; ते पाकीट आत होते. तिकडे टेबलावर आईने वडिलांसाठी चिठ्ठी लिहून ठेवली होती. तिचा मजकूर होता,

मायकल,

तू तुझ्या वस्तू उचलून निघून जा. राहण्याची व्यवस्था झाली की मग तुझ्या मुलाला तू त्याबद्दल कळव.

हेलन.

मी ती चिठ्ठी उचलली आणि परत खोलीत गेलो. शेजारच्या घरातल्या मुलांचं रडणं थांबतच नव्हतं. उलट जोर वाढला होता. मी कानात बोटे घालून पलंगावर उपडा पडलो. माझी मन:स्थिती द्विधा झाली होती. मला एकाच वेळी आईबरोबर इथे राहायचं होतं आणि त्याचबरोबर वडील जिथे जातील तिकडे त्यांच्याबरोबरही जायचं होतं. त्यांच्याबरोबर कदाचित मी गॉरीलाही गेलो असतो आणि मिस्टर रोशना भेटलो असतो.

मी डोळे बंद करून कल्पनेच्या जगात विहरू लागलो. मी वडिलांबरोबर फिनिक्स पार्कशेजारी हॉटेलात राहतोय किंवा त्याहीपेक्षा उत्तम दर्जाच्या शेलबर्न हॉटेलमध्ये राहतोय. तिथे एक मदतनीस कोट घालून कायम दिमतीला आहे, ज्याला मी गरजेनुसार कोणतेही प्रश्न विचारू शकतोय. आम्ही जेवण खोलीवरच मागवून आणि ते मांडीवर घेऊन पलंगावर बसून जेवतोय. आमचा नाश्ता ट्रॉलीवर घालून खोलीत आणण्यात येतोय. संध्याकाळी खाली बारमध्ये जाऊन लाल रंगाचे लेमनेड आम्ही पितोय आणि कुरकुरीत तळलेले खाद्यपदार्थ खात टीव्ही पाहत बसलोय इत्यादी गोष्टी मी त्या जगात अनुभवल्या आणि मूळ जगात परतलो.

परतल्यावर माझ्या मनात अनेक प्रश्न उभे राहिले. वडिलांचे काहीच चुकलं नाही का? त्यांच्यामुळेच तर सगळं पुढचं महाभारत घडलं ना? त्या प्रश्नांची उत्तरं शोधताना वडिलांचा दोषच अधोरेखित होत होता. तेव्हाच मी त्यांच्याबरोबर न जाण्याचा आणि आईबरोबरच राहण्याचा निश्चय केला. आईचा तर यात काहीच दोष नव्हता. वडिलांनी आम्हाला विसरून जावं आणि यापुढे तरी आम्हाला अधिक त्रास देऊ नये, असं माझ्या मनात आलं. आईला अधिक त्रास होऊ नये, म्हणून मी तिच्यासोबतच असणं आवश्यक होतं.

तीन वाजता वडील घरी आले. दार उघडण्यापूर्वी ते बाहेर कोणाशीतरी बोलत होते. बाहेर त्यांच्याबरोबर जॅक आणि टोनीकाका उभे होते. तिघांनीही निळे ओव्हरकोट घातले होते. वडिलांनी हा असला ओव्हरकोट घातलेला मला कधीच आवडत नव्हता. माझ्यामते त्यांना पांढरा शर्ट आणि त्यावर काळा सूट चांगला दिसायचा. त्या पेहरावामध्ये ते मग नेहमीच्याच गमती करू शकत आणि त्यांना ते शोभून दिसे. एक बाही वर करणे आणि बटणे वर-खाली लावणे वगैरे अनेक गमती करून ते आम्हाला हसवत.

"तू इकडे? तू तर शाळेत असायला हवा होतास," मला पाहून ते उद्‌गारले.

"मला बरं नव्हतं, म्हणून मी लवकर घरी आलो," मी उत्तर दिलं.

"याला आपलं कधीही बघावं तर बरं नसतं," टोनीकाकांकडे बघत जॅक काका बोलले. एखाद्या कुत्र्याच्या प्रकृतीबद्दल तिऱ्हाईताने बोलावं तसं ते बोलले.

"माझं असं नेहमीच असतं," मी प्रत्युत्तर दिलं.

वडील त्यांच्या खोलीत गेले. जॅककाकांनी पुढे होत मला मिठीत घेतलं. टोनीकाका फोन उचलून जागेवर ठेवत होते, ते माझ्या नजरेने तेवढ्यात टिपलं.

"चला स्वयंपाकखोलीत जाऊन आपल्यासाठी कडक चहा करू या," जॅककाका म्हणाले.

"ठीक आहे."

मी टेबलावर बसून राहिलो. चहा करून झाल्यावर जॅककाका माझ्याजवळ आले. शेजारी बसण्याऐवजी माझ्या खांद्यावर हात ठेवून ते माझ्याकडे रोखून पाहू लागले.

"खांद्यावरचे हात काढा," मी त्यांना बोललो.

"एवढा तापू नकोस, ते तुला मदतच करणार आहेत," टोनीकाका बोलले.

"मला कोणाच्या मदतीची गरज नाही. जे काही चाललंय ते मला पूर्ण कळतंय. मीच सत्य उजेडात आणलं होतं. आईच्या लक्षात आणून दिलं होतं."

त्या दोघांनी आपापसात नेत्रपल्लवी केली. या प्रकरणात मी कोणती भूमिका पार पाडली होती ते त्यांच्या लक्षात आलं. त्यांना माझ्याकडे असलेल्या 'त्या' शक्तिबद्दलही कळायला हवं.

"ठीक आहे मग आम्ही तुला काही शिकवण्याची गरज दिसत नाही," आईच्या नेहमीच्या जागेवर आरामात बसत जॅककाका म्हणाले.

"हो, खरोखरच गरज नाही. जे माहीत असायला हवं ते मला माहीत आहे," मी म्हणालो.

"तू इथेच राहणार असशील ना?" कपाटात काही खायला सापडतं का ते शोधत टोनीकाकांनी विचारलं.

"हो, पण कदाचित नंतर माझा विचार बदलेल आणि वाटलं तर मी बाबांबरोबरही जाईन."

"हो, तुझ्याबाबतीत काहीही शक्य आहे म्हणा!" जॅककाका म्हणाले.

"या घरात बिस्किटं सापडतील का?" टोनीकाकांनी विचारलं.

घराचा दरवाजा आपटून बंद झाल्याचा आवाज आला. आई निघून गेली होती.

वडील स्वयंपाकखोलीत आले तेव्हा काळोख व्हायला आला होता. कोणी दिवेही चालू केले नव्हते. त्यांचा चेहरा खाली झुकला होता. डोळे बारीक दिसत होते आणि ते एकूणच नेहमीपेक्षा जास्त खिन्न आणि वयस्कर दिसत होते.

"चला, माझी निघायची वेळ झाली," ते म्हणाले.

"मग आपली ही चहा पार्टी आवरूया," टोनीकाका म्हणाले.

वडिलांनी माझ्याकडे पाहून स्मितहास्य केलं आणि झुकून माझ्या गालाची पापी घेऊन पुटपुटले, "ठीक आहे मग."

त्यांच्या श्वासाला वास येत होता. असा वाईट वास यापूर्वी मी कधी अनुभवला नव्हता. मीही स्मित करून त्यांना प्रतिसाद दिला, पण त्यांनी माझ्यापासून थोडं लांब उभं राहावं, म्हणजे तो वास येणार नाही असं मला वाटत होतं. ही आमची जर शेवटचीच भेट ठरली तर? तर माझ्या स्मरणात त्यांच्या तोंडाचा हा वाईट वासच त्यांची शेवटची आठवण म्हणून राहणार होता.

"तुम्ही कुठं राहणार आहात?" मी त्यांना विचारलं.

"मी टोनीकाकांच्या घरी राहणार आहे. तुलाही जर यावंसं वाटलं तर जरूर ये; तुझ्यासाठी एक खाट आहे तिकडे. तेव्हा आता आपण निरोप देण्याघेण्याची भाषा करायला नको. आणि फक्त...."

"फक्त काय? तुम्हाला असं म्हणायचंय की निरोप न घेता तुम्हाला निघून जावंसं वाटतंय?" मी त्यांचं वाक्य तोडत विचारलं.

वडिलांनी थांबून मला खालीवर न्याहाळलं आणि म्हणाले, "लहान मूल आणि वाढत्या वयाचं मूल असं एकमेकांत गुंतलेलं विचित्र मिश्रण बनला आहेस तू! आता याक्षणी त्या दोघातलं नेमकं कोण बोलतंय, हे सांगशील का?"

मला सर्वांदेखत ते असं बोलल्यामुळे शरमल्यासारखं झालं आणि ते लक्षात येऊन मी अधिक शरमिंदा झालो. काही न बोलता मी त्यांच्या जाण्याची मान खाली घालून वाट पाहत उभा राहिलो.

"तुमचा फोन नंबर काय असेल मग?" माझ्या परीने कठोरपणे मी विचारलं.

"माझा नंबर तोच त्यांचा नंबर असणार," टोनीकाका म्हणाले.

"असं होय!" मी म्हणालो.

"बरं मग...."

"ठीक आहे...."

"येतो जॉन."

ते तिघेही बाहेर पडले.

मी माझ्या खोलीत जाऊन अंगावर पांघरूण घेऊन आईची वाट पाहत पडलो. ती घरी आल्याचा आवाज ऐकू आला. आल्याबरोबर ती तडक स्वतःच्या खोलीत गेली. मी चहा बनवून तिच्याकडे घेऊन गेलो. ती तिच्या पलंगावर मोठ्याने रेडिओ लावून बसली होती. माहीत असूनसुद्धा तिने विचारलं, "गेले का ते?"

"हो."

"आता आपण काय करायचं?"

"मला नाही माहीत," मी म्हटलं.

"तुझे वडील तुला काही पैसे देऊन गेले असतील, असं मला अजिबात वाटत नाही." म्हणावा तर तो प्रश्न होता किंवा ताशेरा होता; शिवी हासडावी अशा जोरकसपणे ती बोलली. त्यामुळे मी संभ्रमात पडलो आणि काही बोललो नाही.

"अरे सांग त्यांनी काही दिलं का?"

"हो, त्यांनी मला दहाची नोट दिली. जॅक आणि टोनीकाकांनीसुद्धा प्रत्येकी पाचाची नोट दिली. आजीसुद्धा थोडे पैसे पाठवू शकेल ना? मग काय आपण गरीब राहणार नाही."

"आपण गरीब होऊ की नाही याची चिंता मी शेवटी करेन."

"मग ठीक आहे की, हो ना!"

तिने कसेबसे खांदे उडवले आणि म्हणाली, "तू खाली जा आणि तुझ्यासाठी काहीतरी खायला घेऊन ये. मला आज काही करायचं नाही."

"बरं, तुला काय आणू?"

"तू जा आता आणि खाणंपिणं झालं की तुझ्या वाट्याची कामं आटोपून टाक."

दुसऱ्या दिवशी सकाळी आईने माझ्या शाळेच्या हेडमास्तरांना फोन लावला आणि मला ताप आल्यामुळे मी पुढचे काही दिवस शाळेत येणार नाही असं सांगितलं.

"तू कुठे बाहेर जाऊ नकोस. मला जरा विश्रांती हवी आहे, तेव्हा घरात काही गडबडही करू नकोस," ती मला म्हणाली.

"तू तर आताच झोपून उठलीस ना!"

"मी रात्रभर जागी होते; अजिबात डोळा लागला नाही."

मी तिच्या मागोमाग गेलो आणि तिच्या पलंगाशेजारी उभा राहिलो. "तुला माहीत आहे का की सलग अकरा दिवस जर झोप मिळाली नाही तर मृत्यू ओढवतो," मी तिला विचारलं.

''माहीत आहे. अन्न पोटात न गेल्यामुळे जो मृत्यू ओढवेल त्याहीपेक्षा जास्त वेगाने तो अनिद्रेमुळे ओढवतो. माणूस बारा आठवडे अन्नाशिवाय जगू शकतो,'' ती म्हणाली. तिचा चेहरा अगदी सुरकुतलेला दिसत होता. आवाज निर्जीव होता. ती एकूणच फार फार वेगळी वाटत होती.

''बरं, पाण्याविना किती दिवस माणूस जगू शकतो,'' मी विचारलं.

''मला माहीत नाही,'' ड्रेसिंग गाऊन उतरवत तिने उत्तर दिलं आणि डोळे मिटून घेतले. तिचं डोकं मागं कललं, दात एकमेकांवर घासल्याचा आवाज आला.

''तू उभ्याउभ्याच गाढ झोपतेस की काय?''

''नाहीरे, जा आता. मी पडते जरा!''

''मी पण येऊ का इथं झोपायला? मग कदाचित तुला आराम वाटेल.''

''मला वाटतं मला एकटीलाच इथं पडू दे.''

''बाबांनी तुझी माफी मागितली, तर तू त्यांना परत येऊ देशील?''

''मी दमले आहे आणि या विषयावर या क्षणी मला काही बोलायचं नाही. तुलासुद्धा या विषयातलं बरंच काही माहिती आहे. मग मला का विचारतोस?''

''आता यापुढं काय होणार, आपण काय करायचं ते मला सांग ना.''

''बस्स झालं जॉन. तू आता इथून बाहेर जा. मी झोपण्याचा प्रयत्न करतेय. मला निदान ते तरी करू देत. कृपा करून मला झोपू दे.''

३२

मध्यरात्री आई माझ्या खोलीचा दरवाजा उघडून आत आली आणि मला जाग आली. गेल्या तीन रात्रीपासून हेच सुरू होते. आज सलग चौथ्यांदा हे घडत होतं. आत येऊन ती म्हणाली, ''तुला जागं करावं असं मनात नव्हतं. फक्त तू कसा आहेस, तुला झोप लागतेय की नाही ते बघायला आले.'' हेच सगळं ती गेल्या तीन रात्री बोलली होती.

''मी मस्त गाढ झोपलो होतो.''

''सॉरी, झोप आता.''

तिने असं जरी म्हटलं तरी पहिल्या दोन रात्री मी उठून तिच्याबरोबर स्वयंपाकखोलीत जाऊन तिच्याबरोबर दूध गरम करून प्यायलो. तिसऱ्या रात्री आम्ही तासभर बॅकगॅमनचा खेळ खेळत बसलो. तिचे डोळे जडावल्यावर मग आम्ही आपापल्या खोलीत जाऊन झोपलो.

आज मात्र आत आल्यावर तिने दिवे लावले आणि जणू सरळ उभे राहता येत नसावं, अशी दाराच्या चौकटीला रेलून उभी राहिली.

"काय झालं आई?"

"काही नाही रे, मला मायकलची आठवण येतेय, काळजी वाटतेय."

"मी तुझ्याबरोबर येऊन झोपू का?" मी विचारलं.

"हवं असेल तर ये," तिने परवानगी दिली.

"बरं," मी म्हणालो आणि उठून तिच्याबरोबर तिच्या खोलीत गेलो. वडिलांच्या अनुपस्थितीच्या पार्श्वभूमीवर त्या बिछान्याचा वास मला आवडून गेला. जणू पाऊस पडून गेल्यावर पसरणाऱ्या मृद्गंधासारखा मला तो वाटला.

"मी थोडावेळ दिवा चालू ठेवून पुस्तक वाचणार आहे. तुला त्रास नाही होणार ना?"

"नाही," मी म्हणालो आणि पटकन झोपून गेलो.

सकाळी तिने मला नेहमीप्रमाणे लवकर उठवलं नाही. मला साडेनऊच्या सुमारास जाग आली. उठून स्वयंपाकखोलीत गेलो. तिकडे ती एक पत्र हातात घेऊन बसली होती.

"तुझ्या आजीचं पत्र आलंय. तुझे वडील तिच्याकडे राहायला गेले आहेत, हे तिने कळवलंय," तिने मला सांगितलं.

"कधी आलं ते?"

"काल येऊन पडलं होतं."

"मग कालच का नाही उघडलंस?"

"धीरच झाला नाही."

"अगं पण आजीचं पत्र होतं ते; तू कालच उघडायला हवं होतंस."

"मला माहीत आहे काय करायला हवं ते. तू मला शिकवू नकोस," ती रागावून बोलली.

वडील जाण्याच्या दिवशी मी जो शाळेतून घरी लवकर आलो होतो तेव्हापासून ती आज पहिल्यांदा माझ्यावर रागावली होती.

"आणि तुला काय करायचंय ते केव्हा आलं ते? मी ते वाचलं आणि मायकल त्याच्या आईकडे परत गेला ही एक महत्त्वाची गोष्ट त्यातून कळली. बस्स झालं. नाहीतरी तुला आणखी काय हवं होतं? तो इथून निघून जावा, असंच तुला वाटत होतं ना?" ती पुढे बोलली.

ही बातमी ऐकून खरं तर माझं डोकं फिरलं होतं. रागाने माझं अंग थरथरू लागलं. गॉरीला त्यांनी नव्हे तर आम्ही जायला हवं होतं.

"ते परत गॉरीला कशासाठी गेले?" मी न राहवून विचारलं. विचारताना माझा श्वास फुलला होता.

"तुझ्या वडिलांनी आजीला त्यांची नोकरी चालू ठेवण्याचं आश्वासन दिलंय.

त्यामुळे दोघांच्यात समझोता झालाय.''

"मग आपण पण जाऊया का?"

"तू असा इथं समोर बस माझ्या," ती म्हणाली.

"मला नाही बसायचंय."

"तुझी मर्जी."

मग मी ते पत्र टेबलावरून उचललं आणि वाचून काढलं.

"अगं आजी तर म्हणतेय की तिला आपल्याला भेटावंसं वाटतंय. त्याचा अर्थ आपण तिकडे जाऊन राहू शकतो, असा नाही होत का?" पत्र वाचून मी तिला विचारलं.

"मला माहीत नाही."

"मग काय अर्थ होतो त्याचा?"

"तू तो तिलाच फोन करून का विचारत नाहीस? आणि आजपासून तू शाळेत जायला लाग."

"पण आज मी फार उशीरा पोहोचेन."

"फार नाही, थोडा उशीर होईल."

मी आजीला फोन लावला, पण बराचवेळ रिंग झाल्यावरच तिने तो उचलला.

"हॅलो, मिसेस ईगन बोलतेय," तिचा आवाज आला.

"हॅलो आजी, मी जॉन बोलतोय."

"हं बोल जॉन, कसा आहेस तू?"

"ठीक आहे."

"आई कशी आहे?"

"ती पण बरी आहे."

"मग छानच!"

"क्रिटो कशी आहे?" हे विचारताना डोळ्यासमोर क्रिटो माझ्या पलंगावर बसली आहे, खिडकीतून बाहेरच्या झाडांना न्याहाळतेय, मधूनच स्वतःचा पाय चाटतेय, नाकातून आवाज काढतेय असं चित्र उभं होतं.

"क्रिटोचं पण चांगलं चाललंय. आता ती शेकोटीजवळ घोरत पडली आहे."

"बाबा आहेत तिकडे?"

"हो आहेत ना! ते शनिवारी रात्री इकडे आले."

"पण त्यांनी तर आम्हाला ते टोनीकाकांकडे राहणार म्हणून सांगितलं होतं."

"ते असू दे रे. ते इथं आले आहेत आणि सुरक्षित आहेत, हे महत्त्वाचं आहे."

माझ्या श्वासोच्छ्वासाची गती वाढली आणि धापा टाकल्यासारखा आवाज येऊ नये म्हणून एकेक शब्द जपून उच्चारू लागलो.

''पण... तुला... माहीत... आहे... का... त्यांनी... काय... केलं ते? त्यांनी... तुला... सांगितलं... का?''

आजीने टाकलेला उसासा ऐकू आला. ''त्याबद्दल तू तुझ्या वडिलांशीच बोल,'' ती म्हणाली.

माझ्या तोंडून शब्द फुटेना. पूर्ण जगच उलटंपालटं झाल्यासारखं वाटत होतं. फोनवरची शांतता भेदून तिने फक्त ''बाळा तू ठीक आहेस ना,'' अशी सहानुभूतिपूर्ण विचारपूस करावी, असं मनापासून वाटत होतं. पण तिने तसं काहीही विचारलं नाही. ती गप्प राहिली. मला फक्त माझ्याच श्वासोच्छ्वासाचा आवाज ऐकू येत होता.

तिला आता फोन ठेवायचा आहे, हे मला जाणवलं. मी पटकन बोलून गेलो, ''तुला कळलं नाही का की मी ते बिंग फोडलं म्हणून आईला सत्य काय ते समजलं? तुला ठाऊक आहे का की मी कोण कधी खोटं बोलतोय ते शोधून काढू शकतो?''

''बस, बस. मला त्याची चर्चा तुझ्याबरोबर करायची नाही. नाटक, तमाशात जसं जे वाटेल ते लोक बरळतात तसं काही निदान मी तरी ऐकून घेणार नाही.'' ती बोलत असताना मला मधून एक पुरुषी आवाजही कानावर पडला.

''तो बाबांचा आवाज होता का? काय म्हणाले ते?'' मी तिला विचारलं.

''हो. तुझ्या बाबांचाच आवाज होता तो. पोस्टमन आलाय ते त्यानं हाक मारून मला सांगितलं.''

''ते माझ्याशी बोलतील का?''

''थांब. विचारून बघते.''

ती वडिलांशी तिथूनच काहीतरी, मला कळू नये म्हणून, आयरिशमध्ये बोलली. त्यातला डब्लिनचा उल्लेखच काय तो मला कळला.

मी वाटत पाहत होतो, पण फोनवर कोणीच येत नव्हतं. क्षणभर वाटलं की तिने फोन ठेवला असावा. मग बऱ्याच वेळाने आजीच फोनवर आली. तिला धाप लागल्यासारखी वाटत होती. तिने सांगितलं, ''त्यांचं तुझ्यावर प्रेम आहे, असा त्यांनी तुझ्यासाठी निरोप दिलाय.''

''त्यांना काहीच बोलायचं नाही का?''

''त्यांना बोलायचं होतं. पण या क्षणाला ते जरा कामात आहेत.''

''असं का!''

''तुला गॉरीमधल्या एका उंदराची गोष्ट सांगू का?''

''नको. मला नाही ऐकायचीय ती गोष्ट,'' मी म्हणालो.

''मला माहीत आहे, तुला खरंतर ती ऐकायचीय, हो ना?''

मी काहीच उत्तर दिलं नाही. माझी वाचाच बसली होती.

"बरं मग जॉन, ठेवते फोन."

"थांब, माझ्यासाठी काही पत्र आलंय का? 'गिनेस बुक'कडून पत्र येण्याची मी वाट बघत होतो."

"तसं पत्र आलं तर मी तुला फोन करेन, ठीक आहे?"

"तसं काही पत्र नक्की आलं नाही ना?"

"हो, नक्की आलेलं नाही."

"ठीक आहे."

"देवाची इच्छा असेल तेव्हा सगळ्या गोष्टी सुरळीत होतील. आता फक्त शहाण्या मुलासारखा तू माझ्यासाठी आणि तुझ्या आईवडिलांसाठी प्रार्थना कर. वेळ असला आणि जमलं तर स्वत:साठी सुद्धा कर."

मी निरोप न घेताच फोन ठेवून दिला.

मी मग आईला सर्व वृत्तांत सांगितला. ती जरा बिथरल्यासारखी वाटली, पण काहीच बोलली नाही. चहाच्या कपाभोवती तिची बोटं मात्र तिने आवळली.

"आता आपण काय करायचं?" मी विचारलं.

"चहा थंड झालाय," ती म्हणाली.

"तुला काहीच वाटत नाही? राग नाही येत?" मी विचारलं.

"त्यामुळे काय होणार?" तिने प्रतिप्रश्न केला.

"चल, मी शाळेत जातो," मी म्हणालो.

पण मी शाळेसाठी निघण्याचं फक्त नाटक केलं. घराचा दरवाजा उघडून बंद केला आणि गुपचूप माझ्या खोलीत जाऊन बसलो. अर्ध्यातासानंतर कोणतीही पूर्वसूचना न देता आई आत येऊन थडकली.

"मला वाटलं तू शाळेत गेलास," मला पाहून ती म्हणाली.

"मी गेलो होतो. पण गेल्यानंतर मला आढळलं की सगळी मुलं एका अभ्यास दौऱ्यासाठी बाहेर चालली होती. मला सहलीत सहभागी होण्यासाठी तुझ्या चिठ्ठीची गरज होती. म्हणून मला त्यांनी घरी पाठवलं."

"तू स्वत:ला असत्यशोधक म्हणवतोस आणि स्वत: मात्र वाट्टेल तसं खोटं बोलतोस," ती कपाळावर आठ्या पाडत म्हणाली.

मला राग आला. गर्दन फुलली आणि माझ्या श्वासोच्छ्वासाची गती वाढली. पाय रोवून आणि हात खिशात घालून मी तिच्याकडे रोखून पाहिलं आणि म्हणालो, "उद्या जाईन मी."

"उद्या? उद्या काय तुझ्या उर्वरित आयुष्याचा पहिला दिवस उजाडणार आहे वाटतं!"

असं काहीतरी फालतू बोलून ती मला चिथावतेय की काय?

"मी आता टीव्ही बघेन कदाचित," मी म्हणालो.

"मी जाऊन झोपेन कदाचित," ती म्हणाली.

"परत?"

"काल रात्रभर माझ्या डोळ्याला डोळा लागला नाही. फार दमायला झालंय."

"का झोप येत नाही तुला?"

"माहीत नाही."

मी बाहेर जाऊन दिवाणावर बसलो. टीव्ही लावण्याऐवजी मी पुढे वाकलो आणि गुडघ्यांवर डोकं ठेवून गुडघे खालीवर उडवू लागलो. मला माझी पूर्वीची आई हवी होती. सध्या तिची रयाच गेल्यासारखी वाटत होती. तिने या अवस्थेतून बाहेर पडलं पाहिजे. अजून उशीर होण्यापूर्वी हा प्रश्न सुटलाच पाहिजे असं मला वाटत होतं.

३३

टीव्हीवर काहीतरी विनोदी कार्यक्रम चालू होता, पण माझं मन रमत नव्हतं. मी ब्रेन्डनबरोबर एकट्याने घालवलेली रात्र मला आठवली. आजच्यासारखीच तीही रात्र होती. ती रात्र जणू एकाच ठिकाणी डांबल्याप्रमाणे दुसरा कोणताही पर्याय उपलब्ध नसल्यासारखी घालवावी लागली होती, त्यासारखंच काहीसं आज चाललं होतं. त्यातून आज मी एकटाच होतो. त्यामुळे स्वतःशिवाय मला आणखी कोणत्याही गोष्टीचे अस्तित्वच जणू जाणवत नव्हतं.

दार ठोठावल्याचा आवाज आला. मी उठून दार उघडलं, पण बाहेर कोणीच नव्हतं. कदाचित वडील असतील, या अपेक्षेने मी दार उघडलं होतं. त्यांनी आता परतण्याचा विचार करायला खरं तर हरकत नव्हती.

मी जमिनीवर बसून टीव्हीपासून अगदी जवळ बसलो. पण भेसूर आठवणी पिच्छा सोडत नव्हत्या. मी ज्यांचा विसर पडला असं समजत होतो, त्याच त्या आठवणी होत्या. एकदा मी ब्रेन्डनच्या घरी गेलो होतो. तेव्हाच संडासात जावं लागलं. मी आत खूप वेळ बसून होतो आणि ब्रेन्डन बाहेर वाट पाहत उभा होता. मला बद्धकोष्ठाचा त्रास होता, म्हणून वेळ लागत होता. बाहेर ब्रेन्डन अस्वस्थ होऊन येरझाऱ्या घालत होता आणि उसासत होता. त्याचा आवाज ऐकू येत होता. अखेर न राहवून तो 'चल आता लवकर' म्हणाला आणि मी त्याला उत्तर देताना म्हटलं, "थांब जरा, मी एक मोठा गोळा टाकून येतोय."

मी असं का बोललो ते मला आताही माहीत नाही. पण माझी मलाच लाज वाटून मी आतमध्ये अजून काही वेळ दडून बसलो. मला माझे उद्गार विनोदी वगैरे

वाटले नाहीत, पण ब्रेन्डन मात्र खो खो हसत, मी काय म्हणालो ते त्याच्या बहिणींनाही सांगून आला. दिवसभर तो मला त्यावरून चिडवत होता.

मला ते आठवलं, तसं मी आजूबाजूला कोणी नसूनसुद्धा आताही लाजेने लालेलाल झालो. माझ्या मेंदूने जणू आज ठरवूनच वाईट विचार आणि वाईट आठवणींची चित्रफित उलगडली होती. आणि ती जसजशी पुढे सरकत होती तसतश्या आधीच्या पेक्षाही अधिक वाईट आठवणी समोर येत होत्या. ही चित्रफित बंद करणंही माझ्या हातात नव्हतं.

दारावरची घंटा वाजल्याचा आवाज आला. मी उठलो आणि दार उघडलं. बाहेर कोणी नव्हतं. 'कोण आहे,' मी मोठ्याने विचारलं. वडील आले असतील का असं परत डोक्यात आलं.

मी पुन्हा टीव्हीसमोर बसलो आणि आवाज वाढवला. पण माझ्या मेंदूने त्याच्यावर वरताण केली होती. स्वयंपाकखोलीत जाऊन पाहिलं, तर खायला काहीही नव्हतं. ना दूध, ना ब्रेड, ना बिस्किटं, काही म्हणजे काहीच नव्हते.

शेवटी मी आईच्या खोलीत गेलो. तिच्या पाकिटातून काही नाणी उचलून खाली जाऊन काहीतरी आणावं असा उद्देश होता. मी हळूच दरवाजा उघडला. ती जागीच होती. पलंगावर ताठ बसून समोरच्या भिंतीकडे बघत निश्चल बसली होती.

"मला वाटलं तू गाढ झोपली असशील," मी म्हटलं.

"झोपच आली नाही."

"का गं?"

"सात दिवस असेच गेले. या सात दिवसात मिळून अवघे काही तास मी झोपले असेन. हे माझ्या मर्यादेच्या बाहेर आहे. तुला कळलं का? तुझ्या आईची शक्ती संपली."

रडण्याचा आवाज खोलीत भरून राहिला. तिच्या गालावरून अश्रू ओघळले.

"तुला म्हणायचंय तरी काय?" मी घाबरून विचारलं. माझी गळाठल्यासारखी अवस्था झाली होती.

"मी चांगली दिसायचे. आता माझा जो अवतार झालाय, त्यामुळे मला आठवत नाही की मी कधी शेवटचा शृंगार केला होता. गेल्या महिन्यात की गेल्या हिवाळ्यात, की माझ्या गेल्या वाढदिवशी की त्याच्याही आधीच्या वाढदिवशी?"

हात शिवशिवू नयेत म्हणून त्यांची घडी घालून मी उभा राहिलो. ती स्वत:बद्दल अशी का बोलतेय ते मला कळेना. ती ना कुरूप दिसत होती ना म्हातारी!

पण तिचं बोलणं चालूच होतं. 'काही हासभास नसताना माझं चांगलं दिसणं संपून गेलं. झालं ते बरंच झालं म्हणा ना!'

बाजूला ठेवलेला पाण्याचा पेला उचलून ती घोटभर पाणी प्यायली. तिच्या

ओठांवरची कातडी सुकून तिचे पापुद्रे पडत होते.

"लवकरच असा दिवस उजाडेल की मी म्हातारी होईन. मग आरशात बघितलं काय आणि नाही बघितलं काय किंवा प्रकाश व्यवस्थित आहे की कमी आहे, त्याने मला काहीच फरक पडणार नाही."

"पण तू म्हातारी नाहीस. तू कुरूप दिसणंही शक्य नाहीस. तुझे थोडेच केस पिकलेले आहेत आणि हल्ली तू केसांची काळजीच घेत नाही, एवढंच!" मी म्हणालो.

"जरा जवळ ये एक मिनिट."

"नको," मी म्हणालो. मला तिच्याजवळ जायचं नव्हतं.

"तुला बाबांची आठवण येतेय का?"

"येते कधी कधी."

"मी आज त्यांना फोन केला होता. मी माफ केलंय असं मी त्यांना सांगितलं. पण त्यांनी परत यायला स्पष्ट नकार दिला. आपण त्यांचा मानभंग करून त्यांना उद्‌ध्वस्त केलंय असं त्यांचं म्हणणं आहे."

"मग आपण गॉरीला जाऊया का?"

"आपल्याला तिकडे कोणी बोलावलेलं नाही."

"नाही कसं? बोलावतील ना."

"नाही. ते शक्य नाही."

"का?"

"कारण आपल्यामुळं त्यांच्या कुटुंबाची बदनामी झाली ही गोष्ट ते विसरू शकणार नाहीत."

"पण ते तर सत्य होतं. मी जर तुला जागृत केलं नसतं तर तुला चाललं असतं का? मी तुला वाचवण्यासाठी केलं."

ती जोरात हसली. तिचं ते हास्य भेसूर होतं. "कशापासून तू मला वाचवत होतास? सिफिलिस की गनोरिया?" परत एकदा तसंच हसून ती म्हणाली, "स्वत:कडे तू पाहिलंस का? शरीराची अवास्तव वाढ झालेलं अकरा वर्षं वयाचं मूल स्वत: एकापेक्षा एक खोटं बोलत राहतं आणि इतरांकडे मात्र तथाकथित सत्याच्या हास्यास्पद बतावण्या करत राहतं, वा! "

मी चालत तिच्या पलंगाजवळ गेलो. तिचं शरीर ताठ झालं. तिने पांघरूण गळ्यापर्यंत ओढून घेतलं.

"मी खोटं नाही बोलत. ते बोलतात. तूच म्हणायचीस ना की इतर कोणत्याही गोष्टींपेक्षा परस्परांमध्यला विश्वास महत्त्वाचा असतो."

"नक्कीच! आजही मी तेच म्हणतेय. पण मी कुठंही असले आणि कशीही

असले, तरी आपत्ती टाळणं, मला अधिक महत्त्वाचं वाटतं.''

''ही काही फार शहाणपणाची गोष्ट नाही.''

''नसेलही. पण भोगाव्या लागणाऱ्या दुःखापुढं बाकी शहाणपणाला कोणी विचारत नाही.''

''तू मूर्ख आहेस. मला वाटलं नव्हतं की तू इतकी मूर्ख असशील,'' मी ताडकन म्हणालो.

''कदाचित असेनही. तू जाऊन एक सँडविच बनव आणि खा.''

''घरात ब्रेडच नाही,'' असं म्हणून मी तिथून निघालो. मी मुळात तिकडे पैसे आणण्याकरता गेलो होतो, हेही विसरून गेलो होतो.

दुसऱ्या दिवशी मी शाळेला दांडी मारली. घरी बसून आईने केलेली स्पगेटी आणि डबाबंद खाण्यापैकी लोण्यात शिजवलेला भात फस्त केला. उरलेला वेळ टीव्ही बघण्यात घालवला. खालच्या दुकानातून ब्रेड आणि चहाची भुकटी घेऊन आलो. आईसाठी चहा आणि टोस्ट बनवले. ते घेऊन तिच्याकडे गेलो, तेव्हा तिच्या निद्रानाशाचा विषय निघाला. मी त्याबद्दल मला वाटणारी काळजी व्यक्त केली. पण तिने मात्र 'काळजी करण्याचं कारण नाही, मला थोडा सर्दीपडशाचा त्रास होतोय झालं,' असं म्हणून माझं म्हणणं झटकून टाकलं.

''तुझी झोपच पूर्ण होत नाही, त्यामुळे तू सदैव दमलेली दिसतेस. तू पहिली बिछान्यातून बाहेर पड. मग आपण बाहेर जाऊन येऊ या.''

''बाहेर जाऊन काय करण्याची इच्छा आहे तुझी?''

''काहीही. ग्रॅफ्टन स्ट्रीटवर फिरायला जाऊ किंवा प्राणीसंग्रहालयात जाऊ.''

''उद्या बघू या.''

''आधी तुला अनेक गोष्टी करण्यामध्ये रस होता, उत्साह होता. गाडी घेऊन लांब फिरायला जाणं वगैरे तू आवडीने करायचीस.''

''मी ते यापुढंही करेन. पण सध्या या सर्दीनं मला हैराण केलंय.''

''तुला यापूर्वी सर्दीचा एवढा कधीच त्रास झाला नव्हता आणि माणसाचं व्यक्तिमत्त्वच पालटून जाण्याएवढा सर्दीचा प्रभाव असेल असं मला वाटत नाही.''

''अरे, माझं वयही वाढतंय; त्याचाही परिणाम होतच असतो.''

तिच्या या वय वाढल्याच्या तक्रारी ऐकून माझे कान किटले होते. त्या क्षणाला अशी सणक आली की वाटलं पलंगाशेजारचे ग्लास आपटून फोडावे आणि दिवे फोडावेत आणि तिला हलवून हलवून परत माणसात आणावं.

''त्यानं काय फरक पडतोय? सरळ उठून प्राणिसंग्रहालायात जाऊया किंवा ट्रेन पकडून लांब कुठेतरी जाऊन येऊ आणि घरी आल्यावर चक्क सिनेमा पाहू,'' मी म्हणालो.

"उद्या मला आजच्यापेक्षा बरं वाटेल, असं वाटतंय; तेव्हा हे सर्व आपण उद्या करू शकू."

"उद्या करूयाच असं का म्हणत नाहीस तू? तसं केलंस तर मग तुला उद्या खरोखरच बरं वाटेल."

"ठीक आहे. उद्या नक्की. आपण ट्रेननं समुद्रकिनाऱ्यावर जाऊन येऊ."

मी मग झोपलो. रात्री मला एक स्वप्न पडलं. ते मला दुसऱ्या दिवशी सकाळी जसंच्या तसं आठवत होतं. त्यात मी पाहिलं की मी आणि आई एका मोठ्या बोटीत अगदी मजेत बसलो आहोत आणि आमची बोट नायगाराच्या दिशेनं रिप्लीचे वस्तुसंग्रहालय पाहायला चालली आहे.

आम्ही वरच्या डेकवर आमच्या खोलीत बसून गोल खिडकीतून बाहेर पाहतोय. हिरवा ओव्हरकोट घातलेला एक माणूस आम्हा प्रवाशांच्या बॅगा उतारावरून खाली ढकलतोय. असं ढकलताना काही बॅगा वाजवीपेक्षा जास्त वेगाने घरंगळत जातात आणि त्यापैकी काही हवेत उडून समुद्रात पडतात. ते बघून प्रवासी भीतीने आणि काळजीने ओरडू लागतात. त्यावर तो हिरवा कोटवाला माणूस हसून 'काही बॅगांचं असं व्हायचंच,' असं म्हणतो. तो जेव्हा माझी निळी सूटकेस ढकलू लागतो, तेव्हा माझ्या पोटात गोळाच येतो. पण सुदैवाने माझी बॅग पाण्यात न पडता चमत्कार झाल्याप्रमाणे आमच्या खिडकीतून अलगद आत येऊन माझ्या मांडीवर विसावते. आईच्या बॅगेचं काय झालं कळत नाही, पण मी मात्र माझी बॅग सुरक्षित असलेली पाहून आनंदून जातो.

मी चहा केला आणि आईच्या खोलीत घेऊन गेलो. ती जागी होती. पलंगावर बसली होती आणि शून्यात बघत होती. अंगात कालचीच नाईटी होती; वर गुलाबी जॅकेट चढवलं होतं.

हॉटेलमधील वेटर असल्याची बतावणी करत मी म्हणालो, "तुम्ही चहाची ऑर्डर दिली होती ना?"

"किती गोड मुलगा आहेस तू! मला आत्ता चहाची तल्लफ आली होती. ये, जरा बस माझ्याबरोबर."

ती चहा पिऊ लागली आणि मी पलंगावर तिच्या बाजूला पसरलो.

"तुला यापुढं कधीच झोप आली नाही तर काय होईल?" मी तिला विचारलं.

"तसं घडलं तर मग माझी देवालाच काळजी."

"मग आपण आगगाडीतून आज जायचं का समुद्रावर?"

तिने मला हाताने ओढून जवळ घेतलं आणि म्हणाली, "माझ्या राजा, मला वाटतं आज समुद्रावर वटवाघळांची धाड पडणार आहे आणि ती तिकडे बसून गरमागरम दूध पिण्याचा कार्यक्रम करणार आहेत."

ती स्वत:च्या विनोदावर खूश होऊन हसली. मला हसू आलं नाही.

मी विचारलं, "याचा अर्थ आपण जायचं नाही असाच की नाही?"

"मी तसं म्हणाले नाही. मला एवढंच म्हणायचंय की त्यासाठी आताची वेळ चांगली नाही," तिने खुलासा केला.

ही तर आता वडिलांसारखीच वागू लागली आहे; आश्वासने देऊन 'घूमजाव' करतेय. मी तिच्या केसांकडे पाहत होतो. तिचे केस फक्त कानशिलाकडेच पिकले नव्हते, तर डोळ्यांच्या वरसुद्धा कपाळावरून ओघळलेले, पिकलेले केस दिसत होते. मला ते ओंगळ दृश्य बघवत नव्हतं. तिने चहा पिऊन संपवण्याची मी वाट पाहत होतो. तिने कप खाली ठेवला. मी माझ्या डोक्याखालची उशी काढली आणि माझ्या गुडघ्यांवर ठेवली. आम्ही दोघेही गप्प होतो. माझ्या मनात जी खळबळ चालू होती तिचा विसर पडण्यासाठी मी मोठ्याने रेडिओ लावला.

"तो बंद कर," ती जोरात ओरडली. हल्ली मी तिची एक सवय पाहत होतो. एखादी गोष्ट कर म्हणून दुसऱ्याला सांगितलं की तिचं काम उरकलं, असं तिला वाटायचं. पूर्वीप्रमाणे सांगितल्याप्रमाणे खरोखरच ती गोष्ट होतेय की नाही याच्याशी जणू तिला काही देणंघेणं नसायचे. मी उठून रेडिओ बंद केला. परत पलंगावर पडलो आणि मांडीवर उशी घेतली.

"तू फारच जागा व्यापली आहेस जॉन. थोडा त्या बाजूला सरक," ती म्हणाली.

मी बाजूला सरकलो तसं, जणू काय माझ्या सरकलेल्या वजनाचा परिणाम म्हणून तिचं शरीर थोडं वर झाल्यासारखं भासलं. ती पाण्यावर तरंगणाऱ्या प्लॅस्टिकसारखी भासली. माझं वजन तिच्या वजनाच्या काही पटींनी जास्त असावं.

"आता बरं झालं," ती माझ्या बाजूला सरकण्याला उद्देशून कानशिलावर बोटांनी दाबत म्हणाली.

"पण माझं डोकं फारच दुखतंय. मला चांगली झोप हवी आहे. ती मिळाली तर खरोखर बरं वाटेल," ती पुढे म्हणाली.

"तू मग परत पहिल्यासारखी, आनंदी होशील का?"

"सांगता येत नाही पण या झोपेसाठी मी काहीही करायला तयार आहे," मी तिला झोपेच्या दोन गोळ्या घेताना पाहिलं. नंतर ती पहुडली तसा मीही तिच्या बाजूला पहुडलो आणि तिच्या पाठीवर झोपू लागलो.

"बरं वाटतंय; तू असल्यामुळं मनाला थोडी शांती आहे. आता झोप येईल असं वाटतंय."

मग मी उठलो आणि बाहेरच्या खोलीत आलो. मनातली खळबळ कशी थांबवावी ते कळत नव्हतं. मी बसलो, पुन्हा उठलो. हातांच्या बोटांशी चाळा करत

इकडून तिकडे फेऱ्या मारल्या. शांत बसून राहावंसं वाटत होतं, पण जमत नव्हतं. तीन वाजता मी तिच्या खोलीत जाऊन पाहिलं, तर ती जागीच होती. स्वत:च्या फाटक्या नाईटड्रेसच्या काठांशी ती चाळा करत बसली होती.

"ये, इथं माझ्याजवळ बस. मला अगदी उद्ध्वस्त झाल्यासारखं वाटतंय," म्हणून ती आडवी झाली. मीही तिच्या शेजारी आडवा झालो. ती गप्प होती आणि तिचा श्वासोच्छ्वास संथपणे चालू होता. तिचे हात उचलून मी तिच्या छातीवर घडी केल्यासारखे ठेवले. काही हालचाल न करता ती शांतपणे झोपली होती. पण ती लवकरच उठेल हे आता अनुभवाने माहीत झालं होतं.

मी तिच्या अंगावर चढून पोटावर पाय टाकून बसलो. असंच बसून तिच्या शांत मुद्रेकडे पाहत राहावं असं वाटत होतं. पण अंगावरच्या वजनाने ती कण्हू लागली. ती कण्हतकण्हत हलत होती.

ती हलू नये म्हणून मी उशी घेतली आणि तिच्या तोंडावर ठेवली आणि तिच्यावर माझा भार टाकला. तिची हालचाल थांबली, तसं मग मी माझं डोकं उशीवर ठेवलं आणि तसाच अंगावर पडून राहिलो. अचानक तिने खालून लाथा मारायला आणि दोन्ही हातांनी तोंडावर हल्ला करायला सुरुवात केली. मी तिच्या या पवित्र्याने आणि जाणवलेल्या तिच्या ताकदीने चकित झालो. तोंडावरच्या उशीमुळे तिचं ओरडणं आणि विव्हळणं दबल्या आवाजात जरी ऐकू येत होतं तरी तो आवाजसुद्धा बुडवून टाकण्यासाठी रेडिओ लावायचा विचार माझ्या मनात चमकून गेला.

आता मात्र मी माझी पूर्ण ताकद लावून अंगानेच उशी दाबून धरली आणि हातांनी तिचे दोन्ही हात जखडून ठेवले. तरी तिच्या लाथांचा मुकाबला करावा लागतच होता. मग माझं पूर्ण वजन टाकून, मी माझं डोकेही उशीवर दाबले. थोड्या वेळानंतर तिची धडपड थांबली. मी मग तिच्या अंगावरून खाली उतरून तिच्याकडे पाहिलं. ती पहिल्यासारखीच शांत आणि सुंदर दिसत होती.

मी पलंगावरून उठलो, माझं काम झालं होतं.

माझे पाय थंडगार पडले होते. का ते कळत नव्हतं. मला मोजांची प्रकर्षाने गरज भासली. पायांना अचानक असं का झालं असेल याचा विचार करून मी खणांमध्ये मोजे शोधू लागलो. आता पुढे काय करायचे याचासुद्धा विचार करणं आवश्यक होतं, पण पायांना जाणवणारा गारवा मला विचारही करू देत नव्हता. तशातच मी मोजे शोधत होतो.

तेव्हा मला काहीतरी आपटल्याचा, घासल्याचा, कुरकुरल्यासारखा असा काहीसा आवाज ऐकू आला. आवाज अगदी बारीक होता. पण आता त्यात सातत्य होतं. जणूकाही घराबाहेर भिंतीवर कोणीतरी एखादं नाणं आपटून, भिंतीवरून ते घासत

नेत असावं. मी लक्षपूर्वक, कान देऊन तो ऐकला. आता तो मला व्यवस्थित ऐकू येऊ लागला; तो आईच्या खोलीतून येत होता. मी खण बंद करून उभा राहिला. माझ्या लक्षात आलं की तो आईच्या खोकण्याचा आवाज होता.

मी आत जाऊन तिच्याकडे तोंड करून उभा राहिलो. तिचे हात तिच्या मानेवर विसावले होते आणि डोळे उघडले होते. ती तोंडातल्या तोंडात काहीतरी बोलत होती. ते थांबेपर्यंत आणि तिचं लक्ष माझ्याकडे जाईपर्यंत मी तिच्याकडे पाहात उभा होतो.

''आई?'' मी हाक मारली.

ती पलंगावरून उठून उभी राहिली. आणि माझ्याकडे बघून ''पुढे येऊ नकोस, तिथेच थांब,'' अशा अर्थाची तिने हातांनीच खूण केली.

''तू माझा गळा दाबून मला मारण्याचा प्रयत्न केलास?'' तिने थंडपणे विचारलं.

''नाही आई, तू झोपली होतीस. कदाचित वाईट स्वप्न पाहिलं असशील,'' माझ्याकडे नजरही न टाकता तिने खुर्चीवर ठेवलेला तिचा ड्रेसिंग गाऊन उचलला आणि ती खोलीबाहेर पडली.

''माझ्या डोळ्यांसमोरून चालता हो,'' ती ओरडली आणि बाहेरच्या खोलीत गेली. मीही मागोमाग गेलो.

''माझ्यापासून लांब राहा,'' छातीसमोर हातांची भिंत करून ती बोलली.

''पण का? माझं काय चुकलंय?'' असं बोलून मी पुढे झालो. तशी ती मागे सरली आणि कोपऱ्याचा आधार घेऊन उभी राहिली आणि प्रार्थना पुटपुटू लागली, ''हे मेरी, तू धन्य आहेस की तुझ्यापोटी ख्रिस्त जन्मला.''

''तू मध्येच प्रार्थना का करू लागलीस?''

''कारण आज माझ्या मुलाने माझा गळा दाबून मला ठार मारण्याचा प्रयत्न केला. देवा, एका मुलाने स्वतःच्या आईला मारण्याचा प्रयत्न केला. स्वतःच्या आईचा गळा दाबला.''

''तू तर म्हणाली होतीस की तुला झोपायचं होतं म्हणून.''

''मला झोपायचं होतं, मरायचं नव्हतं. आज तुझ्या हातून मी मेले असते.''

''पण आई, तू जिवंत आहेस. माझं तुझ्यावर प्रेम आहे. कृपा करून रडणं थांबव.''

मी पुढे झालो तशी ती पुन्हा मागे झाली.

''तू म्हणते आहेस तसं मी काहीच केलं नाही.''

''तू माझ्या नजरेसमोरून दूर हो,'' ती ओरडली.

मी माझ्या खोलीत जाऊन बिछान्यावर पडलो. तिथून मला आई फोनवरून

पोलिसांशी बोलत असल्याचा आवाज ऐकू येत होता. तिने त्यांना आमचा पत्ता तीनतीनदा सांगितला आणि सांगितलं, ''मला वाटतं, माझ्या मुलानं मी बिछान्यात असताना माझा खून करण्याचा प्रयत्न केला.''

३४

बाहेरच्या खोलीत आई दोन पोलीस शिपायांबरोबर उभी होती. त्यापैकी एक लाल केस असलेला पुरुष होता आणि एक मोठे नाक असलेली बाई होती. दोघेही माझ्यापेक्षा उंचीने कमी होते. त्यांनी माझ्याकडे पाहिलं, पण काहीच बोलले नाहीत. त्यांनी इथून निघून जावं, असं मला वाटत होतं. मी पुढे होऊन घराचा दरवाजा उघडला. हे काही त्यांचं घर नव्हतं. पण जणू स्वत:चंच घर असल्याप्रमाणे ते उभे होते. ते मला रुचलं नव्हतं.

''दरवाजा उघडा आहे, तुम्ही जाऊ शकता,'' मी ओरडलो.

कोणीही पुढे आलं नाही. मी मागे वळून आईकडे पाहिलं. ती त्या स्त्री पोलिसाच्यामागे तिचं संरक्षण घेतल्याप्रमाणे उभी होती. गेल्या ख्रिसमसला मी तिला भेट दिलेल्या गुलाबी रुमालाने ती नाक पुसत होती.

पुढचं दार ठोठावल्याचा आवाज आला. ते उघडण्यासाठी आई पुढे झाली आणि मी त्या शिपायांबरोबर मागे राहिलो.

सगळे गप्प होते. माझ्या लहानपणीचा चर्चमध्यला एक फोटो फळीवर ठेवला होता. लहान मुलांमध्ये धर्मश्रद्धा रुजवण्यासाठी आयोजित करण्यात येणाऱ्या एका सोहळ्यातला तो फोटो होता. तो फोटो काढला जात असताना मला तशी कल्पना नव्हती आणि हातामधलं प्रार्थनेचं पुस्तक मी पायांशी धरून बसलो होतो. ती पोलीस बाई तो फोटो न्याहाळत होती. या गोष्टीचा मला राग आला.

दरवाजात उभी राहून आई रडत कोणाला तरी घडलेला प्रसंग सांगत होती. आईच्या खांद्यावर हात ठेवून एक विशीतला तरुण आत आला आणि म्हणाला, ''हॅलो, तूच जॉन ईगन आहेस का? माझं नाव केविन मॅकडोनाल्ड. मी सामाजिक कार्यकर्ता आहे.''

''हो,'' मी आईकडे पाहत बोललो. ती रुमालाने डोळे पुसत होती. मला प्रचंड थकवा जाणवत होता आणि अनोळखी माणसांचा घरातला वावर बघून संताप येत होता. या व्यतिरिक्त या क्षणाला माझ्या मनात दुसरी कोणतीच भावना नव्हती.

''मला तुझ्याशी एकांतात, एका वेगळ्या खोलीत बोलायचंय. आपण तुझ्या खोलीत जाऊ या का?'' त्या सामाजिक कार्यकर्त्याने मला विचारलं. त्याच्या एका कानात रिंग होती आणि मानेवर निळ्या पक्षाचे गोंदण होते. माझा हात धरण्यासाठी

त्याने त्याचा हात पुढे केला.

"मला हात लावू नका," मी म्हणालो.

आम्ही माझ्या खोलीत गेलो. तो जमिनीवर मांडी घालून बसला.

"तुझ्या आईनं घर बऱ्यापैकी ठेवलंय. नाहीतर या भागातले फ्लॅट्स गलिच्छ आहेत," तो म्हणाला. मी पलंगावर पडलो आणि छताकडे बघू लागलो. रुग्णवाहिकेच्या भोंग्याचा आवाज ऐकू येऊ लागला.

काही मिनिटांनंतर दारावर अजून एक थाप पडली. रुग्णवाहिकेचा कर्मचारी आणि आई बोलत असल्याचा आवाज आला.

"मी आता बरी आहे, धन्यवाद," ती त्यांना सांगत होती.

त्यांच्यापैकी एकाने तिला तरीही तपासणी करून घेण्याचं सुचवलं. त्यावर ती म्हणाली, "काळजी करू नका. उगाच त्यामध्ये तुमचा वेळ वाया जाईल. मला तपासून घेण्याची काही गरज नाही."

मी उठलो आणि दरवाजाच्या दिशेने चाललो. मला आईशी बोलायचं होतं.

"तू इथेच थांब," सामाजिक कार्यकर्ता बोलला.

"मला आईशी बोलायचंय."

"तुला वाटल्यास तू माझ्याशी बोलू शकतोस."

"ते शिपाई आता माझा जबाब घेणार असतील ना? मला प्रश्न विचारून आमचं संभाषण ध्वनिमुद्रित करून घेणार असतील ना?"

"हो. ते होईल नंतर, पण त्याआधी तुला हवं असेल तर आपण आधी बोलून घेऊ."

"ते माझ्या हाताचे ठसे घेतील का?"

"तू इतक्यात एवढा पुढचा विचार करू नकोस. त्या आधी आपण बोलून घेऊया का?"

"पण मी तुम्हाला समजा एक आणि नंतर त्यांना वेगळंच सांगितलं तर?"

"तू मला जे सांगशील त्याची मी कुठेच नोंद करणार नाही."

"हे वेड्यासारखं आहे. त्यापेक्षा मी गप्प बसणं पसंत करेन."

"तुझी मर्जी."

काही मिनिटांनंतर तेव्हा बोलायला हरकत नव्हती, असं मला वाटू लागलं. पण जसजसा मी त्याबद्दल अधिकाधिक विचार करू लागलो, तसतसा मनातला गोंधळ वाढू लागला. नंतर नंतर तर माझा एवढा गोंधळ उडाला की नीटसं काही आठवेनासं झालं आणि मी बोलू तरी शकेन का, अशी शंका मनात येऊ लागली.

महिला शिपाई माझ्या खोलीच्या दरवाजावर टक टक करून आत आली. एखाद्या आवडत्या व्यक्तीकडे पाहून हसावं, तशी हसली आणि म्हणाली, "तुझ्या

आईशी आमचं बोलणं झालंय. आता तुझ्याशी बोलायचंय; स्वयंपाकखोलीत ये.''

मी स्वयंपाकखोलीत गेलो. आई बाहेरच्या खोलीतच बसून राहिली. मला थोडं विचित्र वाटलं. पण आमचं संभाषण तिला तिथे बसूनही ऐकू येईल आणि गरज पडल्यास ती आत येऊ शकेल, अशी मी स्वत:ची समजूत घातली.

''काही प्यायला वगैरे हवंय का?'' सामाजिक कार्यकर्त्यांने विचारलं.

''नको, धन्यवाद. शिवाय पाण्याशिवाय घरात काहीही नाही. दूधसुद्धा नाही. अर्थात मला दूध नकोच आहे. मला खरं म्हणाल तर 'फँटा' प्यायला आवडेल.''

ते माझ्याकडे बघत राहिले. मिनिटभर कोणीच काही बोललं नाही.

''तुझं वय काय जॉन?'' त्या नाकेल्या महिला शिपायाने विचारलं.

''अकरा, जुलैमध्ये बारा पूर्ण होतील,'' मी सांगितलं.

''तू त्यामानानं बराच मोठा दिसतोस,'' ती म्हणाली.

''हो, मला माहीत आहे ते!'' मी म्हणालो.

''काय घडलं त्याबद्दल तुला काही सांगायचंय का?''

''तिनं तुम्हाला सांगितलं असेलच ना?''

दोन्ही शिपायांनी एकमेकांकडे पाहिलं. जणू जे ऐकलं त्याबद्दल त्यांची खात्री झाली नव्हती. महिला शिपायाने खांदे उडवले. ते पाहून पुरुष शिपायाने तिला उद्देशून डोके हलवलं. जणू तो तिला कोणत्याही सूचक हालचाली न करण्याबाबत बजावत होता. त्याने मग मला विचारलं, ''ते ठीक आहे, पण तुला तुझी बाजू मांडायची नाही का?''

''घडलेल्या प्रसंगाला एकच बाजू आहे,'' मी उत्तरलो.

''आईला झोप मिळावी, या उद्देशाने तिच्या तोंडावर उशी ठेवून तू तिला मदत करत होतास का?'' महिला शिपायाने विचारलं.

''हो, मी तिला झोपायला मदत करत होतो.''

''अच्छा, पण कशी?''

''तिनं तुम्हाला त्याबद्दल सांगितलं नाही का?''

''हो, पण आम्हाला तुझ्या तोंडून ऐकायचंय. आम्ही त्यासाठी इकडे आलो आहोत.''

''मी तिला उशीच्या साहाय्यानं मदत करत होतो.''

''तिला दुखापत करण्याचा तुझा उद्देश होता का?''

''नाही.''

''तिच्या तोंडावर उशी ठेवल्यानं काय होईल असं तुला वाटत होतं?''

''मला वाटलं की असं केल्यानं तिला शांत झोप येईल.''

''तिला त्यामुळं दुखापत होईल, हे तुझ्या लक्षात नाही का आलं?''

"नाही.''

"पण प्रत्यक्षात तू तिला दुखापत केलीय,'' पुरुष शिपाई बोलला.

"नाही. मी तसं केलं नाही. तिला जे हवं होतं तेच मी केलं. तिचं वागणं हल्ली बदललेलं होतं. तिला बरं वाटावं म्हणून तिच्या इच्छेप्रमाणेच केलं.''

"कसं काय?''

"तुम्हाला काही कळतच नाही. मला काय म्हणायचं आहे ते. कोणालाच कसं कळत नाही?''

"तू जर आम्हाला खुलासेवार सांगितलंस तर आम्हाला कळेल ना! तूच आम्हाला समजावून सांग, मग आम्हाला समजेल,'' सामाजिक कार्यकर्ता म्हणाला.

"काय उपयोग आहे? नुसतं वेळ वाया घालवणं आहे ते,'' मी म्हणालो.

त्यांनी मग मला अजून त्याच प्रकारचे अनेक प्रश्न विचारले. पण जेव्हा अधिक काही सांगण्यास मी नकार दिला, तेव्हा ते बाहेरच्या खोलीत बसलेल्या आईशी बोलण्यासाठी बाहेर गेले.

"हेलन, आम्हाला आता त्याला आमच्याबरोबर न्यावं लागेल,'' महिला शिपाई बोलली.

"हो, घेऊन जा. मी त्या राक्षसाबरोबर इथं राहू शकत नाही,'' आई रागानं म्हणाली.

राक्षस? ती मला राक्षस म्हणाली? मी खुर्ची जोरात ढकलून स्वयंपाकखोलीतून बाहेर आलो. पण पुरुष शिपायाने माझ्या दिशेने केलेली हालचाल पाहून मी दिवाणाशेजारीच थांबलो. तो माझ्या आणि आईच्यामध्ये उभा राहिला. मी हातांची घडी घालून त्याच्या डोक्यावरून आईकडे बघत होतो.

"तुला जे हवं होतं तेच मी केलं. आता तू भलतंच काहीतरी बोलत आहेस, हा माझा दोष नाही. तू बदलली आहेस, मी नाही बदललोय.''

"त्याला घेऊन जा,'' महिला शिपायाकडे बघून आई बोलली.

"कुठं घेऊन जाणार मला?''

"तिथं गेल्यावर तुला कळेलच,'' पुरुष शिपाई बोलला.

सामाजिक कार्यकर्त्याने मला माझी बॅग भरण्यास सांगितलं. बॅगेत एका आठवड्याला पुरतील एवढे कपडे, अभ्यासाची पुस्तके, पेन आणि खेळण्यासाठी काहीतरी घे असं त्याने सांगितलं.

"खेळण्यासाठी काहीतरी म्हणजे काय? फुटबॉल घेऊ?''

"तुला हवं ते घे,'' तो म्हणाला.

दोघेही शिपाई आईबरोबर थांबले. मी आणि तो सामाजिक कार्यकर्ता असे दोघं बाहेर पडलो. लिफ्ट येईपर्यंत तो काहीच बोलला नाही. लिफ्टमध्ये शिरल्यानंतर

त्याने माझ्या पाठीवर हात ठेवला. आतल्या लघवीच्या वासामुळे मी तोंड झाकून घेतलं. त्याला मात्र त्या वासाचं काहीच वाटलेलं नव्हतं.

"तुझ्या आईला मोठा धक्का बसलाय. तरीसुद्धा ती म्हणतेय की तिचं तुझ्यावर प्रेम आहे म्हणून. चांगली बाई आहे ती; तू खूप नशीबवान आहेस."

खाली भिंतीवर कोणीतरी खरडलं होतं – डुकरं मादरचोद आहेत. मी ते वाचून हसलो आणि तो काय बोलला ते न ऐकल्यासारखं दाखवलं. त्या भित्तिसाहित्याकडे मला काही करून त्याचं लक्ष वेधायचं होतं म्हणून म्हणालो, "भिंतीवर कोणीतरी द्व्यर्थी लिहून ठेवलंय."

"मी उद्या सकाळपर्यंत तुझ्याबरोबर बालन्यायालयात येणार आहे. सुनावणी होईपर्यंत तुझं काय करायचं ते न्यायमूर्ती ठरवतील," तो माझ्या बोलण्याकडे दुर्लक्ष करून म्हणाला.

"कसली सुनावणी? म्हणजे खटला होणार का?"

"तुझ्या खोलीत गेल्यानंतर मग आपण या विषयावर बोलू या."

"पण तुम्हीच तो विषय काढला. मी काही बोललोच नव्हतो."

"हो, मीच विषय काढला बरं; चुकलं माझं."

इमारतीबाहेर रुग्णवाहिका उभी होती. तिचा एक दरवाजा उघडा, तर दुसरा बंद होता.

सामाजिक कार्यकर्त्याची गाडी निळ्या रंगाची होती. तिच्या आत नवीन बुटांसारखा वास येत होता. मगाच्या तुलनेत हा वास चांगला होता.

"आता नीट ऐक. ज्या ठिकाणी मी तुला घेऊन चाललोय ती जागा पाहून पहिल्यांदा कदाचित तू घाबरशील. पण ती वाईट जागा नाही. तिकडची प्रत्येक व्यक्ती तुझी व्यवस्थित काळजी घेण्यासाठी तत्पर असेल. मला कळतंय की जे घडून गेलंय त्यामुळं तू जरा बावरलेला असशील, पण थोड्या काळानंतर सगळं ठीकठाक होईल." तो म्हणाला.

"मी काही कुक्कुलं बाळ नाही. त्यामुळे तुम्ही असं नाही बोललात तर चालेल," मी बोललो.

त्याने फक्त खांदे उडवले आणि मागून येणाऱ्या ट्रकला पुढे जाऊ दिलं.

"एक सिगरेट मिळेल का?" मी विचारलं.

"बाजूच्या पेटीत आहे," त्याने सांगितलं.

"आणि लायटर?"

"तू तो गाडीत ठेवलेला लायटर वापर."

"हो, खरंच की," मी उद्गारलो.

ती काही गंमत वाटण्याची वेळ नव्हती, पण मला गंमत वाटत होती. ही गाडी

अशीच चालू राहो आणि लांब जायला मिळो असं वाटत होतं. त्यांनी मला गाडीतून इंग्लंड किंवा फ्रान्सला घेऊन जावं आणि तिथून स्वित्झर्लंडपर्यंत न्यावं. तिकडे दोराच्या आधारे वर चढणाऱ्या गाडीत बसावं. नंतर ही गाडी विमानतळावर न्यावी आणि तिथून अमेरिकेला जाणारं विमान पकडावं असं मनात येत होतं. गाडी अशीच सुरू राहणार असती, तर अगदी नरकात गाडी नेली असती तरी चाललं असतं. गाडीत उबदारही वाटत होतं आणि छान गाणंही लावलं होतं.

"अशा गाण्याला 'जाझ' म्हणतात ना?" मी विचारलं.

"आवडलं तुला?"

"हो."

त्यावर त्याने मान हलवली पण न बोलता गाडी चालवणं सुरू ठेवलं. त्या अवधीत मी पहिल्या संपत आलेल्या सिगरेटवरच दुसरी पेटवली आणि ओढली. शहर जवळ आल्याच्या खुणा दिसल्यानंतर मी खिडकीची काच खाली केली आणि एखाद्या कुत्र्याने काढावं तसं डोकं बाहेर काढलं. वरचं काळोखं आकाश आणि त्यात दिसणारी नखाएवढी चंद्रकोर बघून बरं वाटलं. पॅर्नेलच्या पुतळ्याच्या बाजूने गाडी एका मोठ्या चौकात वळली. तेव्हा तिकडच्या आलिशान घरांच्या खिडक्यांमधून डोकावणाऱ्या दिव्यांचा उजेड बघून त्यापैकी एखाद्या घरात आपण राहत असल्याची कल्पना माझ्या मनात येऊन गेली.

"आपण पोहोचलो," एका चारमजली इमारतीकडे इशारा करत सामाजिक कार्यकर्ता म्हणाला. त्या इमारतीचा पुढचा दरवाजा निळ्या रंगाचा होता. खिडक्यांना आडवे गज होते आणि तळघरात नेणारा दगडी जिना दिसत होता. सर्व खिडक्यांतून दिव्यांचा प्रकाश दिसत होता आणि सर्वांत वरच्या मजल्यावरच्या एका खिडकीत मॅन्चेस्टर युनायटेड क्लबची फुटबॉल जर्सी लोंबकळताना दिसत होती.

"हे मुलांचं सुधारगृह आहे का?"

"हो, हेच ते. तुझ्या प्रवेशाचं काम करू या आणि तुझ्यासाठी पलंगाची व्यवस्था झाली आहे की नाही, तेही बघूया."

एका लांब, अंधाऱ्या बोळकांडीच्या टोकाला माझी खोली होती. ८४ क्रमांकाचा पितळी बिल्ला चिकटवलेल्या पिवळ्या दरवाज्यापाशी आम्ही थांबलो आणि आत शिरलो. सामाजिक कार्यकर्त्याने आतला दिवा लावला. थोडी उघडझाप केल्यानंतर तो लागला. जमिनीवर मध्यभागी दरवाज्याच्याच रंगाचा एक गालिच्याचा तुकडा होता. पलंगाची उंची कमी होती. एकूण आकाराने, लांबी-रूंदीनेही तो कमीच होता. मला नेहमी पाठीवर पडून सरळ झोपायची सवय होती, पण इथे मला पाय पोटाशी ओढून झोपावं लागणार होतं. शर्यतीतल्या गाड्या दाखवणारा वॉलपेपर समोर दिसत होता.

"काही दिवस तुला या खोलीत राहायचंय. तुझी बॅग इथेच कपाटात ठेव आणि माझ्याबरोबर मुलाखतीच्या खोलीत ये," सामाजिक कार्यकर्ता म्हणाला.

मी त्या नीटनेटक्या पलंगावर बसलो. औषधाची गोळी जशी दिसते तसा तो सफेद दिसत होता. चादर अगदी व्यवस्थितपणे अंथरूण पातळ गादीच्या खाली खोचली होती. वेगवेगळ्या रंगाची, केशरी, हिरवा आणि तपकिरी अशी तीन पांघरुणे घड्या करून एकावर एक ठेवली होती.

"कशासाठी?" मी विचारलं.

"या सुधारगृहाचे प्रमुख तुझ्याशी एक मिनिटभर बोलतील आणि मग उद्या सकाळी...."

"मला कसंतरी होतंय," मी म्हणालो.

"कळतंय मला ते. जे घडलंय त्याचं गांभीर्य आता हळूहळू तुला उमगू लागलेलं दिसतंय." शर्टाच्या बाहीचे बटण लावत तो म्हणाला.

"नाही, तसलं काही नाही. मला बरं वाटत नाही एवढंच."

"ठीक आहे. तुझ्यासाठी एक ॲस्पिरिनची गोळी मागवतो. पण आपल्याला आता निघावंच लागेल. सुधारगृहप्रमुख आपल्यासाठी झोपेतून उठून आलेत. त्यांना अधिक जागरण घडवणं योग्य नाही."

"ठीक आहे."

आमच्या घरी आलेले ते दोन शिपाई मुलाखतीच्या खोलीत भिंतीला टेकवून ठेवलेल्या खुर्च्यांवर बसले होते. सामाजिक कार्यकर्त्याने टेबलाजवळची खुर्ची ओढली आणि मला बसण्याचा इशारा केला. मी बसल्यावर तो दिसेनासा झाला. नंतर मला कळलं की तो माझ्या मागे उभा होता.

त्या खोलीत फक्त टेबल, चार खुर्च्या आणि हिटर एवढंच होतं. त्या व्यतिरिक्त लहान मुलांसाठी काही प्लॅस्टिकची खेळणी होती. वेगवेगळ्या आकाराचे प्लॅस्टिकचे ठोकळे होते. कोणीतरी प्लॅस्टिकचा एक त्रिकोण उचलून त्रिकोणी भागात न लावता चौकोनी भागात घुसवण्याचा प्रयत्न केला होता.

वृद्ध आणि किरकोळ अंगयष्टीच्या सुधारगृह प्रमुखाने खोलीत प्रवेश केला. त्याच्या केसात काळ्या आणि राखाडी रंगाचे विचित्र मिश्रण झाले होते. ते माझ्या समोरच्या खुर्चीत बसले आणि टेबलावरचे पेन त्यांनी हातात घेतले.

"गुड इव्हनिंग जॉन, माझं नाव मिस्टर कीटिंग."

"हॅलो," मी म्हटलं.

त्यांनी माझ्या खोलीतल्या कपाटाची चावी माझ्या हातात दिली. ती प्लॅस्टिकची असावी अशी वाटली. तिचं वजन चहात घालायच्या साखरेच्या एका खड्याइतकंच होतं. टेबलावर चॉकलेट बिस्किटे होती, पण मला त्यांना हातही लावावासा वाटला

नाही. मला कडकडून भूक लागली होती आणि त्याचबरोबर पोटात हवा भरली असावी तसं जडही वाटत होतं.

मी गप्प बसून होतो. मिस्टर कीटिंग माझ्याकडे बघत होते. ''तू तुझं डोकं खूपच खाजवतो आहेस. तुझ्या ते लक्षात येतंय का?'' त्यांनी मला विचारलं.

मला खरंतर लक्षात आलं नव्हतं. पण माझ्या बोटांवरच्या रक्ताच्या डागांनी ती गोष्ट स्पष्ट झाली होती.

''तुला त्यामुळे दुखत नाही का? खपली निघाल्यानं त्यातून रक्त येतं, हे तुला कळत नाही का?''

''नाही, खाज येत होती म्हणून खाजवत होतो. बाकी काही नाही.''

''खाज थांबवायचे इतरही काही उपाय आहेत.''

उत्तरादाखल मी फक्त खांदे उडवले.

''तुझ्या डोक्यातून जिथून रक्त येतंय तिथं आता दुखतंय का?''

''नाही.''

त्यांनी सामाजिक कार्यकर्त्याकडे पाहत विचारलं, ''तुला कापूस देऊ का?''

''नको, काही गरज नाही.''

अधिकच शांतता पसरली.

''मी असं ऐकलंय की तू स्वत:ला असत्यशोधक समजतोस. लोक केव्हा खोटं बोलत आहेत ते म्हणे तू ओळखू शकतोस. खरंय का ते?''

''हो.''

''मलासुद्धा त्या विषयातली थोडीफार माहिती आहे. जगात असं करू शकणारे अन्य लोकही आहेत याची तुला कल्पना आहे का?''

''हो, मी त्यांच्याबद्दल वाचलंय,'' मी म्हणालो. आणि अशी जादूई शक्ती असणारे लोक त्यांच्या चाचण्यांमध्ये कसे नव्वद ते शंभर टक्के गुण मिळवतात ते मी त्यांना तपशीलवार सांगितलं.

''तुला ठाऊक आहे का की यातल्या बहुतेक असत्यशोधकांना त्यांच्या आयुष्यात फार लवकर त्या प्रकारची संवेदनशीलता प्राप्त होते? आणि बहुतेक वेळा तशी तरल संवेदनशीलता त्यांच्या बालपणी घडलेल्या काही विशिष्ट प्रसंगाची फलश्रुती असते?''

दोन बुद्धिजीवी प्रौढांमध्ये होत असाव्या तशा या संवादामुळे मला मजा येत होती. तरी पण त्यांना नेमकं काय म्हणायचंय ते माझ्या लक्षात येत नव्हतं.

''म्हणजे?'' मी विचारलं.

''जॉन, आत्तापर्यंतच्या पाहणीनुसार असं आढळून आलंय की ही शक्ती आम्हाला लाभली आहे, असा दावा करणाऱ्या काही जणांच्या आया विक्षिप्त होत्या

किंवा बाप दारूडे होते किंवा त्यांच्या आयुष्यात काहीतरी अतर्क्य, अनैसर्गिक, खूप भयंकर, त्रासदायक असं घडलेलं होतं. तुला कळतयं का मला काय म्हणायचंय ते? तुला अशा प्रकारचा अनुभव कधी आला होता का?'' त्यांनी त्यांचं म्हणणं स्पष्ट केलं.

ते काहीतरीच बरळत होते असं मला वाटलं. ''मला कसंतरीच होतंय,'' मी म्हणालो. मी उठून उभं राहण्याचा प्रयत्न केला पण पुढे काय झालं ते आठवत नाही. फक्त मी ज्या खुर्चीत बसलो होतो, ती जमिनीवर पडल्याचा आवाज आला इतकीच काय ती माझी त्या रात्रीची पॅर्नेल चौक सुधारगृहातली शेवटची आठवण.

मी डोळे उघडून पाहिले तर सामाजिक कार्यकर्ता आणि सुधारगृहप्रमुख माझ्या पलंगाशेजारी उभे होते. खोलीत कोंदटल्यासारखं वाटत होतं. बहुधा सकाळ झाली होती, पण अजून पडदे बाजूला केलेले नव्हते. त्यामुळे अंधारच होता.

''आम्ही तुला उठवायला आलो, पण तू आपणहूनच उठलास. झोप कशी काय झाली?'' सामाजिक कार्यकर्त्याने विचारलं.

''छान झाली.'' मी म्हणालो.

''तुझी नाश्त्याची वेळ चुकली. आता अकरा वाजलेत.'' सुधारगृहप्रमुख बोलले.

मी उठून बसलो. तेवढ्यात एक किडा पहिल्यांदा माझ्या चेहऱ्यावर आणि नंतर हातावर बसला. खोलीत बरीच चिलटे होती आणि उकडतही होते. यापूर्वी मी घरात अशी चिलटे पाहिली नव्हती. ती माझ्या खोलीत मला नको होती.

''तू कपडे बदलून तयार हो. आम्ही बाहेर वाट बघतोय.''

मी काल रात्रीचेच कपडे चढवले आणि बाहेर आलो. सुधारगृहप्रमुखाने हातांची घडी घातली हे पाहून मीही तसंच केलं. पण मग मला ते वेड्यासारखं वाटलं, म्हणून मी हात खाली सोडले आणि दरवाजाला खांदे टेकवून उभा राहिलो.

''तुझी आई दुपारी इकडे येणार आहे. ती नऊ वाजता आली होती पण तिला तुला झोपेतून उठवायचं नव्हतं. तुझे वडीलही दुपारच्या ट्रेननं येणार आहेत. मात्र तुला पहिल्यांदा आमच्याबरोबर मुलाखतीच्या खोलीत यावं लागेल. नंतर तू जेवण करून घे.''

''आई जर इकडे आली आहे तर मला तिला भेटू द्याना!'' मी म्हटलं.

''ती इथं आली होती, पण आम्ही तिला विश्रांती घेण्यासाठी घरी पाठवलं. ती दुपारी परत येईल. त्याच्याआधी तुला इथून मोकळं करण्यासाठीची कागदपत्रं तयार करून त्यांच्यावर आम्हाला सह्या कराव्या लागतील.''

''याचा अर्थ माझी इथून सुटका होणार?''

''हो, पण त्यासंबंधी असं व्हरांड्यात उभं राहून बोलणं बरोबर नाही; योग्य त्या

ठिकाणीच ते सगळं केलं पाहिजे.''

एका फिरत्या टेबलाच्या एका बाजूला ते आणि समोरच्या बाजूला मी बसलो. सुधारगृहप्रमुख बोलत होते. माझ्या पोटात थोडं डचमळल्यागत होत होतं. त्या व्यतिरिक्त डोक्यात दुसरा कुठलाच विचार नव्हता.

''तुझी आई तुझ्याविरुद्ध कोणताच आरोप ठेवणार नाही, असं म्हणाली. जवळजवळ पूर्ण रात्रभर ती शिपायांबरोबर होती आणि झोपलीच नाही. सकाळी इकडे आली.''

मी फक्त त्यांच्याकडे डोळे रोखून बघत होतो.

''प्रथम तुझी अधिकृत प्रवेश प्रक्रिया पार पाडावी लागेल. काल तू ती पूर्ण करण्यासाठी सही करण्याच्या अवस्थेत नव्हतास.''

''पण आता जर मला जायचंय तर मग प्रवेश प्रक्रियेची काय गरज आहे?''

''तुला वाचता येतं?''

''हो. अर्थात.''

''मग हे वाच आणि ते जर तुला पटलं तर त्यावर सही कर आणि त्यानंतर तुझ्या आईला तुला न्यायचं असेल, तर तू घरी जायला मोकळा होशील.''

''परत घरी?''

''तसं दिसतंय खरं. आणि तू ते चेहऱ्यावर चोळणं बंद कर. त्याच्यामुळं तू काय बोलत आहेस ते आम्हाला नीट ऐकू येत नाही. दुसरं म्हणजे असं करण्यानं तुझ्या चेहऱ्यावर पुटकुळ्या उठतील.''

''पुटकुळ्या म्हणजे...'' सामाजिक कार्यकर्त्याने तोंड उघडलं.

''मला माहीत आहे, पुटकुळ्या म्हणजे काय ते.'' मी सांगितलं.

पाठपोट बनवलेल्या त्या कागदपत्रात लिहिलं होतं की, 'माझ्या मर्जीविरुद्ध कायदे खात्याने माझा ताबा घेतला होता आणि आता त्याच खात्याच्या हुकूमाने माझी सुटका होत आहे. खाली आजची तारीख होता, काही नावे होती आणि मालमत्तेचे नुकसान झाल्यास हमी.' असा काहीसा मजकूर होता.

मी हा कागद जपून ठेवणार होतो.

''मग आता मी जाऊ शकतो? परत घरी?'' मी विचारलं.

''तू तुझ्या आईला एका खोलीत भेटू शकतोस. मी सुद्धा तिकडे थोडावेळ असेन आणि सर्वकाही सुरळीत असल्याची खात्री करून घेईन,'' घसा खाकरत सामाजिक कार्यकर्ता म्हणाला.

''अस्सं!''

सुधारगृहाच्या जेवणघरात मी समाज कार्यकर्त्याबरोबर जेवण घेत बसलो होतो. तिकडे एकूण सात टेबलं होती. आमचं सोडून इतर टेबलांवर प्रत्येकी पाच-सहा

मुलं होती. सर्वांची वयं साधारण दहा ते सतरा वर्षांदरम्यान होती. त्यांचा एवढा गोंगाट चालू होता की दर काही मिनिटांनंतर तिकडे असणारा एक तपकिरी आणि हिरव्या रंगाचा गणवेश घातलेला माणूस पुढे होऊन त्यांना ओरडायचा. त्याची तऱ्हासुद्धा अजब होती. तळणाची दोन भांडी तो एकमेकांवर आपटून मोठा आवाज करायचा आणि ओरडायचा, ''सांगा कोणाला त्यांचे कान कामातून जायला हवे आहेत?'' त्याच्या त्या उद्‌गारावर सगळे हसायचे आणि मग तोही त्या गोंधळात सहभागी व्हायचा. अमेरिकेतील शाळांच्या शिबिरांचा मला अनुभव नव्हता, पण हा प्रकार मात्र मला त्यासारखा असावा, असं वाटलं.

मला व्यवस्थित भूक लागली होती. बटाट्याचे गोळे, सॉसेजिस आणि ट्रायफल मी प्रत्येकी दोन वेळा वाढून घेतलं. सामाजिक कार्यकर्त्याने फक्त त्रिकोणी तुकड्यात कापलेला चीज सँडविच खाल्ला. तो सुद्धा त्याने उंदीर जसे छोटे तुकडे पाडण्यासाठी नेमके, धारदार चावे घेतात, तसे सँडविचचे चावे घेऊन खाल्ला. तोंड पूर्ण उघडून काही करायला तो घाबरत असावा.

''तू जर इथे राहिला असतास तर दर महिन्याच्या पहिल्या रविवारचं जेवण तुला आवडलं असतं,'' सँडविच चावत तो बोलला.

''का बरं?''

''कारण शेलबर्नसारख्या नामवंत हॉटेलमध्यले शिकाऊ आचारी त्यादिवशी इथं येतात आणि नवनवीन पदार्थ बनवतात.''

''मला एक दिवस त्या हॉटेलात राहायचंय.''

त्याने माझ्या उद्‌गाराकडे दुर्लक्ष केलं आणि पुढे म्हणाला, ''तसंच दर गुरुवारी रात्री इथं बिलियर्डसची स्पर्धा होते आणि शनिवारी टेबलटेनिसची.''

''पण इथल्या वास्तव्यानंतर या मुलांची तुरुंगात रवानगी होते का?''

''काहींची होते, काहींची नाही.''

''जर आईने माझ्याविरुद्ध तक्रार नोंदवली असती तर माझ्यावर मनुष्यवधाचाच प्रयत्न करण्याचा आरोप लागला असता का?''

''हो. बहुधा लागला असता.''

''मग मी चांगलाच नशिबवान आहे.''

''मला आतापर्यंत भेटलेल्या मुलांमध्ये सर्वाधिक नशीबवान असणाऱ्या मुलांपैकी तू एक आहेस. तशा प्रकारचा आरोप लागल्यानंतर तुझ्या आयुष्यात काय घडलं असतं याची तुला कल्पना आहे का?''

''मी कदाचित तुरुंगात गेलो असतो.''

''त्याहीपेक्षा तुझी वेडाच्या भरात गुन्हा करण्यास प्रवृत्त झालेला मुलगा म्हणून मोठ्या काळासाठी मनोरुग्णालयात पाठवणी झाली असती.''

"पण लहान मुलांना तिकडे पाठवत नाहीत ना?"

"ते बरोबर आहे. पण किशोरवयीन मुलांना पाठवतात," हातातल्या सँडविचचा तुकडा खाली ठेवत तो म्हणाला.

"मग माझी पाठवणी तिकडे झालीच नसती," मी त्याच्याकडे नजर रोखून बोललो.

"एवढी प्रेमळ आई लाभल्याबद्दल तू नशिबाचे आभार मानले पाहिजेस."

आईबद्दल बोलण्यापेक्षा मी आता तिला प्रत्यक्ष बघण्यासाठी आतुर झालो होतो. त्याने आता सँडविच खाणं थांबवलं होतं. अर्धवट चावलेला, त्याच्या बारीक दातांचे व्रण उमटलेला असा तो तुकडा एखाद्या व्यंगचित्रासारखा दिसत होता. मी अजून काही बोलेन, या अपेक्षेने वाट पाहत तो थोडा वेळ बसला आणि मी काहीच बोलत नाही हे पाहून त्याने मला खोलीत जाऊन सामानाची बांधाबांध करायला सांगितलं. मी थोडावेळ आढ्याकडे बघत पलंगावर पडून राहिलो. तेवढा वेळ मी बाजूच्या खोलीतलं बायबल घेऊन त्याने चिलटांना फटकावत होतो. चार वाजले, तसा सामाजिक कार्यकर्ता आत आला आणि मला म्हणाला,

"चल, ते तुझी वाट पाहतायत."

पारिवारिक भेटीची खोली मोठी होती. आत केशरी रंगाचे तीन दिवाण होते. एक मोठा टीव्ही, एक रेकॉर्ड प्लेअर आणि मासिके भरलेली दोन पुस्तकांची कपाटंही होती.

मी आत गेल्यावर आई उठली. तिने नेहमीचा साजशृंगार केलेला दिसत होता आणि केसही व्यवस्थित बांधले होते. तिने तिचे बाहु पसरले तसा मी तिच्या मिठीत शिरलो. तिने मला घट्ट मिठीत घेतलं. माझी वाट पाहत बसली असताना तिने बहुधा साखर आणि दुधाचा चहा घेतला असणार; तो वास मला जाणवला. बरं वाटलं. मिठी सोडवून ती मागे सरकली आणि माझ्याकडे बघत म्हणाली, "तू माझा मुलगा आहेस, मी तुझ्यावर प्रेम करते. तुझ्या आयुष्याचं मातेरं झालेलं मला बघवलं नसतं, म्हणून मी पुढे काही केलं नाही. तुझं आयुष्य नासायला नको, ना तुझ्यामुळं ना माझ्यामुळं. तुला कळतंय ना?"

तिचा आवाज मोठा आणि खंबीर वाटत होता.

"हो," मी म्हणालो.

एका कोपऱ्यात वडील हातात दोन केशरी, अगदी दिवाणांच्या रंगासारखेच दोन फुगे घेऊन उभे होते. तिथूनच ते म्हणाले, "आणि तुला तुझी चूक पटली आहे असं वाटतंय. तुला चूक पटली आहे, हो ना?"

"हो ना? चूक पटली आहे म्हण," आई म्हणाली.

त्या दोघांनी एकमेकांकडे पाहिलं. त्यांच्यात समझोता झाला असावा, असं

वाटलं. आईने दिवाणावर अंग टाकलं आणि आवाज न करता ती रडू लागली. मी उभाच होतो. सामाजिक कार्यकर्ता माझ्या मागे उभा होता. तो काही बोलला नाही; पण त्याच्या जड श्वासोच्छ्वासाचा आवाज मात्र ऐकू येत होता.

मला आता तिथे थांबायचं नव्हतं. लवकरात लवकर निघायचं होतं. आईकडे पाहण्याचा धीर होत नव्हता. वडिलांकडे पाहून मी विचारलं, "फुगे का आणलेत?"

"त्यांच्या आधारे मी छान उभा राहू शकतो," त्यांनी विनोद केला. पण ते स्वत: काही हसले नाहीत.

"हो का!" मीही न हसता बोललो.

"हे फुगे इव्हलिनमावशीच्या जुळ्या मुलींसाठी आणलेत. आज त्यांचा आठवा वाढदिवस आहे. इथून आपण चहा घेण्यासाठी तिच्याकडे जाणार आहोत. वाटेत केक घेऊया. काय घडलं, तू काय केलंस आणि तुला इकडे ठेवलं होतं, यापैकी कोणत्याही गोष्टीचा उल्लेख आपण करायचा नाही, हे लक्षात ठेव. जे काही झालंय ते माफ करून आपण सगळं विसरून जाऊया. त्याला काहीच इलाज नाही."

मी आईकडे बघून स्मितहास्य केलं. ती माझ्याकडे न बघता जमिनीकडे बघत बोलत राहिली, "आम्ही हे सर्व विसरून जाऊ पण तूसुद्धा तुझा तो असत्यशोधनाचा वेडगळ उद्योग सोडून दे. तसला काही मूर्खपणा करून सरळपणानं चाललेल्या सुखी आयुष्याची वाट लावून घेण्यात काहीच अर्थ नाही."

मी आईच्या या बोलण्यावर वडिलांची प्रतिक्रिया काय असू शकेल, याचा अंदाज त्यांच्याकडे पाहत घेत होतो. त्यांच्या मनात कदाचित मला काही शिक्षा करण्याचे तर घाटत नसेल ना? श्वासोच्छ्वासामुळे त्यांचे खांदे वर-खाली होत होते. त्यांच्या चेहऱ्यावर रागाचा मागमूस नव्हता पण अधीरता जाणवत होती; फुगे एका हातातून दुसऱ्या हातात हलवत ते उभे होते.

माझ्याकडे पाहून ते बोलले, "आपण तिघंही आजपासून नव्याने आपल्या आयुष्याला सुरुवात करू या."

"आपण गॉरीला परत जाणार आहोत का?"

"हो. उद्या निघायचंय."

"बरं झालं. मला तिकडंच जायचं होतं," मी म्हणालो.

आई निघण्यासाठी म्हणून उठली. तसे सामाजिक कार्यकर्त्याने पुढे होत आम्ही नक्की निघणार आहोत का ते विचारलं.

"हो."

"अगदी नक्की?"

"हो."

त्याने मग खोलीचा दरवाजा उघडला आणि आम्हाला घेऊन तो मुख्य

दरवाजापाशी आला. आम्ही बाहेर पडलो आणि फूटपाथवर उभे राहून त्याचा निरोप घेतला.

"तुमच्या मदतीबद्दल मी तुमचा आभारी आहे," मी म्हणालो.

"गरज पडल्यास अशी मदत करायला मला नक्कीच आवडेल," खिशांमध्ये हात खुपसत तो म्हणाला.

"धन्यवाद," वडिलांनीही त्याचे आभार मानले.

काहीही न बोलता मानेनंच निरोप घेत सामाजिक कार्यकर्ता सुधारगृहप्रमुखाच्या कार्यालयाच्या दरवाजाकडे वळला. "चला निघूया," म्हणून आईने गाडीचा दरवाजा उघडला. आम्ही दोघे आत शिरलो. वडील मात्र आत न शिरता सामाजिक कार्यकर्त्याच्या पाठमोऱ्या आकृतीकडे पाहत परत एकदा 'धन्यवाद' बोलले. ते बहुधा त्याच्या कानावर पडलं नसावं. तसे वडील त्याला जोरात "धन्यवाद, आम्ही येतो," असं ओरडून बोलले.

तसा तो सामाजिक कार्यकर्ता वळून आम्हाला सामोरा झाला आणि त्याने वडिलांकडे पाहून हात हलवला. वडिलांनीही जोरजोरात बराच वेळ हात हलवत त्याला प्रतिसाद दिला.

३५

बर्थडे पार्टीसाठी आम्ही इव्हलिन मावशीच्या घरी गाडीतून चाललो होतो. आई-वडील हवापाण्याबद्दल आणि रस्त्यावरच्या वर्दळीबद्दल बोलत होते. मी एका खिडकीची काच खाली करून डोकं बाहेर काढलं, तेव्हा वडील मागे वळून माझ्यावर ओरडले, "अरे, करतोयस काय तू?"

मी वाद घातला नाही. 'सॉरी' म्हणालो, काच वर केली आणि जागेवर गप्प बसून राहिलो.

इव्हलिनमावशीच्या स्वयंपाकखोलीत आईने केकवरच्या मेणबत्त्या हळुवार हाताने पेटवल्या आणि वडिलांनी गायला सुरुवात केली. त्यांचे गाणे 'के' ला एवढं आवडलं की एरवी आपल्या जुळ्या बहिणीच्या सोबत असतानाच केवळ तोंड उघडणारी ती मुलगी उत्स्फूर्तपणे उद्गारली, "मायकलकाका, तुम्ही किती छान गाता!"

केक खाऊन झाल्यावर इव्हलिनमावशीने भरलेला ट्रे आणला, "छानपैकी पायाकडचं हॅम आहे," ती म्हणाली. स्वत:चं तोंड हातानी झाकून घेत आई म्हणाली, "का कोण जाणे, पण मला या सँडविचेसचा वास सहन होत नाही."

"एकेक ऐकावं ते नवलच!" इव्हलिनमावशी म्हणाली.

आईने सँडविच हातात घेतला खरा, पण तो न खाता तशीच हातात धरून बसून राहिली.

"तुला चीज सँडविच बनवून देऊ का?" मी विचारलं.

त्यावर जेराल्डकाका मान वर न करता, पण मोठ्या आवाजात उपहासाने बोलले, "स्वतःच्या आईला जेवण बनवून देणारा पहिला किशोरवयीन मुलगा म्हणून कोणीतरी याचं नाव *'गिनेस बुक ऑफ रेकॉर्ड्स*मध्ये नोंदवलं पाहिजे," या विनोदावर फक्त एकटी इव्हलिनमावशी हसली.

दुपारी सर्व प्रौढ मंडळी वरच्या मजल्यावर पोर्ट वाईन आणि व्हिस्की पिण्यासाठी गेली. मी, लिॲम आणि त्याच्या जुळ्या बहिणी बाहेरच्या खोलीत बसून टीव्हीवर फुटबॉलचा निर्णायक सामना बघत होतो. मी जरा अस्वस्थ होतो. इव्हलिनमावशी आणि जेराल्डकाका यांना आतापर्यंत जे घडलंय, ते माहिती पडलं तर, अशी धाकधूक वाटत होती. काही सेकंदाकरिता मी डोळे मिटून घेतले. ते परत उघडल्यानंतर मला आतापर्यंत बघितलेल्या सामान्यातले काहीच आठवेना.

मँचेस्टर युनायटेडवर एक गोल चढला आणि लिॲम जोरजोरात ओरडून त्यांच्या गोलरक्षकाला शिव्या घालू लागला. माझ्या मते त्या गोलरक्षकाचे काही चुकलं नव्हतं. समोरच्या खेळाडूने एक सुंदर फटका मारून गोल केला होता, पण लिॲम त्याच्यावर राग काढत होता, "साला अडाणी, मंगोल, बायल्या!"

टीव्हीवर मँचेस्टर युनायटेडचे पाठीराखे चिडून जाऊन गोलरक्षकावर आगपाखड करताना दिसत होते. त्यांच्यापैकी बहुतेक जण उभे राहून हातांच्या मुठी वळवून जोरजोरात हवेत हलवत होते. गोलरक्षकाचा चेहरा जेव्हा जवळून दाखवला गेला, तेव्हा लिॲम टीव्हीजवळ जाऊन त्याच्यावर थुंकला. तो गोलरक्षक बिचारा गोल होऊ न देण्याची पराकाष्ठा करत होता. तो आता भेदरलेला दिसत होता.

मी धावत संडासात गेलो.

मला जुलाब झाला. तो होत असताना मांडीतून कळ आली. ती थांबण्याचं नावच घेत नव्हती. जुलाब कमोडमध्ये पडत असताना जोराने भांड्यातले घाण पाणी वर, माझ्या पायांच्या मागच्या बाजूला उडत होतं. घाण वास मारत होता. नाक दाबून मी तीनदा फ्लश केलं. टॉवेलने पायावरची घाण पुसली आणि नंतर टॉवेल धुवून पिळून टाकला. गरम पाण्याचा नळ बराच वेळ चालू ठेवून हात धुतले. गरम पाण्याच्या त्या वाफेने वासही नाहीसा होईल आणि मग माझ्या पोटात ढवळणार नाही अशी आशा वाटली. लिॲमने दरवाजा ठोठावून विचारलं, "काय करतोयस, आंघोळ की काय?"

"हो." मी म्हणालो.

तरीही त्यांचं दरवाजा ठोठावणं आणि ओरडणं चालूच राहिलं. बाहेर जाऊन

खाड्दिशी त्याच्या तोंडात ठेवून द्यावी अशी तीव्र इच्छा मला झाली. पण मी मनावर ताबा ठेवला आणि आतच थांबून राहिलो. त्याला काही करण्याऐवजी गरम पाण्याचा नळ मी पुन्हा सुरू केला. पाण्याच्या त्या आवाजात लिॲमचा आवाज बुडून गेला आणि मला बरं वाटलं.

मी आरशासमोर तोंड करून उभा राहिलो. वाहत्या गरम पाण्यामुळे आरशावर वाफेचा थर साचला होता आणि त्यामुळे मला माझा चेहरा दिसत नव्हता.

''आता मी दहा अंक मोजतो. मग बघ चित्र पालटेल आणि सगळं व्यवस्थित होईल,'' मी स्वत:शीच बोललो. असं बोलून मी आरशावरचा थर पुसून काढला आणि माझा चेहरा पाहिला तो मला तितकासा आवडला नाही. मग मी दुसऱ्यांदा आरशावर वाफ साचू दिली आणि पुन्हा एकदा तो स्वच्छ करून पाहिला. आता मला तो आवडला. हातांचा पंजा आरशातल्या पंजाच्या प्रतिमेवर ठेवून मी म्हणालो, ''आता सर्व ठीक होईल. तू गुन्हेगार असूच शकत नाहीस. उलट तू इतरांपेक्षा खूपच चांगला आहेस.''

मी हात धुतले आणि नखं साफ केली. मग लिॲमचे दाढी केल्यानंतरच लावायचे सेंट घेऊन माझ्या आतल्या चड्डीवर आणि जीन्सच्या पायांवर फवारलं आणि बाहेरच्या खोलीत गेलो. फुटबॉल मॅच संपली होती. लिॲम त्याच्या बहिणींबरोबर उरलेला केक खात बसला होता. मी खिडकीजवळच्या खुर्चीत बसलो आणि खाली रस्त्यावर पाहू लागलो. पाठीवर कुबड असलेला एक म्हातारा माणूस रस्ता ओलांडत होता. येणाऱ्या जाणाऱ्या गाड्यांचं जणू त्याला भानच नव्हतं.

आठ वाजता आईवडील खाली आले. आई ओठ विलग न करता हसली. सुधारगृहातून मला न्यायला आले असतानाच्या क्षणापासून वडिलांनी पहिल्यांदा मला नीट निरखून पाहिले. माझ्याकडे पाहण्यापेक्षा त्यांनी मला मिठीत घ्यायला हवं होतं, असं वाटलं.

''चल, निघायची वेळ झाली,'' ते म्हणाले.

गाडीत मला गाढ झोप लागली आणि घरी पोहोचल्यानंतर मी थेट बिछानाच गाठला.

सकाळी आईने खोलीत येऊन मला उठवलं. ''चल लवकर, अंघोळ वगैरे आटोपून घे. जॅक आणि टोनीकाका नाश्त्याला येत आहेत. ते आपल्याला सामान हलवायला मदत करणार आहेत.'' ती म्हणाली.

तिने येऊन पलंगावर माझ्याशेजारी बसावं असं वाटलं, पण ती त्याच वेळी तसं करणार नाही. दारातच उभी राहील असंही वाटलं. तसंच झालं.

''त्यांना सगळं माहीत आहे का?'' मी विचारले.

''नाही, फक्त आजीला माहीत आहे.''

"इव्हलिनमावशीचं काय? तू तिला सांगितलंस का?"

"तुझ्या काकांना जेवढं सांगितलंय, तेवढंच तिलाही सांगितलंय, की गॉरीला राहायला आम्हाला आवडतं, म्हणून आम्ही परत तिकडे चाललो आहोत."

मी उठलो आणि दरवाजाच्या दिशेने पाऊल टाकलं. तिने एक हात उचलून छातीसमोर आडवा धरला आणि खांदा पकडून ठेवून दुखत असल्यासारखा बहाणा केला.

"जॉन, माझं नीट ऐक. गॉरीमध्ये एका बालमानसशास्त्रज्ञाबरोबर तुझी भेट ठरवली आहे. आपण तिकडे पोहोचल्यावर लगेच आपण त्याच्याकडे जाऊ आणि तो म्हणेल तोपर्यंत तुला त्याला भेटावं लागेल," ती पुढे म्हणाली.

मला डॉक्टरांची पर्वा नव्हती. तिला काय वाटतंय आणि ती मला परत का घेऊन चालली आहे, ते मला जाणून घ्यायचं होतं. पण विचारण्याचा धीर होत नव्हता. न जाणो विचारलं आणि कोणाला नाही आवडलं तर काय घ्या. आता जे चाललं होतं ते ठीकच होतं. उगाच यांचे विचार बदलायला नकोत नाहीतर आई कदाचित मला तुरुंगात टाकण्याचा सुद्धा निर्णय घेईल. कदाचित वडील पुन्हा घर सोडून निघून जातील. कदाचित ते मला शिक्षा करतील, मी असे विचार मनात आल्याने गप्पच राहिलो.

"तुला आनंद झालाय ना?" मी तिला विचारलं.

ती उत्तर न देता निघून गेली.

जॅक आणि टोनीकाका नऊ वाजण्याच्या आधीच पोहोचले. त्यांनी अगदी तब्येतीत नाश्ता केला. अंडी, मटणाचे तुकडे, पुडींग सगळं काही त्यांनी दोनदोनदा वाढून घेतलं आणि त्यावर तीन तीन कप चहा ढोसला. मी फक्त टोस्ट खाल्ला कारण कालच्या जुलाबाची भीती अजून माझ्या मनावर होती.

"तू काही खात का नाहीस?" वडिलांनी विचारलं.

"माझा दात दुखतोय."

माझे बोलणं संपताच टोनीकाकांनी त्यांना होत असलेल्या गाठीच्या त्रासाबद्दल, सुजून दुखत असलेल्या पायांच्या अंगठ्याबद्दल तक्रारीचा सूर लावला, "पायावर चादर जरी ठेवली तरी ते दुखू लागतात," ते सांगू लागले.

माझी आई बोलताना टोनीकाकांना नेहमी फटकारत असे. आजसुद्धा ती तशीच बोलली, "तुम्ही तुमचं ते जड, मेदयुक्त खाणं बंद करा, मग गाठबिठ काही यायची नाही."

वडील ओठांच्या कोपऱ्यातून हसले.

"जशी आज्ञा," टोनीकाका म्हणाले.

"चल जॉन, बांधाबांध सुरू करू या," वडिलांनी फर्मान सोडलं.

मी माझ्या कपाटाचा ड्रॉवर उघडून पाहिला, तर काय, *'गिनेस बुक'*चे पाचही खंड गायब होते. जणू आयुष्यातली पाचही वर्षे पुसली गेली होती.

मी स्वयंपाकखोलीत गेलो. आईवडील हातात हात घालून एकमेकांकडे पाहत काहीतरी कुजबुजत होते.

''माझी *'गिनेस बुक'*ची पुस्तकं कुठं आहेत?''

''मी ती एका धर्मादाय संस्थेला देऊन टाकली. यापुढं तू काहीतरी दुसरं वाचावंस असं मला वाटतं,'' आई उत्तरली.

''दुसरं म्हणजे काय? उदाहरणार्थ?''

''शाळेच्या अभ्यासाची पुस्तकं.''

''पण मला ती हवी होती.''

''चला, लवकर आटपा; आपल्याला इथून लवकर निघायचंय,'' वडील म्हणाले.

मी खोलीत जाऊन बांधाबांध करण्याऐवजी पलंगावर बसलो आणि माझे कपडे खिडकीबाहेर फेकले. माझे शर्ट, मोजे आणि पँट ज्या वेगाने खाली जातील अशी माझी अपेक्षा होती त्यापेक्षा हळू गेले आणि त्यापैकी एक पँट वगळता सर्व कपडे तळमजल्यावरच्या बाल्कनीमध्ये जाऊन पडले. ती पँट फक्त खाली जमिनीवर पडली.

मी परत स्वयंपाकखोलीत गेलो आणि माझी रिकामी सूटकेस वडिलांच्या पायाशी ठेवून बोललो, ''झालं माझं सामान भरून.''

''तुझे कपडे कुठं गेले?'' त्यांनी विचारलं.

''मी खिडकीतून बाहेर फेकून दिले.''

त्यांनी आपापसात नेत्रपल्लवी केली. त्यांच्या चेहऱ्यावर बिल्कुल आश्चर्य दिसत नव्हतं. त्यांनी काही वाकृतांडवही केलं नाही. नंतर कोणीतरी अचानक बटण दाबावं, तसे ते हसत सुटले. हास्याचा भर ओसरल्यावर आई म्हणाली, ''चला, ठीक झालं. नाहीतरी त्यातले बहुतेक तुला घट्ट किंवा तोकडेच होत होते.''

अकरा वाजेपर्यंत आमची संपूर्ण तयारी आटोपली होती. आता फक्त निघायचं बाकी होते. जॅक आणि टोनीकाका दमूनभागून टेकून 'हुश्श' करून उभे होते. वडिलांनी दोघांच्याही हातात एकेक लिफाफा दिला. दोघांनीही तो घ्यायला नकार दिला. पण वडिलांनी आग्रहाने त्यांना तो घ्यायला लावला.

''फुल ना फुलाची पाकळी समजा, प्लीज घ्या,'' ते म्हणाले.

''आम्ही तुमचे आभारी आहोत,'' आईने री ओढली.

''छे, त्यात काय एवढं!'' जॅककाका म्हणाले. मग आम्ही त्यांचा निरोप घेतला.

गाडीमध्ये आई मागच्या सीटवर बसली. वडिलांनी मला पुढच्या सीटवर बसायला सांगितलं. "तुझ्या पायांसाठी पुढेच व्यवस्थित जागा आहे," ते म्हणाले. मला नंतर वाटलं की पाठीमागे सुरक्षित वाटत असावं, म्हणून आई कदाचित मागे बसली असावी.

सूर्यप्रकाश भरपूर होता, ढग अजिबात नव्हते. रस्त्यावरची वाहतूकसुद्धा सुरळीत चालू होती. आम्ही बॅलीमनबद्दल बोलणं सुरू केलं. "कचऱ्याच्या वासाने आणि गोंगाटाने डोकं उठलं होतं," असं आई म्हणाली. "बरं झालं आपली तिथून सुटका झाली," अशी पुस्ती वडिलांनी जोडली.

उरलेला पुढचा वेळ मात्र ते फक्त रस्ते, रहदारी अशा रूक्ष गोष्टींबद्दलच बोलत होते. मला त्यामुळे अगदीच कंटाळा आला. बाकी कशाबद्दल ते बोलत का नव्हते? यंत्रमानवांचा आपापसात संवाद वाटावा, तसं वाटत होतं. बाकी गोष्टींचं काय, एकदम गॉरीला जाऊनच स्फोट करायचा की काय, या विचाराने मी धास्तावलो.

मग अचानक सुचल्याप्रमाणे आई वडिलांना म्हणाली, "तुला आठवतंय आपण 'जॅक दि रिपर' आणि 'शेरलॉक होम्स'बद्दल वाद घातला होता. तेव्हा मी जे बोलत होते ते बरोबर होते. दोघांचाही कालखंड एकच होता. जॅक दि रिपरने १८८८ मध्ये ते खून केले होते आणि शेरलॉक होम्स १८८७ मध्ये पहिल्यांदा प्रकाशझोतात आला होता."

"तुला सगळं सोडून आता अचानक ते कुठून आठवलं बुवा?"

"आता वाटेवर मी एक 'दि शेरलॉक' नावाचा पब पाहिला. त्यावरून मला आठवलं. बॅलीमन स्कूल लायब्ररीमध्ये मी त्यासंबंधीचे संदर्भ तपासले होते."

"तू जिंकलीस," म्हणून वडिलांनी तिच्या मांडीवर थाप मारली आणि मग दोघेही एकमेकांकडे पाहून हसले.

थोड्या वेळानंतर वडिलांना विश्रांती मिळावी म्हणून आणि काही खाऊन घ्यावं म्हणून आम्ही एका पबसमोर थांबलो. आम्ही सर्वांत पाठीमागच्या टेबलावर जाऊन बसलो. त्या जागेवरून आम्हाला एक जाळीचा दरवाजा दिसत होता. त्या दरवाजातून पबच्या स्वयंपाकघरात तयार झालेल्या खाण्याच्या बशा जेवण घरात आणल्या जात होत्या. त्या बशा सरकावण्याचे काम करणाऱ्या हातांवर बाहीवाले शुभ्र हातमोजे होते. त्यांची हालचाल बघून मला गंमत वाटली. त्या हातांच्या मालकाचं डोकं मात्र दिसत नव्हतं. मला तिकडच्या थाळ्या आणि इतर भांडी पण आवडली. मटण चॉप्सचा किंचित जळाल्यासारखा वास भरून राहिला होता. वडिलांचं एका मागोमाग एक सिगरेट ओढणं चालू झालं. आईने उठून आम्हा तिघांसाठी तीन फसफसणारी शीतपेयं आणली.

एक छोटी मुलगी सारखी आत बाहेर करत होती. असं करताना ती दरवाजा

बंद करताना विसरून जायची. मग तिचा भाऊ उठायचा आणि दार बंद करायचा. दरवाजा उघडा राहिला की मग तिथून जवळ बसलेले लोक ओरडून तक्रार करायचे. कारण त्यामुळे थंड वाऱ्याचा झोत आत यायचा. मलाही ते आवडलं नव्हतं.

पण अगदी अस्संच याआधीसुद्धा मी पाहिलं होतं. आम्ही गॉरी सोडून डब्लिनला येत असताना विक्लो डोंगराच्या जवळच्या हॉटेलातसुद्धा असंच झालं होतं. तिकडेपण अशीच एक छोटी मुलगी दरवाजा असाच उघडा टाकत होती आणि तिचा भाऊ सुद्धा असाच उठून दरवाजा बंद करत होता. काय योगायोग होता!

पुढे काय वाढून ठेवलं असेल, या विचारानं माझं हृदय धडधडत होतं आणि माझी बेचैनी वाढत होती. धीर एकवटून मी विचारलं, ''आता पुढं काय होणार आहे?''

''आपण आता घरी चाललो आहोत. तुला पाहून तुझ्या आजीला खूप आनंद होईल. पण त्याआधी मला तुला काहीतरी द्यायचंय,'' वडील म्हणाले आणि त्यांनी खाकी कागदात गुंडाळलेली एक वस्तू मला दिली. मी तो कागद काढून टाकला आणि पाहिलं, तर ती एक टोपी होती. अशी अजागळ टोपी खेडवळ शेतकरीच फक्त वापरायचे.

''ही तुला बक्षीस,'' त्यांनी सांगितलं.

''का?''

माझ्या प्रश्नावर आईवडिलांनी एकमेकांकडे प्रश्नार्थक चेहऱ्याने पाहिलं. मी सांगू की तू सांगणार, या अर्थाचं ते बघणं होतं. शेवटी आईने तोंड उघडलं.

''ही टोपी तू रोज वापरावीस, म्हणून तुला दिली आहे. त्याने तुझं डोकं खाजवणं थांबेल आणि डोक्याला झालेली जखम पूर्ण बरी होईपर्यंत तू ती वापरायची आहेस,'' ती म्हणाली.

''मी नाही वापरणार.''

''तुला ती दिवसभर वापरावीच लागेल आणि मी नको म्हणून सांगेपर्यंत रोजच ती वापरायची आहे,'' आईने निक्षून सांगितलं.

मी ती टोपी डोक्यावर चढवली आणि मी एक बावळट ध्यान बनल्यासारखं मला वाटू लागलं. मी ती काढून हातात घेतली. ती एक तपकिरी, मऊ कापडाची टोपी होती, पण हॅट किंवा बेरेट कॅपसारखी ऐट तिला नव्हती.

''ही टोपी गचाळ आहे. मी तर आता खाजवतसुद्धा नाही. मग मी ही कशाला वापरू?''

''मी पाहतोय, बॅलीमन सोडल्यापासून तू सारखा न थांबता खाजवतोच आहेस,'' वडील म्हणाले.

मला ते जाणवलंच नव्हतं. ''तुम्ही ती कुठून आणलीत,'' मी विचारलं.

"ही तुझ्या जेराल्डकाकांची आहे.''

"त्यांनी तुम्हाला का देऊन टाकली?''

माझ्या या प्रश्नावर आई हसू लागली. हसतहसत तिने सांगितलं, "त्यांनी दिली नाही ती. काल तुझ्या बाबांना ती एका खुर्चीमागे धूळ खात पडलेली दिसली. ती त्यांनी घेतली.''

माझ्या त्या अजाण प्रश्नाचं उत्तर देण्याच्या निमित्ताने आई खोखो हसली. तिची कळी खुलली. पुन्हा एकदा उभारी घेऊ पाहणाऱ्या तिच्या मानसिक आरोग्याची ती खूण होती. या खुणेच्या दर्शनाने मी सुखावलो. मग क्षणाचाही विचार न करता मी टोपी डोक्यावर चढवली. माझ्या लक्षात आलं, 'माझी हरवलेली आई मला परत मिळाली आहे... परत मिळाली आहे!'

आम्ही पोहोचलो, तेव्हा आजी बाहेर उभी राहून आमची वाटच पाहत होती. दरवाजाच्या पायरीवर, स्वतःच्या प्रशस्त पार्श्वभागावर दोन्ही हात ठेवून ती उभी होती. विशेष प्रसंगी जसा ती पेहराव करायची तसा नखशिखांत निळ्या रंगात न्हाऊन निघालेला पेहराव तिने केला होता. निळी जर्सी त्यावर निळे जाकीट, खाली निळा स्कर्ट, त्याखाली फिकट निळे पायमोजे आणि निळे बूट.

मी गाडीतून उतरलो आणि लगेच तिच्याकडे चालत गेलो. मला पाहून तिला खूप आनंद वाटेल, असं वाटत होतं. किंबहुना एका हातात क्रिटोला घेऊन ती हसतमुखाने बाहेर वाट बघत असेल आणि दुसऱ्या हाताने मला जवळ ओढेल असं चित्र मी मनात रंगवलं होतं. इथे बघतो तर, क्रिटोचा मागमूसही नव्हता आणि मला जवळ घेण्याचा प्रश्नच नव्हता. ती तशीच मागे हात घेऊन उभी राहिली आणि माझ्याकडे पाहून म्हणाली, "काय गाडीतून प्रवास छान झाला की नाही?''

मी फक्त 'हॅलो' केलं.

"वा, टोपी छान आहे,'' तिने शेरा मारला.

"अरे, ते जड सामान उचलायला तू आईवडिलांना मदत करणार नाहीस का?'' तिने पुढे विचारलं, तसा मी मागे फिरलो आणि उरलेली लाल रंगाची लहान बॅग बाहेर काढली.

"तू आता मोठा झाला आहेस, तू आईबाबांना मदत केली पाहिजेस.''

"सॉरी, डोक्यातच आलं नाही,'' मी म्हणालो.

खरं तर माझ्या डोक्यात तेव्हा दुसरेच विचार होते. घरी स्वागत अधिक चांगल्या प्रकारे झालं असतं तर... हा विचार तेव्हा डोक्यात होता. पण कदाचित मीच तो अधिकार गमावला होता. माझ्या हातून जे घडलं होतं ते का घडलं, याची फारशी चिकित्सा करण्यात कोणालाही रस नव्हता. ते विसरले निश्चित जाईल पण मला बहुधा माफ मात्र केलं जाणार नाही असं मला वाटत होतं.

"चल आत ये आणि सामान लावायला सुरुवात कर. तोपर्यंत मी काहीतरी खायला करते," ती म्हणाली.

मी माझ्या खोलीत गेलो आणि दार बंद करून गादीखाली पाहिलं. माझी नोंदवही आणि ते पैसे जसेच्या तसे शाबूत होते. ते पाहून जीवात जीव आला. ते माझं गुपित होतं आणि त्याबद्दल कोणालाही काही माहिती होऊ नये, अशीच माझी इच्छा होती.

मी जमिनीवर बसून विचार केला आणि या दोन्ही गोष्टींची योग्य ती विल्हेवाट लावण्याचा निर्णय घेतला. मी ते पैसे स्वतःजवळ ठेवू नयेत, असं ठरवलं आणि ती नोंदवही तर मी नक्कीच जवळ बाळगणार नव्हतो. त्यात मी काही घोडचुका आणि अज्ञानातून करून ठेवलेल्या वाईट चुका होत्या. युक्तीने जर ते पैसे परत करता आले आणि नोंदवहीची विल्हेवाट लावता आली, तर सर्व काही सुरळीत होणार होतं. मी पुन्हा सर्वसामान्य मुलगा झालो असतो. या निर्णयात मला आता कोणतंही विघ्न येऊ द्यायचं नव्हतं.

चहा घेण्यासाठी आम्ही सर्व जण स्वयंपाकखोलीतल्या टेबलावर आपापल्या जागेवर बसलो. आम्ही पातळ स्ट्यूबरोबर जाड पावाचा समाचार घेत होतो. स्ट्यूमध्ये मांस कमी आणि गाजरं जास्त होती. क्रिटो माझ्या पायाशी बसली होती. तिला थोपटताना माझ्या लक्षात आलं, की ती पूर्वीपेक्षा जाड झाली होती. मी तिला उचलून तिचं तोंड माझ्या कमरेच्या पट्ट्याच्या तोंडाशी येईल, या बेताने मांडीवर ठेवलं. तिने मला चटकन ओळखलं आणि डोळे मिटून घेत अंगाची मुटकुळी केली.

'तिला खाली ठेव,' असं मला कोणीही सांगितलं नाही.

"हिची गुरगुर जरा वाढली आहे. आम्हाला बघून खूश झालेली दिसतेय," मी म्हणालो.

"हो, असणारच," आजी म्हणाली.

"तुलासुद्धा तिच्यासारखाच आनंद झाला का, आम्ही आलो म्हणून?"

"अर्थात. तुम्ही घरी आलात हे बरंच झालं," ती मंद स्मित करत म्हणाली.

"इथं येऊन खरंच छान वाटतंय. किती आठवण येत होती इथली!" आई म्हणाली. बोलताना तिच्या हातातला चहाचा कप थरथरत होता. तो असा हलू नये, असं मला वाटत होतं.

बराच मोठा काळ म्हणजे अगदी गेल्या ख्रिसमसच्याआधी आणि तो क्रिटोच्या पिल्लांचा प्रसंग होण्यापूर्वी मी जे केलं नव्हतं ते आज केलं. एक डायजेस्टिव्ह बिस्किट उचललं आणि कपातल्या चहात बुडवलं. मग मी मोठ्याने आकडे मोजू लागलो. बिस्किट ओलं होऊन, मोडून चहात पडायला किती वेळ लागतो ते मला

पाहायचं होतं. मग मी दुसरं उचललं आणि तसंच बुडवून मोडण्याआधी बाहेर काढलं.

"पाच सेकंदांचा विक्रम झाला बघा!" मी म्हणालो आणि हसलो.

मी ते करताना सगळेजण बघत होते. बॅलीमनला जाण्यापूर्वी मी असंच करायचो हे त्यांना माहिती होतं आणि माझ्यात काही मोठा बदल झालेला नाही हे मला त्यांना दाखवून द्यायचं होतं.

आजीला ते आवडलं असावं. तिने तिचा कप डोक्यावर धरून मला अभिवादन केलं. ती म्हणाली, "आता कसं घर भरल्यासारखं वाटतंय." मीही तिला अभिवादन करून ओरडलो, "हिप हिप हुर्रे!"

३६

रात्री मला मध्येच जाग आली. माझा एक हात बधीर झाला होता. त्यातली हाडे जणू कोणी काढून घेतली असावीत तसं वाटत होतं. मी तो उचलण्याचा प्रयत्न केला, पण जमलं नाही. मान मोडल्यावर कोंबडी कशी निपचित पडून राहते तसा तो राहिला होता. माझ्या कृत्याची शिक्षा म्हणून देवानेच माझ्या हाताची ही अवस्था करून ठेवली असेल, अशी भीती मनाला चाटून गेली. मी उठून दिवा लावला आणि हात पूर्ववत व्हावा म्हणून तो हलवत, देवाची प्रार्थना करू लागलो.

आई खोलीत आली आणि तिने विचारलं, "तू का जागा आहेस?"

"माझा हात लुळा पडल्यासारखा वाटत होता. संवेदनाच जाणवत नव्हती."

"आता कसं वाटतंय?"

"अजूनही तसाच आहे. काही समजत नाहीये."

त्यावर ती हसून म्हणाली, "अरे, तुझा हात झोपला आहे, कळलं!"

"मला तर वाटतंय तो नाहीच आहे! हातच गेलाय माझा."

"काळजी करू नकोस, गेला तसा तो परत येईल. हात बरा होईल," ती हसत म्हणाली.

मी पलंगावर बसून हात चोळत राहिलो. ती दारातच उभी होती.

"बाबा हल्ली फारसं बोलत नाहीत; गप्प गप्प राहतात," मी म्हणालो.

तिने फक्त एक दीर्घ श्वास घेतला आणि खाली गालिचाकडे नजर करून म्हणाली, "त्यांना थोडा वेळ लागेल; हळूहळू बोलायला लागतील."

"काल रात्री मी त्यांना वाचन करताना पाहिलं, चांगलं आहे ना? तू पण पहिल्यासारखी आनंदी दिसतेस, हो ना!"

"हो."

ती बराच वेळ माझ्याकडे बघत उभी राहिली. मीही तिच्याकडे बघत राहिलो. मला तिच्या डोळ्यात या वेळी पूर्वीपेक्षा वेगळे भाव दिसले. एखाद्या अपरिचित व्यक्तीला प्रथमच पाहावं तशी ती पाहत होती... अगदी नाईलाजाने पाहावं लागावं, तशी!

"चल झोप आता. उद्या आपल्याला त्या नवीन डॉक्टरांना भेटायचंय," मी उभाच होतो, तरीही ती निघून गेली.

सकाळी उठून मी स्वयंपाकखोलीत गेलो. वडील तिकडेच बसले होते. मी त्यांना पाहून 'गुड मॉर्निंग' म्हणालो.

"गुड मॉर्निंग, सॉसेजिस घेणार का?" त्यांनी विचारलं.

"हो, द्याना."

त्यांनी स्मितहास्य केले. तेव्हाच केसांची बट त्यांच्या डोळ्यावर झुकली. ते देखणे आणि एरवीहून तरुण दिसत होते. मला त्यांच्याशी बोलावंसं वाटलं.

"आम्ही इथे परत आलो ते तुम्हाला आवडलंय ना?" मी विचारलं.

"हो मला आवडलंय. तुला?"

"हो खूपच."

"मग चांगलंच आहे," ते म्हणाले.

"तुम्हाला नेमक्या कोणत्या गोष्टीचा आनंद झालाय?" अधिक जाणून घेण्याच्या उद्देशाने मी विचारलं.

माझ्याकडे वळून, हाताची घडी करून ते म्हणाले, "त्याची खूप कारणे आहेत."

"मला एकच सांगा."

"इथे छान वाटतं," खिडकीकडे पाहत ते म्हणाले.

"छान म्हणजे कसं?" मी पुढचा प्रश्न केला.

शेगडीकडे वळून त्यांनी भांड्यातले सॉसेजिस परतले आणि म्हणाले, "अरे तुला इकडे यायचं होतं म्हणून आपण आलो. यापेक्षा तुला आणखी काय हवं आहे?"

ते खोटं बोलत नव्हते, किंबहुना ते काहीच विशेष बोलत नव्हते. त्यांच्या मनातले कारण सांगत नव्हते. त्यांनी माझ्याविरुद्ध काही बेत तर आखला नसेल ना? काही लपवतायत का माझ्यापासून? मला सोडून देण्याचा काही विचार आहे का? माझ्याबद्दल कोणत्या बाबतीत त्यांना संशय आहे का? या सर्व विचारांनी मी बेचैन झालो आणि पोटात गोळा आला. मी जागेवरून उठलो आणि दरवाजाकडे जाताजाता बोललो, "मला बरं वाटतंय, मला इथे परत आणल्याबद्दल मी तुमचा आभारी आहे."

"ही टोपी तुझ्या डोक्यावर छान शोभून दिसतेय," ते हसून म्हणाले. त्यांचा आवाज जरा कापत होता.

मी तडक माझ्या खोलीत गेलो. त्या महालवजा घरातल्या खेळण्यातला स्टेशनमास्तर मी चोरला होता, ते बाबांना कळलं असेल का? आणि ते जर त्यांना ठाऊक असेल तर मग अजून काय काय ठाऊक झालं असेल? मी गादीखाली हात घालून पुन्हा चाचपलं; सर्व काही जागच्या जागी होतं.

मी त्या स्टेशनमास्तरला, त्याच्या मिशीला आणि लाल टोपीला निरखून पाहिलं आणि त्याला उचलून माझ्या खिशात टाकला. पैसे उचलले आणि माझ्या सूटकेसमध्ये एका कप्प्यात दडवले. काहीतरी युक्तीने मी ते आजीला परत करणार होतो. मी लवकरच कदाचित तिच्या लक्षात येणार नाही अशा पद्धतीने थोडे थोडे करून तिला ते देणार होतो. किंवा पुढच्या वेळेला ती जेव्हा शर्यतीहून परतेल तेव्हा तिला आपल्याकडच्या पैशांचा नेमका अंदाज आलेला नसताना मी ते तिच्या बटव्यात ठेवून दिले असते.

नोंदवही उचलून मी ती शाळेच्या दप्तरात ठेवली. मी ती फाडून तर मुळीच टाकणार नव्हतो. प्लॅस्टिकच्या पिशवीत नीटपणे गुंडाळून, शाळेच्या वाटेवर त्या बाहुली ठेवलेल्या झाडाखाली खड्डा खणून, मी ती पुरून टाकणार होतो. त्यामुळे पुढे कधी वाटलंच, तर तो खड्डा उकरून ती परत वाचताही आली असती.

अशाप्रकारे मला या खुणा दिसेनाशा करायच्या होत्या. वडिलांनी मला सोडून देण्याचा विचार केलाच असेल, तर त्यांच्या हाती माझ्याविरुद्ध कसलाच पुरावा लागला नसता. त्यासाठीच या सर्व गोष्टी त्यांच्या योग्य ठिकाणी पोहोचत्या करणार होतो.

मी जिना चढून आईवडिलांच्या खोलीत गेलो. आई पलंगाच्या कडेवर तळहातात तोंड आणि गुडघ्यांवर कोपरे टेकवून बसली होती.

"ये जॉन, मी जरा दम खात बसले होते," ती म्हणाली.

"का? काय झालं?"

"आतापर्यंत चार वेळा या जिन्यावरून खाली-वर केलं."

"का?"

"आज पोट बिघडलंय म्हणून," ती म्हणाली.

"तरीच, तुझे हात मला किंचित थरथरताना दिसत होते."

शांत आणि प्रेमळ नजरेने तिने मला न्याहाळले. ती सुंदर दिसत होती.

मी दरवाजा ढकलून त्याला पाठ लावून उभा राहिलो.

आई ताठ बसली आणि म्हणाली, "जॉन, दरवाजा उघडाच राहू दे."

"थांब, मला तुझ्याशी काही खाजगी बोलायचंय, प्लीज."

तिने क्षणभर माझ्याकडे पाहिलं, पण काय करावं ते तिला सुचलं नसावं. मी जाऊन पलंगावर तिच्याशेजारी बसलो. ती एक शब्दही बोलली नाही. मीही बोललो नाही. अचानक तिने अंग मागे टाकलं. तसा मीही पहुडलो. दोघेही जण वर बघत पडलो होतो. मी तिचा हात हातात घेतला; ती काही बोलली नाही.

"आपण इथे परतलो म्हणून तुला आनंद झालाय का?" मी विचारलं.

"अर्थात झालाय."

"का?"

"आपलं या घराशी नातं आहे. सर्वांबरोबर राहणं छान वाटतंय."

"छान. मला एक आदर्श गाव बनवायचंय, जसं आपण त्या मोठ्या, महालवजा घरात पाहिलं होतं ना तसं."

"कसलं रे?"

"वरच्या बागेत. मला वाटतं मी तुला यापूर्वी बोललो होतो. कदाचित बराच वेळ जाईल त्यात, पण मला अगदी माझ्या पद्धतीनं तब्येतीत ते बनवायचंय."

ती उठून बसली तसा मीही उठून बसलो.

"आणि मला ते त्या मोठ्या घरातल्या गावापेक्षा मोठं बनवायचंय. माझ्या गावात शाळा, चर्च, हॉस्पिटल, दफनविधी जागा सगळं काही असेल."

ती हसली.

"आपण परत एकदा त्या मोठ्या घरात जाऊ शकू का? म्हणजे मग मी त्याचा फोटो काढेन आणि नंतर त्या फोटोवरून माझं काम सुरू करेन."

"आपण त्याबद्दल नंतर बोलू या का?"

"आताच ठरवू शकत नाही का?"

ती उठली आणि पोटावर हात ठेवून म्हणाली, "हे बघ, मला परत संडासला जावं लागणार आहे."

मी तिच्या पाठोपाठ जिना उतरलो. उतरताना तिचे रेशमी केस पाठीवर डौलदारपणे रूळत होते. तिने बाथरुममध्ये जाऊन दरवाजा लावून घेतला. मी बाहेर थांबून राहिलो. तिला बराच वेळ लागत होता; मला काळजी वाटली.

"सगळं ठीक आहे ना आई?"

"हो. तू जाऊन स्वयंपाकखोलीत माझी वाट पाहा. मी तिकडे येते."

साडेअकरा वाजता गॉरीमधील बालमानसतज्ज्ञ डॉ. मर्फी यांच्याकडे आई मला गाडीतून घेऊन गेली. यापुढचे सहा महिने त्यांना भेटत राहिलं पाहिजे, असं तिने मला गाडीत बजावलं. त्या निमित्ताने गॉरीत सहा महिन्यांच्या वास्तव्याची निश्चिंती झाली. त्यामुळे माझी त्याला काहीच हरकत नव्हती.

डब्लिनहून परतताना जसं तिचं बोलणं नीरस वाटत होतं, तसंच आताही वाटत

होतं. वळणावळणाच्या रस्त्यावर सुद्धा तिने ताशी चाळीस मैलांचा वेग ठेवला होता. आपण त्या वेगाने गेलो तर डोक्यातले विचार मागे पडतील असं तिला वाटत असावं. आमची गाडी डॉ. रायनचा दवाखाना ज्या इमारतीत होता, तिच्याजवळ थांबली.

"याच इमारतीत डॉ. रायन असतात का?" मी विचारलं.

"हो."

"पण मला त्यांना भेटायचं नाहीये."

"का? का नाही?"

"त्यांना वाटेल मी वेडा आहे."

"त्यात काय नवल, तू आहेसच."

हे जणू ती विनोदाने बोलली असं भासवण्यासाठी तिने मोठ्याने हसण्याचा आव आणला. पण तिच्या मनात काय चाललं होतं, ते मी ओळखलं. मी गाडीतून उतरलो आणि आपटून दरवाजा बंद करत तिला म्हणालो, "माझ्याबरोबर येऊ नकोस तू! उगाच खूनबिन व्हायचा तुझा."

वरून काचेने सुशोभित केलेल्या एका मोठ्या टेबलामागे डॉ. मर्फी बसले होते. त्या काचेत त्यांचा लांबट चेहरा आणि मागच्या खिडकीतून डोकावणारे निळे आकाश प्रतिबिंबित झालं होतं. त्यांनी स्वत:ची औपचारिक ओळख करून दिली. मी भिंतीवर लटकवलेल्या चित्रांकडे बघत होतो. त्यापैकी दोन तर डब्लिनमधल्या दातांच्या डॉक्टरकडे लावलेल्या चित्रांसारखीच बर्फामध्ये काम करणाऱ्या खेडुतांची होती.

माझं लक्ष वेधून घेण्यासाठी डॉ. मर्फींनी अचानक शरीराची हालचाल केली. मी मात्र तिकडे दुर्लक्ष करून त्या चित्रांकडे टक लावून पाहत राहिलो.

"तुला आवडली का ती?"

"मला ब्रुगेलची चित्रं आवडतात," मी म्हणालो. माझ्या स्मरणशक्तीने दगा देऊ नये, असा मी मनातल्या मनात धावा करत होतो.

"अरे वा, तू कलातज्ज्ञ आहेस हे मला कोणी सांगितलं नव्हतं."

"मला कलाक्षेत्रात फार फार रस आहे," मी म्हणालो.

अशा थापा मारताना मला फार हसू फुटतं. चेहऱ्यावर ते दिसू नये म्हणून मी त्यांच्या टेबलावरून एक मोठा स्टेपलर उचलला आणि गुडघ्याच्या आसपास घासू लागलो.

"आपण त्या विषयाकडे नंतर येऊ. पहिल्यांदा मी तुला काही प्रश्न विचारणार आहे. आपलं ते काम झालं की मग मला तुझ्या मनाचा पुरेसा ठाव लागेल. चालेल ना तुला?"

मी स्टेपलर फेकून तर मारणार नाही ना, असा भाव मला त्यांच्या चेहऱ्यावर दिसला. त्यांना डॉ. अल्बर्ट एल. वायनरची गोष्ट सांगितली तर कदाचित त्यांच्या चेहऱ्यावर स्मितरेषा उमटेलसं मला वाटलं. डॉ. वायनर जगातले सर्वाधिक जलद काम करणारे मानसोपचारतज्ज्ञ होते. ते उपचार करताना विजेच्या झटक्यांचा वापर करायचे आणि एकेकादिवशी चाळीस, चाळीस रुग्णांवर उपचार करायचे. पण त्यांनी वापरलेल्या सुयांचे निर्जंतुकीकरण न केले गेल्यामुळे १९६१ मध्ये त्यांना बारा व्यक्तींच्या मृत्यूबद्दल तुरुंगात जावं लागलं होतं.

मी स्टेपलर उचलून टेबलावर ठेवला.

"हंऽ! आता मला सांग, तुला आज कसं वाटतंय? डब्लिनमध्ये तो प्रसंग घडला त्यावेळेपेक्षा बरं वाटतंय का?"

"मला छान वाटतंय," मी म्हणालो.

म्हटलं तर या प्रश्नाचं नेमकं उत्तर मला देता आलं नसतं. नेमकं म्हणायचं झालं तर माझी स्मरणशक्ति तल्लख होती. आतापर्यंत केलेल्या वाचनापैकी मी काहीही आठवू शकलो असतो. म्हटलं तर त्या रात्री आई तडकाफडकी माझ्या खोलीतून निघून गेली त्या वेळेपेक्षा आज बरं वाटत होतं. मला अजून दोन गोष्टींबद्दल बरे वाटत होतं. एक म्हणजे कलेत रस असण्याची थाप सहज पचली होती आणि दुसरं म्हणजे कितीही वाटलं तरी डॉ. मर्फी मला त्यांच्या नियंत्रणाखाली ठेवू शकत नव्हते.

"तुझ्या आईच्या बाबतीत जे घडलं त्याबद्दल तुला आता काय वाटतंय?"

डॉ. मर्फींच्या डोक्यावर मध्यभागी वर्तुळाकार टक्कल पडलं होतं. तिथले काही केस पुढे भुरभुरत होते. त्यांच्या श्वासोच्छ्वासाचा आवाज एखाद्या दबा धरून बसलेल्या श्वापदासारखा येत होता.

"मला असं वाटतं की जे झालं ते त्याक्षणी झालं असं वाटलंच नाही. दुसऱ्याच कोणीतरी व्यक्तीनं ते केलं किंवा समोर चाललेल्या एखाद्या चित्रपटात घडत असावं असं ते वाटलं. ती माझी आई नसून कोणीतरी दुसरीच अपरिचित व्यक्ती आहे, असं मला तेव्हा वाटलं," मी म्हटलं.

माझ्या या उत्तरावरचा डॉ. मर्फींचा प्रतिसाद अगदी वेगळा होता. खुर्चीवर जेवढं मागे रेलता येईल, तेवढं ते रेलले आणि आपले दोन्ही हात त्यांनी त्यांच्या लांबट डोक्याच्या मागे नेऊन एकमेकांत गुंतवले. त्यांच्या या कृतीने दोघांमधील अंतर वाढलं आणि त्यामुळे खिडकीचे पडदे, उघडल्यावर कसं मोकळं वाटतं तसं मला वाटलं. यात त्यांची काहीतरी व्यावसायिक क्लृप्ती असावी.

"तू तुझ्या आईला ठार मारण्याचा प्रयत्न केलास याची तुला कल्पना आहे का? तुझ्या त्या कृतीचं तुला भान होतं का आणि ते आजही आहे का?" मी काहीच

प्रतिसाद न देता बसून राहिलो. तसे ते पुढे होत पुन्हा पहिल्यासारखे बसले.

''नाही. मी तुम्हाला आताच सांगितलं की जे घडलं ते खरंखुरं घडतंय असं वाटलंच नाही. आभास वाटत होता. असं वाटलं की तो मी नव्हतोच, दुसरंच कोणीतरी होतं.''

''जर तू, तू नव्हतास तर तू कोण होतास?''

''कोणीतरी दुसराच. कोण ते माहीत नाही, पण तो मी नव्हतोच.''

''पण तू माणसात होतास ना? तू स्वत:ला माणूसच समजत होतास याविषयी तुझी खात्री आहे ना?''

''अर्थात. मी जनावर नव्हतो. कुत्रा किंवा मेंढा नव्हतो हे नक्की.''

''तुझ्या आवाजातून राग व्यक्त होतोय. माझे प्रश्न तुला आवडत नाहीत का?''

''नाही.''

ते उभे राहिले, ''तुला पाणी हवंय का की एखादं फेसाळतं पेय?''

''हो चालेल.''

''काय चालेल? पाणी की दुसरं काही?''

''फॅन्टा.''

''माझ्याकडे फक्त क्लब ऑरेंज आहे, चालेल?''

लाकडी आवरणामागे दडलेला फ्रीज त्यांनी उघडला आणि क्लब ऑरेंजची बाटली त्यांनी काढली. मग त्यांनी कागदी स्ट्रॉचं पाकीट माझ्यापुढे केलं. त्यातला एक निळा स्ट्रॉ मी निवडला.

''ब्ल्यू फॉर अ बॉय, होय ना? मुलगा म्हणून निळा स्ट्रॉ ना?'' त्यांनी शेरा मारला.

माझ्या कपाळावर आठी चढली.

''बरं, तू हे पीत असताना मी तुला काही प्रश्न विचारणार आहे आणि सर्वांत महत्त्वाची गोष्ट म्हणजे त्यांची तू खरी खरी उत्तरं द्यायची आहेस. मला तसं तू आश्वासन देतोस का?''

''हो,'' मी म्हणालो. मी खरंच बोलणार होतो.

ते आता सावरून, साधेपणाने बसले. हातात पेन आणि समोर कोरा कागद होता.

''बरं, तयार आहेस?''

''हो.''

''शारीरिक वेदनांकडे तू दुर्लक्ष करू शकतोस?''

''हो, कधी कधी.'' मला माझं डोकं खाजवून रक्त काढण्याची आणि ते न जाणवण्याची आठवण झाली.

"आपल्या हातून काही घडलंय याची तुला अजून जाणीव झाली नाही आहे आणि तुला वाटतंय की तुझ्या मनात तशा प्रकारचा केवळ विचारच तरळत होता?"

त्यांचा एकूण पवित्रा सगळं भराभर उरकून टाकण्याचा दिसत होता. मला जर खरं बोलायचं नसतं तर मी ते एवढं मनावरही घेतलं नसतं. पण माझ्याकडून खरं बोलण्याची अपेक्षा त्यांनी व्यक्त केली असताना आणि तशी माझी तयारी असताना त्यांनी असा पवित्रा घेणं मला अयोग्य वाटत होतं.

"हो, कधी कधी विशेष करून रात्रीच्या वेळी असा गोंधळ माझ्या मनात होतो."

"तू शून्यात नजर लावून बसतोस का?"

"हो, बऱ्याच वेळा. पण तो माझा वेळ मी वाया घालवत नाही, मी चिंतन करत असतो."

"तुझ्या आयुष्यात कोणतीही घटना घडली की ती खरीच घडली की ते एक स्वप्न होतं, असा संभ्रम तुझ्या मनात उत्पन्न होतो का?"

"नाही, मला वाटतं ती घटना वास्तवात घडलीच नव्हती," मी म्हणालो.

मी माझं आधीचं बोलणं फिरवलं.

किंचित खोकून त्यांनी पुढचा प्रश्न विचारला, "आयुष्यातल्या महत्त्वाच्या घटना तुला कधीच आठवत नाहीत का?"

"जन्माला येतानाच्या किंवा अर्भकावस्थेतल्या घटना मला अर्थातच आठवत नाहीत."

"गेल्या सहा-सात वर्षांतल्या घटनांच्या बाबतीत काय म्हणशील?"

"मला पहिल्यांदा जेव्हा चर्चमध्ये लहान मुलांसाठीच्या धार्मिक कार्यक्रमात नेलं होतं त्याबद्दल मला काहीही आठवत नाही. त्या प्रसंगाचे फोटो बघून आणि अर्थात आई त्याबद्दल जे सांगते त्याबद्दल मी फक्त सांगू शकतो, काय घडलं असेल ते."

त्यांना अचानक औत्सुक्य वाटू लागलं होतं. ते उठले आणि फायलींच्या कपाटाजवळ आणि फ्रीजजवळ असलेल्या एका टेबलाकडे जाऊन त्याला पाठ लावून त्यांनी कमरेच्या पट्ट्याच्या बक्कलाजवळ हात घातला आणि पुढचा प्रश्न केला, "त्यादिवशी असा एखादा प्रसंग घडला होता का की जो तुला आठवत नाही?"

"जर मला आठवलंच नाही, तर मी ते कसं सांगू शकेन?"

मी उभा राहिलो आणि क्लब ऑरेंजची माझी बाटली त्यांच्यापुढे केली. त्यांनी हातांनीच नको म्हटलं आणि पुढे म्हणाले, "जॉन, तू प्लीज खाली बस." मी बसलो तसं तेही त्यांच्या त्या मोठ्या टेबलामागे बसले.

"तू मागे कधी काढलेली चित्रं किंवा लिहिलेला मजकूर तुला आता दिसतोय

पण ते आपण कधी केलं होतं ते तुला आठवत नाही, असं झालंय का?''

"हो,'' हे मी चक्क खोटं बोललो.

"तुझ्या डोक्यात चाललेले कसले कसले आवाज तुला ऐकू येतात का?''

आधीच्या प्रश्नाचं मी 'हो' म्हणून उत्तर दिल्यानंतरसुद्धा त्याबद्दल अजून काहीही जाणून घेण्याचा प्रयत्न न करता पुढचा प्रश्न त्यांनी का विचारला, हे कोडं मला पडलं. पण तरीसुद्धा मी उत्तर दिलं, "माझा स्वतःचा आवाज ऐकू येतो, हेच तुम्हाला अभिप्रेत होतं ना?''

"इतर माणसं किंवा वस्तू तुला कधीकधी खऱ्याखुऱ्या नाहीत असं तुला वाटतं का?''

हा प्रश्न मला बरा वाटला. थोडा विचार करून मी उत्तर दिलं, "अं... हो, कधी कधी माणसांच्या बाबतीत असं होतं. उदा. माझी आई, तो प्रसंग घडण्यापूर्वी किंवा त्या प्रसंगादरम्यान मला खरीखुरी आई वाटत नव्हती. मात्र ते होऊन गेल्यानंतर मला माझी खरीखुरी आई भेटली.'' मी थांबून आवंढा गिळला.

"तुला याबद्दल अजून काही सांगायचंय?''

"नाही.''

"तुझं शरीर हे तुझं नाहीच, असं कधी तुला वाटलंय का?''

"एवढा बावळट कोण असेल?''

"मला तुझं उत्तर हवंय.''

"नाही.''

"आरशातलं स्वतःचं प्रतिबिंब ओळखू आलं नाही असं कधी तुझ्याबाबतीत झालंय का?''

"नाही.''

ते उठून उभे राहिले, तशी मला आता घरी जायला मिळेल अशी आशा वाटली. मला खूप भूक लागली होती.

"ठीक आहे जॉन. तू व्यवस्थितपणे विचारपूर्वक आणि शांतपणे उत्तरे दिलीस. तुझी आई दुसऱ्या खोलीत बसली आहे. मी आता तिकडे जाऊन थोडा वेळ तिच्याशी बोलणार आहे, तोपर्यंत तू इकडेच थांबशील ना?''

"हो.''

त्यांनी बाहेर जाताना खोलीला बाहेरून कडी घातली. ते बघून मी अस्वस्थ झालो. खिडकीलासुद्धा आडवे गज होते. त्यांनी मला असं कोंडून ठेवणं अगदीच अयोग्य होतं. मला आता तिथून सुटका व्हायचे वेध लागले.

दहा मिनिटं उलटली, तरी ते परतले नाहीत. भुकेपोटी मी फ्रिज उघडून आतमध्ये काय काय आहे ते बघितलं. आतमध्ये फक्त मस्क्याची एक चकती आणि

एक सफरचंद होते. मी तो मस्का उचलला आणि तो खातखात तिकडचे काही कागद चाळले. त्यात मुलांच्या आत्महत्यांविषयी लिहिले गेलेले लेख होते. पण कशातच त्या मुलांच्या वयाचा उल्लेख नव्हता. त्या मुलांपैकी सर्वांत कमी वयाचा कोण असेल आणि त्याने कशाप्रकारे आत्महत्या केली असेल असा विचार करत मी बसलो. शेवटी मी कंटाळलो. अर्धा तास उलटून गेला होता. कोणाशी तरी गप्पा माराव्यात असं आता मला सारखं वाटत होतं.

मी शर्ट काढला. दंडावर मिस्टर रोशचा फोन नंबर होता. कोणी फोन उचलेल असं वाटलं नव्हतं. पण मी तो फिरवला.

"हॅलो," पलीकडून आवाज आला.

"हॅलो, मी जॉन ईगन बोलतोय."

"ओ हो, बोल."

"मी गॉरीमध्ये परत आलोय. ज्या देणगीबद्दल मी तुम्हाला सांगत होतो ती जशीच्या तशी आहे. मला ती वापरायची आहे, पण त्याचा काही गवगवा होऊ नये असं इतरांना वाटतंय," मी हळू आवाजात बोललो.

"असं कोण म्हणतंय?"

"सगळे."

"आणि ते गुपित का बरं ठेवायचं?"

"कारण त्यांच्यामते ते विनाशक आणि धोकादायक आहे."

"खरंच तसं आहे का?"

तेवढ्यात मला बाहेर पायरव ऐकू आला. तसा मी "आता मला फोन ठेवावा लागेल," असं म्हणालो आणि फोन ठेवून दिला.

मात्र आता बाहेर पावलांचा आवाज नव्हता. आतमध्ये कोणी आलं नाही. मी पुन्हा एकटाच त्या शांततेत बसून राहिलो. पण नाही म्हटलं तरी टेलिफोनवर केलेल्या संभाषणामुळे मनावरचं थोडं ओझं उतरल्यासारखं वाटत होतं.

डॉ. मर्फी आईबरोबर आत आले. मस्का खाल्ल्यामुळे तोंडाच्या आतला भाग अति गुळगुळीत वाटत होता. पण एकूण ठीक होते. आईने हसून माझा हात पकडण्यासाठी स्वतःचा हात पुढे केला. डॉ. मर्फींना ते बहुधा खपलं नसावं. त्यांनी भुवया उंचावल्या. त्यांनी ते लक्षात येऊ न देण्याचा प्रयत्न केला, तरीही त्यांची ती प्रतिक्षिप्त क्रिया माझ्या आणि आईच्याही नजरेतून सुटली नाही. आईने मात्र पुढे होऊन सुहास्य मुद्रेने माझ्या गालाची पापी घेतली आणि म्हणाली, "चल राजा, आपण घरी जाऊया."

दुपार झाली होती. वातावरण उबदार होतं आणि सूर्यप्रकाश भरपूर होता. तिने माझा हात धरला आणि आम्ही दोघे गाडीकडे निघालो.

“काय सांगितलं त्यांनी?” मी विचारलं.

“मी त्याची काळजी करत नाही.”

“का गं? असं काय झालं?”

“ते मला बरंच काही जडजंबाल सांगत होते. काहीतरी दुभंग व्यक्तिमत्त्व, अमकी विकृती आणि तमके उपचार असं बरंच काही! तुला फक्त एकदा भेटून जगातल्या सर्व ज्ञात मानसिक रोगांचे तू आगर असल्याप्रमाणे त्यांची बतावणी चालली होती. तेव्हाच मला कळलं की यांचं काही खरं नाही.”

मी पटकन एक गिरकी घेत हसलो. तिचे दोन्ही हात पकडून मी वर उचलले आणि विचारलं, “याचा अर्थ आता मी सुटलो हो ना?”

ती थबकली आणि हात सोडवून घेत म्हणाली, “असा एकदम सुतावरून स्वर्ग गाठू नकोस.”

ती पुढे झाली आणि मी तिच्या मागोमाग चालत होतो.

३७

सकाळी साडेआठ वाजता मला जाग आली, ती बाहेर कोणातरी माणसाशी वडिलांचं संभाषण चालू होतं त्या आवाजाने! कोणीतरी मग दरवाजातून बाहेर गेल्यासारखं वाटलं. काही मिनिटांनंतर आईने दारावर टकटक केली.

“कोणीतरी तुला भेटायला आलंय,” तिने सांगितलं.

“कोण आहे?”

“तुझे आधीचे वर्गशिक्षक मिस्टर रोश,” तिने सांगितलं. नंतर दरवाजा आतून बंद करून ती त्याला टेकून उभी राहिली आणि म्हणाली, “मिस्टर रोश आता गॉरी नॅशनल स्कूलमध्ये शिकवत नाहीत. ते खाजगी शिकवण्या घेतात. तू परत आल्याचं कळलं म्हणून ते तुला भेटायला आले आहेत. मधल्या काळात काय काय घडलं आहे, ते त्यांना अर्थातच माहीत नाही. आपण या विषयावर आधी बोलल्याप्रमाणं, त्यांना काही माहीत होण्याची गरजही नाही.”

“मला त्यांना भेटायचंय,” मी म्हणालो.

“ठीक आहे. कपडे बदल आणि टोपी घालायला विसरू नकोस. तुझे बाबा थोड्या वेळाकरता बाहेर गेले आहेत; ते जेव्हा परत येतील तेव्हा त्यांना ती टोपी तुझ्या डोक्यावर दिसली पाहिजे. अजून एक गोष्ट म्हणजे, तुझं अंथरूण आवरल्याशिवाय बाहेर येऊ नकोस.”

“ते मी नंतर करेन ना. त्यांना बाहेर किती वेळ वाट पाहायला लावायची? पाहुण्यांना तिष्ठत ठेवणं बरं वाटतं का?”

"तू तुझं काम कर, बाकीची काळजी सोडून दे. मी बघते, त्याचं काय करायचं ते!" ती म्हणाली.

मी बिछाना आवरेपर्यंत ती उभी होती. नंतर मला तोंड धुवायला आणि कपडे बदलायला सांगून ती बाहेर आली.

मिस्टर रोश शेकोटीशेजारी माझ्या आजीच्या हातांच्या खुर्चीत बसले होते. त्यांनी सूट परिधान केला होता आणि त्यांनी चंदेरी कागदात गुंडाळलेली काहीतरी भेटवस्तू आणली होती.

"हॅलो बेटा," त्यांनी हसून माझं स्वागत केलं. त्यांच्या दिसण्यात बराच बदल घडला होता. आपले लांब केस कापून त्यांनी छोटे केले होते. पूर्वीपेक्षा ते स्थूल झाले होते. हनुवटी आणि जिवणीचा रेखीवपणा निघून गेला होता.

"हॅलो सर," मी म्हणालो.

आम्हा दोघांना एकटे सोडून आई आत निघून गेली. पण दरवाजा पूर्ण न लावता तिने तो थोडा उघडा ठेवला. मिस्टर रोशनी उठून मला ती भेटवस्तू दिली.

"काय आहे हे?"

"एक लहानशी भेटवस्तू आहे; नंतर उघडून बघ."

"ठीक आहे."

"मला प्रथम सांग, तुझं कसं चाललंय?"

"तुम्ही भेटायला आलात त्याबद्दल आभार."

"त्यानं मलाही बरं वाटलं की! बोल कसा आहेस?"

"खरं तर असं न कळवता त्यांचं येणं मला आवडलं नव्हतं. ज्या पद्धतीने ते आजीच्या खुर्चीत रेलून बसले होते, तेही मला आवडलं नव्हतं. मी दिवाणाच्या कडेला बसलो. मी एकटा होतो ही गोष्ट खरी होती, पण तरी कशाला त्यांना फोन केला, असं क्षणभर वाटून गेलं."

"मला तू कसा आहेस, ते पाहायचं होतं."

काय आणि कसं बोलावं ते मला सुचेना. त्यांचा इकडे येण्यामागे काय उद्देश असावा याचाही थांग लागेना. त्यांची माझ्यावर रोखलेली कुतूहलपूर्ण नजरही मला अस्वस्थ करत होती.

ते उठले आणि माझ्याजवळ येऊन बसले. त्यांनी माझ्या हातावर हात ठेवला. खरंतर त्यांच्या येण्याने मी आनंदी व्हायला हवं होतं, कारण शेवटी मी त्यांना आवडावं असं मलाच वाटत नव्हतं का?

"सांग आता, कसा आहेस ते. तुझ्या डोक्यात विचारांचं वादळ उठल्यासारखं दिसतंय." ते म्हणाले.

खरंच की काय? त्यांना खरंच तसं वाटलं असंल?

"तुझ्याकडे पाहून असं वाटतंय की बऱ्याच गोष्टींची गर्दी तुझ्या मनात उसळली असावी आणि त्यामुळं कुठून सुरुवात करावी ते तुला कळत नसावं. तू आवरण्याचा प्रयत्न केलास तरी नाना छान छान गोष्टींची गर्दी झालेली तुझ्या चेहऱ्यावर दिसतेय."

मी सहेतुकपणे त्या किंचित उघड्या राहिलेल्या दरवाजाकडे पाहिलं. हा माझा अप्रत्यक्ष इशारा समजून त्यांनी जास्त बोलू नये असं वाटलं.

"पाहिजे तर तू बॅलीमनपासून सांगायला सुरुवात कर. आणि तुझ्या त्या देणगीचं काय?"

"ती मला सोडून गेली आहे," मी पुन्हा दरवाजाकडे पाहत बोललो.

"पण काल तर तू...."

मी तोंडावर बोट ठेवून त्यांना गप्प बसायला सुचवलं पण ते बोलतच राहिले. "ती देणगी कदाचित मुळातच तुझ्याकडे नसावी. तू सुद्धा इतर चार चौघांसारखा मुलगा आहेस," ते म्हणाले.

यामुळे मात्र मला दुखावल्यासारखं वाटलं आणि रागही आला.

"पण तुमचा माझ्यावर विश्वास बसला होता ना?" मी विचारलं.

"मग सांग तर मला आता त्याबद्दल. एखादी व्यक्ती खोटं बोलतेय हे तू कसं काय सांगू शकायचास? तुला ते कसं काय कळायचं?" माझ्या हाताला स्पर्श करत ते म्हणाले.

मी ताठ बसलो. हळूहळू माझ्या लक्षात येऊ लागलं. सुरुवातीला माझ्यावर अविश्वास दाखवून मला बोलते करायचे आणि मग सगळे माझ्याकडून काढून घ्यायचे, असा काहीतरी त्यांचा डाव होता. त्यांची ती खेळी हुशारीची होती, पण त्यामुळे मला रागही आला. असं वाटलं की आपल्याशी अशी खेळी खेळणाऱ्या माणसाचं परत तोंडही पाहू नये. आता उठून निघून जावं असंही वाटलं.

"मला ते असंच कळायचं," मी कोरडेपणाने उत्तर दिलं.

"पण ते कसं जॉन?"

"पुस्तकात वर्णन केल्याप्रमाणं ते नव्हतं. पोलीस जसं काही खुणांवरून एखादा गुन्हेगार खोटं बोलतोय की नाही ते सांगू शकतात, तसं ते होतं. म्हणजे एखाद्याचं तोंड कोरडं पडलंय किंवा चेहरा पांढराफटक पडलाय किंवा त्यांच्या कानशिलावरची नस उडतेय तसलं काही नव्हतं. मी त्या खुणा शोधायला जायचोही नाही. मी चेहऱ्यावरचे भाव, हातवारे आणि आवाजात होणारा बदल वगैरे लहानसहान गोष्टींचं निरीक्षण करून अनुमान काढायचो."

"पण तू सांगितल्याप्रमाणं तुझ्या कुटुंबातल्या लोकांमधूनच तू खोटं बोलणाऱ्या व्यक्ती शोधून काढल्या होत्या ना? ते कदाचित त्यांच्याशी तुझा दाट परिचय असल्यामुळं शक्य झालं असेल. ते सोडून इतर कोणाला तू खोटं बोलताना पकडू

शकला होतास का?'' त्यांनी पुन्हा विचारलं.

"पण आता काही उपयोग नाही. ती कला आता मला सोडून गेली आहे.'' मी मध्येच उभा राहून म्हणालो.

आम्ही कोणीच काही वेळ बोललो नाही. टेबलावरच्या घड्याळाचा काटा एवढा हळू चालला होता की माझं हृदयच आता बंद पडतंय की काय असं मला वाटू लागलं.

आता मी पुरता अस्वस्थ झालो होतो. मी मिस्टर रोशनी आणलेल्या भेटवस्तूवरचा कागद हळूहळू फाडला आणि त्याचे तुकडे जमिनीवरच टाकले. दाढी करण्याच्या सामानाचा एक सुबक सेट होता तो. आत एक कार्डही होते. त्यात कदाचित पैसे असतील. ते मी नंतर उघडण्याचं ठरवलं.

"माझी ही भेट तुला आवडेल अशी आशा आहे,'' ते म्हणाले.

"हो. मला आवडली. धन्यवाद.''

कृतज्ञता व्यक्त करण्यासाठी त्यांना मिठी मारावी का, असा विचार करत मी त्यांच्याकडे सरकलो पण त्याआधीच तेही उठून उभे राहिले. आम्ही एकमेकांपासून खूपच जवळ उभे होतो. मला घाम फुटला.

"मी आभारी आहे,'' मी म्हणालो.

"मलाही बरं वाटलं.''

तेवढ्यात आई आत आली. तिने पूर्ण नट्टापट्टा केला होता आणि ती छान दिसत होती.

"जॉनला आता बऱ्याच गोष्टी आटोपायच्या आहेत. त्याने सकाळचा नाश्ताही केला नाही अजून,'' ती म्हणाली.

"ठीक आहे, मी निघतो मग,'' मिस्टर रोश म्हणाले.

"हो सर. थँक्यू सर.''

आम्ही त्यांना दाराबाहेर सोडायला गेलो. बाहेर पडल्यावर त्यांनी कमरेवर हात ठेवून रस्त्याकडे पाहिलं आणि नंतर घड्याळाकडे नजर टाकली. त्यांनी गाडी आणली नव्हती. त्यांना आता किती अंतर चालत जावं लागेल, हा विचार माझ्या मनात आला. आईच्याही मनात तो विचार डोकावला असणार, पण तिने त्यांना गाडीने काही अंतरावर नेऊन सोडण्याची तयारी काही दाखवली नाही.

नाश्त्याच्या वेळी आईवडील दोघेही लापशी खातखात वाचत होते. आजी शेगडीशेजारी उभी राहून गाजरे तासत होती. अचानक पुस्तकं खाली ठेवून वडील खाकरले आणि त्यांनी मला विचारले, "अरे जॉन, तुला आज त्या मोठ्या घरात जायचंय का? तुझी आई म्हणत होती की तुला तिथे जाऊन ते खेळण्यातलं गाव बघून यायचंय.''

"आज जायचं? खरं?"

"हो, आज दिवस चांगला आहे. भरपूर प्रकाश आहे. तुझी ती गाव बनविण्याची कल्पनाही चांगली आहे," ते म्हणाले.

"मला जायला आवडेल."

"चल मग नाश्ता झाल्या झाल्या निघू या."

"आज कदाचित त्या घराचे मालक डब्लिनवरून आले असतील. मग तुम्हाला आत जायला मिळणार नाही." आजी म्हणाली.

बोलताबोलता तिच्या हातातून बटाटा खाली पडला आणि घरंगळत टेबलाखाली गेला. मी तो उचलून तिच्या हातात दिला आणि तिच्याशेजारी तसाच उभा राहिलो. तिचे लगेच मतपरिवर्तन झाल्यासारखं ती म्हणाली, "कदाचित असंही असू शकेल, की ती डब्लिनची माणसं नसतीलही आली. तुम्ही जाऊन बघूही शकाल ते."

"ठीक आहे, आपण चौघेही जाऊया," आई म्हणाली.

आम्ही तिघांनी आजीकडे पाहिलं. "नको नको, मी नाही येत. तुम्हीच जाऊन या. फार वेळ नाही लागायचा," ती म्हणाली.

आम्ही त्या घरासमोरच्या फाटकाजवळ पोहोचलो तेवढ्यात तिकडचे माळीबुवा त्यांच्या गाडीत बसून जाताना दिसले. आईने चटकन हॉर्न वाजवला. त्यांचं लक्ष आमच्याकडे गेलं. आईने हात हलवला तसे ते आम्हाला पाहून गाडीतून उतरले. आईही गाडीतून उतरली आणि धावतच त्यांच्याजवळ गेली.

मी आणि वडील गाडीत बसून बघत राहिलो. माळीबुवा त्यांच्या घड्याळाकडे पाहून मान हलवत होते. आई त्यांच्याजवळ उभी राहून बोलत होती. तिने त्यांच्या खांद्यावर हात ठेवून विनवणी केली असावी. तिच्या चेहऱ्यावर स्मित दिसत होतं. माळीबुवांनी पुन्हा एकदा घड्याळाकडे पाहिलं आणि होकारार्थी मान हलवली. आईने गाडीकडे येऊन आम्हाला सांगितलं, "जॉन फक्त सहा आठवड्यांचा सोबती आहे अशी मी त्यांना थाप मारली. तरीसुद्धा त्यांनी आपल्याला फक्त पाच मिनिटांचाच अवधी दिला आहे."

"त्यांनी आपल्याला ओळखलं का?" मी विचारलं.

"नसावं."

वडिलांनी आईकडे पाहिलं. तिने मान हलवून, "चला आता" म्हटलं.

"आपल्याकडे फक्त पाच मिनिटं आहेत. तर मी इथेच थांबतो," ते म्हणाले.

"नाही, तूही यायचंस आणि कॅमेरा घे बरोबर," ती म्हणाली.

वडिलांनी कॅमेरा माझ्या हातात दिला. आम्ही खालच्या मजल्यावर जरासे चाललो. मी एकटा वर जाऊन ते खेळण्यातलं गाव बघून येतो म्हटलं.

"तुला एकटंच का जायचंय?"

"मी ते तुम्हाला नंतर सांगितलं, तर चालेल का? नक्की सांगेन आणि मग तुम्हालाही ते आवडेल आणि माझा अभिमानही वाटेल,'' मी म्हणालो.

"दोनच मिनिटांत परत ये,'' वडील म्हणाले.

"अगदी नक्की,'' मी घड्याळात बघून सांगितलं.

मी वर गेलो. पूर्वीसारखेच सर्व मांडलेले होते. भर पडली होती ती फक्त वाळू भरलेल्या काही बाटल्यांची आणि दोन पलंगांमध्ये बसवलेल्या अजून एका मागेपुढे होणाऱ्या घोड्याची. मी खिडकीजवळच्या त्या गावाजवळ गेलो. आगगाड्या, दुकाने, प्लॅस्टिकची माणसे, झुडुपं, कुत्रे सर्व काही तसंच होतं. जाणाऱ्या गाडीतच मागे प्रवाशांना उभे राहण्यासाठी बाल्कनी होती.

आणि मग मला तो दिसला, नवीन स्टेशनमास्तर. त्याच्या त्या मिशा आणि लाल टोपीसकट हिरव्या रंगाचा प्लॅस्टिकच्या चकतीवर तो उभा होता. अगदी हुबेहूब माझ्या हातातल्या स्टेशनमास्तरसारखा. तो नवा असल्यामुळे अधिक साफसूफ दिसत होता एवढंच. पण अगदी तस्साच होता. म्हणजे आता एकाऐवजी दोन स्टेशनमास्तर झाले होते.

मी माझ्या हातातला स्टेशनमास्तर त्याच्या जोडीदाराच्या बाजूला ठेवला. ते खांद्याला खांदा लावून जुळ्या भावासारखे उभे राहिले. अनोखे दृश्य होते ते. कदाचित ते जुळे नसतील पण कमीतकमी एकमेकांचे भाऊ किंवा मित्र किंवा अगदीच नाही तर खूप साम्य असणाऱ्या दोन व्यक्ती असं तरी नक्कीच दिसत होतं. कदाचित एकाच व्यक्तिमत्त्वाची दोन रुपेही असू शकतील.

मी पहिल्यांदा एकाचा फोटो घेतला आणि नंतर जोडीचा घेतला. माझ्या तोंडावर हसू फुललं.

मी कॅमेरा खिशात टाकला आणि त्या खोलीतून बाहेर आलो. जिन्याच्या तोंडाशी येऊन खाली पाहतो तर आई माझी वाट पाहत उभी असलेली दिसली. तिला पाहून मी आनंदाने मुठी उंचावत चित्कारलो. दोघेही जिना उतरून खाली आलो. मग ती माझ्याकडे पाहून हसली. मीही हसलो. वडील खिशात हात घालून मुख्य दरवाजाकडे उभे होते.

"आटोपलं का तुझं?'' आईने विचारलं.

"हो. मला हवं होतं ते मिळालं,'' मी सांगितलं.

"काय आहे ते?'' तिने विचारलं.

"कुठे?''

"तुझ्या हातात?''

"काहीच नाही.''

"तुझ्या हातात काहीतरी आहे असं मला तुझी मूठ बघून वाटतंय.''

"काऽऽही नाही."

"मग उघडून दाखव पाहू!"

मी मागे सरकलो, तसा जिन्याच्या कठड्यावर आपटलो.

"का पण?" मी विचारलं.

वडील समोरून चालत आमच्याजवळ आले.

"तुझे हात दाखव." आईने सांगितलं.

मी काहीच प्रतिसाद दिला नाही. तसे मग तिने तिच्या हातांनी माझ्या मुठी उघडण्याचा प्रयत्न केला. मी मुठी घट्ट वळल्या. आईने उजवी आणि वडिलांनी डावी मूठ उघडण्यासाठी झटापट सुरू केली. मी सर्वशक्ती पणाला लावून त्या बंद ठेवण्याचा प्रयत्न करत होतो. पण शेवटी त्यांनी त्या उघडल्याच. आत काहीच नव्हतं.

"बघ, मी सांगितलं नव्हतं, काही नाहीये," मी हसत सुटलो.

"हो की!" वडील न रागावता हसून म्हणाले. आईही न रागावता हसून 'हो की' म्हणाली.

आम्ही फाटकातून बाहेर गाडीकडे आलो. मी मागच्या सीटवर मधोमध बसलो आणि त्या दोघांचे चेहरे दिसावेत म्हणून पुढे झुकलो. वडील एक हात चाकावर, तर दुसरा हात मांडीवर ठेवून गाडी हळू चालवत होते. आई शांतपणे आणि मला वाटतं, आनंदी मूडमध्ये खिडकीबाहेर बघत होती. आज समुद्रकिनारी रपेट मारण्यासाठी योग्य दिवस आहे आणि मी जर विषय काढला तर जातासुद्धा येईल, असं वाटून गेलं.

दोन्ही स्टेशन मास्तरांचे एकत्रपणे काम करणं चालू आहे. घंटानाद करत गाडी स्टेशनात शिरली. प्रवासी गाडीत चढले तसे दोन्ही स्टेशनमास्तरांनी एकाच वेळी त्यांच्या हातातले सफेद झेंडे हवेत फडकावले. गाडी प्लॅटफॉर्मवरून हलली. गाडीच्या चालकाने हात हलवून त्यांचा निरोप घेतला. पण दोघेही एकमेकांशी बोलण्यात इतके मश्गूल होते, की त्यांचं त्य़ाकडे लक्षच गेलं नाही.

बाहेर थंडी वाजू लागली किंवा विश्रांती घ्यावीशी वाटली किंवा काहीतरी गरमागरम खावंसं वाटलं, तर ते प्लॅटफॉर्मवरच्या उपहारगृहात जाऊन बसू शकले असते. खिडकी शेजारच्या टेबलावर बसून चहा घेत, टोस्ट आणि केक खात येणाऱ्या जाणाऱ्यांकडे पाहात त्यांचा वेळ मजेत गेला असता. आतमधल्या शेकोटीमुळे त्यांच्या हातातोंडाला पुरेशी उबही मिळाली असती.

...आता दरवाजा पूर्णपणे खुला झाला होता.

■ ■ ■